கிழக்கிந்தியக் கம்பெனி – ஒரு வரலாறு

கிழக்கிந்தியக் கம்பெனி

நிக் ராபின்ஸ்

தமிழில்: ராமன் ராஜா

கிழக்கு

கிழக்கிந்தியக் கம்பெனி - ஒரு வரலாறு
Kizhakkindia Company - Oru Varalaru
by Nick Robins

Copyright © Nick Robins 2006. *The Corporation that Changed the World* first published by Pluto Press, London 2006. This Translation is published by arrangement with Pluto Press Ltd www.plutobooks.com

First Edition: January 2012
392 Pages
Printed in India.

ISBN: 978-81-8493-538-7
Title No. Kizhakku 691

Kizhakku Pathippagam
177/103, First Floor,
Ambal's Building, Lloyds Road,
Royapettah, Chennai 600 014.
Ph: +91-44-4200-9601
Email : support@nhm.in
Website : www.nhm.in

Cover Image: Wikimedia

Kizhakku Pathippagam is an imprint of New Horizon Media Private Limited

This book is sold subject to the condition that it shall not, by way of trade or otherwise, be lent, resold, hired out, or otherwise circulated without the publisher's prior written consent in any form of binding or cover other than that in which it is published and without a similar condition including this the rights under copyright reserved above, no part of this publication may be reproduced, stored in or introduced into a retrieval system, or transmitted in any form or by any means (electronic, mechanical, photocopying, recording or otherwise), without the prior written permission of both the copyright owner and the above-mentioned publisher of this book.

‘கார்ப்பரேட் சக்தி, அளவுக்கு மிஞ்சிவிட்டால் அது பொருளாதாரப் பிரச்னை மட்டுமல்ல; அரசியல் பிரச்னையும்கூட.’

★

‘இந்தியாவுக்கு ஏன் கடல் வழி கண்டுபிடித்தோம் என்றே வருத்தமாக இருக்கிறது. உலகத்தின் அந்தப் பக்கத்தில் போய் அரசாட்சி செய்யவேண்டும் என்ற எண்ணத்தை நம் அமைச்சர்கள் அனைவரும் விட்டுவிடவேண்டும். யாராவது உள்ளூர் ராஜா ஒருவர் கையில் பொறுப்பை ஒப்படைத்துவிட்டு இந்தியாவை விட்டு விலகவேண்டும்.’

உள்ளே

நன்றியுரை	/	09
அறிமுகம்	/	11
காலச் சுவடுகள்	/	18
1. ஊமைக் காயம்	/	23
2. திமிர் படித்த கம்பெனி	/	57
3. மசாலா நெடி	/	92
4. வங்காளப் புரட்சி	/	129
5. சறுக்கியது மத யானை!	/	171
6. கம்பெனிக்குத் தேவை, சவுக்கு!	/	201
7. இனி, நீதி கிடைக்கும்	/	233
8. வல்லடி வல்லரசு	/	276
9. அடுத்தது என்ன?	/	325
குறிப்புகள்	/	363
உதவிய நூல்கள்	/	384

நன்றியுரை

ஒரு நடைப்பயணத்தின்போது இந்தப் புத்தகம் கருக்கொண்டது. இந்தப் பயணத்தில் என்னுடன் இறுதிவரை வந்த அல்லது பாதி வழி வந்த அனைவருக்கும் என் நன்றியைத் தெரிவித்துக்கொள்கிறேன். என் மனைவி ரித்து மட்டும் இல்லாதிருந்தால் இதில் எதுவுமே நடந்திருக்காது. இந்தப் புத்தகத்துக்கான உந்துதலாக அவர் இருந்ததோடு பொறுமையையும் உற்சாகத்தையும் தந்து இந்தப் பயணத்தை நல்லபடியாக முடிக்கவும் வைத்தவர் அவரே.

கிழக்கிந்தியக் கம்பெனி தொடர்பான பயணங்களை இணைந்து நடத்திய, லண்டனில் இருக்கும் 'மேடை' (பிளாட்ஃபார்ம்) அமைப்பின் ஜேன் டிரோவெல்லுக்கு நன்றி. கிழக்கிந்தியக் கம்பெனி லண்டனில் பரவியிருந்த இடங்கள் சார்ந்த தகவல் களுக்கும் ஆதாரங்களுக்கும் அந்தப் பயணங்கள் பெரிதும் உதவின. எதிர்காலப் பயணங்கள் பற்றிய தகவல்களுக்கும் கம்பெனி பற்றிய அருங்காட்சியகம் பற்றியும் தெரிந்துகொள்ள www.platformlondon.org என்ற இணையத்தளத்தைப் பார்க்கவும்.

இந்த நூலின் வரைவுகளைப் பலர் படித்துப் பார்த்து, முக்கியமான இடையீடுகளை அளித்தனர். அவர்களில் குறிப்பாக, ஹூ போவென், பீட்டர் கிண்டர், ஜேம்ஸ் மேரியாட், பிரசன்னன் பார்த்தசாரதி, ராஜிவ் சின்ஹா, ஜான் சபாபதி, ஆண்ட்ரூ சிம்ஸ், ஜானதன் சின்க்ளேர்-வில்சன் ஆகியார் அடங்குவர். இந்தப் புத்தகத்தின் பல்வேறு அம்சங்களைத் தீர்மானிக்க அனு பாசின், ரஞ்சன் பால் ஆகியோர் ஏற்பாடு செய்த தில்லி கருத்தரங்கம் பெரிதும் பயனுள்ளதாக இருந்தது. 'தி பிசினஸ் ஆஃப் எம்பயர்' என்ற நூலின் வெளியீட்டுக்கு முந்தைய பிரதியைப் படித்துப் பார்க்க அன்புடன் அனுமதித்த ஹூ போவெனுக்கும் 'அரெனாஸ்

ஆஃப் ஏசியாட்டிக் பிளண்டர்' என்ற நூலிலிருந்து மேற்கோள் காட்ட அனுமதித்த ஜாக் கிரீனுக்கும் நன்றி.

இந்தப் புத்தகத்தை எழுத 2004-05 கோடைக்காலங்களில் தங்கள் நூலகத்தைப் பயன்படுத்திக்கொள்ள அனுமதி தந்ததற்கு விம்பிள்டனில் ஈகிள் ஹவுஸில் இருக்கும் அல் ஃபர்க்கான் இஸ்லாமிக் ஹெரிடேஜ் அறக்கட்டலைக்கும் நன்றி சொல்லக் கடமைப்பட்டிருக்கிறேன்.

கிழக்கிந்தியக் கம்பெனி தொடர்பான என் ஆரம்பகட்ட எண்ணங்களை முதலில் ரிசர்ஜன்ஸ் பத்திரிகையில் வெளியிட்டவர் சதீஷ் குமார். அதை ஒரு நூலாக எழுதவேண்டும் என்று முதலில் ஆலோசனை சொன்னவர் மாரி தெக்கேகரா. ஜெம் பெண்டல், சுஷீல் சவுத்ரி, கேட் க்ரோ, ராம் கிட்டூமால், காஸ்பர் ஹெண்டர்சன், ஹமீதா ஹுசைன், லெஸ்லி கேட்ஸ், மால்கம் மெக்கிண்டாஷ், டெரிக் மாரிஸ், ஸ்டீஃபன் பின்கஸ், மன்ரோ பிரைஸ், ஜான் ராபின்ஸ், ரிச்சர்ட் சாண்ட்புரூக், டேவிட் சாமெர்செட், ஹலினா வார்டு ஆகியோர் இந்தப் புத்தகத்துக்கான ஆராய்ச்சிப் பணிகளில் பல்வேறு வழிகளில் உதவி செய்தனர்.

என்னைப் பொருத்தவரை ஆசியாவும் பிரிட்டனும் பகிர்ந்து கொள்ளும் பொதுவான கடந்த காலத்தைப் புரிந்துகொள்வதற்கும் எதிர்காலப் பரிமாற்றங்களை நீதிநெறிகளுக்கு உட்பட்டதாக ஆக்கும்வகையில் கிழக்கிந்தியக் கம்பெனியின் சகாப்தத்தை விமரிசனபூர்வமாக அணுகுவதற்குமான முயற்சியே இந்தப் புத்தகம். எனவே இந்தப் புத்தகத்தை எங்கள் பெற்றோருக்கும் குழந்தைகளுக்கும் சமர்ப்பிக்கிறேன்: எலிசபெத் மற்றும் ஜான், புஷ்பா மற்றும் சுஷில், குழந்தைகள் ஆலிவர், ஜோஷுவா, மீரா.

படங்களைப் பயன்படுத்த அனுமதி தந்த கீழ்க்கண்ட தனிநபர்கள், நிறுவனங்களுக்கு நூலாசிரியரும் பதிப்பாளரும் நன்றிசொல்ல விரும்புகிறார்கள்.

படம் 1.1: பிரிட்டிஷ் நூலகம், படம் 2.1: லண்டன் மியூசியம், படம் 8.1: பஞ்ச் லிமிடட், படம் 9.1: ஆண்ட்ரூ சிம்ஸ்.

வரைபடங்கள் தி ஆர்க்யுமெண்ட் பை டிசைன் மூலம் வரையப் பட்டன. ஆகா ஷாஹித் அலியின் கவிதை வெஸ்லியன் யுனிவர்சிட்டி பிரஸ், விம்பிள்டன் (ஜன 2006) அனுமதியுடன் மறு பிரசுரம் செய்யப்பட்டுள்ளது.

அறிமுகம்

வருடம், 2000. ஆங்கிலக் கிழக்கிந்தியக் கம்பெனி தோன்றிய 400-வது ஆண்டு விழா. அதே வருடம்தான் நான் பணி செய்வதற்காக லண்டன் நகர் வந்து சேர்ந்தேன். கம்பெனியின் 275 வருட வாழ்க்கை முழுவதும் இங்கேதான் அதன் தலைமையகம் இருந்தது. இன்றுபோலவே அன்றும், சர்வ தேசப் பொருளாதார மார்க்கெட்டில் லண்டன் ஒரு முக்கியமான மையம்.

புதிய ஆயிரமாண்டு பிறந்தபோது மார்க்கெட்டே ஒரு மிதப்பில் தான் இருந்தது. இப்போது யோசித்துப் பார்த்தால், 1999-ன் கடைசி நாள் அன்று டாட் காம் குமிழியின் உன்மத்தம் ஏற்கெனவே உச்சகட்டத்தை அடைந்திருந்தது. இந்த சூதாட்ட மேகம் உடைத்துக்கொண்டு கொட்ட ஆரம்பித்தபோது, 1929-க்குப் பிறகு கேள்விப்படாத அளவுக்கு மாபெரும் தில்லுமுல்லுகள் நடந்திருப்பது தெரியவந்தது. முதலீடு செய்யும்போது சமூகப் பொறுப்புணர்வுடன் செய்யவேண்டும் என்று சொல்லும் கட்சியில் நானும் சேரத் தொடங்கினேன்.

பங்கு விலைகள் சரிய ஆரம்பித்தன. முழுதாக மூன்று வருடம் இறங்கியபிறகு, விலைகள் சரி பாதிக்கு வந்து நின்றன. கொஞ்ச காலத்துக்கு, பங்குச் சந்தையில் ஓரளவு பணிவு தென்பட்டது. என்ரான், வேர்ல்ட்காம், டைகோ போன்ற ஒரு சில கெட்ட ஆப்பிள்கள்தான் நாற்றமடிக்கின்றனவா, அல்லது பழக் கடையே அழுகிப் போய்விட்டதா என்பதுதான் உலகம் முழுவதும் பேச்சு! கார்ப்பரேட் முதலாளித்துவமே கேள்விக்குறியாகப் போனது.

பங்குச் சந்தை கணினித் திரையைப் பார்க்கச் சகிக்கவில்லை; தொடர்ந்து விலை இறக்கம். ஒரே சிவப்பு மயம்! இதிலிருந்து கொஞ்சம் விலகி இருக்கலாமே என்று காலார நடக்க

ஆரம்பித்தேன். வரலாற்றுப் புகழ் பெற்ற ஸ்கொயர் மைல், ராயல் எக்ஸ்சேஞ்ச், இங்கிலாந்து வங்கி என்று பார்த்துக்கொண்டே நடந்தேன். எக்ஸ்சேஞ்ச் சந்துக்கு வந்தேன். இங்கே உள்ள காப்பிக் கடைகளில்தான் பங்குத் தரகர்கள் கூடுவது வழக்கம். சூடான கிசுகிசுக்களோடு பங்குகளும் சேர்ந்து கை மாறும்.

ஒரு நாள் கிழக்குப் பக்கமாக இன்னும் கொஞ்ச தூரம் நடந்தேன். லெடன்ஹால் தெருவுக்குப் போய், கிழக்கிந்தியக் கம்பெனியின் தலைமை அலுவலகம் இருந்த இடத்தைப் பார்த்துவிட்டு வேலைக்குத் திரும்பலாம் என்று எண்ணம்.

லெடன்ஹால் தெருவும் லைம் தெருவும் சந்திக்கும் மூலையில் திரும்பியபோது ஓர் ஆச்சரியம்: இந்த இடத்தில்தான் கிழக்கிந்தியக் கம்பெனி இருநூறு வருடத்துக்கு மேலாக நின்றிருந்தது. இப்போது அங்கே ஒன்றுமே இல்லை. ஓர் அறிவிப்போ, பலகையோ, கல்வெட்டோ எதுவுமே காணோம்! உலகத்தின் மிகச் சக்தி வாய்ந்த கார்ப்பரேஷன் இங்கே ஒரு காலத்தில் கொலுவிருந்த அடை யாளமே இல்லை.

இந்த நாட்டின் கலாசாரமோ, தன் பாரம்பரியத்தைப் பேண விரும்புவது. இருந்தும் வரலாற்று முக்கியத்துவம் வாய்ந்த ஒரு கம்பெனியை லண்டனின் அடையாளத்திலிருந்தே ஏன் துடைத்து எறிந்துவிட்டார்கள்? புதிர் தாங்கவில்லை எனக்கு.

இந்தக் கேள்விக்கு விடை சொல்லும் முயற்சிதான் இந்தப் புத்தகம். அதைவிட முக்கியமாக, இருபத்தோராம் நூற்றாண்டின் உலகமயமான பொருளாதாரத்துக்குக் கம்பெனி விட்டுவிட்டுப் போயிருக்கும் சீதனம் என்ன? இந்தக் கேள்வியையும் மறுபடி ஆராயவேண்டியுள்ளது.

'ஞான ஒளிக் காலம்' என்று புகழ் பெற்ற நாள்களில் ஆரம்பித்து, கம்பெனியின் கடந்த காலத்துக்குள் ஆழமாக முங்கினேன். அப்போதுதான் ஒன்று புரிந்தது: இது ஏதோ கடந்த கால நினைவு மட்டுமல்ல; இந்த நிறுவனத்தின் பழக்கவழக்கங்கள் இன்றைக்கு நமக்கெல்லாம் மிகவும் பரிச்சயமானதுபோல் இருந்தன. பங்குதாரர்கள் பலர் சேர்ந்து ஒரு நிறுவனத்தின் உடைமையாளர் களாக இருக்கும் கார்ப்பரேட் அமைப்புக்கே முன்னோடி கிழக்கிந்தியக் கம்பெனிதான். நவீன பிசினஸ் நிர்வாகத்தின் அடித்தளத்தை அமைத்துக்கொடுத்ததும் கம்பெனிதான்.

கம்பெனிக்கும் அதன் அதிகாரிகளுக்கும் ஒரே குறிதான்: லாபம்! சொந்த லாபம், கம்பெனிக்கு லாபம். இது, அவர்கள் ஆசியச் சந்தையை ஆட்டிப் படைப்பதில் போய் முடிந்தது. அது மட்டுமின்றி இந்தியாவின் பெரும் பகுதிகளையும் அவர்கள் ஆட்சி செய்தார்கள்; லாபம் சம்பாதித்தார்கள். ஆனால் கம்பெனி அதிகாரிகள் நடத்திய தில்லுமுல்லுகள், பங்குச்சந்தையில் அவர்கள் செய்த லீலைகள், மனித உரிமைகளை அவர்கள் நசுக்கிய விதம் எல்லாவற்றையும் பார்த்து அன்று உலகமே திகைத்தது.

அதையெல்லாம் படிக்கப் படிக்க, இன்றைய ராட்சச கார்ப்பரேட் நிறுவனங்களுடன் இருக்கும் ஒற்றுமை மலைக்க வைத்தது. கிழக்கிந்தியக் கம்பெனி, மார்க்கெட் வலிமையில் வால் மார்ட்; ஊழலில் என்ரான்; மானுடப் பேரழிவில் யூனியன் கார்பைட்.

கிழக்கிந்தியக் கம்பெனியின் வரலாறைப் பலர் எழுதியிருக் கிறார்கள். ஆனால் ஒரு கார்ப்பரேஷன் என்ற வகையில் அதன் சமுதாயப் பதிவுகளை யாருமே ஆராயவில்லை. அந்த இடைவெளியை நிரப்ப முயல்கிறது இந்தப் புத்தகம். 18-ம் நூற்றாண்டில் கார்ப்பரேட் பொறுப்பு என்ன என்பது பற்றி ஒரு போரே நடந்தது. அந்தப் பயங்கரமான போராட்டங்களின் உணர்ச்சியைப் பிடிக்க முயல்கிறது இந்தப் புத்தகம்.

ஒரு முக்கியமான விஷயம்: இருபத்தோராம் நூற்றாண்டின் மதிப்பீடுகளை, முந்திய தலைமுறை ஒன்றின்மீது திணித்துப் பார்க்கும் முயற்சி அல்ல இது. கம்பெனி காலத்திலேயே வாழ்ந்த பல முக்கிய அறிஞர்கள் அதன் நடத்தையை ஆராய்ந்து, குறை கண்டுபிடித்திருக்கிறார்கள். ஆடம் ஸ்மித், எட்மண்ட் பர்க், கார்ல் மார்க்ஸ் போன்றோர் ஒரே குரலில் இந்தத் திமிர் பிடித்த, அடக்குமுறை கார்ப்பரேஷனைக் கண்டித்திருக்கிறார்கள். அவர்கள் சொன்ன காரணங்கள் மட்டும்தான் வெவ்வேறு.

அரசியலில் வலதுசாரி - இடதுசாரி வித்தியாசமில்லாமல், கம்பெனியுடன் வாழ்ந்தவர்கள் பலரும் அதன் அடிப்படை யிலேயே ஏதோ தவறு இருக்கிறது என்றுதான் நினைத்தார்கள். ஸ்மித்தைப் பொருத்தவரை, சுதந்தரமான சந்தைக்கு கார்ப்ப ரேஷன் ஒரு பெரிய எதிரி. பர்க்கைக் கேட்டால், பிரிட்டனிலும் இந்தியாவிலும் இருக்கும் கட்டுக்கோப்பை நாசமாக்க வந்திருக்கும் புரட்சிப் படை அது என்பார். கம்பெனி திட்டமிட்டு

அநியாயம் செய்தது. 'ஓர் ஆங்கிலேயன் சம்பாதித்த ஒவ்வொரு ரூபாய் லாபமும் இந்தியாவிலிருந்து தொலைந்து போனதுதான்' என்று பர்க் நாடாளுமன்றத்தில் பேசினார்.[1]

70 வருடம் கழித்து, கம்பெனி தன் இறுதி நாட்களை எண்ணிக் கொண்டிருந்தபோது கார்ல் மார்க்ஸ் வருகிறார். 'பிரிட்டனின் பண மூட்டை ஆட்சிக்குப் பதாகை பிடித்து ஊர்வலம் வருவது கம்பெனி. மும்பை அருகே உள்ள சாஷ்டி கோவிலில் காணப்படும் பூத கணங்களைவிடப் பயங்கரமான பிராணி அது' என்கிறார்.[2]

கம்பெனி, அளவுக்கு மீறிய பண பலத்தைச் சம்பாதிக்க முயற்சி செய்தது. ஆனால் 'கம்பெனி தன் செயல்களுக்குப் பொறுப்பு ஏற்கவேண்டும்' என்று போராடிய பல தனி நபர்களை வழி எங்கும் சந்தித்தது. கம்பெனியின் கதையில் நமக்கு உத்வேகம் கொடுக்கும் பகுதி இதுதான். அது கார்ப்பரேட் அக்கிரமங்களை எப்படி எதிர்ப்பது, எப்படியெல்லாம் எதிர்க்கக்கூடாது என்பதில், காலத்தை வென்று நிற்கும் பல பாடங்களை நமக்குத் தருகிறது. இதில் சீர்திருத்தம், எதிர்ப்பு, வழக்கு, சட்டம் எல்லாம் அடங்கும். கடைசியாக கார்ப்பரேஷனின் அமைப்பே மாற்றப்பட்டது.

கம்பெனியை நான் ரத்தமும் சதையுமாக உணரவே விரும்பினேன். எனவே இந்த ஆராய்ச்சியைப் புலவர் சபைக்குக் கொண்டுபோகவில்லை. பிரிட்டனிலும் இந்தியாவிலும் உள்ள கம்பெனியின் இதயப் பகுதிகளை நேரடியாகச் சந்தித்தேன். கம்பெனியின் தலைமையகத்துக்குப் போய்ப் பார்த்தேன். அதன் கிடங்குகளுக்குப் போனேன். அதன் மாளிகைகளுக்கும் துறைமுகங்களுக்கும் போனேன். இதனால் கம்பெனியின் ஆளுமையை முழுவதும் புரிந்துகொள்ள முயற்சித்தேன்.

இந்தப் புத்தகம் வர்ணனைகளால் நிரம்பியது. ஆனால் கடந்த காலத்துக்கும் நிகழ் காலத்துக்கும் நடுவே மாறி மாறிப் பயணம் செய்கிறது. வாசகருக்கு உதவியாக, கம்பெனி வரலாற்றின் முக்கியமான காலச் சுவடுகளைத் தனியே கொடுத்திருக்கிறேன்.

முதல் அத்தியாயம் கம்பெனியின் சர்ச்சைக்குரிய சீதனத்தை இன்னும் ஆழமாக அலசுகிறது. ஐரோப்பாவும் ஆசியாவும் இதை மாறுபட்ட கோணங்களில் பார்க்கின்றன. அடுத்த அத்தியாயம் கம்பெனியின் வளர்-சிதை மாற்றத்தைச் சொல்கிறது. அதன் நிர்வாகம், நிதி, கம்பெனிக்கு உள்ளேயே உருவான

இறுக்கங்கள், கடைசியில் இதனாலேயே கம்பெனி வீழ்ந்தது போன்றவற்றைச் சொல்கிறது. 17-ம் நூற்றாண்டில் மசாலா வியாபாரியாக வாழ்க்கையை ஆரம்பித்த கம்பெனி, 1690-களில் மார்க்கெட்டை ஆட்சி செய்ய முயற்சித்ததையும் அதனால் விளைந்த நாசத்தையும் அத்தியாயம் மூன்றில் பார்க்கலாம். கடைசியாக 18-ம் நூற்றாண்டில் கம்பெனி என்னவெல்லாமோ செய்து வங்காளத்தைக் கைப்பற்றியது. இந்த முக்கியமான நிகழ்ச்சியின் காரணம், விளைவு இரண்டும் நாலாவது அத்தியாயத்தில் விரிகின்றன.

ஆனால் இந்த 1990-களில் பல கார்ப்பரேஷன்கள் செய்தது போலவே, கம்பெனியும் அன்று அகலக் கால் வைத்தது. திறமைக் குறைவு, அலட்சியம் இரண்டும் சேர்ந்தபோது, பங்குச் சந்தை மடமடவென்று சரிந்தது. இந்தியாவில் மிக மோசமான பஞ்சம் ஏற்பட்டது. இது, ஐந்தாம் அத்தியாயத்தின் மையப் பொருள். இவ்வளவு நாளாக இங்கிலாந்து கஷ்டப்பட்டு அடைந்த சுதந்தரங்களையெல்லாம், கம்பெனி திடீரென்று வந்த பண பலத்தால் அழித்துவிடப்போகிறது என்று பிரிட்டனில் பலர் பயந்தார்கள். அத்தியாயம் ஆறில், கார்ப்பரேஷனுக்கு எதிராக ஆடம் ஸ்மித் தொடுத்த கடுமையான தாக்குதல்; அதைவிடப் பெரிதாக எழுந்த பொதுமக்கள் எதிர்ப்பு; நாடாளு மன்றத்தின் சுறுசுறுப்பு, முழுப் புரட்சி; இவை எல்லாம் 1770-களில் கம்பெனியின் அத்துமீறல்களை அடக்க முயற்சித்த கதையைப் பார்க்கலாம்.

இருந்தும் நீதி கிடைக்கவில்லை. எட்மண்ட் பர்க், 'பொறுப்புணர்வு தான் கம்பெனிக்குக் கொடுக்கப்பட்ட சாசனத்தின் மையக் கருத்து' என்பதை வலியுறுத்த முயன்றார். ஆனால் கடைசியில் வெற்றி பெற்றது முடியரசின் நிர்ப்பந்தங்கள்தானே தவிர, தர்மம் அல்ல என்பது ஏழாம் அத்தியாயம். எட்டாவதில், கம்பெனியை பிரிட்டிஷ் அரசு வெற்றிகரமாக உருமாற்றிய விவரங்கள் வரு கின்றன. கம்பெனி மெல்ல மெல்லத் தன் வணிக அடையாளங் களை இழந்து, இங்கிலாந்து முடியாட்சிக்காக இந்தியாவில் லாபம் சம்பாதிக்கும் ஒரு தரகராக மாறிவிட்டது.

காலத்துக்கு ஒவ்வாத கம்பெனியின் காலம் முடியப்போகிறது என்று கட்டியம் கூறியது, 1857-ல் நடந்த கலகம். பிறகு அந்தி சாயும் பருவத்தில் கொஞ்ச நாள் கழித்த கம்பெனி, கடைசியாக 1874-ல் தன் வாழ்க்கையை முடித்துக்கொண்டது. அத்தியாயம்

ஒன்பது, கம்பெனியின் பரம்பரைச் சொத்துகளை எப்படி நேர்மையுடன் கணக்கெடுப்பது என்று அலசுகிறது. இன்றைக்கு நாம் சர்வதேச கார்ப்பரேஷன் ஒன்றைச் சந்திக்கும்போது, அந்தப் பாடங்களை மறக்காமல் இருக்க வலியுறுத்துகிறது.

நவீன உலகத்தை உருவாக்குவதில் கிழக்கிந்தியக் கம்பெனி போன்ற கார்ப்பரேஷன்களின் பங்கு என்ன? இந்த விஷயத்தில் நமக்கு ஏதோ ஒரு மறதி வியாதி இருக்கிறது. ஒரே ஒரு தனிப்பட்ட கம்பெனியால் எந்த அளவுக்கு உலகத்தின் கடந்த காலத்தைச் செதுக்க முடிந்தது? அந்த உண்மைகளை இன்றைக்கு நாம் உபயோகித்து, எப்படி கார்ப்பரேட் துறையைப் பொறுப்புள்ள தாக மாற்ற முடியும்? இதனை இந்தப் புத்தகம் ஓரளவுக்கு வெளிப்படுத்தும் என்ற நம்பிக்கை எனக்கு இருக்கிறது.

பெயர்களைப் பற்றி

இந்திய ஊர்களின் பெயர்கள் கால ஓட்டத்தில் மாறி வந்திருக் கின்றன. எனவே வரலாற்று நிகழ்ச்சிகளைச் சொல்லும்போது அந்தக் காலத்தில் வழங்கிய பெயர்களையே உபயோகித்திருக் கிறேன் (உதாரணமாக, கல்கத்தா). தற்போதைய நிலை பற்றிப் பேசும்போது புதிய பெயர்கள் காணப்படும் (கொல்கத்தா).

கம்பெனியின் பண விவகாரங்களைத் தற்காலத்துக்கு மாற்றினால் நன்றாகப் புரியும் என்பதற்காக, சில முக்கியப் புள்ளிவிவரங்களைத் தற்போதைய நாணய மதிப்புக்கு மாற்றிக் கொடுத்திருக்கிறேன். இதற்கு நான் உபயோகித்த பொருளாதார வரலாற்று இணையத்தளம் www.eh.net ஆகும்.

London
Amsterdam
Cotton, tea
Lisbon
Tea
New York
Boston
Philadelphia
ATLANTIC OCEAN
Istanbul
OTTOMAN EMPIRE
Aleppo
Isfahan
Alexandria
Basra
PERSIA
Gombroon
Hormuz
Mocha
Mombasa
St Helena
Cape Town
Cottons
Silver, cloth, metals
Cottons, silk , saltpeter
MUGHAL EMPIRE
Delhi
Calcutta
Bombay
Goa
Madras
INDIAN OCEAN
QING EMPIRE
Peking
Nanking
Canton
Macao
Silver, opium
Malacca
Bencoolen
Bantam
Batavia (Jakarta)
Run
Amboina
Tea, porcelain, silk
PACIFIC OCEAN
Silver, cloth, metals
Cottons, silk , saltpeter
Pepper, cloves, nutmeg, cinnamon, mace

கம்பெனியின் உலகம்

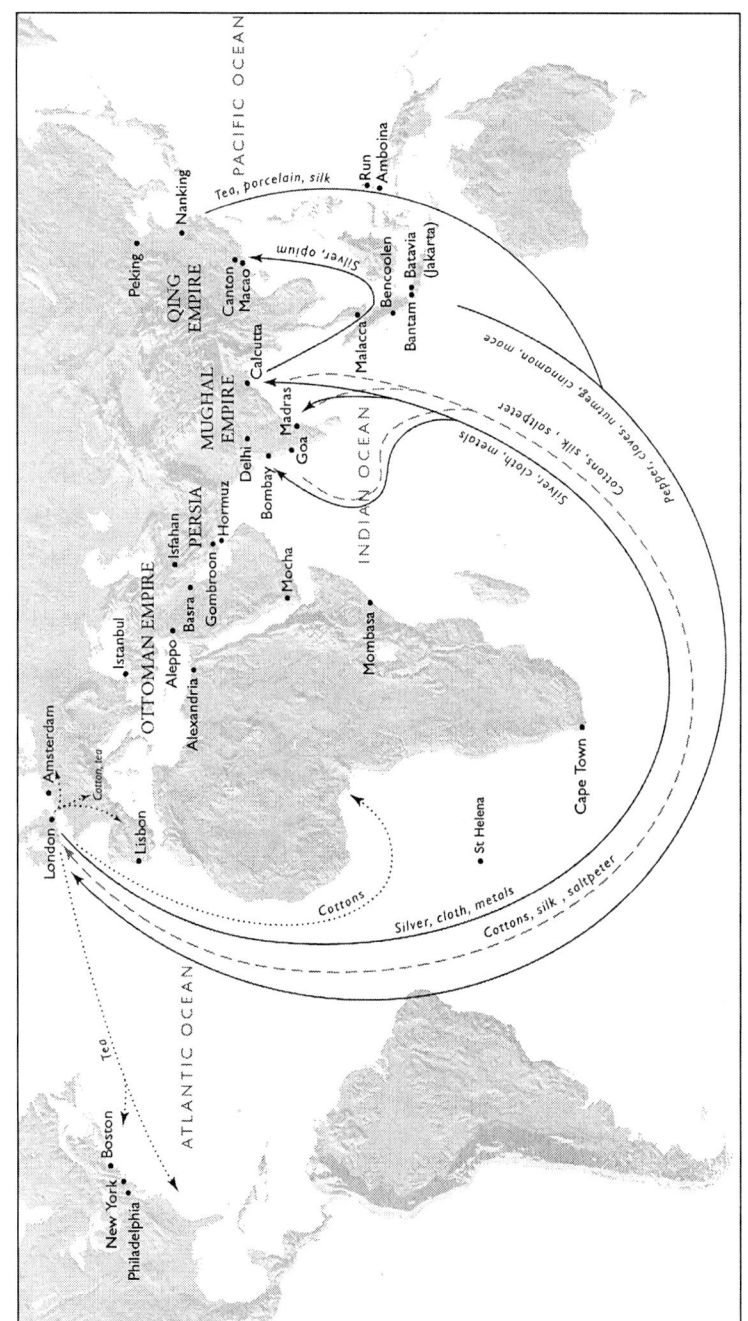

காலச் சுவடுகள்

1498: வாஸ்கோ ட காமாவின் போர்த்துக்கீசிய கப்பல்கள் மலபார் கடற்கரையில் வந்து நிற்கின்றன.

1595: கிழக்குக்குக் கடல் பாதை போடுவதற்காக டச்சு கம்பெனி வான் வெர் உருவாக்கம்.

31 டிசம்பர், 1600: ஆங்கிலேயக் கிழக்கிந்தியக் கம்பெனி உருவாகிறது.

1602: டச்சு வி.ஓ.சி. கம்பெனியின் தோற்றம்.

1618: ஆங்கிலக் கம்பெனி முகலாயப் பேரரசுடன் முதல் வர்த்தக ஒப்பந்தத்துக்குப் பேச்சு வார்த்தை நடத்துகிறது.

1623: அம்போனியாவில் (இந்தோனேசியா) கிழக்கிந்தியக் கம்பெனி வியாபாரிகளை வி.ஓ.சி படைகள் கொலை செய்கின்றன.

1639: ஆங்கிலக் கம்பெனி மெட்ராஸில் புனித ஜார்ஜ் கோட்டையை எழுப்புகிறது.

1648: கிழக்கிந்தியக் கம்பெனியின் தலைமையகம் லெடன்ஹால் தெருவில் உள்ள ஈஸ்ட் இந்தியா ஹவுஸுக்கு இடம் பெயர்கிறது.

1657: கிழக்கிந்தியக் கம்பெனி நிரந்தரப் பொதுப் பங்குக் கம்பெனியாகிறது.

1668: இரண்டாம் சார்லஸ் மன்னர் பம்பாயைக் கிழக்கிந்தியக் கம்பெனிக்குக் கொடுக்கிறார்.

1681: ஜோசையா சைல்ட் முதல் முறையாக கம்பெனியின் கவர்னராக (சேர்மன்) தேர்ந்தெடுக்கப்படுதல்.

1686-89: சைல்ட் முகலாயப் பேரரசுடன் போர் தொடங்குகிறார்.

1690: கம்பெனி வங்காளத்தில், கல்கத்தாவில் புதிய தளத்தை அமைக்கிறது.

1695: கம்பெனி ஊழல்மீது முதல் நாடாளுமன்ற விசாரணை.

1698: நாடாளுமன்றம் ஆசிய வியாபாரத்தின் ஏகபோக உரிமையைப் புதிய கம்பெனிக்குக் கொடுக்கிறது.

1709: புதிய கம்பெனியும் பழைய கம்பெனியும் ஒன்றாக இணையும் முடிவு.

1717: முகலாய இந்தியாவில் கம்பெனிக்கு முழு வர்த்தக உரிமை (ஃபர்மான்) கிடைக்கிறது.

1721: தென்கடல் கம்பெனியின் பங்கு விலைக் குமிழி வெடிக்கிறது.

1729: மருத்துவ உபயோகம் தவிர வேறு எதற்கும் அபின் இறக்குமதிகூடாது என்று (சீனாவின்) சிங் பேரரசு தடை உத்தரவு.

1751-52: ஆற்காடு முற்றுகையில் ராபர்ட் கிளைவுக்கு வெற்றி.

1756: வங்காள நவாப் கல்கத்தாவைக் கைப்பற்றுகிறார். தொடர்ந்து 'கரும்பொந்து' சம்பவம் நிகழ்கிறது.

பிப்ரவரி *1757:* கிழக்கிந்தியக் கம்பெனி கல்கத்தாவைத் திரும்பக் கைப்பற்றுகிறது.

23 ஜூன், *1757:* கிளைவின் தலைமையில் கிழக்கிந்தியக் கம்பெனி படைகள் பிளாசியில் நவாபைத் தோற்கடிக்கின்றன.

1764: கிழக்கிந்தியக் கம்பெனி பக்ஸாரில் முகலாயர்கள், வங்காளம், அவத் கூட்டணியைத் தோற்கடிக்கிறது.

1765: கிழக்கிந்தியக் கம்பெனிக்காக கிளைவ் வங்காளத்தின் கருவூலத்தை நிர்வகிக்கும் திவான் உரிமையைப் பெறுகிறார்.

1769: கம்பெனிப் பங்குகளின் விலையில் வங்காளக் குமிழியின் உச்சகட்டம்.

1770: வங்காளப் பஞ்சம்: 10 லட்சத்திலிருந்து ஒரு கோடி மக்கள்வரை பட்டினியில் சாவு.

1772: கம்பெனி பண உதவி கேட்டு அரசாங்கத்திடம் முறையிடுதல்.

1773: கிழக்கிந்தியக் கம்பெனியின் நிர்வாகத்துக்காக 'கட்டுப்பாட்டுச் சட்டம்' இயற்றப்படுதல். வாரன் ஹேஸ்டிங்ஸ் இந்தியாவின் கவர்னர் ஜெனரலாகப் பதவி ஏற்பு.

அமெரிக்காவில் கிழக்கிந்தியக் கம்பெனியின் தேநீரை விற்பதற்காக தேயிலைச் சட்டம் கொண்டுவரப்படுகிறது.

டிசம்பரில் அமெரிக்க சுதந்தரப் போராளிகள், பாஸ்டன் துறைமுகத்தில் கம்பெனி தேயிலையைக் கடலில் கொட்டுகிறார்கள்.

1776: ஆடம் ஸ்மித்தின் 'தேசங்களின் செல்வம்' புத்தகம் வெளிவருகிறது.

1778: ஈஸ்ட் இந்தியா ஹவுசில் ஸ்பிரிடியோன் ரோமாவின் 'நிவேதனம்' என்ற ஓவியம் மாட்டப்படுகிறது.

1780: கல்கத்தாவில் ஃபிலிப் பிரான்சிஸுக்கும் வாரன் ஹேஸ்டிங்ஸுக்கும் துப்பாக்கிச் சண்டை.

1781: ஹேஸ்டிங்ஸ் அபின் கப்பல்களை சீனாவுக்கு அனுப்பி வைக்கிறார்.

1783: சார்லஸ் ஜேம்ஸ் ஃபாக்ஸ், எட்மண்ட் பர்க் இருவரும் கொண்டுவந்த கிழக்கிந்திய மசோதா தோல்வி.

1784: வில்லியம் பிட்டின் இந்தியச் சட்டம் நிறைவேறுகிறது. கிழக்கிந்தியக் கம்பெனியின்மீது அரசாங்கத்தின் பிடி இறுகுகிறது.

1788: பிரபுக்கள் அவையில் வாரன் ஹேஸ்டிங்ஸ்மீது இம்பீச்மெண்ட் விசாரணை துவங்குதல்.

1793: வங்காள நிதி நிர்வாகத்தில் நிரந்தர நில உடைமை ஏற்பாடு. புதிய சாசனச் சட்டம். முதல் முறையாகக் கம்பெனியின் ஏகபோகத்துக்கு இடையூறு.

1795: குற்றச்சாட்டு விசாரணையில் வாரன் ஹேஸ்டிங்ஸ் விடுதலை.

1799: டச்சு வி.ஓ.சி. கம்பெனி கலைப்பு. கிழக்கிந்தியக் கம்பெனி மைசூரைக் கைப்பற்றுதல்.

1806: புதிய கிழக்கிந்தியத் துறைமுகம் திறக்கப்படுதல்.

1813: கம்பெனி இந்திய வர்த்தகத்தில் ஏகபோகத்தை இழக்கிறது.

1833: நாடாளுமன்றம் கம்பெனியின் வர்த்தக நடவடிக்கைகளை முடிவுக்குக் கொண்டுவருகிறது. கம்பெனி இந்தியாவின் நிலப் பகுதிகளை ஆட்சி செய்யும் நிறுவனமாக மாறுகிறது.

1839-42: பிரிட்டன் - சீனா இடையில் முதல் அபின் போர்.

1856-60: இரண்டாவது அபின் போர். சீனாவில் அபின் விற்பனை சட்டபூர்வமாக ஆகிறது.

1857: வட இந்தியாவில் முதல் சுதந்தரப் போர் என்கிற சிப்பாய்க் கலகம் வெடிக்கிறது.

1858: நாடாளுமன்றம் கம்பெனியை விட்டுவிட்டு இந்தியாவை நேரடியாக பிரிட்டிஷ் ஆட்சியின்கீழ் கொண்டுவருகிறது.

1861: ஈஸ்ட் இந்தியா ஹவுஸ் இடிக்கப்படுகிறது.

1 ஜூன், 1874: ஆங்கிலேயக் கிழக்கிந்தியக் கம்பெனி கலைக்கப் படுகிறது.

1
ஊமைக் காயம்

நிவேதனம்

நம் கதை ஆரம்பிக்கும் வருடம், 1778.

இடம்: ஈஸ்ட் இந்தியா ஹவுஸ். மாட்சிமை தங்கிய கிழக்கிந்தியக் கம்பெனியின் லண்டன் தலைமையகம்.

அப்போதுதான் கம்பெனியின் இயக்குநர்கள், ஆடம்பரமான புதிய ஓவியம் ஒன்றைவரையச் செய்து சுவரில் மாட்டியிருக் கிறார்கள். ஆனால் எப்போதுமே பெரிய கம்பெனிகளுக்கும் கலை, ஓவியம் போன்ற நளினமான விஷயங்களுக்கும் ஏழாம் பொருத்தம்தான். எனவே கிழக்கிந்தியக் கம்பெனியின் ஓவியமும் தரத்தில் சற்று முன்னே பின்னேதான் இருந்தது. விமரிசகர் ஒருவர், 'ஓவியருக்கும் சரி, அவருடைய முதலாளிகளுக்கும் சரி, இது பெருமை சேர்ப்பதாக இல்லை' என்றே சொல்லிவிட்டார்.[1]

ஆனால் கம்பெனி இயக்குநர்கள், தங்கள் கலை உணர்ச்சிக்குப் பாராட்டு கிடைக்கும் என்று எதிர்பார்த்து அதைவரைந்து வாங்கி மாட்டவில்லை.

பத்தடி அகலம், எட்டடி உயரத்தில் ராட்சச ஓவியம் அது. வரைந்தவர் ஸ்பிரிடியோன் ரோமா. 'கிழக்கு, தனது செல்வங் களையெல்லாம் பிரிட்டானியாவின் காலடியில் நிவேதனம் செய்கிறது' என்ற தலைப்பில், பார்ப்பவர்களைப் பிரமிக்க வைப்பதற்காகவே ஏற்பட்ட ஓவியம் (படம் 1.1). கம்பெனி யின் வரவு செலவுக் குழு கூடும் அறையின் கூரையில், உயரத்தில் மாட்டப்பட்டிருந்தது. இந்த அறையில்தான் கம்பெனி இயக்குநர்கள் கூடி லாப நஷ்டக் கணக்கையெல்லாம்

மேற்பார்வை செய்வார்கள். 'நிவேதனம்' ஓவியத்தை அங்கே மாட்டியிருந்ததற்கு ஒரே நோக்கம்தான்: கம்பெனி இப்போது ஆசியாவையே தன் கைப்பிடிக்குள் அடக்கிவிட்டது என்ற பெருமிதமான அறிவிப்புப் பலகை அது!

படம் 1.1: ஸ்பிரிடியோன் ரோமா, கிழக்கு, தனது செல்வங்களையெல்லாம் பிரிட்டானியாவின் காலடியில் நிவேதனம் செய்கிறது, 1778

படத்தில் மூன்று பெண் உருவங்கள் காணப்பட்டன. அவை ஒவ்வொன்றும் ஒரு தேசத்தின் குறியீடு. மூவரும் ஆசியாவில் ஏதோ ஒரு கடற்கரையில் இருக்கிறார்கள். இடது பக்கத்தில் ஓர் உயரமான பாறையின்மீது பிரிட்டானியா அமர்ந்து, கீழே இருக்கும் இந்தியப் பெண்ணைக் குனிந்து பார்க்கிறாள். இந்தியா அவள்முன் மண்டியிட்டுத் தன் கிரீடத்தைத் தாம்பாளத்தில் வைத்துத் தருகிறாள். அதைச் சுற்றிலும் முத்தும் மாணிக்கமும் நிறைந்திருக்கின்றன. பக்கத்தில் சீனா, தன் பங்குக்குப் பீங்கான், தேநீர் ஆகியவற்றைக் கப்பமாகத் தருகிறாள். வலது பக்கம் ஒரு பனந்தோப்பிலிருந்து சாரி சாரியாக வேலையாள்கள் துணிப் பொதிகளைக் கொண்டுவருகிறார்கள். அவர்கள் நடுவே ஒரு யானையும் ஓர் ஒட்டகமும். கெடுபிடியாக இந்த மந்தையை மேற்கு நோக்கி ஓட்டி வருபவர் யார் என்று பார்த்தால் - மெர்க்குரி; வர்த்தகத்தின் கடவுள் என்று புராணங்களில் பேசப்படுபவர்.

பிரிட்டானியப் பெண்ணின் காலடியில் பிரிட்டிஷ் சிங்கம் படுத்திருக்கிறது. பக்கத்தில் இந்தச் செல்வம் அனைத்தும் லண்டனுக்குத்தான் பாயப் போகிறது என்று சொல்வதுபோல், தேம்ஸ் நதி ஒரு கிழவராக.[2] படத்தின் பின்னணியில் கம்பெனிக் கப்பல் ஒன்று பாய் விரித்துத் தொலைவில் பயணம் செய்கிறது. வரிக்கொடி இலச்சினை காற்றில் படபடக்க, அது கிழக்கின் செல்வங்களையெல்லாம் சுமக்க முடியாமல் சுமந்துகொண்டு செல்கிறது.

ஸ்பிரிடியோனின் நிவேதனத்துக்கு முன்பாகவே, ஐரோப்பிய வர்த்தகத்தின் பெருமையைப் பாடும் பல ஓவியங்கள் வரிசை கட்டி நின்றது உண்டு. கிழக்கிந்தியக் கம்பெனியின் போட்டி நிறுவனமான 'ஒருங்கிணைந்த டச்சு கிழக்கிந்தியக் கம்பெனி'யும் (Verenigde Oostindische Compagnie - சுருக்கமாக, VOC) ஆரம்பத்தில் பல வெற்றிகளைச் சுவைத்தது. அதைக் கண்டு பரவசப்பட்டுப்போன பைட்டர் ஐஸாக்ஸ், 1606-ல்வரைந்த ஓவியம் ஒன்றில் ஆம்ஸ்டர்டாம்தான் உலக வர்த்தகத்தின் மையப் புள்ளி.[3] அதில் ஆம்ஸ்டர்டாம் தேவி ஒரு கையில் அட்சய பாத்திரம் வைத்திருக்கிறாள். மறு கையால் பூமி உருண்டையைக் கட்டுப்படுத்துகிறாள். வேலையாட்கள் அவளுக்கு முத்துச் சரங்களைக் கொண்டுவந்து தருகிறார்கள். படத்தின் நடு நாயகமாக விஓசியின் மூன்று கப்பல்கள் நிற்கின்றன.

ஒரு நூற்றாண்டுக்குப் பிறகு, 1729-ல் இதற்குப் பதிலடி கொடுத்தது ஆங்கிலேயக் கம்பெனி. மைக்கேல் ரைஸ்ப்ராக் என்ற டச்சு சிற்பக் கலைஞரை வரவழைத்தார்கள். பளிங்குக் கல்லில் ஆடம்பரமான சிற்பம் ஒன்றைச் செதுக்கிப் புகை போக்கியின் முகப்பில் பதித்துக்கொண்டார்கள். அதிலும் பிரிட்டானியா இடதுபுறம் அமர்ந்திருக்க, ஆசிய தேவி தன் பொக்கிஷப் பெட்டியை அவள் எதிரே சமர்ப்பிக்கிறாள். அவளுக்கு இரு புறமும் இரு பெண்கள் ஒட்டகத்தையும் சிங்கத்தையும் அழைத்துக்கொண்டு வருகிறார்கள். சிற்பத்தின் வலது ஓரத்தில் சட்டகம்போல இரண்டு கம்பெனி கப்பல்கள் தலைகாட்டவும் தவறவில்லை.

ஆனால் இந்தச் சிற்பத்தில் நுணுக்கமாகக் கவனிக்கவேண்டிய விஷயம் ஒன்று இருக்கிறது: பிரிட்டானியாவும் ஆசியப் பெண்ணும் நேராகக் கண்ணோடு கண் கலக்கிறார்கள். அந்தக் காலகட்டத்தில், கம்பெனி இன்னும் சரிசமமான அந்தஸ்தில்,

கொடுக்கல் வாங்கல் அடிப்படையில்தான் ஆசியாவுடன் வர்த்தகம் செய்துகொண்டிருந்தது என்று சொல்லலாம். கிழக்கிந்தியக் கம்பெனி அளவில் பெரிதாக வளர்ந்திருந்தாலும், டச்சுக்காரர்களுடன் நடக்கும் பந்தயத்தில் ஒரு தப்படி பின்தங்கியே ஓடிக்கொண்டிருந்தது. போதாக்குறைக்கு பிரான்ஸ் வேறு, கம்பெய்னே தி இந்தஸ் என்று ஒரு வர்த்தக நிறுவனத்தை ஆரம்பித்ததில் முக்கோணப் போட்டி கடுமையாகிவிட்டது.

ஆனால் 1778-ம் வருடம் பிறந்தபோது நிலைமை தலைகீழாக மாறியிருந்தது. பிரெஞ்சுக்காரர்கள் ஓரங்கட்டப்பட்டுவிட்டார்கள். ஆசிய வர்த்தகத்தைப் பொருத்தவரை கிழக்கிந்தியக் கம்பெனி தான் இப்போது ஐரோப்பாவின் முடிசூடா மன்னன். இதற்குச் சுமார் 20 வருடம் முன்னால், கம்பெனி வங்காளத்தை அப்படியே தூக்கிச் சாப்பிட்டுவிட்டதுதான் காரணம்! வங்காளத்தை ஆட்சி செய்தவர்களுடன் வர்த்தக உரிமை கோரி வருடக்கணக்காக மல்லுக்கட்டியபிறகு, 1757-ல் வங்காளம் முழுவதுமே கம்பெனியின் பிடிக்குள் சிக்கியது.

ராபர்ட் கிளைவிடம் இருந்தது ஒரு சிறிய தனியார் ராணுவப் படைதான். ஆனால் வேலை தெரிந்த படை அது. அதனுடன் கம்பெனியின் பண பலமும் சேர்ந்துகொள்ள, வங்காள நவாபை பிளாசிப் போரில் சுலபமாகத் தோற்கடித்தார் கிளைவ்.

பிளாசி, ஆங்கிலேயர்களின் வர்த்தகக் கேந்திரமாக இருந்த கல்கத்தாவுக்கு (கொல்கத்தா) வடக்கே 90 மைல் தொலைவில் இருக்கிறது. போருக்குப்பிறகு அவசர அவசரமாக மீர் ஜாபர் என்பவரை அரியணையில் அமர்த்திவைத்தது கம்பெனி. இந்த மீர் ஜாபர்தான் தோற்றுப் போன நவாபுக்குத் துரோகம் செய்து காட்டிக்கொடுத்த தளபதி. அன்றிலிருந்து ஆரம்பித்து வங்காளத்துக்கு வரிசை வரிசையாகப் பல பொம்மை அரசர்கள் வந்துபோனார்கள்.

சொல்லப் போனால், பிளாசிப் போரை ஒரு யுத்தம் என்றே கூற முடியாது. காசு கொடுத்து வாங்கப்பட்ட கடைச் சரக்கு வெற்றி அது. பிளாசிக்குப்பிறகு வங்காள அரசின் பொக்கிஷங்களெல்லாம் முறைப்படி கொள்ளை அடிக்கப்பட்டன. இந்தியாவின் செல்வங்கள் அனைத்தும் இடம் மாற ஆரம்பித்துவிட்டன என்பதற்கு அதுதான் சகுனம். கம்பெனி நூற்றுக்கும் மேற்பட்ட படகுகளில் தங்கமும் வெள்ளியுமாக ஏற்றி, நதியோடு விட்டுக் கல்கத்தாவுக்கு அனுப்பிவைத்தது.

கிளைவ் இந்த ஒரே வலைவீச்சில் கம்பெனிக்காகப் பிடித்துப் போட்ட தொகை 25 லட்சம் பவுண்டு. பக்கவாட்டில் அப்படியே தனக்காகவும் ஒரு 2,34,000 பவுண்டு தனியாக ஒதுக்கிக்கொண்டார்.[4] இன்றைய மதிப்பில் சொல்வதானால் 232 மில்லியன் பவுண்டு (1800 கோடி ரூபாய்) கம்பெனிக்குப் போயிற்று; கிளைவ் தேற்றிக்கொண்ட கமிஷன் 22 மில்லியன் பவுண்டு (180 கோடி ரூபாய்).

சரித்திரக் கண்ணோட்டத்தில் பார்த்தால், பிளாசிப் போர்தான் இந்தியாவில் பிரிட்டிஷ் பேரரசு அமைந்ததற்கு முதல் படி என்பார்கள். ஆனால் பிளாசிப் போரை, கிழக்கிந்தியக் கம்பெனியின் மிக வெற்றிகரமான பிசினஸ் பேரம் என்றும் சொல்லலாம்.

அடுத்த பத்து வருடத்துக்குள், கம்பெனி வங்காளத்தின் உள்நாட்டு, வெளிநாட்டு வர்த்தகம் முழுவதையும் தன் பிடிக்குள் கொண்டுவந்தது. ஆசிய, டச்சு, பிரெஞ்சு வியாபாரிகள் எல்லோரும் துரத்தியடிக்கப்பட்டார்கள். ஆகஸ்ட் 1765-ல் கம்பெனியின் அதிகாரம் முறைப்படி அரியணை ஏறியது. வறுமையில் தத்தளித்துக்கொண்டிருந்த முகலாய அரசர் இரண்டாம் ஷா ஆலம், வங்காளத்தின் திவான் பதவியை கிழக்கிந்தியக் கம்பெனிக்குப் பட்டா போட்டுக் கொடுத்தார். இதனால் ஒரு கோடி மக்களிடம் வரி வசூலிக்கும் உரிமை கம்பெனிக்குக் கிடைத்துவிட்டது.

கம்பெனியோ, பங்குச் சந்தையில் பட்டியலிடப்பட்ட ஒரு சாதாரணக் கம்பெனி. வியாபாரத்தில் லாபம் சம்பாதிப்பதற்காக என்றே உருவாக்கப்பட்டது. இந்தத் தனியார் கம்பெனியின் கையில் ஒரு நாட்டின் நிதி நிர்வாகமே போய்ச் சேர்ந்தது என்பது சந்தேகமில்லாமல் ஒரு புரட்சிதான். ஏப்ரல் 1766-ல் இந்தத் தகவல் லண்டனை எட்டிய உடனே கம்பெனிப் பங்குகளின் விலை விண்ணைத் தொட்டது!

ஸ்பிரிடியோன் ஓவியம் சட்டம் கட்டிக் காட்டியதுபோலவே நடந்தது; கிழக்கின் செல்வங்களெல்லாம் இங்கிலாந்தில் மழைபோல் சொரிய ஆரம்பித்தன. பிளாசிதான் திருப்பு முனை. அலெக்ஸாண்டர் டௌ 1773-ல் எழுதிய 'ஹிந்தோஸ்தானின் வரலாறு' என்ற புத்தகத்தில், 'பிளாசிக்கு முன்பு வியாபாரத்தில் எல்லா நாடுகளையும்விட வங்காளத்தின் கைதான் ஓங்கியிருந்தது'

என்கிறார்.[5] 'வங்காளம் ஓர் ஆழம் காணாத கிணறாக இருந்தது. தங்கமோ வெள்ளியோ - எத்தனை கொட்டினாலும் விழுங்கி ஏப்பம் விட்டுவிடும் கிணறு அது.'

இது, அன்றைய நிலைமை. இப்போது நதியின் ஓட்டம் எதிர்ப் பக்கமாகத் திரும்பிவிட்டது. ஏகபோக வர்த்தகம்; அபரிமிதமான வருமானம். கம்பெனியின் வாங்கும் சக்தி, தட்டிக் கேட்கவே ஆளில்லாமல் வளர்ந்துவிட்டது. அவர்கள் கிழக்கே வாங்கி மேற்கே விற்ற பொருள்களின் அளவும் அதிகரித்துக்கொண்டே போனது.

இந்தியாவிலிருந்து சல்லிசான விலையில் காலிகோ துணிகள் வந்து குவிந்து மார்க்கெட்டைக் கெடுத்துவிடக்கூடாது என்பதற் காக, பல பொருளாதாரத் தடைகள் அமலில் இருந்த நேரம் அது. இருந்தும் பிரிட்டனின் உயர் வகுப்புப் பெண்மணிகளுக்கு, டாக்காவிலிருந்து வரும் சன்னமான மஸ்லின் துணிகள் என்றால் பெரிய ஃபேஷன். ஸ்பிரிடியோன் ஓவியத்தில்கூட, பிரிட்டானியா நங்கையின் உடலில் மஸ்லின்தான் முழம் முழமாகச் சுற்றியிருக் கிறது.

மஸ்லினுக்கு அடுத்தபடி தேயிலை. சீனாவின் கான்ட்டன் (குவாங்ஷோ) பகுதியில் கம்பெனிக்கு ஒரு துணை நிறுவனம் இருந்தது. அங்கிருந்து ஏற்றுமதியான தேயிலை 1768-ல் ஆரம்பித்து ஐந்தே வருடத்தில் மூன்று மடங்காகப் பெருகியது. எல்லாவற்றுக்கும் ஆதாரம் வங்காளத்தில் கிடைத்த செல்வம் தான். ஒரு சிறிய கணக்கு: இங்கிலாந்தில் ஒரு வருடத்தில் நுகரப்பட்ட தேயிலையின் அளவு, நாட்டில் இருந்த ஒவ்வோர் ஆண், பெண், குஞ்சு குளுவானையும் சேர்த்துக் கணக்கிட்டால், தலைக்கு சுமார் அரைக் கிலோ எடை வந்தது.

லண்டனின் தெருக்களில் திரும்பின திசையெல்லாம் கம்பெனிக் கொடி பறந்தது. லெடன்ஹால் வீதியில் அதன் கம்பீரமான தலைமையகம் இருந்தது. பிளாக்வால் பகுதியில் மாபெரும் துறைமுகக் கட்டடங்கள், கோடவுன்கள். ஸ்டெஃப்னி க்ரீன் என்ற இடத்தில் அருமையான சூப்பர் மார்க்கெட்டுகள்.

ஸ்பிரிடியோன் ஓவியம் கம்பெனியின் வர்த்தக வெற்றிகளைப் பெருமிதமாகப் பறைசாற்றிய வருடம் - 1778. ஆசியாவிலிருந்து வரும் ஏற்றுமதிப் பொருள்கள் உச்சகட்டத்தைத் தொட்டதும்

இதே வருடம்தான். ஐந்து ஆண்டுகள் கழித்துக் கம்பெனியின் உள் நடவடிக்கைகளை ஆராய்ந்த நாடாளுமன்ற விசாரணைக் குழு, கம்பெனியின் மிகப் பெரிய விவகாரங்களாகச் சுட்டிக் காட்டியதும் இதே வருடத்தைத்தான்![6]

சொல்ல மறந்த கதை

கிழக்கிந்தியக் கம்பெனி தன் பொருளாதாரச் சக்தியின் உச்சாணிக் கொம்பில் உட்கார்ந்திருந்த சமயத்தில், தன்னைப் பற்றி என்ன நினைத்துக்கொண்டிருந்தது? மற்றவர்கள் தங்களைப் பற்றி என்ன நினைக்கவேண்டும் என்று எதிர்பார்த்தது? இந்த இரண்டு கேள்விகளுக்கும் விடை, பிரிட்டானியா ஓவியத்துக்குள்ளேயே ஒளிந்துகொண்டிருக்கிறது. மெர்க்குரித் தேவன் பனந்தோப்பி லிருந்து வரும் காட்சியில் மேற்கத்திய மரபின் படிமங்களும் உண்டு; கீழை நாகரிகத்தின் விசித்திரங்களும் உண்டு. கிழக்கே கம்பெனி அடைந்த வெற்றிகளால் பிரிட்டனுக்கு அளவிட முடியாத செல்வம் கிடைத்தது என்பதுதான் ஓவியத்தின் மையக் கருத்து.

ஆனால் இந்த பிரம்மாண்டமான கதையில் சில அத்தியாயங்கள் விடுபட்டுப்போயிருக்கின்றன. பெரிய நிறுவனங்கள் சில சமயம் ஆர்வக் கோளாறில் அகலக் கால் வைத்துவிடுவது வழக்கம். அதுபோலவே கிழக்கிந்தியக் கம்பெனியும், வங்காளத்தை வாய் நிறையத் திணித்துக்கொண்டு விழுங்க முடியாமல் தத்தளிக்க ஆரம்பித்தது!

ஆரம்பத்தில் எழுந்த பங்குச் சந்தை உற்சாகமெல்லாம் விரைவிலேயே வடிந்துவிட்டது. பலப்பல அத்துமீறல்கள், நிர்வாகக் குளறுபடிகள், வீழ்ச்சிகள் என்று வரிசையாக வந்து சேர்ந்தன.

இதற்கெல்லாம் காரணம் என்ன? சிறிய வர்த்தக நிறுவனமாக ஆரம்பித்த கம்பெனி, சக்தி வாய்ந்த கார்ப்பரேட் இயந்திரமாக மாறியது; ஆனால் அந்தப் பெரிய பொறுப்பை சமாளிக்கத் தேவையான நிர்வாக வழிமுறைகள் அவர்களிடம் இல்லை. உள்ளூர் நெசவாளர்களையும் விவசாயிகளையும் காலடியில் போட்டு நசுக்குவது அவர்களுக்கு வாடிக்கை ஆகிப்போனது. வியாபாரிகளிடமிருந்து சூதாடிகளின் கைக்கு மாறிவிட்டது கம்பெனி. ராணுவச் செலவுகள் கட்டுக்கடங்காமல் அதிகரித்தன. தொட்ட இடமெல்லாம் ஊழல்! கம்பெனியின் பங்குகளில்

சூதாட்டம் அள்ளிக்கொண்டு போனது. இதற்கு ராபர்ட் கிளைவும் மற்றவர்களும் நன்றாகவே தூபம் போட்டார்கள்.

கடைசியாக 1769-ல் தென்னிந்தியாவில் சண்டை வெடித்தபோது கம்பெனியின் பங்குதாரர்கள் கலகலத்துப் போய்விட்டார்கள். பங்கு விலைகள் பாதாளத்துக்குச் சரிந்தன. அப்போது ஏற்பட்ட பொருளாதார நெருக்கடி ஐரோப்பா முழுவதையும் பதம் பார்த்துவிட்டது. கம்பெனி ஏறக்குறைய திவால் ஆகும் நிலைக்கு வந்துவிட்டது.

இந்தப் பக்கம், வங்காளத்தில் பெரும் வறட்சி ஏற்பட்டது. இதுதான் சாக்கு என்று கம்பெனி அதிகாரிகள் தானியங்களின் விலையை ஏகத்துக்கும் ஏற்றிவிட்டு லாபம் பார்த்தார்கள். இதனால் வறட்சி, முழு அளவுப் பஞ்சமாகவே மாறியது.

பிரிட்டனில் பத்திரிகைகள் கம்பெனியையும் அதன் அதிகாரிகளையும் கண்டித்தன; 'ராஜா வீட்டுக் கன்றுக் குட்டிகள்' என்று கிண்டல் செய்தன. நாடகங்கள், நோட்டீசுகள், கவிதைகள் என்று சகல வடிவத்திலும் கணைகள் பாய்ந்தன. அவருடைய காலத்தின் அறிவுஜீவிகள் பலரைப் போலவே அறவியல் தத்துவ கிளாஸ்கோ பேராசிரியராக இருந்த பேராசிரியர் ஆடம் ஸ்மித்தும் கம்பெனியின் 'அடக்குமுறைகளையும் ஒடுக்குமுறைகளையும்' கண்டு பதறினார்.[7] கடைசியில் வேறு வழியில்லாமல் நாடாளுமன்றமே நேரடியாக இதில் தலையிட்டது.

மேற்கே அட்லாண்டிக் கடலைத் தாண்டி அமெரிக்காவிலும் இதன் எதிரொலி கேட்டது. அங்கே தேசபக்தர்கள் தங்கள் எதிர்ப்பைத் தெரிவிப்பதற்காகத் தேர்ந்தெடுத்த சரக்கு: தேயிலை!

அமெரிக்கர்களுக்குத் தேயிலை என்பது கம்பெனியின் அடக்குமுறையின் குறியீடு. பென்சில்வேனியாவில் மெக்கானிக் ஒருவர் வர்த்தகர்களைத் திரட்டி ஆவேசமாகப் பேசிய பதிவுகள் இருக்கின்றன: 'இன்று அமெரிக்காவை எதிர்கொள்வது, அகில உலகத்திலேயே சக்தி வாய்ந்த கொடுங்கோல் கம்பெனி. கொள்ளை, அடக்குமுறை, ரத்தவெறி எல்லாம் அதற்குக் கை வந்த கலை!' என்று வெடித்தார் அவர்.[8]

1773 டிசம்பர் 16-ம் தேதி இரவில், பாஸ்டன் துறைமுகத்தில் ஒரு சம்பவம் நடந்தது. செவ்விந்தியர்கள்போல் வேடம் அணிந்த

விடுதலைப் போராளிகள், கிழக்கிந்தியக் கம்பெனியின் கப்பல்களில் ஏறினார்கள். பெட்டி பெட்டியாக வந்திருந்த தேயிலை முழுவதையும் கடலில் கவிழ்த்துக் கொட்டினார்கள். அதுதான் அமெரிக்க விடுதலைப் போரின் ஆரம்பப் புள்ளி.

இங்கே கம்பெனி தலைமையகத்தில் 'நிவேதனம்' ஓவியத்துக்குத் திறப்பு விழா நடந்துகொண்டிருந்த அதே வேளையில்தான் அமெரிக்காவில் கடும் சண்டை. லண்டனில் கம்பெனியின் பங்குகள் தொடர்ந்து படுத்த படுக்கையிலேயே கிடந்ததில், 1760-களில் இருந்த விலையில் பாதியாகிவிட்டது.

இந்தியாவில் கம்பெனியின் மூத்த அதிகாரியாக இருந்தவர் வாரன் ஹேஸ்டிங்ஸ். அவர் இந்தக் காசு நோயைப் போக்க முடியாதா என்ற தவிப்பில், அடுத்தடுத்துப் பல நடவடிக்கைகளை எடுத்துப் பார்த்தார். 1780 வாக்கில் நாடாளுமன்றமும் திமிறும் கம்பெனியின் கடிவாளத்தைப் பிடித்து அடக்குவதற்கு முயற்சி செய்தது.

பின்னாளில் தத்துவ-அரசியல்வாதியான எட்மண்ட் பர்க், இந்தக் காலகட்டத்தைப் பற்றி எழுதியபோது, கம்பெனியை நார் நாராகக் கிழித்துவிட்டார். 'கிழக்கிந்தியக் கம்பெனி இந்தியாவின் செல்வத்தைத் தொடர்ந்து உறிஞ்சி, அந்த நாட்டையே அடியோடு குட்டிச்சுவராக ஆக்கிவிட்டது' என்றார். பிரிட்டனால் அந்தப் பழியை அடுத்த 150 ஆண்டுகளுக்குத் துடைக்க முடியவில்லை.[9]

இத்தனை அமளி நடந்துகொண்டிருந்த நேரத்திலும், கம்பெனியின் 24 இயக்குநர்களும் வெளிப்படையாக அசைந்து கொடுக்கவே இல்லை. சூதாட்டம், போர், ஊழல் எதுவும் அவர்களின் தன்னம்பிக்கை முகமூடியை விலக்கவில்லை. வேளை கெட்ட வேளையில் அவர்கள் ஸ்பிரிடியோன் ரோமாவின் சித்திரத்தை வாங்கி அலுவலகத்தில் மாட்டி அழகு பார்த்தார்கள்.

சில விஷயங்கள் எப்போதுமே இலை மறை காயாகத்தான் நடக்கின்றன.

காணாமல் போன கம்பெனி

இங்கிலாந்தில் 1600-ம் வருடத்தின் புத்தாண்டுக்கு முந்தைய இரவு. குளிர் அதிகமாக இருந்தது. அன்றைய தினம்

தொடங்கப்பட்ட கிழக்கிந்தியக் கம்பெனிதான் இன்றைய கார்ப்பரேட் நிறுவனங்கள் எல்லாவற்றுக்கும் தாய். அடுத்த இரண்டரை நூற்றாண்டுகளுக்கு உயிர் வாழ்ந்தது கம்பெனி. அதற்குமுன் இருந்த வர்த்தக உலகத்தில், எல்லாமே ஏகபோக உரிமை பெற்றுத் தொழில் செய்த நிறுவனங்கள். அடுத்த தலைமுறையில் வந்தவை தொழிற்புரட்சி யுகத்தைச் சேர்ந்த நிறுவனங்கள்; தங்கள் பங்குதாரர்களைத் தவிர வேறு ஒருவருக்கும் பதில் சொல்லத் தேவை இல்லை என்ற மிதப்பில் வளர்ந்தவை. கிழக்கிந்தியக் கம்பெனி இந்த இரண்டு உலகங்களுக்கும் பாலமாக அமைந்தது.

கம்பெனி உருவாக்கப்பட்டது, ஓர் அரசாணைமூலம். பிரிட்டனுக்கும் ஆசியாவுக்கும் இடையே வர்த்தகம் செய்யக் கம்பெனிக்கு ஏகபோக உரிமை தந்த சாசனம் அது. ஒருவிதத்தில், கம்பெனிக்கும் அரசாங்க அதிகாரங்கள் போன்ற சில சலுகைகள் இருந்தன: நிலப் பரப்புகளை ஆட்சி செய்கிற அதிகாரம்; சொந்தத்தில் ராணுவப் படை வைத்துக்கொள்ளும் உரிமை. இவை எல்லாமே பழைய தலைமுறைக் கம்பெனிகளின் முத்திரைகள்.

ஆனால் கம்பெனிக்கு முதலீடுகள் திரட்டப்பட்ட விதம், அதன் நிர்வாக அமைப்பு, அவ்வப்போது கம்பெனி அடித்த பிசினஸ் குட்டிக்கரணங்கள் இவற்றைப் பார்த்தால், ஏதோ இன்றைய மிக நவீன கார்ப்பரேட் நிறுவனம்போல இருக்கிறது!

கம்பெனியின் அதிகாரிகளை எக்ஸிக்யூட்டிவ் என்பதற்கு பதிலாக வேலையாள் என்று குறிப்பிட்டார்கள்; மின்னஞ்சலுக்குப் பதிலாக இறகுப் பேனாவால் கடிதம் எழுதினார்கள். ஆனால் பங்குதாரர்களே உரிமையாளர்களாக இருக்கும் கார்ப்பரேஷன் அமைப்பின் முக்கிய குணங்கள் பலவும் அன்றே இந்தக் கம்பெனிக்கு இருந்தது உண்மை.

முதன் முதலாக கார்ப்பரேட் நிறுவனமாகச் செயல்பட்டது மட்டுமல்ல. கம்பெனியின் அளவையும் அதன் வர்த்தகத்தின் வீச்சையும் எடுத்துக்கொண்டால், உலக வரலாற்றில் அதற்கு ஒரு முக்கிய இடம் உண்டு. கம்பெனியின் பொற்காலத்தின்போது அதன் வர்த்தகப் பேரரசு, பிரிட்டனில் ஆரம்பித்து, அட்லாண்டிக்கைக் கடந்து ஆப்பிரிக்காவை ஒரு சுற்று வந்து, வளைகுடா வழியாக இந்தியாவரை நீண்டது.

அட்லாண்டிக்கின் நடுவே இருந்த செயிண்ட் ஹெலினா தீவில்கூட கம்பெனிக்கு ஒரு வர்த்தக நிலையம் இருந்தது. நெப்போலியன் நாடு கடத்தப்பட்டு இந்தத் தீவில் இருந்தபோது கம்பெனி காஃபியைத்தான் உறிஞ்சிப் பொழுதுபோக்கினார். மத்தியக் கிழக்கில் பாஸ்ரா, காம்ப்ரூன் (பந்தர் அப்பாஸ்) போன்ற இடங்களில் கம்பெனியின் தொழிற்சாலைகள் இருந்தன.

ஆனால் இந்தியாவில் கம்பெனியின் கொடி பறந்ததுபோல உலகில் வேறு எங்கும் பறக்கவில்லை. கம்பெனி நடவடிக்கை களைச் சுற்றியே பம்பாய் (மும்பை), கல்கத்தா (கொல்கத்தா), மெட்ராஸ் (சென்னை) போன்ற பெரிய நகரங்கள் வளர்ந்தன. இந்தத் துறைமுக நகரங்களைத் தவிர உள்நாட்டிலும் பெரிய பெரிய ரியல் எஸ்டேட் ராஜ்ஜியங்களை அமைத்தது கம்பெனி. கிடைத்த சந்தர்ப்பத்தில் நாலு காசு சம்பாதித்துக்கொள்ளலாம் என்ற நோக்கில் ஆரம்பிக்கப்பட்ட இந்த முயற்சிகள், பிறகு ஒரு விதியாகவே மாறிவிட்டன. கடைசியில் துணைக்கண்டத்தின் பெரும்பகுதிகள் கம்பெனி ஆட்சியின்கீழ் வந்துவிட்டன.

இந்தியாவுடன் நிற்காமல் தென் கிழக்கு ஆசியாவில் சீனா, ஜப்பான்வரையிலும்கூடக் கம்பெனியின் கால் தடம் பதிந்தது. முதலில் பினாங்கு, சிங்கப்பூர் என்று இரண்டு துறைமுகங்களை வாங்கிப்போட்டார்கள். அந்தக் காலத்தில் நிலப் பகுதிகளைச் சந்தைச் சரக்கு மாதிரி யார் வேண்டுமானாலும் வாங்கலாம், விற்கலாம்.

முதல் வர்த்தக வெற்றிகள் இந்தியாவில் கிடைத்தன. அதை அடுத்துக் கம்பெனி இன்னொரு பெரிய ஜாக்பாட் அடித்த இடம்: சீனா. கான்ட்டனில் கட்டிய தொழிற்சாலைகள் வழியே பொஹியா, காங்கோ, ஸெசன், பெகோ என்று வகை வகையான தேயிலைகள் பிரிட்டனுக்கும் மற்ற இடங்களுக்கும் ஏற்றுமதி யாகி, லட்சக்கணக்கான பவுண்டு பணத்தைக் கொண்டு தந்தன. எதிர்த் திசையில் முதலில் நிறைய வெள்ளி இறக்குமதி செய்யப் பட்டது. அதை அடுத்து வந்த சரக்கு, அபின். கம்பீரமாகக் கம்பெனி முத்திரையைத் தாங்கிக்கொண்டிருக்கும் பெட்டிகளில் பாட்னா விலிருந்து பகிரங்கமாகவே கடத்தப்பட்டு, சீனாவுக்குள் வெள்ள மாக இந்த போதைப் பொருள் பாய்ந்தது.

கம்பெனி தன் வாழ்நாள் முழுவதும் விதவிதமாக உருமாறிய படியே இருந்தது. கம்பெனி ஆட்சியை ஒரு வழியாக முடிவுக்குக்

கொண்டுவந்தது, ஒரு புரட்சி. 1857-58-ல் நடந்த இந்தப் புரட்சியை பிரிட்டனில் சிப்பாய்க் கலகம் என்பார்கள். இந்தியாவில் அதன் பெயர், முதல் சுதந்தரப் போர்.

இந்தப் புரட்சி நடந்த காலத்தில் கம்பெனிக்கும் அதன் வர்த்தக வேர்களுக்கும் அறவே தொடர்பு அற்றுப்போயிருந்தது. 17-ம் நூற்றாண்டின் ஆரம்பத்தில் இந்தோனேசியாவின் மிளகு மார்க்கெட்டில் எப்படியாவது நுழைந்துவிடவேண்டும் என்று நான்கு சின்னஞ்சிறிய கப்பல்களில் புறப்பட்டு வந்த வியாபாரிகள் ஆரம்பித்த கம்பெனிக்கும் இதற்கும் சம்பந்தமே இல்லை. வர்த்தக நடவடிக்கைகளிலிருந்து முழுதாக ஒதுங்கிக் கொண்ட கம்பெனி, இந்தியாவில் தான் கைப்பற்றிய பகுதிகளுக்கு பிரிட்டிஷ் அரசாங்கத்தின் லைசென்ஸ் பெற்ற ஏஜெண்ட்டாக மாறி ஆட்சி செய்ய ஆரம்பித்துவிட்டது.

ஆனால் இன்னும் நாங்கள் ஒரு வர்த்தக நிறுவனம்தான் என்று சொல்லிக்கொள்வதற்கு ஒரே ஒரு தொடர்பு மட்டும் ஒட்டிக் கொண்டிருந்தது: லாபம் சம்பாதிக்கவேண்டும் என்ற கம்பெனியின் அடிப்படையான நோக்கம். தன் பங்குதாரர்கள், டிவிடெண்ட் இவற்றின்மீது எப்போதும் ஒரு கண்!

இந்தியக் கலகத்தை அடக்கியாகிவிட்டது. இருந்தாலும் கிழக்கிந்தியக் கம்பெனி காலத்துக்கு ஒவ்வாத வகையில் செயல்படுகிறது என்று பெரிய அளவில் பொதுமக்கள் கருத்து உருவாகிவிட்டது. அதைத் தொடர்ந்து 1858-ல் 'இந்தியா சட்டம்' என்ற ஒன்றைப் போட்டு இங்கிலாந்து அரசு, கம்பெனியை தேசிய உடைமை ஆக்கியது. கம்பெனியின் அனைத்து உடைமை களையும் பொறுப்புகளையும் அரசாங்கமே எடுத்துக்கொண்டது. 'பிரிட்டிஷ் ராஜ்' பிறந்தது.

இதற்குப் பிறகும் சிறிது காலத்துக்கு, கம்பெனி ஒரு நிழல் உருவம்போல் தொடர்ந்து வாழ்ந்தது. அதன் முக்கிய நோக்கம் சிதைவடைந்துவிட்டாலும், ஆரம்ப ஒப்பந்தக் காலம் முடிகிற வரை கம்பெனியின் சொத்துகளைப் பாதுகாத்தே தீருவோம் என்று அதன் இயக்குநர்கள் போராடினார்கள். கடைசியில் அதன் ஆயுட்காலமும் முடிந்தது. கம்பெனி பங்குகளுக்குப் பதிலாக அரசாங்கப் பத்திரங்கள் கொடுக்கப்பட்டன. ஒரு வழியாக 1874 ஜூன் முதல் தேதியன்று கிழக்கிந்தியக் கம்பெனி மூடப்பட்டது.

ஆசியாவில் கம்பெனி செய்த பற்பல சாகசச் செயல்கள், கடைசியில் காலனி ஆட்சியில் போய் முடிந்தன. கம்பெனியை அத்தனை காலமும் செலுத்திவந்த சக்தி ஒன்றுதான்: தனக்கு லாபம் என்ன, கம்பெனிக்கு லாபம் என்ன? இந்தப் பிடிவாதமான சுயநலம், உலகத்தையே புரட்டிப் போட்டது.

கம்பெனி இறுதி மூச்சை விடுவதற்கு முன்னால் உலகப் பொருளாதார வரலாற்றையே மாற்றி அமைத்துவிட்டுத்தான் ஓய்ந்தது. மேற்கிலிருந்து கிழக்கு நோக்கியே செல்வம் பாயும் என்று நூற்றாண்டுகளாக இருந்துவந்த விதியைத் தலைகீழாக மாற்றியது கிழக்கிந்தியக் கம்பெனி.

ரோமானியப் பேரரசின் காலத்திலிருந்தே பொருளாதாரத்தில் ஆசியாவின் கைதான் ஓங்கியிருந்தது. ஐரோப்பா அதற்குத் தங்கமும் வெள்ளியுமாகக் கொட்டிக் கொடுத்து, மசாலா வகைகள், துணிமணிகள், மற்ற ஆடம்பரப் பொருள்கள் ஆகியவற்றை வாங்கி வந்தது. அன்றைக்கு இருந்த மேற்கத்தியப் பொருளாதாரம் மொத்தத்தையும் ஒன்றுசேர்த்தாலும் ஆசியாவின் பொருளாதார வலிமைக்கு உறைபோடக் காணாது. கிழக்கின் செல்வச் செழிப்பையும் உயர்தரமான வாழ்க்கையையும் பார்த்துவிட்டு, ஐரோப்பிய வியாபாரிகள் ஆர்வத்துடன் கிழக்கு நோக்கி வந்தார்கள்.

கிழக்கிந்தியக் கம்பெனியும் முதல் 150 வருடங்களுக்கு இதைத்தான் செய்துவந்தது. அன்றைய நிலைமைப்படி, கீழை நாட்டு மக்கள் விரும்பி வாங்கக்கூடியதாக ஐரோப்பாவிடம் எந்த விற்பனைச் சரக்குமே கிடையாது!

வங்காளமும் பிளாசிப் போரும்தான் இந்த நிலையை மாற்றின. அப்போதுதான் வர்த்தகமும் செல்வங்களும் திசை மாறி வீச ஆரம்பித்தன. இந்தியாவை அடுத்து சீனாவிலும் இதே காட்சிகள் அரங்கேறின. இதற்காக சீனாவில் கம்பெனி கையில் எடுத்த ஆயுதம், அபின்.

கிழக்கிந்தியக் கம்பெனி மறைந்தபோது ஐரோப்பாவின் பொருளாதாரம் சீனா, இந்தியாவைப்போல் இரண்டு மடங்காகப் பெருகிவிட்டது. 1600-ல் இருந்த நிலைமைக்கு நேர் எதிர். இந்த மாற்றத்துக்குப் பல காரணங்கள். அவற்றில் முக்கியமானது கிழக்கிந்தியக் கம்பெனி. அதுதான் இன்றைய உலகத்தின்

பொருளாதார வளர்ச்சியைச் செதுக்கிய சிற்பி. நவீன உலகம் பிறந்ததும் அப்போதுதான்.

அட்டவணை 1.1: நாடுகளின் மொத்தப் பொருளாதார வளர்ச்சி (1990 சர்வதேச டாலர்களில், மில்லியன்கள்)

	1600	%	1700	%	1870	%
பிரிட்டன்	6,007	1.80	10,709	2.88	1,00,179	9.10
மேற்கு ஐரோப்பா	65,955	20.02	83,395	22.46	3,70,223	33.61
சீனா	96,000	29.14	82,800	22.30	1,89,740	17.23
இந்தியா	74,250	22.54	90,750	24.44	1,34,882	12.25
உலகம்	3,29,417		3,71,369		11,01,369	

Source: Angus Maddison, The World Economy, Paris: OECD, 2001, p. 261, Table B-18.

இன்றைக்கு நீங்கள் ஈஸ்ட் இந்தியா ஹவுஸ் இருந்த தெருப் பக்கம் போனால், ஒரு காலத்தில் அசுர பலத்துடன் இருந்த கம்பெனியின் அடையாளம் எதுவும் கண்ணில் படாது. அந்த இடத்தில் ரிச்சர்ட் ரோஜர்ஸின் லாயிட்ஸ் கட்டடம், கண்ணாடியும் இரும்புமாகப் பளபளக்கிறது. இதே இடத்தில்தான் கம்பெனி இயக்குநர்கள் ஒன்றுகூடி, உலகம் முழுவதும் அதன் வர்த்தக விளையாட்டில் காய் நகர்த்தினார்கள். வருடத்துக்கு நாலு முறை கம்பெனியின் புகழ்பெற்ற ஏலம் நடந்ததும் இங்கேதான். சில சமயம் தொடர்ந்து நாள் கணக்கில்கூடச் சூடாக ஏலம் நடப்ப துண்டு. விற்பனை அறையிலிருந்து எழும்பும் கூச்சலும் ஊளை யும், தடியான கல் சுவர்களையும் தாண்டி வீதிவரை கேட்கும்!

1991-ல் லாரன்ஸ் நார்ஃபாக் அருமையான நாவல் ஒன்றை எழுதியிருந்தார். 'லெம்ப்ரையர் அகராதி' என்ற அந்தக் கதையில் ரகசிய இயக்கம் ஒன்று லண்டன் தெருக்களின் அடியில் அண்டர் கிரவுண்ட் குகையில் இருந்துகொண்டு கம்பெனியைக் கட்டுப் படுத்திக்கொண்டிருக்கிறது. கதாநாயகன், ஈஸ்ட் இந்தியா ஹவுசைப் பார்வையிடுகிறான். 'விறைத்துக் கல்லாய்ப் போன பிணம் மாதிரி இங்கே ஒரு பெரிய கல் கட்டடம் நிற்கிறதே!' என்கிறான்.

லெடன்ஹால் தெருவில் இருந்த கட்டடம், கம்பெனியின் முதல் தலைமையகம் அல்ல. கம்பெனி உருவானபோது முதலாம் எலிசபெத், 'லண்டன் வியாபாரிகளைக் கொண்ட இந்த நிறுவனம், கிழக்கிந்தியாவுடன் வர்த்தகத்தைக் கட்டுப்படுத்துவதற்காக நிறுவப்படுகிறது' என்று சாசனம் எழுதித் தந்தார். அப்போது கம்பெனி, அதன் முதல் கவர்னரான (சேர்மன்) சர் தாமஸ் ஸ்மைத்தின் பங்களாவில்தான் செயல்பட்டது. அவர் வீடு ஃபில்பாட் சந்து என்ற குறுகிய தெருவில் இருந்தது. இப்போது அங்கு 'மசாலா வியாபாரி' என்ற பெயரில் காரசாரமான உணவகம் ஒன்று இருக்கிறது. பொருத்தமான பெயர்தான்!

இதன்பிறகு கம்பெனி சில நூறு அடிகள் வடக்காக நகர்ந்து க்ராஸ்பி ஹாலுக்கு மாறியது. ஜெக்கோபியன் கட்டடக் கலை கொண்ட அருமையான கட்டடம் அது. கம்பெனி இந்த இடத்தைக் காலி செய்தபிறகும் பல காலம்வரை அது லண்டனின் பொருளாதார இதயமாக இருந்தது. இருபதாம் நூற்றாண்டு பிறந்தபோது ரியல் எஸ்டேட்காரர்கள் க்ராஸ்பி ஹாலை இடிக்கப் பார்த்தார்கள். கட்டடத்தைக் காப்பாற்ற விரும்பிய பொதுமக்கள் தாங்களே பணம் திரட்டி, அதை அப்படியே செங்கல் செங்கல்லாகப் பெயர்த்து எடுத்துப்போய் செல்ஸீயில் ஆற்றங்கரையில் திரும்பக் கட்டினார்கள். அந்த அரங்கில் பொது மக்களுக்கான ஒரு கல்லூரி நடந்து வந்தது. 1986-ல் மார்கரெட் தாட்சர் லண்டன் கவுன்சிலைக் கலைத்தபோது இந்தக் கட்டடமும் விற்பனை செய்யப்பட்டது. அதை வாங்கியவர், இன்ஷ்யூரன்ஸ் மாமலையான லாயிட்ஸி லிருந்து விலகி வந்த ஃபைனான்சியர் ஒருவர். லாயிட்ஸ் கட்டடத்தில்தான் கிழக்கிந்தியக் கம்பெனியின் அடுத்த கட்ட வளர்ச்சி அரங்கேறியது என்பது குறிப்பிடத்தக்கது.

கம்பெனி ஈஸ்ட் இந்தியா ஹவுசை ஆக்கிரமித்தது 1648-ல். அன்று தொடங்கி அடுத்த 200 வருடத்தில் அந்தக் கட்டடமும் பலப்பல அவதாரங்களை எடுத்துவிட்டது. 1690-ல் அது 'கிழக்கிந்தியக் கம்பெனியின் வீடு - உள்நோக்கம் கொண்டவர்களின் மடம்' என்று பெயர் வாங்கியது.[11] 18-ம் நூற்றாண்டின் ஆரம்பத்தில் லண்டன் நகரின் முக்கிய அடையாளங்களில் ஒன்றாக மாறியது. அந்தக் காலத்தில் கிழக்கிந்தியக் கம்பெனி, தென் கடல் கம்பெனி, இங்கிலாந்து பாங்க் ஆகியோர்தான் கார்ப்பரேட் மும்மூர்த்திகளாக இருந்தார்கள்.

ஈஸ்ட் இந்தியா ஹவுஸின் உச்சியில் ஒரு சிலை. அதில் ஒரு மாலுமியும் இரண்டு டால்ஃபின்களும் காணப்பட்டன. இதனால் கட்டடத்துக்கே ஒரு தனிப்பட்ட சமுத்திர வாடை இருந்தது. முகப்பில் கம்பெனிச் சின்னமும் அரசாங்க இலச்சினையும் பொறிக்கப்பட்டு, 'நாங்கள் எவ்வளவு பெரிய ஆசாமிகள் தெரியுமா?' என்று வீதியில் போகிறவர்களுக்கு நினைவூட்டின.

1721-ல் தென் கடல் கம்பெனி ஊதத் தெரியாமல் ஊதி வெடித்து விட்டது! பிறகு வால்போலின் ஆட்சியில் கிழக்கிந்தியக் கம்பெனிக்குத் தொடர்ந்து ஏறுமுகம்தான். புதிய ஈஸ்ட் இந்தியா ஹவுஸ் 1729-ல் கட்டப்பட்டது. உள்ளே நுழைந்து பார்த்தால் வரிசையாகப் பல எண்ணெய்ச் சித்திரங்கள் சுவர்களை அலங் கரித்தன. அட்லாண்டிக் (செயிண்ட் ஹெலனா), ஆப்பிரிக்கா (கேப் டவுன்), இந்தியாவின் மேற்குக் கடற்கரை (பாம்பே, தெள்ளிச்சேரி), இந்தப் பக்கம் சுற்றி வந்தால் மெட்ராஸ், கல்கத்தா என்று கம்பெனியின் சர்வதேச வீச்சும் வலிமையும் அந்த ஓவியங்களில் வரையப்பட்டிருந்தன.

பிளாஸிக்குப் பிறகு, ஓவியங்களில் கம்பெனியின் ராணுவ வெற்றிக் கதாநாயகர்களும் இடம் பெற ஆரம்பித்தார்கள். முதலில் ராபர்ட் கிளைவ், ஸ்ட்ரிங்கர் லாரன்ஸ் ஆகியோர். பிறகு கார்ன்வாலிஸ், ஆர்தர் வெல்லெஸ்லி ஆகியோர். இந்த வெல்லெஸ்லி, சிப்பாயாக இருந்து ஜெனரலாக உயர்ந்து பிறகு வெல்லிங்டன் கோமகன் ஆனவர்.

கம்பெனியின் வலிமை நாளுக்கு நாள் பெருகிக்கொண்டே போகிறது; 1720-களில் கட்டிய பழைய கட்டடத்திலேயே குடியிருந்தால் கம்பெனியின் உலக மகா அந்தஸ்துக்கு ஒத்துவராது என்று முடிவு செய்தார்கள்.

1773-ல் வெளியான 'லண்டனின் புதிய வரலாறு' என்ற புத்தகத்தில் ஜேம்ஸ் நூர்தெளக் 'இந்தக் கட்டடத்தைப் பார்த்தால் கம்பெனியின் செழிப்புக்கும் கொழிப்புக்கும் பொருத்தமாகவே இல்லை. கம்பெனி அதிகாரிகள் இப்போது இந்தியாவின் சில பகுதிகளில் ஆட்சி அதிகாரமே செய்துகொண்டிருக்கிறார்களே?' என்று வருத்தப்படுகிறார்.[12]

எனவே 1796-க்கும் 1799-க்கும் இடையில் 200 அடி நீளம் கொண்ட மாபெரும் கட்டடம் ஒன்று எழும்பியது. அருமையான

கட்டடம். முகப்பில் ஆறு தூண்கள். மேலே முக்கோண வடிவிலான மாடத்தில் சிற்ப வேலைப்பாடுகள். அதில் மூன்றாம் ஜார்ஜ் மன்னர் கிழக்குத் திசையின் வர்த்தகத்தைப் பாதுகாத்து நிற்கிறார். அவர் எதிரே வழக்கமான மூன்று உருவகப் பெண்கள். சிங்கத்தின்மீது பிரிட்டானியா, குதிரையில் ஐரோப்பா, பின்னால் ஒட்டகத்தில் ஆசியா.

இந்தக் கம்பீரமான முகப்பைத் தாண்டி உள்ளே சென்றால் டஜன் கணக்கில் கம்பெனியின் கிளார்க்குகள் உட்கார்ந்திருக்கிறார்கள். அதில் பலர், பிரிட்டனின் கலாசாரத்தின் ஒரு பகுதியாகவே இன்றுவரை நினைவில் நிற்பவர்கள். அதில் ஒருவர், காதல் கவிஞர்களின் காதலரான சார்ல்ஸ் லேம்ப். 'எலியாவின் கட்டுரைகள்' எழுதிப் புகழ் பெற்றவர். லேம்ப் 1792 முதல் கம்பெனியின் அக்கவுண்ட்ஸ் பிரிவில் வேலை செய்துவந்தார். இதைப் பற்றி சாமுவேல் டெய்லர் காலரிட்ஜ் ஒரு கவிதையே எழுதியிருக்கிறார். 1792-ல் எழுதிய இந்தக் கவிதையை 'என்னுடைய நல்ல மனம் படைத்த நண்பர் சார்ல்ஸுக்குச் சமர்ப்பணம்' என்று தொடங்குகிறார். 'அவர்தான் நகரத்தில் கோழிக் கூடை ஒன்றுக்குள் அடைபட்டுக் கிடந்தபடியே வருடக் கணக்காக இயற்கையைப் பற்றிப் பேசிக்கொண்டிருந்தவர். இயற்கைமீதுதான் அவருக்கு என்ன தாகம்!'

லேம்ப் நிரந்தர வருமானம் வந்துகொண்டிருக்கிற வேலையை விடமுடியாமல் அதை ஒரு பக்கம் புகழ்வார்; அதே மூச்சில் அலுவலக வாழ்க்கையின் அலுப்பைச் சொல்லிப் புலம்பவும் செய்வார். இப்படியே அவர் ஒன்றல்ல, இரண்டல்ல, முழுதாக 33 வருடத்தைக் கடத்தினார். 1815-ல் தன் நண்பரான வில்லியம் வேர்ட்ஸ்வொர்த்துக்கு எழுதிய கடிதம் ஒன்றில் 'என்னத்தை வியாபாரம், என்னத்தைக் கொடுக்கல் வாங்கல்... இந்தக் கப்பல் போக்குவரத்து, சரக்கு வாங்குவது, விற்பது, வெளிநாட்டுக்கு ஏற்றுமதி, இறக்குமதி - இது அத்தனையும் நாசமாப் போக!' என்று பல்லைக் கடிக்கிறார்.[13]

இதே வேர்ட்ஸ்வொர்த்தின் சொந்த சகோதரர் ஜான், பிப்ரவரி 1805-ல் கம்பெனியின் 'அபெர்கேவன்னி பிரபு' என்ற கப்பல் மூழ்கியபோது அதில் இறந்து போய்விட்டார்.

1819-ல் லேம்புடன் வந்து சேர்ந்துகொண்ட இன்னொரு எழுத்தாளர், நாவலாசிரியர் தாமஸ் லவ் பீகாக். ஈஸ்ட் இந்தியா

ஹவுசில் இருந்த மூன்று உதவிப் பரிசோதகர்களில் ஒருவர். பீகாக் கடைசியில் இப்படி ஒரு சப்பை உத்தியோகத்தில் போய் முடிந்துவிட்டது கண்டு லே ஹண்ட்டுக்கு ஒரே சிரிப்பு! கவிஞர் பெர்சி ஷெல்லிக்கு எழுதிய கடிதத்தில் 'நம்ம நண்பருக்குக் கிழக்கத்திய வறட்டுப் பெருமை, பிராமண பாஷை எல்லாம் கை வந்துவிட்டது. அடுத்ததாக ஊழலில் இறங்கவேண்டியதுதான் பாக்கி' என்று கிண்டல் அடிக்கிறார்.[14]

எதிலும் அநாவசிய அலங்காரங்கள் கூடாது என்கிற கட்சியைச் சேர்ந்த ஜேம்ஸ் மில், அதே வருடம் கம்பெனியில் சேர்ந்தார். 1823-ல் அவர் மகன் ஜான் ஸ்டூவர்ட்டும், பிறகு 1835-ல் மற்றொரு மகனான ஜேம்ஸ் பெந்தாமும் தந்தையின் கம்பெனிக்கே வந்து ஜோதியில் கலந்தார்கள். (இந்த ஜேம்ஸ் பெந்தாம் பிறகு வங்காளத்தில் ஓர் அதிகாரியானார்.) தந்தை இறந்தபிறகு மற்றொரு மகன் ஜார்ஜ் க்ரோட் மில் 1844-ல் கம்பெனியில் கிளர்க்காகச் சேர்ந்தார்.

18-19-ம் நூற்றாண்டு இங்கிலாந்தில் ஒன்று மட்டும் நிச்சயம் நடந்தது: ஒருவர் நேரடியாகக் கம்பெனியில் வேலை செய்வார்; அல்லது குடும்பத்தில் யாராவது ஒருவர் அங்கே வேலை செய்வார்கள். அல்லது கம்பெனி விற்ற பொருள்களுக்கு வாடிக்கையாளராக இருப்பார்கள். இப்படி ஏதாவது ஒரு வகையில் அந்தக் காலத்து பிரிட்டிஷ்காரர் ஒவ்வொருவரும் கிழக்கிந்தியக் கம்பெனியுடன் தொடர்புகொண்டிருந்தார்.

ஈஸ்ட் இந்தியா ஹவுசின் மூன்றாவது அவதாரம்தான் அதன் கடைசி அவதாரம். கம்பெனி சொத்துகள் அனைத்தையும் விக்டோரியா அரசாங்கம் எடுத்துக்கொண்டுவிட்டது. அதற்கு மூன்று வருடம் கழித்து 1861-ல் கட்டடமும் இடிக்கப்பட்டது. பிரிட்டானியா ஓவியம் உள்பட, கம்பெனியின் சொத்துகள் அனைத்தும் லண்டனிலேயே வேறு இடத்துக்குக் குடி பெயர்ந்தன. வர்த்தகக் கிழக்கிலிருந்து அரசியல் மேற்குக்கு அதிகாரம் கை மாறியது.

இன்று கம்பெனி சொத்துகளில் பல விக்டோரியா ஆல்பர்ட் மியூசியத்தில் இருக்கின்றன. குறிப்பாக, திப்பு சுல்தான் மைசூரில் வைத்திருந்த பொம்மைப் புலி கடிகாரம். 'நிவேதனம்' ஓவியம் மட்டும் இந்தியா அலுவலகத்தை அலங்கரிக்கச் சென்றது. பிறகு அதன் வாரிசான பிரிட்டிஷ் வெளியுறவுத்

துறையின் வசம் சென்றது. இன்றைக்கும் அது வைட்ஹாலில் கூர்க்கா படிக்கட்டுக்கு மேலே மாட்டப்பட்டிருப்பதைப் பார்க்கலாம்.

லண்டனில் வேறு எங்கும் கம்பெனியை நினைவூட்டும் பொருள்கள் அவ்வளவாகக் காணப்படவில்லை. ஆனால் பிரிட்டனைப் பற்றித்தான் தெரியுமே? பழசையெல்லாம் சுலபத்தில் மறப்பவர்களா அவர்கள்? ஃபென் சர்ச் தெருவில் ஈஸ்ட் இந்தியா ஆர்ம்ஸ் என்று ஒரு மதுக்கடை இருக்கிறது. இந்த இடத்தில் கம்பெனியின் மாபெரும் கிடங்கு ஒன்று ஆல்ட்கேட் தெருவரை நீண்டு கிடந்தது. அதன் ஒரு சிறிய மிச்சம்தான் இது.

லண்டன் நகரில் எங்கு பார்த்தாலும் நினைவுச் சின்னங்களுக்குப் பஞ்சமே கிடையாது. ஆனால், கிழக்கிந்தியக் கம்பெனி என்று ஒன்று வாழ்ந்ததற்கு அடையாளமாக எதுவும் இல்லை!

ஆச்சரியம்தான். லண்டன் நகரின் நிறுவனங்களுக்குள்ளேயே, ஈடு இணையில்லாமல் எப்படி இருந்த கம்பெனி! வேறு துறைமுகங்களிலிருந்து யாரும் போய் ஆசியாவுடன் வர்த்தகம் செய்யக்கூடாது என்று கம்பெனியை உருவாக்கிய சாசனத்திலேயே குறிப்பிடப்பட்டு ஒரு ஏகபோக உரிமை இருந்தது.

லண்டன் தன் பழைய வரலாற்றை மறந்துவிடுகிற நகரம் இல்லை. ஈஸ்ட் இந்தியா ஹவுஸ் இருந்த இடத்திலேயே 1680-ல் வில்லியம் டாக்வுட் லண்டனின் முதல் தபால் சேவையைத் தொடங்கினார். அதற்கு இங்கே ஒரு கல்வெட்டுகூட இருக்கிறது. ஆனால் இதே இடத்தில்தான் கிழக்கிந்தியக் கம்பெனியின் தலைமையகம் 200 வருடமாக இருந்தது என்பதற்கான எந்த அடையாளமும் கிடையாது.[15]

எவ்வளவோ கம்பெனிகள் காலவெள்ளத்தில் கரைந்து மறைந்து போயிருக்கின்றன. ஆனால் கிழக்கிந்தியக் கம்பெனியின் நினைவுகள் மட்டும் துடைத்துப்போட்ட மாதிரி காணாமல் போயிருப்பது ஏன்? காரணம், அதன் சர்ச்சைக்கு இடமான வரலாறு! ஆனால் ஒரு விஷயம்: பல்கலைக்கழகங்களில் இல்லாமல் போனாலும், உலகத்தின் நினைவில் ஆங்காங்கே கம்பெனியின் பரம்பரை இன்னும் வாழ்ந்துகொண்டுதான் இருக்கிறது. அந்த நினைவுகளைக் கிளறிவிடுவதற்கு அவ்வப்போது ஒரு புத்தகமோ, கண்காட்சியோ, ஆவணப்படமோ வந்துவிடும்.

இந்த நினைவுகளும் உலகெங்கும் ஒரே மாதிரி இல்லை. ஐரோப்பாவில் கம்பெனிக்கு அழகு முகம், ஆசியாவில் அழுக்கு முகம். ஆனால் இன்றுவரையில் ஓர் அழுத்தமான குறியீடாகக் கிழக்கிந்தியக் கம்பெனி வாழ்வது இந்தியாவில்தான்.

வெல்லெஸ்லி கட்டிய விநோத மாளிகை

கம்பெனியின் கால் சுவடுகள் இந்தியா முழுவதிலும் பரவியிருக்கின்றன. மிளகுத் துறைமுகமான தெள்ளிச்சேரியில் ஒரு சிதைவடைந்த கோட்டை; கிழக்கே சென்னையின் மகத்தான செயிண்ட் ஜார்ஜ் கோட்டை; கொல்கத்தாவில் கம்பெனி முத்திரை அழுத்தமாகவே பதிவாகியிருக்கிறது.

கல்கத்தாவே ஒரு மாபெரும் 'கம்பெனி டவுன்'தான். அதன் பிரிட்டிஷ் தெருப் பெயர்கள் பல இப்போது மாறிவிட்டன. ஆனால் கம்பெனியின் தாக்கம் இன்னும் தெரிகிறது. இந்தியத் தொல்பொருள் துறை சமீபத்தில் சில சாட்சியங்களை அகழ்ந்து எடுத்திருக்கிறது. 1690-ல் ஜாப் சார்னாக் கல்கத்தாவின்மீது உரிமை கொண்டாடியதை அவை பொய்யாக்குகின்றன. அதற்குப் பல நூற்றாண்டுகள் முன்பே அங்கே ஒரு பரபரப்பான வர்த்தக மையம் இயங்கிவந்திருக்கிறது. வங்காளத்தின் செல்வத்தையும் செழிப்பையும் கண்டு, கீழை நாடுகள் முழுவதிலும் அதைப் பூலோக சொர்க்கம் என்றார்கள். வங்காளத்தில் கிடைத்த தரமான துணிவகைகளுக்காக ஐரோப்பிய வியாபாரிகள் அலை அலையாக இங்கே வந்தார்கள்.

1535-ல் முதன் முதலாகக் கடைவிரித்தவர்கள் போர்த்துக்கீசியர்கள். ஒரு நூற்றாண்டுக்குப்பிறகு அவர்களை விரட்டிவிட்டு டச்சுக்காரர்கள் மடத்தைப் பிடித்தார்கள். ஆங்கிலக் கிழக்கிந்தியக் கம்பெனி மிகவும் தாமதமாகத்தான் வங்காளத்தில் நுழைந்தது. ஆனால் கல்கத்தாவில் அதன் தளம் வேகமாக வளர்ந்தது. பாதுகாப்புக்காக கம்பெனி 1696-ல் எழும்பிய கட்டுமானம்தான் பிறகு வில்லியம் கோட்டையாக மாறியது. இரண்டு வருடத்துக்குள், அக்கம் பக்கத்துக் கிராமங்கள் மூன்றின்மீது கம்பெனி ஜமீன்தாரி உரிமை பெற்றது. அவையே சுதானுதி, கோவிந்தபூர், பிறகு மூன்றாவதாக - கோலிகட்டா!

1720-களில் ஆசியாவிலிருந்து இறக்குமதியான பொருள்களில் பாதிக்குமேல் வங்காளத்திலிருந்து - குறிப்பாகக் கல்கத்தாவி

லிருந்து சென்றன. கல்கத்தாவுக்குப் போனால் நன்றாகச் சம்பாதிக்கலாம் என்ற ஆசையில் பல இந்தியர்கள் அங்கே குடிபெயர்ந்தார்கள். 18-ம் நூற்றாண்டின் நடுப் பகுதியில் கல்கத்தாவில் 1,20,000 மக்கள் வசித்தார்கள். அதில் கம்பெனி அதிகாரிகள் வெறும் 250 பேர்தான்.

250 வருடங்கள் கடந்துவிட்டன; ஹூக்ளி நதியின் கரையில் வில்லியம் கோட்டை இன்றும் நிற்கிறது. ஆனால் ஆரம்பத்தில் இருந்த இடத்துக்கு ஒரு மைல் தெற்காக இருக்கிறது. ஒரு சமயம் வங்காளப் படை இந்தக் கோட்டையை முற்றுகையிட்டு ஜூன் 1756-ல் அதைக் கைப்பற்றிவிட்டது. பிறகுதான் பிளாசியில் வென்று கல்கத்தாவைத் திரும்பப் பிடித்தார் கிளைவ். கோட்டையை இன்னும் பாதுகாப்பான இடத்துக்கு மாற்றி விடுவது நல்லது என்று நினைத்து இதைக் கட்டினார். பிறகு அதன் தகர்க்க முடியாத பாதுகாப்பு அரண்களைச் சோதித்துப் பார்க்க வாய்ப்பே வரவில்லை. ஆனால் கோட்டையின் ராணுவ உப யோகம் மட்டும் இன்றுவரை தொடர்கிறது. இந்திய ராணுவத்தின் கிழக்குப் பிரிவின் தலைமையகம் இங்கேதான் இருக்கிறது.

பக்கத்திலேயே வெண் பளிங்கில் கட்டப்பட்ட விக்டோரியா நினைவகம், கல்கத்தாவின் வரலாற்றைச் சொல்கிறது. நகரம் வளர்ந்ததில் கம்பெனியின் பங்களிப்பு எவ்வளவு என்பதையும் பாரபட்சம் இல்லாமல் சொல்கிறது.

அதற்கு வடக்கில், கம்பெனி காலத்தில் அரசாங்க விடுதியாக இருந்த கட்டடம்தான் இன்றைய ராஜ்பவன் - மேற்கு வங்க ஆளுநரின் மாளிகை. மிகப் பெரிய கட்டடம் இது. வங்காளத்தின் ஐந்தாவது கவர்னர் ஜெனரலான ரிச்சர்ட் வெல்லெஸ்லி பிரபு 1798-ல் இங்கே வந்து இறங்கிய உடனேயே மாளிகையைக் கட்ட ஆரம்பித்துவிட்டார். அதே சமயம்தான் லண்டனில் ஈஸ்ட் இந்தியா ஹவுஸ் என்ற மகத்தான கட்டடம் முடிவடையும் தறுவாயில் இருந்தது. அதற்கு நாம் பின்தங்கிவிடுவதா என்று போட்டி போட்டுக்கொண்டு வெல்லெஸ்லி கட்ட ஆரம்பித்தது தான் கவர்னர் ஜெனரல் மாளிகை.

டெர்பிஷயரில் இருந்த கெடில்ஸ்டன் ஹால் கட்டடத்தைப் போலவே தன் பங்களாவை வடிவமைக்கச் சொன்னார் வெல்லெஸ்லி. தன் லண்டன் முதலாளிகளுடன் அப்படி ஒரு போட்டி உணர்வு அவருக்கு. முதலாளிகளை 'லெடன்ஹால்

தெருவில் இருக்கிற ஆப்பக்கடைக்காரர்கள்' என்று இளக்கார மாகச் சொல்வார். ஏதோ பெரிய நினைவுச் சின்னம்போல் தன் வீட்டைக் கட்ட ஆரம்பித்தார் வெல்லெஸ்லி. அதில் செலவுக் கணக்கே பார்க்கவில்லை!

அதன் அருகில் 'எழுத்தர் குடில்' என்று ஒரு கட்டடம். இங்கே கம்பெனியின் கிளர்க்குகள் உட்கார்ந்து நிர்வாகத்தைக் கவனித்துக்கொண்டிருந்ததால் இந்தப் பெயர். இன்றைக்கும் இங்கே மேற்கு வங்க அரசு ஊழியர்கள் பணி செய்கிறார்கள்.

கம்பெனிக்கும் கல்கத்தாவுக்கும் இப்படி ஒரு பிரிக்க முடியாத உறவு இருக்கிறது. இதனால் நகரத்துக்கே சுய அடையாளத்தில் பெரிய குழப்பம். உதாரணமாக, கல்கத்தாவை நிறுவியவர் ஜாப் சார்னாக் என்றுதான் பல காலமாகச் சொல்லப்பட்டு வருகிறது. சமீபத்தில் சில உள்ளூர்க் குடும்பங்கள் இதை எதிர்த்து வெற்றி கரமாக வாதாடியிருக்கிறார்கள். கம்பெனி இங்கே கால் வைப்பதற்கு முன்னாலேயே எவ்வளவோ இந்தியக் குடியிருப்புக்கள் இங்கே இருந்தன என்பது அவர்கள் கட்சி.

சாதாரண வங்காளிகள், 'பிளாசி' என்ற ஊர் பெயரைச் சொன்னாலே சிலிர்த்துக்கொள்வார்கள். பதவியைப் பிடிப்ப தற்காக ராபர்ட் கிளைவுடன் சேர்ந்துகொண்டவர் மீர் ஜாபர். அந்தப் பெயரே எட்டப்பன், துரோகி என்பதன் மறு வடிவமாக வழங்குகிறது.

இந்தியாவைப் பொருத்தவரை, கிழக்கிந்தியக் கம்பெனி என்றாலே வெளிநாட்டு கார்ப்பரேஷன்களால் வரும் அபாயத்துக்கு அடையாளச் சின்னம். அவர்கள் வியாபாரம் செய்கிறோம் என்று நுழைந்துவிட்டு மெதுவாக ஆட்சியையே பிடித்துக்கொண்டவர்கள் என்ற வெறுப்பை இந்திய சுதந்தரப் போராட்டத்தின் அடி மட்டம்வரை பார்க்கலாம். அந்தப் போராட்டம் 1947-ல் பிரிட்டிஷ் ஆட்சியை வெளியேற்றியது.

முன்பு பர்க் செய்த விமரிசனங்களை 1908-ல் மறுபடி தூசி தட்டி எழுப்பி உபயோகித்துக்கொண்டார் ரொமேஷ் சந்தர் தத். 'பிரிட்டிஷ் ஆட்சியின்கீழ் இந்தியப் பொருளாதாரத்தின் வரலாறு' என்ற புத்தகத்தில், அடியோடு முடிவரை எல்லாவற்றிலும் சீர்திருத்தம் தேவை என்கிறார் அவர். 'கிழக்கிந்தியக் கம்பெனியால் இந்தியாவின் அடையாளம் மாறிவிட்டது. கம்பெனி,

இந்தியாவையே ஒரு பெரிய எஸ்டேட் - பயிர்த் தோட்டமாகத்தான் பார்த்தது; இங்கே அறுவடை செய்த லாபத்தையெல்லாம் அப்படியே ஐரோப்பாவுக்குக் கொண்டுபோய்ச் சேர்த்துவிட வேண்டும்!' என்கிறார் தத்.[16] அவருடைய எழுத்துகளால், இந்தியாவின் செல்வத்தை அந்நியர்கள் உறிஞ்சுகிறார்கள் என்ற படிமம் பலமாக விழுந்துவிட்டது. முதலில் கம்பெனி சுரண்டியது; பிறகு பிரிட்டிஷ் அரசாங்கமே நேரடியாகச் சுரண்டியது என்று பலரும் நினைக்க ஆரம்பித்துவிட்டார்கள்.

நாற்பது வருடங்களுக்குப் பிறகு ஜவாஹர்லால் நேரு பிரிட்டனிடமிருந்து முழு விடுதலை கோரினார். இந்தியாவை அடிமைப்படுத்தியதில் கம்பெனியின் பங்கு என்ன என்று மறுபடி சர்ச்சை எழுந்தது. இந்தியாவின் வருங்காலப் பிரதமர், 1944 கோடை காலத்தில் அகமது நகர் கோட்டையில் சிறை வைக்கப் பட்டார். பிரிட்டிஷ் அரசின்கீழ் அவர் சிறை புகுந்தது அது ஒன்பதாவது முறை - அதுவே கடைசியும்கூட. 1942-ல் ஆரம்பித்த வெள்ளையனே வெளியேறு இயக்கத்தின் தொடர்ச்சி யாகவே இந்தச் சிறைவாசம்.

சிறை வாழ்க்கையின் கடுமையைச் சமாளிக்க நேரு நிறைய எழுதுவது வழக்கம். இந்த முறையும் காகிதம் தீரும்வரை எழுதிக் குவித்தார். ஐந்தே மாதத்தில் ஆயிரம் பக்கங்களுக்குமேல் அவர் எழுத்தில் பிறந்ததுதான் 'டிஸ்கவரி ஆஃப் இந்தியா'. அவர் சிறையில் எழுதிய மூன்று புத்தகங்களில் அதுதான் கடைசி; அதுதான் மிகுந்த ஆழமானது. புத்தகத்தில் நேரு இந்தியாவின் செழிப்பான, ஆனால் சிக்கலான கடந்த காலம்தான் சுதந்தரப் போராட்டத்துக்குக் காரணம் என்கிறார். அவரைப் பொருத்தவரை வரலாற்றைப் பதிவு செய்வது என்றால் எங்கோ கோபுரத்தில் உட்கார்ந்துகொண்டு புலவர்கள் எழுதுவது அல்ல; அது நிகழ் காலத்தை மாற்றி அமைப்பதற்கு ஒருவருக்கு ஊக்கம் கொடுக்க வேண்டும். இரு நூற்றாண்டு காலமாக பிரிட்டிஷ் அரசின்கீழ், இந்தியாமீது தாங்க முடியாத சுமை ஏறிவிட்டது; அதை உடனே இறக்கி வைத்தாகவேண்டும் என்பது புத்தகம் முழுவதும் இழையோடிக்கொண்டிருக்கும் கருத்து.

நேருவின் குரல் எப்போதும் மிதமாக ஒலிக்கும் குரல்; மனிதாபிமானம் தொனிக்கும் குரல். ஆனால் பிளாசிக்குப் பிறகு கிழக்கிந்தியக் கம்பெனி எப்படி வங்காளத்தைக் கொள்ளை யடித்தது என்று பேசும்போது நேருவின் வார்த்தைகளில் அனல்

பறக்கிறது! 'அவர்களுடைய ஊழல், கீழ்த்தர புத்தி, தங்கள் ஆள்களுக்குள்ளேயே எல்லாவற்றையும் பங்கு போட்டுக் கொள்வது, வன்முறை, பணத்தாசை எல்லாமே நமக்குப் புரியாத பயங்கரப் புதிர். இந்துஸ்தானியிலிருந்து ஆங்கில அகராதிக்கு எவ்வளவோ வார்த்தைகள் போயிருக்கின்றன; அவற்றில் முக்கியமானது கொள்ளை (லூட்)!' என்று வெடிக்கிறார் நேரு.[17]

இன்றைய இந்தியாவில், பொருளாதாரத் தாராளமயமாக்கம் நடந்து பத்து வருடம் ஆகிறது. இந்த நிலையில், இந்திய வரலாற்றில் கம்பெனியின் பங்கு பற்றி நீறு பூத்திருந்த விவாதம் மறுபடி கனன்றுகொண்டிருக்கிறது. இந்தியர்களுக்கு, குறிப்பாக வங்காளிகளுக்கு, கம்பெனியின் கதையிலிருந்து இரண்டு படிப்பினைகள் இருக்கின்றன. ஒன்று, பன்னாட்டுக் கம்பெனிகள் இங்கே நுழைவது வெறும் வியாபாரத்துக்கு மட்டுமல்ல; அவர்களுக்கு ஆட்சி அதிகாரத்தைப் பிடிக்கும் நோக்கமும் உண்டு. இரண்டாவது, இந்தியர்கள் உள்ளுக்குள்ளே சண்டை யிட்டுக் குழி பறித்துக்கொள்வதால் அந்நியர்களின் வேலை எளிதாகிறது. 'பிளாசியில் வங்காளம் தோற்றது எப்படி என்ற துரோகக் கதை குழந்தைக்குக்கூடத் தெரியும்' என்று எழுதுகிறார் குருசரண் தாஸ். 'இந்த லட்சணத்தில் வெளிநாட்டு வியாபாரிகள் எவரைக் கண்டாலும் நமக்குச் சந்தேகம் வருவதில் என்ன ஆச்சரியம்?'[18]

1990-களில் என்ரான் நிறுவனம் மின் உற்பத்தி செய்கிறேன் என்று தாபோலில் கால் வைத்தது. அந்தக் கம்பெனி செய்த ஊழல்கள், மனித உரிமை மீறல்கள் எல்லாம் பன்னாட்டுக் கம்பெனிகள் பற்றிய இந்தியாவின் பயங்களை மறுபடி உசுப்பிவிட்டன. மார்ச் 1997-ல் தாபோலில் நடந்த வன்முறைச் சம்பவங்களை விசாரித்தவர், மும்பை உயர்நீதிமன்றத்தின் ஓய்வு பெற்ற நீதிபதி தாவூத். அவர் என்ரானைப் பற்றிப் பேசும்போது, 'கிழக்கிந்தியக் கம்பெனி திரும்பி வந்துவிட்டது' என்றே சொன்னார்.[19]

என்ரானின் லீலைகளில் மோசமானது, இந்தியாவின் பர்மிட் வழங்கும் அமைப்பைக் கைக்குள் போட்டுக்கொண்டு அவர்கள் செய்த தில்லுமுல்லுகள்தான். அதை 'இந்திய வரலாற்றிலேயே மிகப் பெரிய மோசடி' என்றார் அருந்ததி ராய்.[20] கிழக்கிந்தியக் கம்பெனி போட்டுக் கொடுத்துவிட்டுப் போன பாதையில்தான் என்ரானும் பயணம் செய்தது: முதலில் இந்தியாவின் அரசாங்க அமைப்பை லஞ்சம் கொடுத்துக் கெடுத்துவைப்பது. பிறகு ஊர்

மக்களை இரண்டுபடுத்திக் குளிர் காய்வது. மறுபடி மறுபடி அதே பிரித்தாளும் சூழ்ச்சி![21]

இப்போது சுரங்க ஒப்பந்தம் எடுக்கும் கம்பெனிகள் உள்பட, பன்னாட்டு நிறுவனங்கள் பல இந்தியாவுக்கு வர ஆரம்பித்திருக்கின்றன. ஒவ்வொன்றும் தூரத்தில் வரும்போதே 'வந்துவிட்டது கிழக்கிந்தியக் கம்பெனி!' என்று ஒரு கூக்குரல் எழும்புகிறது. வெளிநாட்டுக் கம்பெனிகள் சிறிது சிறிதாக உள்ளே நுழைந்து நம்மைக் கட்டுப்படுத்த ஆரம்பிக்கின்றன, நம் செல்வங்களைக் கொள்ளை அடிக்கின்றன என்று சிலருக்குக் கவலை.[22]

ஆனால் 'இதெல்லாம் அரண்டவன் கண்ணுக்குத்தான் பேய். திரும்பின முடுக்கெல்லாம் கிழக்கிந்தியக் கம்பெனி நிற்கிறதோ என்று இந்தக் காலத்தில் யாரும் பயப்படத் தேவையில்லை' என்கிறவர்களும் இருக்கிறார்கள்.[23] அரவிந்த் விர்மாஞ்சி, இந்தியாவின் பொருளாதாரச் சீர்திருத்தங்களிலிருந்து கற்றுக் கொண்ட பாடங்களை விரிவாக அலசுகிறார். சுதந்தரத்துக்கு முன்னாலும் பின்னாலும் பிறந்த இரு தலைமுறைகளுக்கும் மனம் வேறு, குணம் வேறு. போன தலைமுறையின் நினைவுகளில் நூறு வருட பிரிட்டிஷ் ஆட்சியும் அதற்கு முன்னால் நூறு வருடக் கம்பெனி ஆட்சியும், அழிக்க முடியாமல் பதிந்துவிட்டவை. அதனால் அவர்களுக்கு அந்நிய முதலீடு என்றாலே ஒரு கிலி. இந்த வியாதி முற்றிப்போனால், வெள்ளைத் தோல் போர்த்திய வெளிநாட்டுக்காரர்களைக் கண்டாலே ஒரு தேவையில்லாத தாழ்வு மனப்பான்மை வந்துவிடுகிறது.[24]

புதிய தலைமுறையினர் இந்தப் பயத்துக்கு வேப்பிலை அடிக்க முனைகிறார்கள். 'இனி கிழக்கிந்தியக் கம்பெனி காலத்து பயங்களை எல்லாம் மூட்டை கட்டி வைப்போம்; ஒரு புதிய அத்தியாயத்தை ஆரம்பிப்போம்' என்கிறார்கள் அவர்கள். நாட்டின் உரிமைகளை உரத்துப் பேசும் குரல்கள் அவை. இந்தியாவின் புதிய பொருளாதாரப் பாதையைச் சுட்டிக் காட்டும் விரல்கள் அவை. மருந்துக் கம்பெனிகளின் பேட்டன்ட் காப்புரிமை, சில்லறை விற்பனைத் துறையில் அந்நிய முதலீடுகளை அனுமதிப்பது போன்ற முக்கிய முடிவுகளை இந்தக் குரல்கள்தான் வழி நடத்துகின்றன.[25]

வெகுஜன மீடியாவும் இந்தச் சிந்தனையை எதிரொலிக்கிறது. ரஜினிகந்தா பான் மசாலா விளம்பரம் ஒன்று: லண்டனில் வசிக்கும்

இந்தியத் தொழிலதிபர் ஒருவர், கிழக்கிந்தியக் கம்பெனியின் கட்டடத்துக்கு எதிரே காரை நிறுத்திவிட்டு ஒரு பார்வையை வீசுகிறார். தன் உதவியாளரிடம் 'என்ன, இந்தக் கம்பெனியையும் வாங்கிப் போட்டுவிடுவோமா?' என்கிறார். 'அவர்கள் நம்மை 200 வருடமாக ஆட்சி செய்தார்கள். இப்போது நம் முறை!'

காதல் புதிது...

இந்தியா சில சமயம் தேவைக்கு மீறியே கிழக்கிந்தியக் கம்பெனியை ஞாபகம் வைத்திருக்கிறது என்பது உண்மைதான். ஆனால் பிரிட்டன், கம்பெனி விவகாரத்தில் தான் கற்ற பாடங்களை அடியோடு மறந்துவிட்டதும் உண்மையே. லண்டன் தெருக்களில் இருந்த கம்பெனிக் கட்டடங்கள் மறைந்துவிட்டதால் அதன் கலாசார நினைவுகள் அழிந்துவிடவில்லை.

பிரிட்டன் இந்தியாவை விட்டு விலகி 60 வருடம் ஆகிவிட்டது; இனிமேல் கம்பெனியை வரலாற்றுப் புத்தகங்களுக்குள் புதைத்து மூடிவிடலாம் என்று சிலர் நினைத்தார்கள். இனி பண்டிதர்கள் மட்டும் பட்டிமன்றத்தில் விவாதித்து முடியைப் பிடித்துக்கொள்ளட்டும் என்று மறக்க நினைத்தார்கள்.

ஆனால் உலகமே பன்னாட்டுமயமாக ஆகிவிட்ட சூழ்நிலையில், கம்பெனி தன் ஆயுள் காலத்தில் செய்ததெல்லாம் மறுபடி ஒவ்வொன்றாக வெளியே வர ஆரம்பித்துவிட்டது. நூறு வருடமாக உறங்கிக் கிடந்த 'ஜான் கம்பெனி' (அதுதான் கம்பெனியின் செல்லப் பெயர்) இப்போது குழியிலிருந்து மெல்ல எழுந்து வருவதுபோல் தோன்றுகிறது. பிரிட்டிஷ் நூலகத்தில் சில கண்காட்சிகள், விக்டோரியா ஆல்பர்ட் மியூசியம் போன்ற இடங்களில் சில வெகுஜன வரலாற்றுப் புத்தகங்கள், இப்படி மாண்புமிகு கம்பெனியின் அருமை பெருமைகளைத் தூசி தட்ட முயற்சி நடக்கிறது.

இந்தப் புதிய விளம்பரங்கள், கிழக்கிந்தியக் கம்பெனியை உருவாக்கியவர்களைக் கதாநாயகர்களாகக் காட்டுகின்றன. அவர்கள் மசாலா சாமான்களைத் தேடி உலகம் முழுவதும் சூறாவளிப் பயணம் செய்த சூரர்கள். கம்பெனி அதிகாரிகள், பல்வேறு நாகரிகங்களையும் அனுபவித்து அறிந்துவைத்திருந்த வெள்ளை முகலாயர்கள்.

கம்பெனியின் பொருளாதார வெற்றிகள், பிசினஸ் வட்டாரங்களையும் கவர்ந்திருக்கின்றன. இன்றைய உலகமயமான பொருளாதாரத்துக்கு, கிழக்கிந்தியக் கம்பெனிதான் அன்றே வாழ்ந்த அருமையான முன்மாதிரியாம். 2002-ல் கம்பெனியைப் பற்றி 'வியாபாரத் தலங்கள்' என்று பிரிட்டிஷ் நூலகம் ஒரு கண்காட்சி நடத்தியது. அதன் புரவலர்களில் ஸ்டாண்டர்ட் சார்ட்டர்ட் வங்கியும் உண்டு.

வங்கித் தலைவர் பேசுகையில், வரலாற்றிலிருந்து சில தெளிவான பாடங்களை மேற்கோள் காட்டினார்: 'கிழக்கிந்தியக் கம்பெனி, வீரமும் படைப்பாற்றலும் கொண்டது. சர்வதேச அளவில் வலுவான அடித்தளம் ஒன்றைப் போட்டுக் கொடுத்து விட்டுப் போயிருக்கிறது. அதன்மீது நம் மாளிகையை எழுப்புவதுதான் நம்முடைய வேலை' என்றார்.[26] பிரிட்டிஷ் ஏர்வேஸின் முன்னாள் தலைவரான ராபர்ட் எடிங்டனும் கம்பெனியின் சாதனைகளுக்கு ரசிகர்தான். 'கடும் உழைப்பு, புத்திசாலித்தனம், கவர்ச்சி இவற்றால் ஒரு கம்பெனி வெற்றி அடையமுடியும் என்பதற்கு உதாரணம் கிழக்கிந்தியக் கம்பெனி' என்றார் அவர்.[27]

இணையத்திலும் நம் கம்பெனி மாயத் தொழிற்சாலையாக மறுபிறவி எடுத்தது. பலவிதமான பிராண்டட் பொருள்களை விற்கும் ஒரு டாட் காம் நிறுவனத்தின் பெயர்: ஈஸ்ட் இந்தியா கம்பெனி! அதை ஆரம்பித்த தொழில்முனைவர், 'நாங்கள் எந்தப் பொருளையும் சேவையையும் விற்போம்; கம்பெனியின் பெயருக்காகவே அத்தனையும் விற்றுப்போய்விடும்' என்கிறார். 'அந்தப் பெயரிலேயே பிரிட்டிஷ் பிராண்டுகளின் பாரம்பரியம் இருக்கிறது; பழைய சகாப்தத்துக்கே உரிய சொகுசு இருக்கிறது; குற்றம் குறை சொல்ல முடியாத தரம் இருக்கிறது' என்று பூரிக்கிறார் அவர்.[28]

கம்பெனி பற்றி இப்படி ஒரு பெருமிதமான பார்வை பிரிட்டிஷ் நிறுவனங்களுக்கு மட்டும்தான் இருக்கிறது என்பதல்ல; மலேசியாவில் மெட்ரோஜயா பல்பொருள் அங்காடியில், கிழக்கிந்தியக் கம்பெனியின் பெயரில் ஆடை அணிகலன் பிரிவு இருக்கிறது. 'நம் பிரதேசத்தின் வளங்களையெல்லாம் போட்டி போட்டுக்கொண்டு விற்றுக் கொழித்த பிரிட்டிஷ், டச்சு, பிரெஞ்சுக் கம்பெனிகளின் பெருமைகளைக் கொண்டாடுவோம்!' என்கிறது அங்காடி.[29]

இன்னும் சிலருக்கு, கம்பெனியின் கலாசாரப் பாரம்பரியத்தின் மீது ஒரு தனி அன்பு. கிழக்கும் மேற்கும் சந்தித்தபோது இரண்டு நாடுகளின் வாழ்க்கை முறையும் ஒன்றுகலந்தன. ஆங்கில வியாபாரிகள் இந்திய உடைகளை உடுத்த ஆரம்பித்தார்கள். சிலர் இந்து அல்லது முஸ்லிம் மதத்துக்குக்கூட மாறினார்கள்.

வில்லியம் டால்ரிம்பிள் கிழக்கிந்தியக் கம்பெனியை 'எத்தனை முகங்கள் கொண்ட, உயிரோட்டமான கலாசாரம் உடைய கம்பெனி!' என்று வியக்கிறார்.[30] அவருடைய 'வெள்ளை முகலாயர்கள்' என்ற கதை, பதினெட்டாம் நூற்றாண்டுக் காதல் கதை. கம்பெனி அதிகாரி ஒருவருக்கு ஹைதராபாத் அரச குலப் பெண்ணிடம் காதல் மலர்கிறது. அந்த ரொமான்ஸ் உலகத்தில், ஆங்கிலேய வணிகர்கள் இந்தியப் பெண்களிடம் மயங்குவது போலவே அவர்கள் கலாசாரத்தையும் கண்டு மயங்கி விடுகிறார்கள். இன்றைய தேதிக்கு இந்தக் கதை தரும் நீதி இதுதான்: இரண்டு வேறுபட்ட கலாசாரங்கள் சந்தித்தால் அவை முட்டி மோதிக்கொண்டுதான் தீரவேண்டும் என்பது இல்லை. கிழக்குக்கும் மேற்குக்கும் அப்படி ஒன்றும் தீர்க்க முடியாத முரண்பாடுகளும் இல்லை.[31]

2001-ல் பிரிட்டனில் 'இந்திய விவகாரம்' என்று ஒரு பெரிய தொலைக்காட்சி ஆவணத் தொடர் ஒளிபரப்பானது. அது பிரிட்டிஷ்-இந்திய உறவைப் பற்றிப் பல காலமாக இருந்து வந்துள்ள சில நம்பிக்கைகளை அசைத்துப் பார்க்கிறது. 'ஆரம்பத்தில் கம்பெனி இந்தியாவில் வாழு - வாழ விடு என்ற கொள்கையையே பின்பற்றி வந்தது. இதில் இரு தரப்புக்கும் நன்மைதான் கிடைத்து வந்தது. பிறகு 19-ம் நூற்றாண்டின் ஆரம்பத்தில் வந்துசேர்ந்த ஆதிக்கவாதிகள்தான் காரியத்தையே கெடுத்துவிட்டார்கள்' என்பது படத்தின் திரைக்கதை.[32]

பிசினஸ் பார்வையோ, கலாசாரப் பார்வையோ - இந்த மாதிரி கனவுச் சித்திரம் தீட்டுபவர்கள் ஒரு முக்கிய விஷயத்தை மறந்து விடுகிறார்கள்: கம்பெனி தன் தொழிலில் கடைப்பிடித்த வழிமுறைகள் என்ன? அதற்கெல்லாம் யார், என்ன விலை கொடுக்கவேண்டியிருந்தது?

தொழில் செய்தால் செல்வம் பெருகும்; இது அப்போதும், இப்போதும், எப்போதும் உண்மைதான். ஆனால் வேறொரு பக்கம் அதுவே நிறையச் சோகத்தையும் அழிவையும்

ஏற்படுத்துகிறது. இன்றைக்கு முளைத்திருக்கும் புதிய கனவுத் தொழிற்சாலைக்காரர்கள், ராஜா - ராணி - கொண்டாட்டம் இவற்றையே பார்க்கிறார்கள். அவர்கள் கண்ணுக்கு, பாதையெல்லாம் ரோஜா மலர்கள் மட்டுமே தெரிகின்றன. கலாசாரக் கண்ணாடியைப் போட்டுக்கொண்டு பார்க்கும்போது, கம்பெனிக்காரர்கள் எதற்காக முதலில் இந்தியாவுக்கு வந்தார்கள் என்ற அடிப்படை விஷயமே மறந்துவிடுகிறது.

பிரிட்டிஷ் நூலகம்கூட இந்தப் பள்ளத்தில் விழுந்து எழுந்தது! 2002-ல் அவர்கள் நடத்திய 'வியாபாரத் தலங்கள்' என்ற கண்காட்சியில் பல அரிய பொக்கிஷங்கள் காட்சிக்கு இருந்தன. நவீன நுகர்வோர் கலாசாரத்தை உருவாக்கி வளர்த்ததில் கிழக்கிந்தியக் கம்பெனியின் பங்கு பற்றிப் பாராட்டும் கண்காட்சி அது. கம்பெனி, பிரிட்டிஷ் மக்கள் எல்லோரையும் தேநீர்க் குடிகாரர்களாக மாற்றியது; ஷாம்பூ, ரைஸ், பங்களா போன்ற வார்த்தைகள் ஆங்கிலத்தில் இரண்டறக் கலந்தன. இப்படிப் பல தகவல்கள் அதில் இருந்தன.

கம்பெனியின் அசிங்கமான மறு பக்கத்தைப் பற்றியும் ஓரத்தில் ஒரு சிறிய குறிப்பு இருந்தது: 'வங்காளத்தின் ரத்தம் உறிஞ்சப் பட்டது' என்ற தலைப்பில் '1757-க்குப் பிறகு கம்பெனி இந்தியாவைச் சூறையாடுகிறது என்று கெட்ட பெயர் சம்பாதித்துக் கொண்டது. அதன் அதிகாரிகளும் தனிப்பட்ட முறையில் சொத்து சேர்த்துக்கொண்டார்கள்' என்று மட்டும் சொல்லிவிட்டு நிறுத்திக் கொண்டது கண்காட்சி. ஆனால் 'கம்பெனிதான் நுகர்வோர் கலாசாரத்தின் முன்னோடி' என்ற பஜனை சத்தத்தில் இந்தக் குறை அடங்கிப் போய்விட்டது.

அன்றைக்கே கம்பெனி விற்ற பொருள்கள் இன்றுவரை எப்படி மார்க்கெட்டில் நின்று நிலைத்திருக்கின்றன என்பதைக் கண்காட்சி வலியுறுத்தியது. ஆனால் கார்ப்பரேட் அதிகாரம், நேர்மையான வியாபாரம், மனித உரிமைகள் போன்ற பிரச்னை களெல்லாம் அந்த அளவுக்கு அழுத்தமாகப் பதிவு செய்யப்பட வில்லை. இந்தப் பிரச்னைகள் 18-ம் நூற்றாண்டின் பாய்மரக் கப்பல் வியாபாரிக்கும் ஒன்றுதான்; 21-ம் நூற்றாண்டின் பன்னாட்டுக் கம்பெனிக்கும் ஒன்றுதான்.

விரைவிலேயே விவகாரம் ஆரம்பித்தது!

பிரிட்டிஷ்காரர்களின் கண்ணோட்டத்தில் சொல்லப்பட்ட கண்காட்சி அது. பிரிட்டனில் வசிக்கும் பலவித இனக் குழுக்கள் இதை எப்படி எடுத்துக்கொள்வார்கள் என்பதை அவர்கள் யோசித்தே பார்க்கவில்லை. பிரிட்டனில் இருந்த சீனர்கள் கண்காட்சியைப் பார்த்ததும் கொதித்து எழுந்துவிட்டார்கள். 'வர்த்தகத் தலங்கள் கண்காட்சியின் உண்மையான முகத்தைப் பாரீர்!' என்று தாக்குவதற்காகவே இணையத்தளம் ஒன்றை ஆரம்பித்தார்கள். முதலில் கிழக்கிந்தியக் கம்பெனியும் பிறகு பிரிட்டிஷ் முடியரசுமே எப்படி டன் கணக்கில் அபினைக் கொண்டு வந்து சீனாவில் இறக்கினார்கள், அதனால் ஏற்பட்ட மானுடத் துயரங்கள் எத்தனை என்பதையெல்லாம் உருக உருக விவரித்தது அந்த வெப்சைட்.[33]

இந்தப் பிரசார வெடிக்கு உடனே பலன் கிடைத்தது. 'ஆசியாவில் தடையில்லாத வர்த்தகம் செய்கிறோம் என்று ஆரம்பித்த கம்பெனி, கடைசியில் அதர்மத்தில் போய் முடிந்தது. பணத்துக்காகக் கப்பல் கப்பலாக அபினைக் கொண்டுபோய் சீனாவில் விற்பனை செய்ய ஆரம்பித்துவிட்டது' என்று அவசர அவசரமாக ஒரு தட்டியைச் செய்து கண்காட்சியில் சேர்த்தார்கள்.

கிழக்கிந்தியக் கம்பெனி எப்போதோ செத்துப் போய்விட்டது; ஆனால் அதன் போராட்டங்கள் மட்டும் இன்னும் ஓயவில்லை.

நியாயத் தராசில் நிறுத்து கம்பெனியை!

சுற்றி வளைக்காமல், கம்பெனியைச் சற்று நேரடியாகப் பார்க்க வேண்டி இருக்கிறது. கம்பெனியின் அடிப்படையான நோக்கம் என்ன? நிறைய லாபம் சம்பாதிப்பது. பணம் சேர்ப்பது. இதன் பக்க விளைவாக எத்தனையோ பேருக்கு எத்தனையோ இழப்புக்கள் ஏற்பட்டன. மசாலா வியாபாரம் செய்கிறோம் என்று ஆரம்பித்து, இந்தியாவையே ஆட்சி செய்வதற்கு லைசென்ஸ் பெற்றதுவரை கம்பெனியைக் கூர்ந்து கவனித்துவந்தவர்கள் பலர். அவர்களுக்கெல்லாம் கம்பெனியின் இந்த இரட்டை முகம் தெரிந்தே இருந்தது.

கம்பெனியின் ஈடு இணையில்லாத பண பலத்தைப் பார்த்து விட்டு, பிரிட்டனிலும் இந்தியாவிலும் பலர் அதனுடன் வந்து சேர்ந்துகொண்டார்கள். ஏழை இந்திய நெசவாளர்கள், ஒரு நிரந்தரமான வேலை கிடைக்குமா என்று தேடிக் கம்பெனியிடம்

வந்தார்கள். கிழக்கே போனால் நாலு காசு தேறும் என்று பிரிட்டிஷ் தொழில்முனைவோர்கள் வந்தார்கள்.

கம்பெனியின் நடத்தையை வன்மையாகக் கண்டித்தவர்களுக்கும் பஞ்சமில்லை. ஆசியாவில் தொழில் செய்யும் உரிமையைக் கம்பெனியே கபளீகரம் செய்துவிட்டதால், மற்ற வியாபாரிகள் பொருமினார்கள். இந்தியாவில் இருந்த சிற்றரசர்களுக்கு, கம்பெனியின் நோக்கங்களிலேயே சந்தேகம். பிரிட்டிஷ் நாடாளுமன்ற உறுப்பினர்களுக்கு, தங்கள் ஊர் கம்பெனி ஒன்று வெளி நாட்டில் போய் பிரிட்டனின் மானத்தை வாங்குகிறது என்று கோபம்.

இதில் ஒரு வேடிக்கை என்னவென்றால், பல சமயம் ஒரே ஆளே கம்பெனியைப் போற்றவும் செய்வார், தூற்றவும் செய்வார். கம்பெனியைப் பாராட்டுபவர்களும் உள்ளூர பயந்துகொண்டே தான் பாராட்டுவார்கள்!

'ஜெண்டில்மன்ஸ் இதழ்' என்ற பத்திரிகையை இதற்கு உதாரணமாகச் சொல்லலாம். மார்ச் 1767-ல் கம்பெனிக்கு திவான் பதவி கிடைத்து ஒரு வருடம் முடிந்திருந்தது. அப்போது பத்திரிகை எழுதியது: 'இந்த ஆச்சரியகரமான புதிய பதவி, நம் நாட்டுக்கே ஒரு பெரிய செல்வச் சுரங்கம். இதை வைத்துக்கொண்டு நமக்கு இருக்கும் தேசியக் கடன் முழுவதையும் அடைத்துவிடலாம். சொத்து வரியை ரத்து செய்துவிடலாம்; ஏழைகளின் வரிச் சுமையையும் குறைத்துவிடலாம். பிறகு கம்பெனி பங்குகளின் டிவிடெண்ட் வானத்துக்கு உயரப் போகிறது; ஐரோப்பாவே நம்மைப் பார்த்து மூக்கில் விரல் வைக்கப் போகிறது!'[34]

இதற்கு ஒரு மாதம் கழித்து இதே பத்திரிகை எழுதியது: 'போயும் போயும் ஒரு வர்த்தக நிறுவனத்தின் கையில் இவ்வளவு பெரிய பொக்கிஷத்தின் சாவியை ஒப்படைக்கலாமா என்பதே நம் முதல் கேள்வி. இந்தியாவில் அப்பாவி மக்களின் ரத்தத்தால் மண்ணை நனைக்கிறது கம்பெனி. இப்படியே விட்டால் நம் நாட்டிலும் அதே போன்ற கொடுமைகளை ஆரம்பித்து விடுவார்கள்!'

அந்தப் பத்திரிகையைப் பொருத்தவரை இதற்கு ஒரே தீர்வு, கம்பெனியைத் துண்டு துண்டாக வெட்டி எறிவதுதான். கடைசியாக ஒரு யுத்தக் கூச்சலுடன் கட்டுரை முடிவடைகிறது: 'எந்தச் சட்ட திட்டத்துக்கும் அடங்காத சக்தி ஒழிக! கிழக்கிந்தியக் கம்பெனி ஒழிக!'[35]

கம்பெனியின் அதிகாரிகளுக்கும் இதே இரட்டை முகம், இரட்டை மனம். தனிப்பட்ட முறையில் அவர்கள் இந்தியக் கலாசாரத்தை நன்றாகப் புரிந்துகொண்டவர்களாகத்தான் இருந்தார்கள். அதே சமயம், கம்பெனி வேலை என்று வந்துவிட்டால் ஒரு நொடியில் சுத்த சுரண்டல்வாதிகளாக மாறிவிடுவார்கள்!

காசுக்கும் கலாசாரத்துக்கும் நடந்த இந்தப் போட்டிக்குச் சரியான உதாரணம், வாரன் ஹேஸ்டிங்ஸ். 1773-ல் கம்பெனி சார்பில் இந்தியாவில் முதல் கவர்னர் ஜெனரலாக ஆனவர். அவருக்கு உள்ளூர் மொழிகள் நன்கு தெரியும். நிறைய தான தர்மங்கள் செய்தார். பகவத் கீதையை முதன்முதலில் ஆங்கிலத்தில் மொழி பெயர்க்க வைத்தவர் அவர்தான். கல்கத்தாவில் முஸ்லிம் மாணவர்களுக்காக ஒரு மதரசாவும் ஹுக்ளி நதிக் கரையில் ஒரு புத்தர் கோவிலும் கட்டினார். 'ஹேஸ்டிங்ஸ், வில்லியம் ஜோன்ஸ் போன்ற கிழக்கிந்தியக் கம்பெனி அதிகாரிகள், இந்தியாவின் பாரம்பரியத்தைத் திரும்பக் கண்டெடுக்க உதவினார்கள். அவர்களுக்கு இந்தியாவே மிகவும் கடன் பட்டிருக்கிறது' என்று நேருவேகூட மனம் திறந்து பாராட்டினார்.[36]

ஆனால் இந்த மாதிரி நற்பணிகள் எல்லாம் ஹேஸ்டிங்ஸுக்கு இரண்டாம் பட்சமாகத்தான் இருந்தன. அவருடைய முதல் கடமை - முக்கியக் கடமை, கம்பெனிக்கும் அதன் பங்குதாரர் களுக்கும் பணம் சம்பாதித்துத் தருவது!

இதே ஆசாமிதான் கம்பெனி சம்பாதிக்கவேண்டும் என்பதற்காக வங்காளத்தின் உப்பு வியாபாரம் முழுவதையும் கபளீகரம் செய்தவர். அபின் தயாரிப்பை மொத்தமாகக் கைப்பற்றியவர். சீனாவில் அபின் இறக்குமதிக்குத் தடை இருந்ததையும் மீறி, வேண்டுமென்றே அபின் கடத்தலை ஆரம்பித்து வைத்தவர்.

ஹேஸ்டிங்ஸ்மீது பல குற்றச்சாட்டுகள் எழுந்தன: அடித்துப் பணம் பிடுங்குவது; லஞ்சம்; ஊழல். எல்லாவற்றுக்கும் நல்ல ஆதாரம் இருந்தது. எனினும் பிரிட்டிஷ் நாடாளுமன்றக் கமிட்டி ஒன்று இந்தப் புகார்களை ராப்பகலாக விசாரித்துவிட்டு, கடைசியில் ஹேஸ்டிங்ஸ் குற்றமே செய்யவில்லை என்று தீர்ப்பு வழங்கியது.

கார்ப்பரேட் நிறுவனங்கள் இந்த மாதிரி அவ்வப்போது ஏதாவது பொதுக் காரியத்துக்கு நன்கொடை தருவது உண்டுதான். ஆனால்

இதை வைத்துக்கொண்டு கம்பெனியை மதிப்பீடு செய்வது சரியாக இருக்காது. அவர்களின் முக்கியத் தொழில் என்ன, சமூகத்தின்மீது அதன் தாக்கம் என்ன என்பதைத்தான் கவனிக்க வேண்டும். இது அன்றும், இன்றும், என்றும் பொருந்தும். ஆனால் ஒரு நிறுவனத்தின் வரலாற்றைச் சொல்லும்போது சிலர் அதன் முழு வீச்சையும் விளைவுகளையும் பார்க்கத் தவறிவிடுகிறார்கள். இது ஒருவகை மறதி நோய்.

கொஞ்சம் ஆழமாக யோசித்தால், நவீன யுகத்தில் தொழில் நிறுவனங்களுக்கு இருக்கும் சக்தி வேறு எதற்கும் கிடையாது என்பது புரியும். இருந்தும் நாம் எழுதும் வரலாறுகள் எல்லாம், அரசாங்கம் என்ன செய்தது, தனி மனிதர்கள் என்ன செய்தார்கள் என்பதைச் சுற்றியே எழுதப்படுகின்றன. அரசியல், கலாசாரம் எல்லாவற்றையும் தொழில் நிறுவனங்கள் எப்படிப் பாதித்தன என்பதுபற்றி அதிகம் பேசப்படுவதே இல்லை. தற்காலத் தொழில் துறையைப் புரிந்துகொள்ளவேண்டும் என்றால் முதலில் அதன் கடந்த கால வரலாற்றிலிருந்து ஆரம்பிக்கவேண்டும். எனவே ஜான் கம்பெனி நமக்குத் தந்துவிட்டுப் போயிருக்கும் சீர்வரிசை களைப் பட்டியலிட்டுப் பார்க்கலாம். அன்று கம்பெனியை விமரிசித்தவர்கள் எல்லாம், எதிர்காலத் தலைமுறையினர் இதைச் செய்வோம் என்றுதான் எதிர்பார்த்திருப்பார்கள்.

'நம் நாட்டு வரலாற்று ஆசிரியர்கள் இதைச் செய்யத் தவறினாலும், மற்ற நாட்டுக்காரர்களாவது நிச்சயம் இந்தியாவுக்கு நீதி வழங்குவார்கள். அவர்கள் ஒடுக்கப்பட்ட இந்தியாவின் சார்பாகக் குரல் கொடுப்பார்கள். அடக்குமுறையை ஏவி விட்டவர்கள் யார் என்று வருங்கால சந்ததிகளுக்கு அடையாளம் காட்டுவார்கள்' என்று 1773-லேயே ரிச்சர்ட் கிளர்க் எழுதி வைத்துவிட்டுப் போயிருக்கிறார். 'ஆசியாவைக் கொள்ளை யிட்ட ஆரியக் கோனே!' என்ற நீண்ட கிண்டல் கவிதை அவர் எழுதியதுதான். அதன் முன்னுரையே 'இந்தச் சமூக விரோதி களுக்கு எதிராக தார்மிகக் கோபத்தைத் தட்டி எழுப்புங்கள்!' என்று தன் நாட்டினரை உசுப்பேற்றுகிறது.[37]

வியாபாரம் என்றால் கொடுத்து, வாங்கி எல்லோரும் வாழ வேண்டும் என்று நினைப்பது ஒரு வகை. நாம்தான் அகில உலகத்தையும் கட்டி ஆளவேண்டும் என்று பேராசைப்படுவது ஒரு வகை. இந்த இரண்டுக்கும் இடையில் கம்பெனிகள்

இழுபடுகின்றன. இந்தப் போராட்டத்துக்கு, கிழக்கிந்தியக் கம்பெனிதான் சரியான உதாரணம். எனவே அதை செல்லரித்த சுவடி என்று ஒதுக்கிவிட முடியாது. மக்களுக்கு பதில் சொல்லும் கடமை நிறுவனங்களுக்கு எப்போதும் உண்டு. வியாபாரிகள், தொழில்முனைவோர் போன்றவர்களின் தனிப்பட்ட பேராசைகள் பொது நன்மைக்கு எதிரி ஆகிவிடாமல் பார்த்துக்கொள்வது அந்தக் கடமைதான்.

இன்று பிளாசிப் போரின் 250-வது ஆண்டு விழாவை நெருங்கிக் கொண்டிருக்கிறோம். இந்தியாவில் கார்ப்பரேட் கம்பெனிகளை எதிர்த்துப் போராடும் குழுக்களுக்கும் பிரிட்டனின் ராஜா-ராணிக் கனவு வியாபாரிகளுக்கும் போராட்டம் தொடர்ந்து நடந்து கொண்டேதான் இருக்கிறது. எனவே கம்பெனி செய்துவிட்டுப் போயிருக்கும் சேதம் எவ்வளவு பெரியது என்பதை நினைத்துப் பார்த்து நமக்குக் கொஞ்சமாவது தார்மிகக் கோபம் வர வேண்டும்.

19-ம் நூற்றாண்டு உருதுக் கவிஞர் அசாதுல்லா கான் காலிப்பின் வார்த்தைகள்: 'காயம் கண்ணுக்கு மறைந்துவிட்டது, ஆனால் ரத்தம் இன்னும் வழிகிறது!'

2

திமிர் பிடித்த கம்பெனி

லண்டனின் துறைமுகங்கள் வழியே நூற்றுக்கணக்கான வருடங்களாகச் சரக்குகளும் மனிதர்களும் சிந்தனைகளும் இறங்கி ஏறிக்கொண்டே இருந்திருக்கின்றன. கம்பெனி, அதன் காலத்தில் இந்தப் பண்டமாற்றுக்கு முக்கியக் கேந்திரமாக இருந்தது. கம்பெனியின் அருமை பெருமைகளைத் தெரிந்துகொள்வதற்கு, லண்டனின் துறைமுகங்கள்போல வேறு இடம் கிடையாது.

லண்டனின் காசுக் கடைகளிலிருந்து கிழக்காக நடந்தால் பாப்ளார் என்ற இடம் வரும். அதன் ஹை ஸ்ட்ரீட் தெருவில் செயின்ட் மத்தியாஸ் தேவாலயம் இருக்கிறது. கிழக்கிந்தியக் கம்பெனி தனக்கென்றே 1654-ல் கட்டிக்கொண்ட கோவில் இது. கம்பெனி இயக்குநர்கள்முதல் ஊழியர்கள், மாலுமிகள்வரை பலரும் தங்கள் ஆன்மாவுக்கு ஆறுதல் தேடி இங்கேதான் வருவது வழக்கம்.

தேவாலயம் அப்படி ஒன்றும் கண்ணைக் கவரும் கட்டடம் அல்ல. உண்மையில், 19-ல் நூற்றாண்டில் கட்டடத்தைப் புதுப்பிக்கிறேன் என்று சில மராமத்து வேலைகள் செய்து பார்ப்பதற்கு அசிங்கமாகவே ஆக்கிவிட்டார்கள். ஆனால் உள்ளே நுழைந்தால் காற்றோட்டமாகச் சில்லென்று இருக்கிறது. மையப் பகுதியில் எட்டுத் தூண்கள். அவற்றில் ஏழு, ஓக் மரத்தால் ஆனவை. எட்டாவது, கல் தூண். மிக உயரத்தில், கூரையில் கம்பெனி சின்னம் துருத்திக்கொண்டு நிற்கிறது. அதில், மூன்று கப்பல்கள் கிழக்கே போகப் பாய் விரித்திருக்கின்றன.

சர்ச்சில் இப்போது பிரார்த்தனைகள் நடைபெறுவதில்லை. இங்கே இருக்கும் பன்னாட்டு சமூகங்களுக்கான ஓர் அறக் கட்டளைக் கட்டடமாக மாறிவிட்டது. சுதேசி ஆங்கிலேயர்கள்,

வந்தேறிய பங்களாதேசிகள், தென்னமெரிக்கர்கள், சீனர்கள் என்று ஒரு கலந்துகட்டின சமூகம் இங்கே வசிக்கிறது.

வெளியே பார்த்தால், தேவாலயத்தைவிடப் பிரம்மாண்டமாக கனரி வார்ஃப் என்ற பொருளாதார மையம். அதன் கட்டடங் களின் உச்சியில் பார்க்லேஸ், சிட்டி குரூப், எச்.எஸ்.பி.ஸி போன்ற இன்றைய கார்ப்பரேட் வங்கி ராட்சசர்களின் சின்னங்கள் ஒளிர்கின்றன.

புனித மத்தியாஸுக்குக் கிழக்கே, கம்பெனிக்குச் சொந்தமான ப்ளாக்வால் துறைமுகம். 1612-ல் துறைமுகம் ஒன்றரை ஏக்கரை ஆக்கிரமித்திருந்தது. துறைமுகம் வந்ததும் இந்தப் பகுதி பரபரப்பான வர்த்தக மையமாக மாறிவிட்டது. 1620 பிறந்தபோது கம்பெனியிடம் மொத்தம் பத்தாயிரம் டன் சரக்கு பிடிக்கும் அளவுக்குக் கப்பல்கள் இருந்தன. அவற்றைப் பராமரிக்க 500 தச்சர்கள், செலுத்துவதற்கு 2,500 மாலுமிகள் என்று ஒரு கப்பல் படையே வைத்திருந்தார்கள். இங்கேதான் திரைகடல் ஓடும் 'கிழக்கிந்தியர்கள்' என்ற பெயர் கொண்ட கப்பல்களைக் கட்டி, ஜோடித்து மிதக்கவிட்டார்கள்.

1637-க்குப் பிறகு கம்பெனி சொந்தக் கப்பல் வைத்துக் கொள்வதை நிறுத்திவிட்டு, பல இடங்களிலிருந்து அவற்றை வாடகைக்கு எடுத்துக்கொள்ள ஆரம்பித்தது. ஒரு கப்பல் தயாரானவுடன் டெட்ஃபோர்டைத் தாண்டிக் கால்வாயில் நுழைந்து ஆசியாவை நோக்கிப் பயணம் புறப்பட்டுவிடும். எல்லாம் நல்லபடியாக நடந்தால் இரண்டு வருடம் கழித்து - அதற்கு மேலும் ஆகலாம் - கப்பல் திரும்பி வரும்!

வந்த கப்பலை ப்ளாக்வால் கழிமுகத்தில் நிறுத்திவைத்துச் சரக்கை இறக்குவார்கள். படகில் ஏற்றி நதி வழியே கொண்டுசென்று லீகல் கேஸ் என்ற இடத்தில் இறக்குவார்கள். அங்கிருந்து பொருள்கள் வண்டியில் ஏறி லண்டன் தெருக்கள் வழியே உருண்டோடிக் கம்பெனியின் கிடங்குகளுக்குப் போகும்.

18-ம் நூற்றாண்டில் கப்பல்கள் அளவில் பெருத்துவிட்டன. கழிமுகத்தில் புகுந்து உள்ளே வர முடியவில்லை. எனவே கப்பல்களை ப்ளாக்வால் அருகிலேயே ஆழமான கடல் பகுதியில் நிறுத்திக்கொள்ள வேண்டியதாயிற்று. சரக்குகளின் அளவும் நாளுக்கு நாள் அதிகரித்துக்கொண்டே போனது. இதனால் 1789-ல் பர்ன்ஸ்விக் பேசினில் முழுதாக எட்டு ஏக்கரில்

ஒரு துறைமுகம் அமைக்கப்பட்டது. அதைச் சுற்றிலும் பரந்த தொழிற்பேட்டை ஒன்று முளைத்தது. அங்கே கப்பல்களுக்குத் தேவையான மர ஆலைகள், கொல்லர் பட்டறைகள், கயிறு திரிப்பவர்கள், ரொட்டி சுடுபவர்கள், துப்பாக்கி வெடிமருந்து தயாரிப்பவர்கள் என்று பலரும் கடை விரித்தார்கள்.

தொழிற்பேட்டையின் நடு நாயகமாக நின்றது, 120 அடி உயரத்தில் கொடி மரம் தயாரிக்கும் இடம். இதை அன்றைய தொழில்நுட்ப அதிசயம் என்றார்கள். மற்றொரு புறம், கம்பெனி ஊழியர்களுக்குத் தேவையான மதுக் கடைகள், குடியிருப்புகள், பாப்ளார் தேவாலயம், வறுமையில் வாடும் மாலுமிகளுக்காக ஒரு சத்திரம்.

ஈஸ்ட் இந்தியா ஹவுசில் வேலை செய்த சர் சார்லஸ் லேம்ப், ஜான் ஸ்டூவார்ட் மில் போன்ற புகழ்பெற்ற மனிதர்கள் துறைமுகத்தில் கிடையாது. இங்கே உழைத்த ஆயிரக்கணக்கான தொழிலாளர்கள் அனைவரும் ஊர் பேர் தெரியாமல், உலகின் நினைவில் தங்காமலேயே வாழ்ந்து மறைந்துவிட்டவர்கள்.

இந்தியாவிலிருந்து வந்த மாலுமிகளின் நிலை, இன்னும் மோசம். இவர்களுக்கு லஸ்கர்கள் என்று பெயர். 1700-ம் வருட வாக்கில் ஆசியாவுக்குப் போய் வந்துகொண்டிருந்த மாலுமிகளில் நான்கில் ஒரு பங்கு லஸ்கர்கள்தான்.

கப்பல் பயணம் நீண்டது; கடினமானது. ஊசிப்போன சாப்பாடு, நோய்கள், மிருகத்தனமான தண்டனைகள். ஆனால் லஸ்கர்களுக்கு இதைவிடப் பெரிய சோதனைகள் காத்திருந்தன. லண்டனில் வந்து இறங்கிய உடனே கப்பல் முதலாளிகள் அவர்களை நடுத் தெருவில் விட்டுவிடுவார்கள்! லண்டன் தெருக்களில் லஸ்கர்கள் அநாதையாக அலைந்தார்கள். 1780-ல் இதைப் பார்த்து சகிக்க முடியாத பல விமரிசகர்கள், 'இது மனிதத் தன்மைக்கே கேவலம். உலகம் முழுதும் மனிதாபிமானம் மிக்க நாடு என்று பெயர் வாங்கியிருக்கும் நம் நாட்டுக்கே இழுக்கு' என்றார்கள்.[1]

லஸ்கர்களில் ஒருவருடைய பெயர் மட்டும் இன்று காணக் கிடைத்திருக்கிறது. அவர் ஜான் லெமன் என்ற 29 வயது வங்காளி. ஜான், முடி திருத்தம் செய்வார், சமையல் செய்வார். அவர் மனைவி, எலிசபெத் என்ற பிரிட்டிஷ் பெண்மணி. லண்டனில் ஏழை லஸ்கர்களின் எண்ணிக்கை பெருகிவிட்டதைக் கண்ட அதிகாரிகள் ஒரு திட்டம் தீட்டினார்கள். அவர்களை ஒட்டுமொத்தமாகக் கண்

காணாமல் சியர்ரா லியோனில் கொண்டுபோய்க் குடி அமர்த்தி விட்டார்கள். அமெரிக்க சுதந்தரப் போரில் விசுவாசமாகக் கலந்துகொண்ட ஆப்பிரிக்க - அமெரிக்கர்களையும் அங்குதான் அனுப்பி வைத்திருந்தார்கள். லெமன், மனைவியுடன் பத்திரமாக சியர்ராவுக்குப் போய்ச் சேர்ந்தார் என்பதுவரை குறிப்பு இருக் கிறது. அங்கே ஒரு வருடம் அவர்கள் உயிரோடு இருந்திருக் கிறார்கள். அதன்பிறகு என்ன ஆனார்கள் என்பதே தெரிய வில்லை. வரலாற்றில் அவர்களுடைய பக்கங்கள் தொலைந்து விட்டன.

ஈஸ்ட் எண்ட் பகுதியில் இன்னும் பல லஸ்கர்கள் வாழ்ந்தார்கள். அவர்கள் ஷோர்டிச், ஷாட்வெல் போன்ற இடங்களில் மட்டரக மான கொட்டடிகளில் அடைந்துகிடந்தார்கள். இன்றைக்கு டவர் கிராமத்தில் உள்ள டாக்லண்ட்சில் இருப்பவர்களில் மூன்றில் ஒரு பங்கு, பங்களாதேஷிலிருந்து வந்தவர்கள். இவர்களெல்லாம் இருபதாம் நூற்றாண்டில் அங்கே போய்க் குடியேறியவர்கள். ஆனால் கப்பலோட்டிய லஸ்கர்கள் வழியே இதற்கெல்லாம் பல காலம் முன்பே வங்காளத்துக்கும் லண்டனுக்கும் தொப்புள் கொடி உறவு இருந்தது.

மகத்தான சாதனைச் சின்னங்கள் எல்லாவற்றுக்கும் ஒரு விநோதமான தலைவிதி உண்டு: ஈஸ்ட் இந்தியா துறைமுகம் அதன் உன்னத நிலையை எட்டியபோதே, கம்பெனியின் வாழ்வும் ஒரு முடிவுக்கு வந்தது!

'மேற்கு இந்தியா' துறைமுகத் திட்டம் வெற்றிகரமாக நிறைவேறிவிட்டது என்று கம்பெனிக்குப் பெருமிதம். அடுத்தது என்ன? 'கிழக்கு இந்தியா' என்ற பெயரில் மற்றொரு துறைமுகத்தைக் கட்டினார்கள். கட்டிய வருடம் 1806. இது 16 ஏக்கர் நிலத்தில் அமைந்த மகா துறைமுகம். 800 டன்னுக்கும் பெரிய கப்பல்களை இங்கே நிறுத்த முடியும். 20 அடி உயர மதில் சுவர்களுடன் துறைமுகமே ஒரு கோட்டை மாதிரிதான் இருந்தது. சுவரின் சில பகுதிகள் இன்றும் நிற்கின்றன.

துறைமுகத்தின் உள்ளேயே ஒரு சிறைகூட உண்டு. பக்கத்து மியூசியத்தில் இருக்கும் அறிவிப்புப் பலகை ஒன்று, 'இது திருடர்கள், தீவிரவாதிகள், பிரெஞ்சு ஏஜெண்ட்டுகள் ஆகியோரை அடைப்பதற்காகக் கட்டிய சிறை' என்று தெரிவிக்கிறது.

இறக்குமதியான பொருள்களை நகருக்குள் கொண்டுசெல்வதற்காகக் கம்பெனி தன் செலவில் ஒரு நெடுஞ்சாலையே அமைத்தது. அதுதான் கமர்ஷியல் ரோடு எனப்படுவது.

ஆனால் விரைவிலேயே கம்பெனியின் ஏகபோக உரிமைக்கு முதல் அடி விழுந்தது! கிழக்கிந்தியக் கம்பெனி தவிர வேறு யாரும் இந்தியாவுடன் வர்த்தகம் செய்ய முடியாது என்ற சாசனம் 1813-ல் விலக்கிக் கொள்ளப்பட்டது. 20 வருடம் கழித்து 1833-ல் சீனாவுடன் தேயிலை வியாபாரம் செய்யும் ஏகபோக உரிமையும் நீக்கப்பட்டது. அதைத்தான் கம்பெனி தன் பெரிய சொத்தாக நினைத்திருந்தது.

வேறு வழியில்லாமல் கம்பெனி தன் துறைமுகங்களை விற்க நேர்ந்தது. பிறகு சிறிது காலம் வாடகைத் துறைமுகத்திலிருந்து செயல்பட்டு வந்தது. கடைசியாக 1943-ல் இறக்குமதித் துறைமுகத்துக்கு மூடுவிழா நடந்தது. துறைமுகத்தின் தண்ணீரை எல்லாம் வடித்துவிட்டு, அங்கே குண்டு வீச்சில் இடிந்த கட்டடக் குப்பைகளைப் போட்டு நிரப்பினார்கள். அந்த இடத்தை மற்றொரு புதிய துறைமுகத்தைக் கட்டுவதற்கான அடித்தளமாக உபயோகித்தார்கள். அப்படிக் கட்டப்பட்டதுதான் மல்பெரி துறைமுகம் - உலகப் போரின் டி-தின (D-Day) தாக்குதல்கள் நடந்தது இங்கிருந்துதான்.

போர் முடிந்தபிறகு 1967-ல் ஏற்றுமதித் துறைமுகமும் மூடப்பட்டது. பல பத்தாண்டுகள் கடந்து, இன்றைக்கு ஈஸ்ட்

படம் 2.1: வில்லியம் டேனியல், ஈஸ்ட் இந்தியா துறைமுகம், 1808

இந்தியா வளாகம் அடுக்கு மாடிக் குடியிருப்புகளும் அலுவலகக் கட்டடங்களுமாக ஜகஜோதியாக இருக்கிறது. பழைய துறை முகம் இருந்த இடத்தில் உள்ள சில தெருக்களின் பெயர்கள்: கிராம்புச் சாலை, ஜாதிக்காய் வீதி!

துறைமுகத்தின் வெளிப் பக்கம் இருந்த பள்ளத்தில் இன்னும் தண்ணீர் இருக்கிறது. அங்கே பல பறவைகள் வந்து தங்கு கின்றன. சோம்பேறித்தனமாகச் சிறகுகளை உலர்த்திக்கொண்டு வெயில் காய்கின்றன. பரிதாபமான நிலையில் இருக்கும் அறிவிப்புப் பலகை ஒன்று 'துறைமுகத்தின் மதகுக் கதவு ஒவ்வொன்றும், தேம்ஸ் நதியில் இருப்பதைவிட நாலடி அதிக நீளம்' என்று சம்பந்தமில்லாமல் பழம்பெருமை பேசுகிறது.

ஆனால் இதே கதவுகள் வழியே எத்தனையோ டன் சரக்குகள் வந்து போனதையோ, அதற்குப் பின்னால் இருந்த அநியாயச் சுரண்டலையோ பேசுவதற்குத்தான் இப்போது சாட்சி இல்லை.

இதுவல்லவோ கம்பெனி!

'இந்த அற்புதமான துறைமுகத்தைக் கட்டிய கம்பெனி, பன்னாட்டு நிறுவனங்கள் எப்படி இருக்கவேண்டும் என்பதற்கு அருமையான உதாரணம். உலகத்திலேயே சிறந்த கம்பெனி என்றால், அது கிழக்கிந்தியக் கம்பெனிதான்!' - இதை எழுதியவர் வேறு யாருமல்ல; தாமஸ் பாபிங்டன் மெக்காலே.[2] விக்டோரியா காலத்து வரலாற்று ஆசிரியர், கவிஞர், இந்தியாவில் ஆட்சி செய்தவர் என்று இவருக்குப் பல முகங்கள் உண்டு.

எல்லாத் தொழில் நிறுவனங்களும் சந்திக்கும் சில நிரந்தரமான பிரச்னைகளை, கிழக்கிந்தியக் கம்பெனியும் சந்திக்கவேண்டி இருந்தது. அவற்றுக்கு வெற்றிகரமாகத் தீர்வும் கண்டது. (1) ஒரு கம்பெனி, தன் ஊழியர்களை எப்படி உற்சாகப்படுத்தி வைத்துக் கொள்வது? (2) வாடிக்கையாளர்களை எப்படித் திருப்தி செய்வது? (3) பங்குதாரர்களை மகிழ்ச்சியாக வைப்பது எப்படி? (4) மொத்த சமுதாயத்தையும் முறைப்புக் காட்டாமல் அமைதி யாக இருக்கச் செய்வது எப்படி?

'இன்றைக்கு இருக்கும் ராட்சசத் தொழில் நிறுவனங்களின் நேரடிக் கொள்ளுத் தாத்தா கிழக்கிந்தியக் கம்பெனிதான். ஏக காலத்தில் பல தரப்பட்ட விற்பனைச் சாமான்களை வைத்துக் கொண்டு பன்னாட்டு வியாபாரத்தையும் வெற்றிகரமாகச்

சமாளித்து வந்தது' என்கிறார் கே.என்.சௌதுரி. அவர் கம்பெனி பற்றி மிக ஆழமாகத் தெரிந்துவைத்திருப்பவர்.[3]

ஐரோப்பா வளர்ந்துகொண்டிருந்தது. இப்போது அதற்கு உலகம் முழுவதும் வாய்ப்புகள் தென்பட்டன: அடுத்து எங்கே கால் ஊன்றலாம் என்று சிந்தனை ஓடியது. பிரிட்டிஷ் அரசு, பல கம்பெனிகளுக்கு அரசு ஆணையின் மூலம் பிசினஸ் வாய்ப்பு களைப் பட்டா போட்டுக் கொடுத்தது. கிழக்கிந்தியக் கம்பெனி யும் அவற்றில் ஒன்று.

மஸ்கோவி (1555), லெவான்ட் (1581) போன்ற சில கம்பெனிகள் கிழக்குப் பக்கம் பார்வையைத் திருப்பின. அப்போது இருந்த அடிமை விற்பனை முறையும் பல கம்பெனிகளுக்கு வசதியாகப் போய்விட்டது. அதைப் பயன்படுத்திக்கொள்வதற்காகவே உருவான கம்பெனிகளும் இருந்தன. ராயல் அட்வென்ச்சரர்ஸ் (1663), ராயல் ஆப்பிரிக்கன் கம்பெனி (1672) போன்றவை இதற்கு உதாரணங்கள். வேறு சில கம்பெனிகள், புதிதாகக் கண்டெடுக்கப் பட்ட அமெரிக்காவில் போய் வியாபாரம் செய்யக் கிளம்பின. அதில் சிலர் அங்கேயே நிரந்தரமாகக் கூடாரம் அடித்தார்கள்.

இந்தக் கம்பெனிகளில் பெரும்பாலானவற்றுக்கு எப்போதோ, சில நூற்றாண்டுகளுக்கு முன்னாலேயே, மூடு விழா நடந்துவிட்டது. ஆனால் ஹட்சன் பே கம்பெனி மட்டும் இன்றும் கனடாவில் பெரிய டிபார்ட்மெண்ட்டல் ஸ்டோராக நடந்துவருகிறது.

கீழை நாடுகளின் செல்வத்தின்மீது எத்தனையோ பேர் கண் வைத்தார்கள். அதற்காக ஒவ்வொருவரும் ஒவ்வொருவிதமாக முயன்றார்கள். எல்லோரையும் முந்திக்கொண்டு போர்த்துக் கீசியர்கள் அரசாங்க நிறுவனங்களைக் கிழக்கே அனுப்பினார்கள். டச்சுக்காரர்கள் பாதி அரசாங்க - பாதி தனியார் கம்பெனிகளை நம்பினார்கள். ஆங்கிலேயர்கள் மட்டும்தான் முழுக்க முழுக்கத் தனியார் துறையையே களத்தில் இறக்கினார்கள்.

ஒரு கார்ப்பரேஷன் என்பது பொதுத் துறை நிறுவனம். ஆனால் தொழில் புரட்சிக்குப்பிறகு வந்த நிறுவனமோ, பங்குதாரர்களின் நன்மைக்காகவே ஏற்பட்டது. இந்த இரண்டையும் இணைத்துப் பாலம் போட்டதுதான் கிழக்கிந்தியக் கம்பெனியின் சாதனை. 16-ம் நூற்றாண்டு இங்கிலாந்தில் ஒரு வர்த்தக உலகமே தலை யெடுத்துக்கொண்டிருந்தது. அந்த நேரத்தில் அரசு ஆணையில்

உருவான கம்பெனியாக அது இருந்தாலும், அதற்கு ஒரு தனியார் நிறுவனத்தின் பல குணங்களும் இருந்தன.

ஆரம்பம் முதலே பிரிட்டிஷ் முடியாட்சி, பொதுக் காரியங்களுக் காகச் சுதந்தரமான பல கார்ப்பரேஷன்களை ஏற்படுத்தி இருந்தது. நகராட்சி மன்றங்கள், கேம்பிரிட்ஜ், ஆக்ஸ்ஃபோர்ட் போன்ற பல்கலைக்கழகங்கள் - இப்படிப் பல உதாரணங்களைச் சொல்லலாம். லண்டனின் பொருளாதாரச் சந்தையை இன்று வரையில் நடத்தி வருவது லண்டன் கார்ப்பரேஷன். அதன் நிர்வாகக் குழுவில் தொழில்துறையைச் சேர்ந்தவர்களும் உண்டு; மக்கள் பிரதிநிதிகளும் உண்டு.

'கம்பெனியா' என்ற லத்தீன் வார்த்தை, 'கம் பனிஸ்' என்ற சொற்றொடரிலிருந்து பிறந்தது. இதற்கு ரொட்டியைப் பகிர்ந்துகொள்வது என்று அர்த்தம். ஒரு கம்பெனியா என்பது குடும்பத் தொழில். தந்தை, மகன்கள், அண்ணன், தம்பி, மற்ற உறவினர்கள் சேர்ந்து தங்கள் காசையும் உழைப்பையும் முதலீடு செய்து நடத்துவதுதான் கம்பெனி.[4]

அரசு சாசனம் பெற்ற கம்பெனி என்பது சில வியாபாரிகள் ஒன்று சேர்ந்து அமைக்கும் குழு. ஒரு பொதுவான பெயரின்கீழ், அவரவர்கள் பொருள்களை வாங்கி விற்றுத் தொழில் செய்வார் கள். இவை, வரையறை செய்யப்பட்ட கம்பெனிகள்; ஒவ் வொன்றும் ஏறக்குறைய ஒரு வர்த்தகர் சங்கம்போலவே செயல் பட்டது. அவை தங்கள் துறைக்குத் தேவையான தர நிர்ணயங்களை உருவாக்கிக்கொண்டன. துறைமுகம், கிடங்குகள் போன்ற பொதுவான வசதிகளுக்காகக் கட்டணம் வசூலித்தன.

இதில் வித்தியாசமாக அமைந்தது கிழக்கிந்தியக் கம்பெனி மட்டும் தான். நிர்வாக அமைப்பில் அது ஒரு கார்ப்பரேஷன்; கூட்டு நிறுவனம். ஆனால் அதன் உரிமையாளர்கள் என்று பார்த்தால் பங்கு வைத்திருப்பவர்கள்தான் உண்மையான முதலாளிகள். அதற்கு முன்னால் இருந்த நிறுவனங்கள்போல இல்லாமல், கம்பெனியின் அமைப்பே உடைமையையும் கடமையையும் தனியாகப் பிரித்து வைத்திருந்தது.[5] இதனால் நிர்வாகத்திலும் வரவு செலவிலும் பல சௌகரியங்கள் இருந்தன. எங்கோ கண் காணாத தூரத்தில் போய் வியாபாரம் செய்யும்போது இந்தச் சுதந்தரம் மிகவும் உதவியாக இருந்தது.

கம்பெனிக்கு ஏராளமான முதலீடு தேவைப்பட்டது. கப்பல் போக்குவரத்துச் செலவுகள் ஒரு பக்கம். இந்தியாவிலிருந்து பொருள்கள் கொள்முதல் செய்வதற்கு நிறையத் தங்கக் கட்டிகளை எடுத்துப் போகவேண்டியிருந்தது. இந்தத் தொழிலில் எக்கச்சக்கமான அபாயங்கள் வேறு. இயற்கை செய்யும் கோளாறுகள் போதாதென்று அவ்வப்போது அரசியல் சூறாவளிகளும் ஆட்டி வைத்துவிடும். லாபம் குறைந்துபோகலாம், அல்லது முதலுக்கே மோசமாகிவிடலாம்.

இந்தப் பிரச்னைக்குக் கம்பெனி கண்டுபிடித்த விடை: பலர் சேர்ந்து பணம் போட்டுப் பங்குதாரர் கம்பெனி நடத்துவது. முதலாளிகள் தனி, தினசரி அலுவல்களை நடத்திய அதிகாரிகள் தனி என்று பிரித்துவைத்தார்கள். தானே நேரடியாக நிர்வாகத்தில் ஈடுபடத் தேவையில்லை என்று ஆகிவிட்டதால், பணம் படைத்த பலரும் ஆர்வத்துடன் கம்பெனியில் முதலீடு செய்ய வந்தார்கள். வியாபாரத்தைக் கவனித்துக்கொள்வதற்கு லண்டன் வர்த்தகர்களும் தயார்.

இதனால் பிசினஸ் அபாயங்களும் பரவலாகிவிட்டன. லாபம் வந்தால் எல்லோரும் டிவிடெண்டாகப் பிரித்துக்கொள்வோம். நஷ்டம் வந்தால் அவரவர் போட்ட கொஞ்சம் முதலீடுதான் கையை விட்டுப் போகும்; நஷ்டம் அந்த அளவோடு நிற்கும்.

இந்த மாதிரி, பங்குதாரர்களின் பொறுப்பைக் குறைத்துவிட்டதால் கம்பெனிக்கே ஒரு பெரிய உத்வேகம் வந்துவிட்டது. முழு அளவு பார்ட்னராக இருந்து தொழில் நடத்துவதைவிட இதில் ஆபத்து மிகவும் குறைவு. பொதுப் பங்கு நிறுவனமாக இருந்ததால், கம்பெனி தன் பெயரிலேயே கணக்கு தொடங்கியது. கம்பெனி இப்போது சட்டப்படி ஒரு நபர் மாதிரி!

இனி, சம்பந்தப்பட்டிருக்கும் ஒவ்வொரு தனிப்பட்ட வியாபாரியின் நலன்களையும் கடந்து பொதுவான பிசினஸ் வியூகங்கள் வகுக்க முடியும். சில சமயம் உள்ளுக்குள்ளேயே தொழிலில் கருத்து வேறுபாடுகள் வந்துவிடும்; அல்லது ஆசியாவில் உள்ள பற்பல நாடுகளுடன் பிரச்னை வரும். அந்த மாதிரிச் சமயங்களில் ஒரு நிறுவனமாக இருக்கும் கம்பெனியின் அடையாளம் மிகவும் உதவியாக இருந்தது.

அடுத்த பல பத்தாண்டுகளில் கம்பெனியின் அமைப்பில் எத்தனையோ மாறுதல்கள் வந்தன. ஆரம்பத்தில் ஒவ்வொரு

கப்பல் பயணம் புறப்படும் முன்பும் அதற்கென்று தனியாகப் பங்கு வெளியிடுவார்கள். முதலீட்டாளர்கள் இந்தக் குதிரைமீது பணம் கட்டலாமா என்று தனித் தனியாக முடிவு செய்யவேண்டும். 1657-ல் கம்பெனி 'குறிப்பிட்ட பயணத்துக்கு என்று இல்லாமல், கார்ப்பரேஷன் பெயரிலேயே நிரந்தரமான பங்குகளை' வெளியிட ஆரம்பித்தது.[6] இதன்பிறகு கம்பெனிப் பங்குகளை மதிப்பீடு செய்வது, வாங்குவது, விற்பது எல்லாமே சுலபமாயிற்று.

கம்பெனிப் பங்குகளை வாங்கவும் விற்கவும் லெடன்ஹால் தெருவில் உள்ள தலைமையகத்துக்குத்தான் போகவேண்டும். பிறகு பங்கு விற்பனை, லண்டனில் உள்ள ராயல் எக்ஸ்சேஞ்ச் முற்றத்தில் நடக்க ஆரம்பித்தது. அங்கேயும் இடம் போதாமல் நெரிசல் அதிகரித்துவிடவே, கார்ன்ஹில் எக்ஸ்சேஞ்ச் சந்து என்ற இடத்தில் இருந்த காப்பிக் கடைக்கு மாறியது. 1773-ல் லண்டன் ஸ்டாக் எக்ஸ்சேஞ்சின் திறப்பு விழா நடக்கும்வரை, காப்பிக் கடைதான் பங்கு மார்க்கெட்!

இப்போது உள்ள நிறுவனங்கள்போலவே, கம்பெனிக்கும் அதன் பங்கு விலைதான் இதயத் துடிப்பு. கம்பெனியின் எதிர்கால வாழ்வையோ தாழ்வையோ கட்டியம் கூறுவது பங்கு விலை. பங்குச் சந்தையில் மொய்த்த தரகர்களுக்கெல்லாம் கிழக்கிந்தியக் கம்பெனியின் பங்குகள், கடன் பத்திரங்கள், முதலீட்டுப் பத்திரங்கள் இவைதான் மொத்த மார்க்கெட்டுக்கும் வானிலை காட்டி.

1690-ல் ஆரம்பித்து 180 வருடங்களுக்கு, கம்பெனியின் பங்கு விலை, மேலும் கீழுமாக ஊசலாடியது. அதன் வர்த்தகம் மட்டுமின்றி, பிரிட்டனிலும் மற்ற நாடுகளிலும் அவ்வப்போது உள்ள அரசாங்கத்துடன் கம்பெனிக்கு இருந்த சுமுக உறவைப் பொருத்தும் பங்கு விலை அலை பாய்ந்தது.

கம்பெனிப் பங்குகளின் விலை வரைபடத்தைப் பார்த்தால் (படம் 2.2) ஒரு விஷயம் புரிகிறது. கம்பெனி ஆரம்பித்த புதிதில் அதன் பங்கு விலை வேகமாக இறங்கிக்கொண்டே வந்திருக்கிறது. 1688-ல் புகழ் பெற்ற புரட்சி. அதைத் தொடர்ந்து 1690-களில் பங்கு விலையை வைத்து உக்கிரமான சூதாட்டம்! 1693-ல் கம்பெனியின் பங்கு உச்சத்தைத் தொட்டது.

அடுத்து வரிசையாகப் பல நாடாளுமன்ற விசாரணைக் குழுக்கள் வந்தன. கம்பெனியைக் கரையேற்ற அவை தெரிவித்த யோசனைகளோ மோசம், முழு நாசம்! இதனால் தொடர்ந்து

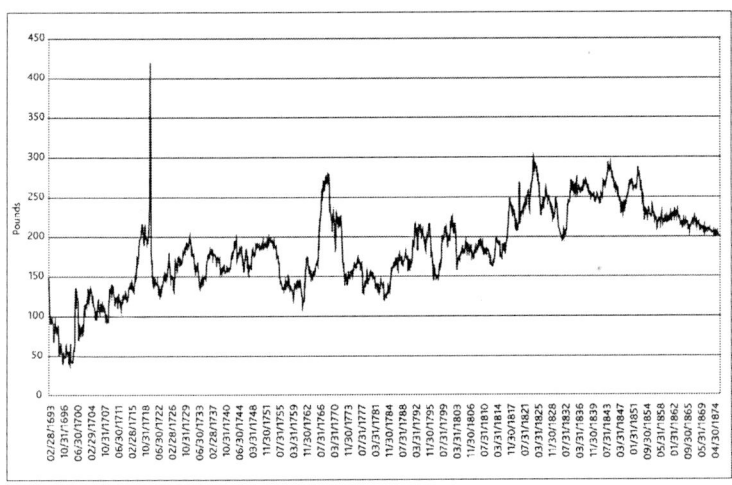

படம் 2.2: கம்பெனியின் பங்கு விலை 1693-1874

ஐந்து வருடங்கள்வரை பங்கு விலை சரிந்துகொண்டே வந்து 1698-ல் அடி மட்டத்தைத் தொட்டது. 100 பவுண்டு முக மதிப்புள்ள பங்கு ஒவ்வொன்றும் வெறும் 39 பவுண்டுக்கு இறங்கி விட்டது. காரணம், கிழக்கிந்தியக் கம்பெனிக்குப் போட்டியாக மற்றொரு கம்பெனி முளைத்துவிட்டது!

நூற்றாண்டு பிறந்தபோது அந்த ஆபத்து நீங்கவே, கம்பெனி பங்கு மறுபடி 100 பவுண்டைத் தாண்டியது. 1717-ல் இருநூறு பவுண்டுக்கு மேலேயே போயிற்று.

1713-ல் போர் முடிவுக்கு வந்தவுடன் கொஞ்ச நாளைக்குப் பங்கு மார்க்கெட்டே வெறி பிடித்து அலைந்தது. (பிற்பாடு தென் கடல் குமிழி என்று இதை வர்ணிக்கப்போகிறார்கள்). அப்போது கூட்டத்தோடு கூட்டமாகக் கம்பெனி பங்கும் தாறுமாறாக விலை உயர்ந்தது. 1719-ன் இறுதியில் 200 பவுண்டாக இருந்தது, ஜுன் 1720-ல் இரண்டு மடங்குக்குமேல் ஏறி 420 பவுண்டைத் தொட்டது. ஆனால் அடுத்த கோடை காலத்திலேயே மறுபடி 150 பவுண்டுக்குச் சறுக்கியது!

திடீரென்று நடந்த விலை ஏற்றம் கொஞ்சம் அதிகப்படிதான்; ஆனால் தென் கடல் நெருக்கடி ஒரு வழியாகத் தணிந்தபிறகு கம்பெனிப் பங்கு மறுபடி மெல்ல மேலே போக ஆரம்பித்தது. கிழக்கிந்தியக் கம்பெனி, அடிப்படையில் உயிரோட்டம் மிகுந்த ஒரு கம்பெனி என்பதே காரணம்.

அடுத்த கட்டம், 1757 முதல் 1769 வரையில் உள்ள காலம். கம்பெனியின் சொந்த முயற்சியால் பங்கு விலை இரண்டு மடங்குக்குமேல் உயர்ந்து 276 பவுண்டை எட்டியது. ஆனால் அதன்பிறகு வந்த நெருக்கடிகளால் கம்பெனி ஏறக்குறையத் தன் சுதந்தரம் முழுவதையும் இழந்து சரணடைய வேண்டி இருந்தது. அடுத்த 15 வருடத்துக்கு கம்பெனிப் பங்கு மலைச் சரிவில் உருண்டு உருண்டு கடைசியில் பாதியாகிவிட்டது.

சரிவுக்குக் காரணம், ஆட்சியாளர்களுக்குக் கம்பெனியின்மீது கோபம்! அந்தக் கோபத்தில் கம்பெனியை மோசமாகப் பழி வாங்கிவிடுவார்கள் என்ற பயம் மார்க்கெட்டில் எழுந்து விட்டது. கம்பெனி இயக்குநர்கள் அனைவரையும் கூண்டோடு வீட்டுக்கு அனுப்பிவிட்டு அரசாங்கமே புதிய இயக்குநர்களை நியமிக்கப் போகிறது என்று வதந்தி நிலவியது. இந்தப் பயம் 1784-ல்தான் தணிந்தது (அத்தியாயம் 7). அதன்பிறகு கம்பெனியின் தன ரேகை மறுபடி வளர்ந்தது. பங்கு விலையும் சீரடைந்தது.

கம்பெனி விஷயங்களில் அரசாங்கம் அதிகம் தலையிட ஆரம்பித்துவிட்டதும் ஒருவிதத்தில் நல்லதாயிற்று. பங்குதாரர் களுக்குப் பழுதில்லாமல் வருமானம் கிடைக்கும் என்று அரசாங்கமே உத்தரவாதம் கொடுப்பதுபோல் ஆயிற்று. 1760-களின் ரத்தக் களறிக்குப் பிறகு கம்பெனி பங்குகள் மறுபடி கவர்ச்சிகரமாக மாறின. நெப்போலியனின் போர்கள் 1815-ல் முடிவுக்கு வந்தபோது பங்கு மார்க்கெட் மறுபடி நிமிர்ந்தது. கம்பெனிப் பங்குகளுக்கு மூன்றாவது முறையாக ஏறுமுகம். ஏப்ரல் 1824-ல் விலை 298 பவுண்டாக உயர்ந்தது.

இந்தக் கட்டத்துக்குப்பிறகு கம்பெனிப் பங்குகள் அபூர்வமாகத் தான் 200 பவுண்டுக்குக் கீழே இறங்கின. கடைசியாகக் கம்பெனியை மூடும்போது அரசாங்கம் தாராள மனத்துடன் 200 பவுண்டு கொடுத்துக் கம்பெனிப் பங்குகளை வாங்கிக்கொண்டது. 1874 ஏப்ரல் 30 அன்று கம்பெனிப் பங்குகள் அனைத்தும் தேசிய உடைமையாயின.

கிழக்கிந்தியக் கம்பெனியின் இதயம், துடிப்பதை நிறுத்தியது.

ஒரு கையில் கத்தி, மறு கையில் பிசினஸ்!

இந்த மாதிரி குண நலன்களைப் பார்க்கும்போது, கிழக்கிந்தியக் கம்பெனி நம் காலத்துப் பன்னாட்டுக் கம்பெனிகளின்

நெருங்கின சொந்தம்போலத்தான் தெரிகிறது. இருந்தும் அதன் உலகம் வேறு, நம் உலகம் வேறு என்பதை உணர்வது அவசியம். அற்ப விஷயங்கள்முதல் அடிப்படைக் கட்டுமானங்கள்வரை, இரண்டுக்கும் நிறைய வேறுபாடுகள் இருக்கின்றன.

இன்றைக்கு உலக அளவில் வியாபாரம் செய்யவேண்டும் என்றால், உலகைச் சுற்றிச் சரக்கு அனுப்ப விமானம் இருக்கிறது; மின்னல் வேகத்தில் தொலைத்தொடர்பு இருக்கிறது. கம்பெனி காலத்தில் இந்தியாவுக்கு ஒரு நடை போய்விட்டுத் திரும்ப இரண்டு வருடம் ஆகும். அனுப்பிய கப்பல் ஒவ்வொன்றிலும் ஏராளமான பணம் முடங்கிப்போயிருக்கும். தகவல் பெறுவது, அனுப்புவது - இரண்டுமே சகிக்க முடியாமல் நத்தை வேகத்தில் நகரும்போது, என்ன திட்டமிடுவது, என்ன நிர்வாகம் செய்வது?

கம்பெனியை மிரட்டிய அபாயங்களுக்கோ, கணக்கு வழக்கே இல்லை. கப்பல்கள் கவிழும்; கடற்கொள்ளையர்கள் தாக்குவார்கள்; நோய்கள் பீடிக்கும். நிலைமையைப் புரிந்துகொள்ள ஒரே ஒரு தகவல் போதும்: ஆசியாவில் வேலைக்குப் போன கம்பெனி ஊழியர்களில் பாதிப் பேருக்குமேல் வீடு திரும்பவில்லை; பணியின்போதே உயிரை இழந்துவிட்டார்கள்!

இன்னொரு வித்தியாசம் - அரசாங்கம் வெளியிட்ட ஓர் அதிகாரப் பத்திரத்தின்மூலம் கிழக்கிந்தியக் கம்பெனி நிறுவப்பட்டது. இன்றைய சந்தைப் பொருளாதாரத்தில், ஒரு தொழிலை ஆரம்பிப்பது நம் ஜனநாயக உரிமை. கிழக்கிந்தியக் கம்பெனி காலத்தில் அது முடியரசால் தரப்படும் தனிப்பட்ட சலுகை. பிறகு இந்தச் சலுகையை நாடாளுமன்றம் வழங்க ஆரம்பித்தது.

கம்பெனி ஆரம்பிப்பதற்கு அரசாங்க ஆணை கிடைக்கவேண்டும் என்றால், அதில் தனியார் நலத்துடன் பொது நலமும் கலந்திருக்க வேண்டும். கம்பெனியின் ஆசிய வர்த்தகத்தில் கிடைக்கும் கொழுத்த வருமானத்தில் ஒரு பகுதி அரசுக்குச் சேரவேண்டும் என்பதுதான் உடன்பாடு. 'கம்பெனி ஒரு தேசியச் சொத்து. முதலீட்டாளர்கள் தங்கள் பங்கை எடுத்துக்கொள்வதற்குமுன் பொது மக்கள் நலத்தையும் கவனிக்க வேண்டும்' என்று 1767-லேயே வலியுறுத்தப்பட்டு வந்தது.[7]

அரசாங்கத்துக்கும் கம்பெனிக்கும் இடையே உள்ள ஒப்பந்தத்துக்குக் குறுகிய ஆயுள்தான் தரப்படும். வழக்கமாக 20

வருடங்களுக்கு ஒருமுறை அரசாங்க உரிமத்தைப் புதுப்பித்துக் கொள்ள வேண்டியிருக்கும். கம்பெனி தன் வாக்குறுதியை நிறைவேற்றத் தவறினால், ஒரேயடியாக உரிமத்தை ரத்து செய்யவும் முடியரசுக்கு உரிமை உண்டு!

இந்த மாதிரி அரசாணைக் கம்பெனிகள் ஒரு சிலவே இப்போது மீதி இருக்கின்றன. பிரிட்டிஷ் ஒலிபரப்புக் கழகம் (பிபிசி) அவற்றில் ஒன்று. அதன் லைசென்ஸ் 2007-ல் புதுப் பிக்கப்பட வேண்டும். இன்றைக்கு இருக்கும் பன்னாட்டுக் கம்பெனிகளுக்கு, குறிப்பிட்ட ஆயுள் காலம் என்று உச்ச வரம்பு எதுவும் கிடையாது. அவை சட்டத்தின் பார்வையில் நிரந்தரமானவை.

கிழக்கிந்தியக் கம்பெனியோ, நித்திய கண்டம் பூர்ணாயுசாக வாழ்ந்தது. தான் எதற்காக உயிர் வாழ்வது அவசியம் என்று தினமும் அரசாங்கத்துக்கு நிரூபித்துக்கொண்டே இருக்க வேண்டும். தன்னால் நிறைய சுங்க வரி வசூலாகிறது என்று காட்டவேண்டும்; அரச குடும்பத்துக்குக் கொழுத்த பரிசுகள் கொண்டுவந்து தரவேண்டும்.

அதே சமயம், சாசனம் பெற்றுவிட்டதால் கிழக்கிந்தியக் கம்பெனிக்குப் பல தனிப்பட்ட சலுகைகள் கிடைத்தன. இந்தக் கம்பெனி மட்டும்தான் நன்னம்பிக்கை முனைக்கு அப்பால் போய் வியாபாரம் செய்யலாம் என்று பட்டா போட்டுக் கொடுக்கப்பட்டிருந்தது. இதுதான் கம்பெனிமீது பங்குதாரர் களின் நம்பிக்கைக்கு ஆதாரம். இப்போது பிரிட்டன் முழுதும் அவர்கள் விற்கும் பொருள்களை நம்பித்தானே மக்கள் இருந்தாக வேண்டும்?

உள்நாட்டில் மட்டும்தான் இந்த ஏகபோகம்; வெளி உலகத்தைப் பொருத்தவரை, கம்பெனி பத்தோடு பதினொன் றாகத்தான் பல நாள் போராடிக்கொண்டிருந்தது. போர்த்துக் கீசியர்கள், டச்சுக்காரர்கள், பிரெஞ்சுக்காரர்கள் எல்லோருட னும் போட்டி போட்டுக்கொண்டு நுரை தள்ளத் தள்ள ஓடவேண்டி இருந்தது.

சொந்த நாட்டில்கூட உதிரி வியாபாரிகளின் ஒரு கூட்டம், கம்பெனி யின் ஏகபோக ஆட்சியை உடைக்க முயற்சித்துக்கொண்டே

இருந்தது. வற்றாத சளிபோல் கள்ளக் கடத்தல் கும்பல்கள் வேறு தொந்தரவு கொடுத்தன.

இவ்வளவுக்கு நடுவிலும் அசராமல் கம்பெனி ஏகபோக ஆதிக்கம் நடத்தியது உண்மை. அதனால் விலைகளைக் குறைக்காமல் உயரத்திலேயே தூக்கி வைத்திருக்க முடிந்தது. பங்குதாரர்களுக்குக் கொழுத்த லாபம் கிடைத்தது. இதற்கு வசதியாக அரசாங்கத்தை மட்டும் எப்போதும் சரிக்கட்டி வைத்துக்கொள்ள வேண்டிய அவசியம் கம்பெனிக்கு இருந்தது.

தொழில் நிறுவனங்களுக்கு வாழ்வா, சாவா என்பதைத் தீர்மானிப்பது பிரிட்டிஷ் அரசும் நாடாளுமன்றமும்தான். உள் நாட்டில் வியாபார நடவடிக்கைகள் எதுவரை போகலாம் என்று கோடு போட்டு வைத்திருந்தது அரசு. கம்பெனி சம்பாதிக்கும் லாபத்தை எப்படி விநியோகிப்பது, அதில் அரசாங்கத்துக்குப் பங்கு எவ்வளவு என்பதையும் அரசுதான் தீர்மானிக்கும்.

வெளி நாட்டிலோ, அந்தந்த நாட்டு அரசாங்கத்துடன் மன்றாடி வியாபாரத்தில் நுழைவதற்கு உரிமை வாங்கவேண்டும். பிறகு தனிப்பட்ட சலுகைகள் எதுவும் கிடைக்குமா என்று முயற்சிக்க வேண்டும். இன்றைய பன்னாட்டு நிறுவனங்கள் செய்வது போலவே, சென்ற இடத்திலெல்லாம் கம்பெனி நிறைய வரிச் சலுகைகள் கேட்டு வாங்கிக்கொண்டது. உள்ளூர் வியாபாரிகளோடு போட்டி போடுவதற்கு அது பெரிய உதவியாக இருந்தது.

கம்பெனி கொள்ளை கொள்ளையாகச் சம்பாதிப்பதைப் பார்த்துவிட்டு பிரிட்டிஷ் அரசாங்கமும் சரி, ஆசிய அரசுகளும் சரி, அவ்வப்போது கஜானாவுக்கு ஒரு கணிசமான தொகை கேட்கும்; தந்தாக வேண்டும். கம்பெனியின் வரலாறு முழுவதும் இப்படியே அது, பிரிட்டிஷ் அரசுடனும் ஆசிய அரசுகளுடனும் ஓர் இழுபறிப் போராட்டமே நடத்தி இருக்கிறது.

உலகம் தொழில்மயமாக ஆவதற்கு முன்பு இருந்த காலம் அது. பல சிறிய நாடுகள் கையில் பணமே இல்லாமல் தவித்துக் கொண்டிருந்தன. அவற்றுக்குக் கிழக்கிந்தியக் கம்பெனி கொஞ்சம் வருமானம் பெற்றுத் தந்தது. கம்பெனியின் முக்கிய பலமே அதுதான்! பிரிட்டிஷ் அரச குடும்பத்துக்கும் கம்பெனி தாராளமாகக் கடன் கொடுத்தது. இந்தியாவின் முகலாய அரசுக்குத் தங்கக்

கட்டிகள் இறக்குமதி செய்து தந்தது. இதனால் அவர்களுக் கெல்லாம் தவிர்க்கவே முடியாத தோழனாகிவிட்டது கம்பெனி.

கம்பெனியை நடத்திய லண்டன் வியாபாரிகளுக்கும் லாபம். இங்கிலாந்தில், அதிகாரப் பத்திரத்தின் மூலம் தனிப்பட்ட சலுகைகள்; இந்தியாவில் ஃபர்மான்கள் (அரச கட்டளை) மூலம் பல அதிகாரங்கள்; இவையெல்லாம் வியாபாரத்துக்குப் பாதுகாப்பு. கம்பெனியுடன் பணம் கொடுக்கல் வாங்கல் செய்பவர்கள் இந்தமாதிரி சட்டப்படியான ஒப்பந்தங்களை மீற முடியாது.

கம்பெனி விரும்பியதெல்லாம், தன்னுடைய பிசினஸ் ராஜ்ஜியத்திற்குள் என்ன வேண்டுமானாலும் செய்துகொள்ள உரிமை வேண்டும் - யாரும், எதுவும் தடை சொல்லக்கூடாது என்பதுதான். இதற்காக ஒரு நாட்டின் இளவரசருக்குப் பரிசுகள் கொடுப்பது, நாடாளுமன்ற உறுப்பினர்களுக்குப் பச்சையாகவே லஞ்சம் கொடுப்பது - எதற்கும் கம்பெனி அஞ்சவே இல்லை! இதெல்லாம் பிசினஸ் நடத்துவதில் இருக்கும் அன்றாடச் செலவுகள் என்றே நினைத்தது.

கம்பெனியின் பட்டா, அரசாங்கம் போட்டுத் தந்தது. இதனால் அதற்கு ஏறக்குறைய அரசு முறை உரிமைகள் சில இருந்தன. வெளி நாடுகளில் உள்ள தன் கிளை நிறுவனங்கள் மூலம், அந்தந்த ஊருக்குத் தேவையான நாணயங்களை அங்கேயே அச்சடித்துக்கொள்ள முடிந்தது. தன் குடியிருப்புக்களில் சட்டம் ஒழுங்கை நிலை நாட்ட, நீதி வழங்கும் உரிமை இருந்தது. எல்லாவற்றுக்கும் மேலாக, கம்பெனி சொந்தமாக ஒரு ராணுவத்தை வைத்துக்கொண்டு யார்மீது வேண்டுமானாலும் போர் தொடுக்கலாம்!

ஆரம்பத்திலிருந்தே ஆசிய மார்க்கெட்டில் கால் ஊன்றிக் கொள்வதற்கும், கிடைத்த பிடியை விடாமல் தக்கவைத்துக் கொள்வதற்கும் ராணுவப் படை மிகவும் தேவையாக இருந்தது.

1612-ல் சூரத் துறைமுகத்தின் அருகே போர்த்துக்கீசியர்களுடன் நடந்த போரில் கம்பெனியின் கப்பல் படை தன் திறமையைக் காட்டியது. இதைப் பார்த்து வியந்துபோன முகலாய மன்னர் ஜஹாங்கீர் கம்பெனிக்குப் பல வர்த்தகச் சலுகைகளை அளித்தார்.

அதே சமயம், கம்பெனி சில ராணுவத் தோல்விகளைத் தழுவியதும் உண்டு. பத்து வருடம் கழித்து டச்சுக்காரர்களுடன் நடந்த சண்டையில் கம்பெனி அடிபட்டுவிட்டது. எனவே இந்தோனேசியாவின் மசாலாத் தீவிலிருந்து (ஸ்பைஸ் ஐலண்ட்) மூட்டையைக் கட்டிக்கொண்டு கிளம்பவேண்டியதாயிற்று.

கம்பெனியின் ராணுவ வலிமை பற்றி அதன் இயக்குநர்கள் எப்போதுமே இரட்டை நாக்குடன்தான் பேசி வந்தார்கள். ஒரு பக்கம், கம்பெனியின் செலவுகளைக் குறைக்கவேண்டிய கட்டாயம். ராணுவச் செலவுகளை - குறிப்பாகத் தரைப் படைக்கு ஆகும் பெருந்தீனிச் செலவுகளை - நினைத்து அவர்கள் கவலைப்பட்டார்கள். ஓரிடத்தில் கோட்டை கொத்தளங்கள் கட்டிவிட்டால் அந்தக் காசைத் திரும்ப எடுக்க முடியாது.

1677-ல் பம்பாயில் கம்பெனியின் கவர்னராக இருந்த ஜெரால்ட் ஆஞ்சியர் சொன்ன ஒரு சொல்லை மட்டும் கம்பெனி மறக்கவே இல்லை: 'ஒரு கையில் கத்தி, மறு கையில் பிசினஸ்!'

நல்லவேளையாக இன்றைய கம்பெனிகள், நேரடியாக வன்முறையில் ஈடுபடுவது இல்லை. ஆனால் வெற்றிகரமாக பிசினஸ் செய்வதற்கும் ராணுவ வலிமைக்கும் எப்போதுமே நெருங்கிய சொந்தம் இருந்துவருகிறது. 'எந்த மார்க்கெட்டுக்கும் இரண்டு கைகள் உண்டு: அதில் ஒரு கை முதுகுக்குப் பின்னால் மறைந்திருக்கும்; விரல்களை மடக்கிக்கொண்டு குத்து விடத் தயாராக இருக்கும்' என்கிறார் தாமஸ் ஃப்ரீட்மன். நியூ யார்க் டைம்ஸ் பத்திரிகையாளரான இவர், உலகமயமாக்கலை உற்சாகத்துடன் ஆதரிப்பவர். 'மக்டானல்ட்ஸ் உணவகம் உலகம் முழுவதும் வெற்றி அடைந்திருக்கிறது. ஆனால் அதன் பின்னே இருப்பது, எஃப்-15 விமானங்கள் தயாரிக்கும் மக்டானல் டக்ளஸ்' என்கிறார் அவர்.[8]

வெளி நாட்டு வர்த்தகம் செய்யக் கம்பெனிக்கு உரிமை கிடைத்த விதமும் வித்தியாசமானது. கிழக்கிந்தியக் கம்பெனி காலத்தில், மொத்த இங்கிலாந்திலுமே ஒரு 20 கம்பெனிகளுக்குத்தான் இது போன்ற அதிகாரப் பத்திரம் கிடைத்தது. ஆனால் பிறகு 17-ம் நூற்றாண்டின் இறுதியில் சூதாட்ட கிளப் மாதிரி அவரவர்கள் கம்பெனி ஆரம்பித்தார்கள். 1695-ல் இப்படிப்பட்ட பங்கு நிறுவனங்களின் எண்ணிக்கை 140 ஆகிவிட்டது. இவற்றில்

பெரும்பாலான கம்பெனிகள் அற்ப ஆயுளுடன் உலகிலிருந்து விடை பெற்றுக்கொண்டன; 1719 வாக்கில் மொத்தம் 21 கம்பெனிகள்தான் பிழைத்திருந்தன.

அடுத்த கட்டத்தில், பங்கு மார்க்கெட் மறுபடி தலையெடுக்கவே, பல புதிய கம்பெனிகள் புற்றீசல்போல் புறப்பட்டு வந்தன. 1720-ம் வருடத்தின் முதல் ஆறு மாதங்களில் மட்டும் 174 புதிய கம்பெனிகள் சந்தைக்கு வந்தன. இதன் பிறகுதான் தென் கடல் கம்பெனி முழுகியது.

அரசாங்கம் விழித்து எழுந்து 'நீர்க்குமிழிச் சட்டம்' (பபிள் ஆக்ட்) என்று ஒன்றைப் பிறப்பித்தது. அதன்படி நாடாளுமன்றத்தின் அனுமதி இல்லாமல் இனி யாரும் கம்பெனி ஆரம்பிக்கக்கூடாது. அடுத்த 105 வருடங்களுக்கு இந்தச் சட்டம் தொடர்ந்து அமலில் இருந்தது.

இதனால் கிழக்கிந்தியக் கம்பெனி, தனிக் காட்டு ராஜாவாக மாறிவிட்டது. 18-ம் நூற்றாண்டின் பொருளாதாரத்தில் கம்பெனி ஒரு ராட்சசன்! 1699-க்கும் 1774-க்கும் இடையில் பிரிட்டனின் மொத்த இறக்குமதியில் 13 முதல் 15 சதவிகிதம்வரை கம்பெனியின் பைக்குள் இருந்தது.[9] பிரிட்டனுக்குள் நுழைந்த எல்லா வகையான சரக்குகளிலும், ஏழில் ஒரு பங்கு கம்பெனிக் கப்பலில் வந்து, கம்பெனித் துறைமுகத்தில் இறங்கி, கம்பெனி ஏலத்தில் விற்கப்பட்டது. அன்றைய பொருளாதாரத்தில் இது மிகப் பெரிய விஷயம்.

கார்ப்பரேட் கம்பெனிகள் இன்றைக்கு உலகம் முழுவதிலும் ஆள்கின்றன. ஆனால் தனி ஒரு நிறுவனமாகச் செயல்பட்ட கிழக்கிந்தியக் கம்பெனியின் பலத்துக்கு நிகராக வெகு சிலவற்றைத்தான் சொல்ல முடியும்.

அடங்காக் குதிரையை அடக்க...

இத்தனை வேறுபாடுகள் இருந்தாலும், நவீன கார்ப்பரேஷன்களுடன் கிழக்கிந்தியக் கம்பெனிக்கு இருக்கும் பல ஒற்றுமைகளையும் பார்த்தாகவேண்டும். முக்கியமாக அதன் அதிகார அமைப்பு; பிசினஸ் நிர்வாகம்.

பலர் சேர்ந்து முதலீடு செய்த பங்குக் கம்பெனி என்பதால், வியாபாரத்தை ஆரம்பிப்பதற்குச் சுலபமாக ஒரு மேடை

கிடைத்தது. ஆனால் ஒரு கம்பெனி வெற்றிகரமாகத் தொழில் நடத்த இது மட்டும் போதாது. கிழக்கிந்தியக் கம்பெனி தன் நிர்வாக அடுக்குகளை அமைத்திருந்த விதம்தான் அதன் வெற்றியை முடிவு செய்தது. அந்த நிர்வாக அமைப்பு, 18-ம் நூற்றாண்டின் ஆரம்பத்திலேயே ஒரு திட்டமான வடிவத்துக்கு வர ஆரம்பித்துவிட்டது.

நம் பிரிட்டிஷ் கம்பெனிக்கும் அதன் டச்சு எதிரியான விஓசி கம்பெனிக்கும் பல ஒற்றுமைகள்: இரண்டிலுமே கட்டுக் கோப்பான அதிகார அடுக்குகள் உண்டு. அவர்களுக்கு உதவியாக கிளர்க்குகளின் ஒரு படையே இருந்தது. (இங்கிலாந்தில் குமாஸ்தாவை ரைட்டர் என்று சொல்வார்கள். அந்த வார்த்தையே டச்சு மொழியின் ஷ்க்ரூய்வர்ஸ் என்ற சொல்லிலிருந்து வந்தது). இரண்டுமே பொதுமக்கள் பங்கு வகித்த கம்பெனிகள். 17-ம் நூற்றாண்டு முழுவதும் விஓசிதான் முதலீட்டாளர்களுக்கு அதிக லாபம் கொடுத்துவந்தது.

அதிகார அமைப்பில் இரண்டு கம்பெனிகளுக்கும் மிகுந்த வித்தியாசம். விஓசியின் இயக்குநர்களை அதன் ஆறு பிராந்தியக் குழுக்கள் தேர்ந்தெடுத்தன. இவை ஆம்ஸ்டர்டாம், மிடில்பர்க், ஹர்ன், என்க்வைஸன், டெல்ஃப்ட், ராட்டர்டாம் ஆகியவை. இதில் ஆம்ஸ்டர்டாமின் போர்டு உறுப்பினர்களை அந்நகரின் மேயர் நியமிப்பார். அவர்களின் பதவிக்காலம், ஆயுள்காலம்தான்!

இயக்குநர் ஒவ்வொருவரும் கணிசமான அளவு விஓசி பங்குகளை வைத்திருக்கவேண்டும். அவ்வளவுதான்; கம்பெனியில் பணம் போடுவதுடன் அவர்கள் பணி முடிந்தது. கம்பெனி பணத்தை யார் மேலாண்மை செய்வார்கள் என்பதைப் பற்றியோ, கொள்கைத் திட்டங்கள் பற்றியோ அவர்களுக்கு ஒரு கருத்தும் சொல்ல வழி கிடையாது. விஓசி ஒரு வலுவான கம்பெனி என்று சொல்லலாம். ஆனால் அது ஒரு கார்ப்பரேஷன் அல்ல.

ஆங்கிலக் கிழக்கிந்தியக் கம்பெனியோ, பொதுத் துறையில் வேர்கள் கொண்டது. அதன் பங்குதாரர்கள் பணம் மட்டும் போடவில்லை; அவர்களுக்கு வாக்குரிமையும் உண்டு. ஏறக்குறைய சுயாட்சி கொண்ட 18-ம் நூற்றாண்டு யூனியன் பிரதேசம் மாதிரி

தான். தன் தாய்நாட்டின் ஜனநாயக அமைப்புபோலவே பங்குதாரர்களால், பங்குதாரர்களுக்காகவே நடத்தப்படும் ஓர் அமைப்பு. இதிலும் உறுப்பினராவதற்கு, சொந்தமாகச் சொத்து இருக்கவேண்டும். (ஜார்ஜ் மன்னர் காலத்தில் சொத்து வைத்திருப்பவர்களுக்கு மட்டும்தான் தேர்தலில் வாக்குரிமை உண்டு.) கம்பெனி பங்குதாரர்களும் குறைந்தபட்சம் 500 பவுண்டுக்கு மேல் பங்கு வைத்திருந்தால்தான் வாக்களிக்க முடியும்.

ஒவ்வொரு காலாண்டும் வாக்கெடுப்பு ஜூன், செப்டம்பர், டிசம்பர் மாதங்களில் நடைபெறும். ஏப்ரலில் வருடாந்தரக் கூட்டம். அப்போதுதான் ஆயிரத்துக்கும் மேற்பட்ட பங்குதாரர்கள் கூடி 24 இயக்குநர்களையும் தேர்ந்தெடுப்பார்கள். இதில் ஒவ்வொருவரிடமும் எவ்வளவு பங்குகள் இருக்கின்றன என்பது கணக்கில்லை; 500 பவுண்டுக்குமேல் பங்கு வைத்துள்ள ஒவ்வொருவருக்கும் ஒரே ஒரு வாக்குதான். அன்றே இருந்த இந்தப் பொருளாதார சமத்துவம் ஆச்சரியம்தான்.

2,000 பவுண்டுக்கு மேற்பட்ட பங்கு வைத்திருப்பவர்கள் இயக்குநர் தேர்தலில் போட்டியிடலாம். இவர்கள் வியாபாரிகளில் பெரும் புள்ளிகள். பிறகு இயக்குநர்கள் சேர்ந்து தங்களுக்குள் ஒருவரைத் தலைவராகவும் (சேர்மன்) ஒருவரைத் துணைத் தலைவராகவும் தேர்ந்தெடுப்பார்கள். 1709 வரை தலைவருக்கு கவர்னர் என்று பெயர். இயக்குநர்களுக்குப் பெயர்: கமிட்டி!

வசதி படைத்த வியாபாரிகள் சிலரே இயக்குநர்களாக வந்தார்கள். அவர்களிடம்தான் அதிகாரம் இருந்தது. ஆனால் அவர்களை மீறி முடிவு எடுப்பதற்கும் 1784 வரை பங்குதாரர்களுக்கு உரிமை இருந்தது.

வில்லியம் பிட் (பெரியவர்), பங்குதாரர்கள் கூட்டத்தை 'சின்ன நாடாளுமன்றங்கள்' என்றே வர்ணித்தார்.[10] வருடத்துக்கு நான்கு முறை பங்குதாரர்கள் கூட்டம் நடக்கும். இயக்குநர்கள் காலாண்டு அறிக்கை படிப்பார்கள். கம்பெனியின் கொள்கைத் திட்டங்கள்மீது வாக்கெடுப்பு நடக்கும். குறிப்பாக, பங்குதாரர்கள் டிவிடெண்ட்மீது எப்போதும் கழுகுக் கண் வைத்திருப்பார்கள். வருடா வருடம் கம்பெனி கணிசமாக டிவிடெண்ட் கொடுத்தே ஆகவேண்டும்!

1733-ல் வியாபாரம் மந்தமாக நடக்கிறது என்று இயக்குநர்கள் டிவிடெண்டை 8-லிருந்து 6 சதவிகிதமாகக் குறைக்க முயற்சித் தார்கள். இதைக் கேட்ட பங்குதாரர்கள் ஒரு கலகமே நடத்தி விட்டார்கள்! வாக்கெடுப்பு நடந்தபோது டிவிடெண்ட் குறைப்புத் தீர்மானம் தோற்றது. கடைசியாக உனக்கும் வேண் டாம், எனக்கும் வேண்டாம் என்று 7 சதவிகித டிவிடெண்டுக்கு ஒப்புக்கொண்டார்கள். கம்பெனியின் எதிர்காலத்துக்கு இது நல்ல சகுனமாகத் தெரியவில்லை.

டிவிடெண்ட் வருமானம் மட்டுமின்றி, பங்குதாரர்களுக்கு வேறு பல ஆதாயங்களும் இருந்தன. முக்கியமாக, வேலை வாய்ப்பு. கம்பெனி வழங்கும் வசதி வாய்ப்புகள் அனைத்தும் 24 இயக்குநர் களின் கையில்தான் இருந்தது. அவர்கள் ஆளாளுக்குத் தங்களுடைய நண்பர்கள், உறவினர்கள், தொழில் கூட்டாளிகள் போன்றவர்களையெல்லாம் கூட்டி வந்து முக்கியப் பதவிகளில் அமர்த்தினார்கள்! 18-ம் நூற்றாண்டின் பின்பகுதியில், பதவியுடன் வரும் இதுபோன்ற உபரிச் சலுகைகளுக்கெல்லாம் மிகவும் மதிப்பு இருந்தது.

பிரிட்டனில் இன்றைக்கு இருக்கும் கம்பெனிகளைவிட அன்று கிழக்கிந்தியக் கம்பெனியின் பங்குதாரர்களுக்கு அதிக அதிகாரங்கள் இருந்தன. (அட்டவணை 2.1). இயக்குநர்கள் அனைவரும் வருடா வருடம் தேர்ந்தெடுக்கப்பட்டார்கள். அவர்கள்தான் அடுத்த ஒரு வருடத்துக்கான பிசினஸ் வியூகங் களை வகுத்துத் தருவார்கள்.

கம்பெனிக்குத் தலைமை அதிகாரி (CEO) என்று ஒருவரும் கிடையாது. ஆனால் கம்பெனிச் செயலர், கணக்காளர், தணிக்கை அதிகாரி போன்றோர் உண்டு. இன்றைக்கு இருப்பது போல் செயல் இயக்குநர்கள், தினசரிச் செயலில் ஈடுபடாத இயக்குநர்கள் என்ற வித்தியாசமும் அன்றைக்குக் கிடையாது. எல்லா இயக்குநர்களும் செயல் இயக்குநர்கள் - அதாவது எக்ஸிக்யூடிவ்தான்!

சந்தேகத்துக்கு இடமின்றிப் படிப்படியாக அடுக்கப்பட்டிருந்த நிர்வாக இயந்திரம். அதை மேற்பார்வை செய்ய இயக்குநர் குழாம். அதன் உச்சியில் தலைவர் (சேர்மன்). ஒவ்வொரு புதன் கிழமையும் 24 இயக்குநர்களும் சந்திக்கும் கூட்டம் நடைபெறும்.

அட்டவணை 2.1

	கிழக்கிந்தியக் கம்பெனி, 1709 வாக்கில்	இன்றைய கம்பெனி, 2005 வாக்கில்
கம்பெனி உருவானது	அரசின் சாசனம்மூலம். குறித்த காலத்துக்கு மட்டும்தான் இயங்கலாம்.	பொதுப் பங்கு கார்ப்பரேஷன். வாழ்நாள் எல்லை எதுவும் இல்லை.
வாக்குரிமை	ஒரு ஆளுக்கு ஒரு வாக்கு.	ஒரு பங்குக்கு ஒரு வாக்கு.
இயக்குநர்கள்	24	10-20
இயக்குநர் தேர்வு	எல்லா இயக்குநர்களுக்கும் வருடம் ஒரு முறை.	வெவ்வேறு கட்டங்களில் ஒவ்வொருவராகத் தேர்வு.
இயக்குநர் தகுதி	2,000 பவுண்டுக்கு மேல் பங்குகள்.	குறிப்பாக ஒன்றும் இல்லை.
சேர்மன் தேர்வு	மறைமுகத் தேர்வு. இயக்குநர்கள் தேர்ந்தெடுப்பார்கள்.	பங்குதாரர்கள் நேரடியாகத் தேர்ந்தெடுப்பார்கள்.
இயக்குநர் குழு	பகுதி நேர செயல் இயக்குநர்கள்.	சில செயல் இயக்குநர்கள்; மீதம் செயல்பாட்டில் ஈடுபடாதோர்.
போர்டு உறுப்பினர் பதவிக் காலம்	அடுத்தடுத்து 4 முறை பதவியில் இருக்கலாம்; ஒரு வருடம் விலகி இருந்தபின் திரும்ப வரலாம்.	3 வருடங்கள் தொடர்ந்து பதவி. இரண்டு முறைக்குமேல் அனுமதிப்பது வழக்கமில்லை.

★ இன்றைய கம்பெனிகள்: லண்டன் பங்கு மார்க்கெட்டில் 2005-ல் இருந்த ஐந்து மிகப் பெரிய கம்பெனிகள் எடுத்துக்கொள்ளப்பட்டுள்ளன.

கம்பெனியின் பல்வேறு வேலைகளைக் கவனித்துக்கொள்வதற்கென்றே, பத்து கமிட்டிகள் இருந்தன. இயக்குநர் ஒவ்வொருவரும் ஏதாவது ஒரு குழுவில் இருப்பார். மூன்று குழுக்கள் மிகவும் முக்கியமானவை:

கடிதப் போக்குவரத்துக் குழு, கம்பெனியின் தொலைதூரக் கிளைகளுடன் தொடர்பு வைத்துக்கொள்ள உதவியது. பொருளாளர் குழு, பங்கு மார்க்கெட், வங்கிகள் இவற்றுடன் வரவு செலவு நடத்தியது. தங்கம் வாங்குவது, டிவிடெண்ட் விநியோகிப்பது இவையும் இந்தக் குழுவின் பொறுப்பு. மூன்றாவது, பொதுக் கணக்குக் குழு. வரவு செலவெல்லாம் கட்டுப்பாட்டுக்குள் இருக்கிறதா என்று கண்காணிப்பது அதன் வேலை.

இதைத் தவிர சரக்குகள் கொள்முதல் செய்வது, கிடங்குகள், கப்பல்கள், ஈஸ்ட் இந்தியா ஹவுசைப் பராமரிக்க என்று தனித்தனியே குழுக்கள் இருந்தன. தனக்குப் போட்டியாக யாரும் வியாபாரத்தில் நுழைந்துவிடாமல் பார்த்துக்கொள்வதற்கும், கோர்ட், வழக்கு விவகாரங்களைக் கவனிப்பதற்கும் குழுக்கள் இருந்தன. கடைசியாக, எல்லா வல்லமையும் வாய்ந்த ரகசியக் கமிட்டி ஒன்று இருந்தது: போர்க் காலங்களில் கம்பெனியின் அரசியல், ராணுவ வியூகங்களை வகுப்பது இந்தக் குழுதான்.

வெளி நாட்டில் உள்ள கிளைகளுக்கு, என்னென்ன சரக்கு வாங்கவேண்டும், எவ்வளவு வாங்கவேண்டும், என்ன விலை தரலாம் என்பது பற்றி ஈஸ்ட் இந்தியா ஹவுசில் இருந்து மிகத் தெளிவான ஆணைகள் போகும். உதாரணமாக ஜவுளி வாங்க வேண்டும் என்றால் நூல், நெசவு, நிறம், டிசைன், கனம், பேக்கிங் எல்லாவற்றையும் வரையறை செய்துவிடுவார்கள்.

இந்த ஆர்டர்களை நிறைவேற்றுவதற்கு, சுதந்தரமாகச் செயல் படும் பல கிளைகள் இருந்தன. ஒவ்வொரு கிளைக்கும் ஒரு தலைவர் அல்லது கவர்னர் இருப்பார். அவருடைய மேற் பார்வையின்கீழ் ஒரு முக்கியமான தொழிற்சாலை அல்லது துறைமுகம் இருக்கும். அதைத் தவிர, சுற்றுவட்டாரத்தில் உள்ள சின்னச் சின்ன வர்த்தக மையங்களும் அவருடைய அதிகாரத்தின் கீழ் வரும்.

என்ன சரக்கு வாங்கவேண்டும் என்பது பற்றி ஈஸ்ட் இந்தியா ஹவுசிலிருந்து உத்தரவு வருமே தவிர, அதை எப்படி நிறை வேற்றுவது என்பது அந்தந்தக் கிளையின் பொறுப்பு. உள்ளூர் அரசாங்கத்துடன் எந்த மாதிரியான உறவு வைத்துக்கொள்வது என்பது உள்பட, அவர்கள்தான் சுதந்தரமாக எல்லாவற்றையும் தீர்மானிப்பார்கள்.

வியாபாரத்தில் கம்பெனிக்கு வெற்றியும் தோல்வியும் மாறி மாறி வந்தது. அதற்குத் தகுந்தபடி ஒவ்வொரு கிளைத் தலைவருடைய செல்வாக்கும் உயர்ந்தது, தாழ்ந்தது! முகலாயப் பேரரசின்கீழ் இருந்த சூரத் துறைமுகம் இந்தியாவின் மேற்குக் கரையில் உள்ளது. இப்போது இந்தோனேசியா என்று அழைக்கப்படும் தீவுக்கு அப்போது மசாலாத் தீவு என்று பெயர். அதில் பன்ட்டாம் என்று ஒரு துறைமுகம். இந்த இரண்டும்தான் முதன்முதலில் உருவாக்கப்பட்டவை. 17-ம் நூற்றாண்டின் கடைசியில் இந்த

இரண்டின் புகழும் மங்கியபோது பம்பாய், மெட்ராஸ், கல்கத்தா ஆகிய துறைமுகங்கள் முன்னுக்கு வந்தன. 1773-ல், கல்கத்தாவைத் தலைநகராகக்கொண்ட வங்காளக் கிளைதான் கம்பெனியின் செல்லப் பிள்ளையாக மாறியது.

கிளையின் தலைவருக்குக் கீழே, பல அடுக்குகள் கொண்ட ஒரு நிர்வாக மரமே இருந்தது. இங்கே பதவி உயர்வு என்பது பணி மூப்பின் அடிப்படையில்தான் கிடைக்கும். கம்பெனியில் புதிதாகச் சேருபவர்கள், ரைட்டர்கள் என்று அழைக்கப்பட்ட கிளர்க்குகள். ஐந்து வருடம் வேலை செய்தால் ஃபேக்டர் பதவிக்கு உயரலாம். பதவி ஏணியில் இளநிலை வர்த்தகர், முதுநிலை வர்த்தகர் என்று அடுத்தடுத்த படிகள். பிறகு கிளைத் தலைவரின் ஆலோசனைக் குழுவில் இடம் பெறலாம். அதிர்ஷ்டம் இருந்தால் கவர்னர் பதவியைக்கூடத் தொடலாம்.

ஒவ்வோர் ஊழியரிடமும் கம்பெனிக்கு என்ன எதிர்பார்ப்புகள் என்பதைத் தெளிவாக எழுதிக் கையில் கொடுத்துவிடுவார்கள். அதன் அடிப்படையில் பணி ஒப்பந்தம் போடப்படும். தப்புத் தவறு எதுவும் செய்வதாகத் தெரிந்தால் உடனே சீட்டுக் கிழிந்து விடும்!

ஊழலைக் குறைப்பதற்கு 1764-ல் கிழக்கிந்தியக் கம்பெனி ஒரு சட்டமே போட்டது: பணியாளர்கள் யாரும் இனி ஒரு குறிப்பிட்ட மதிப்புக்குமேல் உள்ள பரிசுகள் எதையும் வாங்கிக்கொள்ளக் கூடாது என்பதுதான் அந்தச் சட்டம். கார்ப்பரேட் உலகில் தார்மீக நெறிமுறைகளை நுழைக்கும் முயற்சிக்கு ஆரம்பக் கால உதாரணம் இது.

கம்பெனி ஊழியர்களுக்குச் சம்பளம் என்று அதிகம் கிடையாது. ஆனால் ஒவ்வொருவருக்கும் தன்னுடைய சொந்தக் கணக்கில் ஆசியாவில் வியாபாரம் செய்துகொள்ள அனுமதி உண்டு! இதனால் ஐரோப்பாவுக்கு ஏற்றுமதி செய்வதில் கம்பெனியின் ஏகபோக உரிமையும் பத்திரமாக இருக்கும்; இந்தியாவுக்குப் போய்த் தங்கி வேலை செய்தால் நாலு காசு சேர்த்துக்கொள்ள லாம் என்று பணியாளர்களுக்கும் ஊக்கம் கிடைக்கும்.[11]

அதிகாரிகள் கம்பெனிக்கு நீண்ட நாள் வேலை செய்தால் அதுவே ஒரு தகுதி, பெருமை. ஓய்வு பெறும்போது ஒரு நல்ல தொகையும் கையில் இருக்கும். ஆங்கிலேய மிட்டா மிராசு

தார்கள்போலவே வசதியாக வாழலாம். கம்பெனி தரும் சொற்பச் சம்பளத்தில் சேமித்து அந்தமாதிரி வாழ முடியாது. அது சாப்பாட்டுக்கு மட்டும்தான் போதும்!

முன்னேற வேண்டும் என்ற துடிப்பு இருந்தவர்கள் கம்பெனி வேலையின் செல்வாக்கைப் பயன்படுத்திச் சில சலுகைகள் செய்துகொண்டார்கள்; தனிப்பட்ட முறையில் வியாபாரம் செய்தார்கள். கொஞ்சம் சந்து கிடைத்தால் புகுந்து விளையாடி விடுவார்கள்! இப்படி அவர்களைத் தைரியமாக ஆடத் தூண்டியது, கம்பெனி வேலையில் இருப்பதால் உபரியாகக் கிடைத்த சலுகைகள்தான்.

ஆனால், தனியாகவும் வியாபாரம் செய்துகொள்ளலாம் என்ற நடைமுறையில் ஒரு பிரச்னையும் இருந்தது: கம்பெனிக்கும் அதன் ஊழியர்களுக்கும் இடையே எப்போதும் ஓர் இழுபறி நடந்தது. ஒரே ஆள், கம்பெனி அதிகாரியாகவும் தனியார் தொழில்முனைவராகவும் ஒரே சமயத்தில் இருந்ததால் ஏற்பட்ட சிக்கல் இது. அந்தக் காலத்து சூழ்நிலைகளை வைத்துப் பார்க்கும்போது இது எதிர்பார்க்கக் கூடியதுதான். ஆளாளுக்கு வியாபாரம் செய்கிறேன் என்று ஆரம்பித்து, கம்பெனிக் குள்ளேயே பல சின்னச் சின்ன கம்பெனிகளை உருவாக்கி வைத்துவிட்டார்கள். இதனால் எழுந்த கேள்வி - தனக்குத் தானே விசுவாசமாக இருப்பதா? கம்பெனிக்கா?

இத்தனைக்கு இடையிலும்கூட, கம்பெனியின் அடிப்படையான பிசினஸ் நோக்கங்கள் நிறைவேறிக்கொண்டுதான் இருந்தன. இதற்குக் காரணம், அடுக்கடுக்காக அமைந்த கம்பெனியின் நிர்வாகப் படிக்கட்டு அமைப்பும், அதற்குக் கிடைத்திருந்த அருமையான மனித வளமும்தான்.

ஏற்றுமதி - இறக்குமதி பிசினஸைப் பொருத்தவரை, கம்பெனி இடைத் தரகு வேலையை மட்டும்தான் செய்தது. டச்சுக்கார வி.ஓ.சியுடன் ஒப்பிட்டால் ஆங்கிலக் கம்பெனிக்கு வேகம் அதிகம்; புதிய மார்க்கெட்டுகளில் அதனால் சட்டென்று புகுந்து புறப்பட முடிந்தது. மிளகு வியாபாரத்தில் ஆரம்பித்துப் பிறகு துணிமணி, தேயிலை என்று கால் மாற்றி ஆடிக்கொண்டே இருந்தது கம்பெனி.

'காலம் காலமாக எல்லா வியாபாரிகளின் கொள்கையும் ஒன்றே: சல்லிசாகக் கிடைக்கும்போது வாங்கி, விலை அதிகரித்தபிறகு

விற்பது' என்றார் புனித அகஸ்டைன். இதைக் கம்பெனி அப்படியே பின்பற்றியது: (1) நாம் கிழக்கே அனுப்பும் பொருள் களைக் கட்டுக்குள் வைத்திருக்கவேண்டும். குறிப்பாக, வெளியே போகும் தங்கத்தின் அளவை முடிந்தவரை குறைக்க வேண்டும். (2) வாங்கி விற்பதில் ஆகும் நிர்வாகச் செலவுகளை வெகுவாகக் குறைக்கவேண்டும். (3) கிழக்கிலிருந்து கொண்டு வந்து இங்கிலாந்தில் ஏலம் விடும் பொருள்களின் விலையை முடிந்தவரை உயர்த்தியே வைத்திருக்கவேண்டும்!

பெரும்பாலான வேலைகளை வெளியே சப் காண்ட்ராக்டுக்கு விடும் கலையை அன்றே கற்றுவைத்திருந்தது கம்பெனி. எந்தப் பொருளும் கீழை நாடுகளில் உள்ள தொழிற்சாலைகளிலேயே தயாராகும். அவற்றைக் கப்பலில் ஏற்றி அனுப்புவதும் ஒப்பந்த அடிப்படையில் தனியாரிடம் விடப்பட்டது. கடைசியாக சில்லறை விற்பனையையும் கம்பெனி தன் தலைமேல் எடுத்துப் போட்டுக்கொள்ளவில்லை. அந்தக் கையில் வாங்கி இந்தக் கையில் விற்பதுதான் வேலை!

பின்னே, வியாபாரத்தில் கம்பெனியின் பங்களிப்புதான் என்ன?

இரண்டு விஷயங்களைக் கம்பெனி நன்றாகச் செய்தது: பொருள்களைத் தேர்ந்தெடுத்து வாங்குவது. அதைச் சரியாகச் சொன்ன நேரத்தில், சொன்ன இடத்தில் கொண்டுபோய்ச் சேர்ப்பித்துவிடுவது. தகவல் போக்குவரத்து என்பதே ஏறக்குறைய இல்லாதிருந்த அந்தக் காலத்தில், தருவோருக்கும் பெறுவோருக்கும் இடையில் பாலமாக இருந்தது கம்பெனி. இந்த இரட்டைக் குதிரை சவாரிதான் கம்பெனியின் பலம்.[12]

முட்டல்கள், மோதல்கள்!

இன்றைய பன்னாட்டு நிறுவனங்களில் இருப்பதுபோன்ற நிர்வாக அமைப்புகளை முதன்முதலில் உருவாக்கியது கிழக்கிந்தியக் கம்பெனிதான். இன்றைய கார்ப்பரேட் கம்பெனி களின் பல இழுபறிகளும் அதன்கூடவே வந்தன. கம்பெனி, வெளியே தன்னைச் சுற்றி ஒரு மக்கள் தொடர்பு வலையைப் பின்னி வைத்திருந்தது. கம்பெனிக்கு உள்ளேயோ, முதலாளிகள் - அதிகாரிகள் - தொழிலாளிகள் இவர்களுக்கு இடையே நிலவிய உறவுதான் முக்கியமாக இருந்தது. பிசினஸ் சென்ற திசையையும் வேகத்தையும் அதுதான் தீர்மானித்தது.

வெளி நாடுகளுடன் இருந்த பொருளாதார - சட்ட உறவுகள், கம்பெனி அந்தந்த மார்க்கெட்டில் எதுவரை ஆடலாம் என்பதை முடிவு செய்தது. ஆனால் கடைசியில் பிசினஸ் வெற்றியா தோல்வியா என்பது, அதன் உற்பத்தியாளர்கள், வாடிக்கையாளர்கள், போட்டியாளர்கள் இவர்கள் விட்ட வழிதான்!

எல்லாவற்றையும்விட, சொந்த நாட்டிலும் வெளிநாட்டிலும் உள்ளவர்கள் கம்பெனிமீது நம்பிக்கை வைத்திருக்கவேண்டும். அந்த நம்பிக்கைதான் கம்பெனியின் தலைவிதி. அந்த நம்பிக்கை தகர்ந்துவிட்டால் எதிர்ப்பு வரும், கலகம் எழும்; எதுவும் பலிக்காவிட்டால் கம்பெனியையே தூக்கி எறிந்து விடுவார்கள்!

'ஒரு கார்ப்பரேஷன் எப்போதுமே நடுநிலையுடன் இருந்ததில்லை, இருப்பதில்லை. அது தன்னுடைய இலக்குகளை அடைவதற்காக எப்போதும் அரசியல், பொருளாதாரச் சித்து விளையாட்டுகளை மாறி மாறிச் செய்துகொண்டேதான் இருக்க வேண்டும்' என்கிறார் டிமதி ஆல்போர்ன்.[13] 19-ம் நூற்றாண்டின் தொழில்துறையை நன்றாக அறிந்தவர் அவர்.

கம்பெனியின் காசுக்காக எல்லாரும் முட்டி மோதினார்கள். அது தவிர உள்ளுக்குள் யாருக்கு முதலிடம் என்ற பலப் பரீட்சையும் தொடர்ந்து நடந்துகொண்டே இருந்தது. கம்பெனியின் வாழ்நாளின் முதல் பாதிவரையில் எல்லாம் சரியாகத்தான் நடந்தது: பங்குதாரர்களுக்குத் தொடர்ந்து லாபம் கிடைத்தது; வாடிக்கையாளர்களுக்கு மலிவு விலையில் இறக்குமதிப் பொருள்கள் கிடைத்தன. இந்தியாவின் ஜவுளி உற்பத்தியாளர்களுக்கும் நல்ல விலை கிடைத்துவந்தது. பிரிட்டனுக்கும் ஆசியாவின் அரசாங்கங்களுக்கும் நிறையச் சுங்க வருவாய் வசூலானது.

ஆனால் இந்த உறவு வலைகளுக்குள்ளேயே ஒரு போராட்டத்துக்கான விதைகளும் புதைந்திருந்தன.

1750-களில் கம்பெனியின் அடிப்படையிலேயே ஏதோ கோளாறாகி விட்டது. இந்தக் கோளாறு, வங்காளத்தை வன்முறையாகக் கைப்பற்றுவதில் போய் முடிந்தது. இதில் அந்த நேரத்துக்கு மட்டும் பங்குதாரர்களுக்குக் கொஞ்சம் உடனடிப் பலன் கிடைத்தாலும், எல்லாம் கொஞ்ச நாளைக்குத்தான். கம்பெனி

தன் மார்க்கெட் பலத்தை நிரூபிப்பதற்காக முண்டாவைத் தட்டிக் காண்பிக்க ஆரம்பித்தது!

கம்பெனியின் இந்தப் புதிய அவதாரத்தால், ஒரு பக்கம் உற்பத்தியாளர்களின் நிலை பரிதாபமாக ஆனது. மறு பக்கம் கம்பெனி கால் வைத்த வெளி நாடுகள் பலவற்றில், அரசாங்கத் துடன் நேரடி முட்டல் மோதல் தொடங்கியது. பிறகு இது முழு அளவுப் போராகவே வெடித்தது.

நன்றாகப் போய்க்கொண்டிருந்த கம்பெனிக்குத் திடீரென்று என்ன ஆகிவிட்டது? இந்தக் கேள்வியை அலசி ஆராய்ந்தவர்கள் பலர். எல்லாவற்றுக்கும் சூழ்நிலைதான் காரணம் என்பவர்கள் உண்டு. முக்கியமாக, இந்தியாவுடன் செய்தித் தொடர்பே இல்லாமல் தொலை தூரப் பிரதேசமாகக் கிடந்ததால், கம்பெனியின் ஆணைகள் அங்கே செல்லுபடியாகவில்லை.

கம்பெனி அதிகாரிகள் தர்ம நியாய உணர்வே இல்லாமல் மரத்துப் போய்விட்டார்கள் என்பதும் ஒரு காரணம். கிளைவும் அவரைப் போன்ற புதிய நவாபுகளும் இந்தியாவில் கம்பெனி பதவியைக் கைப்பற்றினார்கள். உடனே அவர்களின் பேராசை அதிகரித்து, கண்ணில் பட்டதை எல்லாம் வாரிப் போட்டுக் கொள்ள முனைந்தார்கள். இதுதான் கம்பெனியை வீழ்த்தியது. இந்தக் கருத்தில் மட்டும், எல்லாக் காலங்களிலும் எல்லா விமரிசகர்களும் ஒத்துப்போகிறார்கள்.

இதைவிட வலுவான காரணங்களும் சில இருந்தன. ஆடம் ஸ்மித் எழுதிய 'தேசங்களின் செல்வம்' என்ற புத்தகம், கட்டுப் பாடுகள் இல்லாத சுதந்தரமான மார்க்கெட் என்ற கருத்தை வலியுறுத்துகிறது. கார்ப்பரேட் வளர்சிதை மாற்றங்கள் எப்படி நடக்கின்றன என்பதைத் தெளிவாக விவரிக்கும் புத்தகம் இது. கிழக்கிந்தியக் கம்பெனி வங்காளத்தைக் கைப்பற்றிய நேரத்தில் எழுதப்பட்ட புத்தகம். ஒரு கார்ப்பரேட் நிறுவனம் என்ற அளவில் கிழக்கிந்தியக் கம்பெனியை ஆராய்ந்து, அதன் பிரச்னைகளை ஆணி வேர்வரை அலசுகிறது.

குறிப்பாக, கம்பெனிக்கு வந்த சோதனைகளுக்கு ஒரு சில தனி மனிதர்கள்தான் காரணம் என்பதை ஆடம் ஸ்மித் ஒப்புக்கொள்வ தில்லை. 'கிழக்கிந்தியக் கம்பெனி அதிகாரிகளின் ஆளுமையைத்

தனிப்பட்ட முறையில் நான் குற்றம் கூறவில்லை. கம்பெனியின் அதிகார அமைப்புதான் அவர்களை இந்த நிலைக்கு ஆளாக்கியது; அதுதான் கண்டனத்துக்கு உரியது' என்கிறார்.[14] ஆக, கார்ப்பரேட் அமைப்பிலேயே ஏதோ தவறாகிவிட்டது.

400 வருட கார்ப்பரேட் வரலாற்றை வைத்துப் பார்த்தால், கிழக்கிந்தியக் கம்பெனியும் இன்றைய தொழில் நிறுவனங்களும் செய்யும் அடிப்படையான தவறுகள் மூன்று: (1) மார்க்கெட் முழுவதையும் தானே பைக்குள் போட்டுக்கொண்டு விடவேண்டும் என்ற ஏகபோகப் பேராசை. (2) அதிகாரிகளுக்கும் முதலாளிகளுக்கும் இருக்கும் சூதாட்ட இச்சை. (3) பெரிய நிறுவனங்கள் தவறு செய்யும்போது அதை உடனே கண்டுபிடித்துச் சரி செய்வதற்கு அமைப்பு எதுவும் இல்லாதது.

மலை முழுங்கி வியாபாரம்[15]

பிரிட்டிஷ் அரசாங்கத்திடம் கம்பெனி கேட்டதெல்லாம் ஒன்றே ஒன்றுதான்: 'கிழக்கு நாடுகளுடன் வர்த்தகம் செய்ய எங்களுக்கு மட்டுமே தனிப்பட்ட உரிமை கொடுங்கள்.' ஏனென்றால் மார்க்கெட்டில் பொருள்களின் வரத்து அதிகரித்தால் விலை குறைந்துவிடும். இன்றுவரையிலும் கம்பெனிகளின் கவலை அதுதான்.

தான் மட்டும்தான் ஆசியாவிலிருந்து எதையும் இறக்குமதி செய்யவேண்டும் என்று நினைத்தது கம்பெனி. இது நம் அதிகாரப் பத்திரத்திலேயே எழுதிக் கொடுக்கப்பட்டிருக்கிறது; அதை யாரும் மீறிவிடாமல் பார்த்துக்கொள்ளவேண்டும். அதற்காக எந்த அரசாங்க அதிகாரியிடம் குழையடிக்க வேண்டியிருந்தாலும், எத்தனை லஞ்சம் கொடுக்கவேண்டியிருந்தாலும் பரவாயில்லை! எதிர் முனையில், ஆசியாவிலும் நமக்குப் போட்டியே இருக்கக்கூடாது. அப்போதுதான் அங்கே உற்பத்தியாகும் பொருள்களைச் சல்லிசான விலையில் வாங்கிப் போடலாம். இப்படி இரண்டு பக்கத்தையும் கைக்குள் போட்டுக் கொண்டால், பங்குதாரர்களின் லாபம் உயரத்திலேயே இருக்கும்படிப் பார்த்துக்கொள்ளலாம்.

மார்க்கெட்டில் ஆதிக்கத்தை நிலைநாட்டுவதற்காக, கம்பெனி சாமதான பேதம் அனைத்தையும் உபயோகித்தது. முதலில் பேரம் பேசும்; அது பலன் அளிக்காவிட்டால் பலத்தை உபயோகித்துப்

பார்க்கும். இல்லாவிட்டால் பச்சையாக ஏமாற்று வேலைகளில் இறங்கவும் கம்பெனி தயங்கவே இல்லை!

இன்று பொதுத்துறை நிறுவனங்களால் மட்டும்தான் இந்த அளவுக்கு ஏகபோகம் நடத்த முடியும். இதற்கு விதி விலக்காக மிகச் சில நிறுவனங்கள் இருக்கலாம்; அடிப்படைக் கட்டமைப் பான எரிசக்தி, தொலைத்தொடர்பு, போக்குவரத்து, நீர் வளம் போன்றவை. ஆனால் இருபது வருடங்களுக்கு மேலாக உலகப் பொருளாதாரம் தாராளமயம் ஆகிவிட்டதால், கார்ப்பரேட் நிறுவனங்கள் அளவுக்கு மீறிப் பெருத்துவிட்டன. இவற்றால் பொருளாதாரத்துக்கும் ஆபத்து, அரசியலுக்கும் ஆபத்து!

இன்று உலக வர்த்தகத்தில் 60 சதவிகிதத்துக்குமேல், ஒரு கம்பெனிக்கும் இன்னொரு கம்பெனிக்கும் இடையே நடக்கும் வியாபாரமாகத்தான் உள்ளது. பொருள்கள் திறந்த மார்க்கெட்டுக்கு வருவதே இல்லை. இதில் போய் வெளிப்படையான மார்க்கெட்டைப் பற்றிப் பேசுவதெல்லாம் வெட்டி வேலை.

இந்தப் புதிய வகை ஏகபோகக் கம்பெனிகளுக்குச் சரியான உதாரணம், வால் மார்ட்.

வால் மார்ட்டின் ஒரு வருட விற்பனை, 300 பில்லியன் டாலர். வருமானத்தை வைத்துப் பார்த்தால் வால் மார்ட்தான் இன்று உலகத்திலேயே மிகப் பெரிய கார்ப்பரேஷன். இந்த ஒரு கம்பெனியின் பங்கு அமெரிக்காவின் தேசிய வருமானத்தில் 2.5 விழுக்காடு! ஒரு காலத்தில் கிழக்கிந்தியக் கம்பெனி ஆசிய வர்த்தகத்தை முழுதாக ஆக்கிரமித்திருந்ததுபோலவே, வால் மார்ட்தான் இன்று சீனாவிலிருந்து இறக்குமதி செய்வதில் மிகப் பெரிய நிறுவனம். வால் மார்ட் மட்டும் ஒரு தனி நாடாக இருந்தால், அது சீனாவின் எட்டாவது பெரிய வர்த்தகக் கூட்டாளியாக இருக்கும். பிரிட்டன்கூட இதற்குப் பிறகுதான் வருகிறது!

வால் மார்ட்டின் லட்சியம் என்னவென்று கேட்டால் 'தினம் தினம் தள்ளுபடிக் கொண்டாட்டம்' என்பார்கள். இந்தக் கொண்டாட்டத்தின் நடுவில் ஒரு விஷயம் அமுங்கிப் போய் விடுகிறது: வால் மார்ட்போலத் தன் பணியாளர்களைக் கசக்கிப் பிழிந்து வேலை வாங்கும் கம்பெனி வேறில்லை.[16] பெண் களுக்கு எதிராக ஓரவஞ்சனை செய்வதாகவும் பல புகார்கள்.

இதில் பாதிக்கப்பட்ட 16 லட்சம் முன்னாள், இந்நாள் பெண் ஊழியர்களின் சார்பில் அமெரிக்கக் கோர்ட்டில் மிகப் பெரிய வழக்குகள் இருக்கின்றன. வால் மார்ட்டின் ஆசியக் கொள்முதல் பிரிவில் பணியாளர்கள் நிலைமை படு மோசம் என்று மனித உரிமை அமைப்புக்கள் அம்பலப்படுத்தி இருக்கின்றன.

அமெரிக்காவில் வால் மார்ட்டின்மீது வேறுவிதமான புகார்கள். அங்கங்கே இருந்த உள்ளூர்க் கடைகளைத் துவம்சம் செய்து, நுகர்வோருக்கு வால் மார்ட்டை விட்டால் வேறு கதியில்லை என்று ஆக்கிவிட்டது. பொருளாதாரத்தின் குரல்வளையே நசுங்கிக்கொண்டிருக்கிறது.[17]

உலகப் பொருளாதாரத்தை தாராளமயமாக்குவதற்கு எவ்வளவோ முயற்சிகள் நடக்கின்றன. ஆனால் இன்றைய பன்னாட்டுத் தொழில்கள் எல்லாம் கார்ப்பரேட் கம்பெனிகளுக்கு இடையில் நடக்கும் வியாபாரமாகவே முடிந்துபோய் விடுகிறது. கிழக்கிந்தியக் கம்பெனியின் காலத்திலும் இதே கதைதான். இந்தச் சூழ்நிலையில் அரசர் வந்து பட்டயம் எழுதிக் கொடுத்தால்தான் ஏகபோக உரிமை கிடைக்கும் என்பதில்லை. ஆனால் அந்த மாதிரி உரிமைக்குத்தான் கிழக்கிந்தியக் கம்பெனி அவ்வளவு போராட்டம் நடத்தியது.

உடனே லாபம்! கொள்ளை லாபம்!

ஒரு கார்ப்பரேஷனுக்கும் மற்ற வணிக நிறுவனங்களுக்கும் என்ன வித்தியாசம்? கார்ப்பரேஷன் அமைப்பில் உடைமையாளர்கள் வேறு, நிர்வாகிகள் வேறு. இந்த அமைப்பினால் பல நன்மைகள் இருக்கின்றன. பரவலாகப் பலரிடமிருந்து முதலீடு வாங்கித் தொழில் நடத்த முடியும். தலைமுறை தலைமுறையாக ஒரே குடும்பத்தினரே முதலாளிகளாக இருப்பதற்குபதிலாக, தொழில்துறை வல்லுநர்களிடம் பொறுப்பை ஒப்படைத்துவிட முடியும்.

ஆனால், இதில் ஓர் அபாயமும் உண்டு: இரு தரப்பினருமே அசட்டையாக இருந்துவிட்டால்? பங்குதாரர்களின் பொறுப்பு, அவர்கள் போட்ட பணத்தின் அளவுடன் முடிந்துவிடுகிறது. தப்பான இடத்தில் முதலீடு செய்துவிட்டாலும், அதன் முழு விளைவுகளையும் அவர்கள் அனுபவிக்கத் தேவையில்லை.

கட்டுப்பாடுகள் முழுவதும் அதிகாரிகளிடம் இருப்பதால், அவர்கள் சுயநலத்தில் சிக்கி ஊழல் செய்ய வாய்ப்பு இருக்கிறது. நவீன கார்ப்பரேட் வார்த்தைகளில் சொல்வதானால், கார்ப்பரேஷனின் முக்கியக் குறைபாடே இந்த 'முகவாண்மைப் பிரச்னை' எனப்படுவதுதான்.

இந்தப் பிரச்னையால் கம்பெனிகளின் உயிருக்கு ஒன்றும் ஆபத்து இல்லை. ஆனால் இதை எப்போதும் எச்சரிக்கையாகக் கவனிப்பது அவசியம்; இல்லாவிட்டால், பங்குதாரர்களும் அதிகாரிகளும் சேர்ந்து கார்ப்பரேஷனைப் பந்தாடிவிடுவார் கள்!

18-ம் நூற்றாண்டின் நடுவில் கிழக்கிந்தியக் கம்பெனிக்கு மாபெரும் வீழ்ச்சி ஏற்பட்டது. உள்ளே இருந்துகொண்டே சூதாடியவர்களும் குறுகிய காலத்தில் பணத்தைப் போட்டுப் பணத்தை எடுத்து ஆட்டம் காட்டியவர்கள் ஒரு காரணம். சிக்கலான பண விளையாட்டுக்கள், பற்றாக்குறையான நிர்வாகம் - இவையும் காரணம். அரசாங்கத்தின் சட்ட திட்டங்களும் வலுவாக இல்லை.

1990-களின் இறுதியிலும் இதே காரணங்களால்தான் மார்க்கெட் விழுந்தது![18]

கிழக்கிந்தியக் கம்பெனியின் வாழ்வும் தாழ்வும் போன்ற அதே நாடகம் 2001-ல் திரும்பவும் நடந்தது: என்ரான் நிறுவனம் சிதைந்தது. அவர்களும் சின்னக் கம்பெனிகளையெல்லாம் வாரி வாய்க்குள் போட்டுக்கொண்டார்கள். கார்ப்பரேட் அதிகாரிகள் தங்கள் வசதி வாய்ப்புக்காக எதையும் செய்யத் துணிந்தார்கள். பெரும் அக்கிரமங்கள் செய்துவிட்டு, அதன் விளைவுகளைச் சாதாரணப் பங்குதாரர்களின் தலையில் போட்டுவிட்டு ஓட்டம் எடுத்தார்கள்.

இடைப்பட்ட இரண்டு நூற்றாண்டுகளில் கார்ப்பரேட் விதிமுறைகள் எவ்வளவோ மாறி இருக்கின்றன; இப்போது அதிகாரிகள் யாரும் தனிப்பட்ட முறையில் பிசினஸ் செய்ய முடியாது. ஆனால் அவர்களின் பின்னால் இருந்துகொண்டு பிடறியைப் பிடித்து உந்திய சில சக்திகள் இன்னும் அப்படியே தான் இருக்கின்றன.

குற்றக் கூண்டில் வணங்காமுடி[19]

17, 18, 19-ம் நூற்றாண்டு முழுவதும் கம்பெனியைக் கவனித்து வந்தவர்களுக்கு ஒன்றை நினைத்து நிச்சயம் ஆத்திரம் வந்திருக்கும்: அதுதான் கம்பெனியின் ஆணவப் போக்கு.

செய்வது எல்லாவற்றையும் செய்துவிட்டு, விலாங்கு மீன் மாதிரி கம்பெனி எப்படியோ தப்பித்துவிடும்! மார்க்கெட் முழுவதையும் நாமே வளைத்துப் போட்டுக்கொண்டுவிடவேண்டும் என்ற சூதாட்ட வேகம் கம்பெனியை ஆட்டி வைத்தது. அதற்காக எத்தனை பெரிய குற்றத்தை வேண்டுமானாலும் செய்ய முனைந்து விட்டது. சொந்த நாட்டிலோ, வெளி நாட்டிலோ இதற்கு எந்த மருந்தும் இருக்கவில்லை.

ஐரோப்பாவிலும் ஆசியாவிலும் சட்டத்தில் மிகப் பெரிய ஓட்டைகள் இருந்தன. கார்ப்பரேட் நிறுவனங்களையும் அவற்றின் அதிகாரிகளையும் பிடித்துக் கூண்டில் நிறுத்துவதற்கு எந்த நீதிமன்றத்துக்கும் சட்ட வலு இல்லை. (ஆனாலும் கம்பெனி காலத்தில் வாழ்ந்த சிலர், எப்படியாவது கம்பெனியைக் கூண்டில் ஏற்றிவிடவேண்டும் என்று முயற்சி செய்யாமல் இல்லை; இதைப் பற்றிப் பிறகு விவரமாகப் பார்ப்போம்.)

இன்றைக்குக்கூட, மார்க்கெட்டுகள் உலகமயமாக ஆகியிருக்கும் அளவுக்குச் சட்டம் உலகமயம் ஆகவில்லை. கடந்த சில பத்தாண்டுகளாகத்தான் அரசியல்வாதிகள் மிகவும் பாடுபட்டு, பன்னாட்டு வர்த்தகத்தை தாராளமயமாக்கி இருக்கிறார்கள். ஆனால் உலகத்துக்கே பொதுவாக இருக்கும் மனித உரிமைகளை மதிக்கவும் விதிக்கவும் அவ்வளவாக முயற்சிகள் எடுக்கப்பட வில்லை.

சில சமயம் மனித குலத்துக்கே எதிரான மன்னிக்க முடியாத குற்றங்கள் நடந்துவிட்டபோது, அதற்காக மட்டும் தீர்ப்பாணையம் அமைக்கப்பட்டது உண்டு. தனிப்பட்ட யாரும் குற்றம் செய்துவிட்டு சுலபமாகத் தப்பிக்க முடியாமல் இருக்க, பன்னாட்டுக் குற்றவியல் நீதிமன்றம் ஒன்று அமைப்பதற்கும் ஒரு முயற்சி நடந்தது. இந்தத் துணிச்சலான முயற்சியை அமெரிக்கா ஒருதலைப் பட்சமாக எதிர்க்கவே, திட்டம் நிறைவேறவே இல்லை. பரிதாபம்!

தனிப்பட்டவர்களை விடுங்கள்; கார்ப்பரேட் நிறுவனங்களின் கதை என்ன? 1984-ல் போபாலில் விஷ வாயு கசிந்ததற்கு யூனியன் கார்பைட் இன்னும் பதில் சொல்லவில்லை. 22,000 பேர் சாவு. ஒரு லட்சம் பேர் கடும் நோய்களால் இன்றுவரை முடங்கிப்போயிருக்கிறார்கள். இருபது வருடத்துக்குமேல் ஆகியும் கார்பைடோ இந்திய, அமெரிக்க அரசாங்கங்களோ தங்கள் கடமையைச் செய்யவில்லை. இதற்குக் காரண மானவர்கள் தண்டிக்கப்படவில்லை. பாதிக்கப்பட்டவர்களுக்கு முழு நிவாரணமும் கானல் நீராகத்தான் இருக்கிறது.[20]

துள்ளிக் குதித்த கார்ப்பரேஷன்

கிழக்கிந்தியக் கம்பெனியின் மரபணுவுக்குள் எங்கோ ஓர் அடிப்படையான தப்பு இருந்தது. அதைத்தான் இந்தப் புத்தகம் முழுதும் பார்க்கப்போகிறோம். பிரச்னைகள் இருந்தாலும் அவை நீறு பூத்த நெருப்பாகத்தான் புகைந்துகொண்டிருந்தன. அவ்வப்போது ஏதாவது ஒரு சாக்கில் வெடித்துக் கிளம்பும்; கம்பெனி அவசர அவசரமாகத் தீயை அணைக்க விரையும். அணைக்காவிட்டால் சமுதாயத்துக்கும் பாதிப்பு, கம்பெனியின் எதிர்காலத்துக்கேகூட நல்லதல்ல என்று அதற்குத் தெரியும்!

கம்பெனியின் காலத்தில் ஐரோப்பா, ஆசியா, அமெரிக்காவில் வாழ்ந்த பலரும் இதை உணர்ந்தே இருந்தார்கள். 1760-களின் கடைசியில் சுதந்தர உலகத்துக்கே கம்பெனியால் கேடு விளையும் போன்ற நிலைமை உருவாகிவிட்டது. அப்போது ஜெண்டில்மன்ஸ் இதழ், 'கிழக்கிந்திய வியாபாரிகளின் எதேச்சாதிகாரக் கம்பெனி' என்று சாடியது.[21]

ஆனால் ஸ்பிரிடியோன் ரோமா பிரம்மாண்டமாகத் தீட்டிக் காட்டியது போன்ற கம்பெனி ஆதிக்கம் அதிக நாள் நீடிக்க வில்லை; இதை முன்னமே பார்த்தோம். பணத்தாலும் பணியாலும் கம்பெனி தன் தகுதிக்குமீறி அகலக் கால் வைத்து விட்டது. இதனால் கடைசியில் வியாபாரத்தையே சுருட்டிக் கொண்டு முடங்கவேண்டிய நிலை வந்துவிட்டது.

ஒரு கார்ப்பரேஷன் என்னதான் வர்த்தகத்தில் சிறந்து விளங்கி னாலும், சிக்கலான அதிகார அமைப்பை உருவாக்கிவைத்திருந் தாலும், அது தற்பெருமை மிகுந்து தலைக் கனத்தில் ஆட ஆரம்பித்துவிட்டால் எல்லாம் பாழ். 'போதும், நிறுத்து!' என்று சொல்வதற்கு எந்த அமைப்பும் அதற்குள்ளே இல்லை.

இதுதான் கார்ப்பரேட் கம்பெனியின் சோகம். அதிகார போதை, அதனுடன் கூடப்பிறந்தது. அதைத் தடுத்து அணை போட ஒருவரும் இருப்பதில்லை. கிழக்கிந்தியக் கம்பெனி செருக்குடன் அலைகிறது என்ற குற்றச்சாட்டு ஒரு பக்கம் ஒலித்துக் கொண்டிருக்கும்போதே, அதன் செயலாளர் ராபர்ட் ஜோன்ஸ் நாடாளுமன்றத்தில் போய் 'நாங்கள் ஒன்றும் ஆதிக்கம் செலுத்தவோ, ஆட்சியைப் பிடிக்கவோ நினைக்கவே இல்லை. நாங்கள் உண்டு, எங்கள் வியாபாரம் உண்டு என்றுதான் இருக்கிறோம்' என்று சாதித்தார்.[22] அதில் நேர்மை இல்லை. அதற்கு பதிலாக, 'வியாபாரம்தான் எங்களுக்கு முக்கியம்; ஆனால் அதற்காக ஆட்சியைக் கைப்பற்றவேண்டியிருந்தாலும் தயங்காமல் செய்வோம்' என்று சொல்லியிருந்தால் உண்மைக்குப் பக்கத்தில் வந்திருக்கும்.

1853-ன் கோடை காலத்தில் கம்பெனிக்குக் கடைசி முறையாக சாசனம் வழங்கும்போது அதைப் பற்றி நாடாளுமன்றத்தில் விவாதம் நடந்தது. நூறு வருடத்துக்குப் பிறகு இதை ஆராய்ந்த கார்ல் மார்க்ஸ் சட்டென்று முக்கியப் புள்ளியைப் பிடித்து விட்டார்: 'கம்பெனியின் நோக்கம், காசு சம்பாதிப்பது. அதற்காகவே அது இந்தியாவைக் கைப்பற்றியது!' என்கிறார்.[23]

மார்க்ஸின் இந்தப் பிரபலமான வாக்கியத்தை அப்படியே திருப்பிப் போட முடியும். இந்தியாவைக் கைப்பற்றுவதற்குக் கம்பெனி செய்த முதல் முயற்சி, தோல்வியில் முடிந்தது. ஆனால் பிறகு 1757-ல் அதற்கு வெற்றி கிடைத்தது.

என்ன வேதனையான வெற்றி!

3

மசாலா நெடி

இன்றைக்கு நீங்கள் ஆம்ஸ்டர்டாம் நகரத்தின் ஔடி ஹூக்ஸ்ட்ராட் தெருவில் போய் நின்றால், இரண்டு பக்கமும் வரிசையாகப் பெட்டிக் கடைகளின் நடுவே கம்பீரமான மூன்று மாடிச் செங்கல் கட்டடம் ஒன்றைப் பார்க்கலாம். அதுதான் உஸ்டாண்டிச் ஹவுஸ். 1606 முதல் 1799 வரை வி.ஓ.சியின் தலைமையகமாக இருந்த கட்டடம். அதன் நுழைவாயிலில் இப்போதுகூட வி.ஓ.சியின் சின்னம் பொறிக்கப்பட்டுள்ளது.

டச்சுக்காரர்களுக்கு எப்போதுமே சுற்றுச்சூழலில் ஆர்வம். எனவே கட்டடத்தை இடிக்காமல் ஆம்ஸ்டர்டாம் பல்கலைக் கழகத்தின் ஒரு துறைக்குக் கொடுத்திருக்கிறார்கள். ஒரு காலத்தில் ஹெரன்-17 என்ற கம்பெனி இயக்குநர்கள் கூடி பிசினஸ் வியூகங்கள் பேசிய இடத்தில் இப்போது சமூகவியல் வகுப்புகள் நடக்கின்றன.[1]

இதில் முக்கியமாகக் கவனிக்கவேண்டியது, உஸ்டாண்டிச்சின் பரபரப்பும் அதுபோன்ற மற்ற வி.ஓ.சி நினைவுகளும் இன்னும் ஆம்ஸ்டர்டாமின் ஒரு பகுதி. ஆம்ஸ்டர்டாம் என்ற பெயரைத் தாங்கி நின்ற வி.ஓ.சியின் கப்பல் ஒன்றின் மாதிரி இன்னும் கடல் மியூசியத்தில் இருக்கிறது. ஆனால் அக்கரையில் உள்ள லண்டனிலோ, கிழக்கிந்தியக் கம்பெனியின் நினைவுகளையே துடைத்துப்போடுவதற்கு முயற்சி நடக்கிறது!

ஒரு நூறு வருட காலம்வரை ஆசியாவுடன் வியாபாரம் செய்வதற்கு, ஐரோப்பா என்றாலே வி.ஓ.சி மட்டும்தான் என்ற நிலை இருந்தது. வியாபாரத்தின் அளவிலும் வீச்சிலும் அது கிழக்கிந்தியக் கம்பெனியைவிடப் பெரியது. ஆசியாவின்

மசாலாப் பொருள் விற்பனையில் போர்த்துக்கீசியக் கப்பல்கள் தான் பெருங்கடலை ஆண்டுகொண்டிருந்தன.

வடக்கு ஐரோப்பாவில் வி.ஓ.சியின் ஆதிக்கத்தை முதலில் உடைத்தவர்கள் டச்சுக்காரர்கள். அவர்களுடைய கம்பெய்னே வான் வெர் (தொலைதூர உலகங்களின் கம்பெனி) 1595-ல் தன் கப்பல்களைக் கிழக்கு நோக்கிச் செலுத்தியது. அவர்களுடைய இலக்கு, இந்தோனேசியாவின் மசாலாப் பொருள்கள்.

அடுத்த ஆறு வருடத்தில் 8 போட்டிக் கம்பெனிகள் தோன்றி, மொத்தம் 15 கப்பல் படைகளைக் கிழக்கே அனுப்பின. இந்தப் போட்டா போட்டியால் மசாலாப் பொருள் விளைவிப்பவர் களுக்குக் கொண்டாட்டம். அவர்களுக்கு நல்ல விலை கிடைத்தது. டச்சு நுகர்வோருக்கும் கொண்டாட்டம். அவர்களுக்கு விலை குறைவாகப் பொருள்கள் கிடைத்தன. ஆனால் முதலீடு செய்து கப்பல் அனுப்பியவர்களுக்குத்தான் திண்டாட்டம்!

எனவே 1602, மார்ச் 20-ம் தேதியன்று எல்லாக் கப்பல் கம்பெனிகளும் தங்கள் பகையை மறந்து ஒன்றாக இணைந்தன. அந்த ஒன்றிணைந்த கம்பெனி (கிழக்கிந்தியக் கம்பெனி பிறகு செய்ததுபோலவே) ஆசிய வர்த்தகம் முழுவதையும் வளைத்துப் போட்டது. எந்த வியாபாரமாக இருந்தாலும் அதில் தனக்கு என்ன ஆதாயம் என்றே பார்க்க ஆரம்பித்தது.

இதெல்லாம் நடப்பதற்கு இரண்டு வருடம் முன்னாலேயே இங்கிலாந்தும் தன் பக்கத்திலிருந்து காய் நகர்த்தியது; அப்படித்தான் கிழக்கிந்தியக் கம்பெனி ஆரம்பிக்கப்பட்டது. இருந்தாலும் வி.ஓ.சி.க்கு அவர்களைப்போல் பத்து மடங்கு முதலீடு இருந்ததால் விரைவிலேயே வி.ஓ.சி மார்க்கெட்டை ஆட்சி செய்ய ஆரம்பித்துவிட்டது.

வெளி மார்க்கெட்டில் தன் பங்குகளை விற்க ஆரம்பித்த முதல் கம்பெனி வி.ஓ.சி.தான். 1602-ல் முதலீட்டாளர்கள் போட்ட பணத்தைப்போல் தன் வாழ்நாளுக்குள் மொத்தம் 3,600 சதவிகிதம் டிவிடெண்ட் கொடுத்தது![2]

தன் பெருமைகளை ஊருக்கு டமாரம் அடிப்பதற்காக ஓவியங்களை வரைந்து மாட்டும் பழக்கத்தை ஆரம்பித்துவைத்ததும் வி.ஓ.சி. தான். அதன் தலைமையகத்தில் இருந்த முக்கிய ஹாலில், இந்தியாவின் மலபார் கடற்கரையில் உள்ள கொச்சி, தாய்லாந்தின்

ஆயுத்யா, மொலுக்காஸில் உள்ள பண்டா நேரா, சீனாவின் கான்ட்டன் என்று கம்பெனியின் ஆசிய வர்த்தக மையங்கள் அனைத்தும் ஓவியமாக அதன் சுவர்களை அலங்கரித்தன. அந்தத் தெருப் பக்கம் நடந்தாலே, உள்ளே மூட்டை மூட்டையாக அடுக்கியிருக்கும் மசாலாப் பொருள்களின் வாசம் மூக்கைத் துளைக்கும்!

கவிஞர் ஜூஸ்ட் வான் டெர் வான்டெல் எழுதினார்:

> காசில் கொழுத்த கிழக்கிந்திய மாளிகை
> போதைக்கு அடிமையாகி நொந்து தளர்ந்தது;
> கிழக்கின் மசாலா நறுமணம்
> காற்றில் மிதந்து அருகில் வந்தது.[3]

கம்பெனி, காசு விஷயத்தில் படு கூர்மை; அத்துடன், காலனி ஆதிக்கத்துக்கே உரிய முரட்டுத்தனமான அணுகுமுறை. இரண்டும் சேர்ந்ததில் வி.ஓ.சி, கொஞ்சம் கொஞ்சமாக ஆசியா வியாபாரத்தை ஆள ஆரம்பித்தது. கம்பெனிக்கென்று நூறு கப்பல்கள் ஓடின. ஆறு நகரங்களில் இருந்த அதன் கிளை களுக்கும் கனக மழை கொட்டியது.

வி.ஓ.சிக்குக் கொக்கு மாதிரி ஒரே குறி: காசு, காசு, காசு! அதனால்தான் அதற்கு இத்தனை வெற்றிகள் கிடைத்தன. இதற்குச் சரியான உதாரணம், பீட்டர்ஜூன் கோயன். ஆசியாவில் வி.ஓ.சியின் தலைமையகமான பதாவியாவை உருவாக்கியவர் அவர்தான். (அதன் இன்றைய பெயர் ஜாகர்த்தா). 1619-ம் ஆண்டில் ஹெரன்-17-க்கு அவர் எழுதிய கடிதம் ஒன்றில் 'போரில் இறங்காமல் வியாபாரம் இல்லை; வியாபாரத்தில் சம்பாதிக்காமல் போர் இல்லை' என்று பிடிவாதமாகச் சாதிக்கிறார்.[4]

கிழக்கே வன்முறை. உள்ளூரிலோ, அதற்குச் சற்றும் சளைக்காத சூழல். கம்பெனி ஆரம்பித்து இருபது வருடம்கூட இல்லை. அதற்குள் முதலீட்டாளர்கள் கொதித்து எழுந்து 'கணக்கு எங்கே?' என்று கேட்டு இயக்குநர்களுக்குக் கிடுக்கிப் பிடி போட்டார்கள். பங்குதாரர்களின் புகார்களைக் காது கொடுத்துக் கேட்காமல் இனி காலம் தள்ள முடியாது என்பது புரிந்துபோயிற்று.

அடுத்த நூறு வருடங்களுக்கு, பிரிட்டிஷ் போட்டிக்காரனைப் பின்னுக்குத் தள்ளி வி.ஓ.சி முந்திக்கொண்டுதான் இருந்தது. ஆனால் 18-ம் நூற்றாண்டு பிறந்தபோது பல பிரச்னைகளில் சிக்கி

அழுந்த ஆரம்பித்தது. வி.ஓ.சியால் புதிய புதிய வர்த்தகச் சரக்குகளைக் கண்டுபிடித்து அறிமுகப்படுத்த முடியவில்லை. உள்ளுக்குள்ளே தழும்பேறிப் போன நிர்வாகம்; ஊழல். நூற்றாண்டு முடியும் நேரத்தில், வி.ஓ.சி என்றாலே ஊ.செ.க (ஊழலால் செத்த கம்பெனி) என்று எல்லோரும் கிண்டலடிக்க ஆரம்பித்துவிட்டார்கள்.

சந்தர்ப்பத்தைப் பயன்படுத்திக்கொண்டது கிழக்கிந்தியக் கம்பெனி. முதலில் வி.ஓ.சியை இந்தியாவை விட்டுத் துரத்தியது. 1780-களில் நடந்த ஆங்கிலேய-டச்சுப் போர்களில் தோல்வி அடைந்தவுடன் ஆசியாவே வி.ஓ.சியின் கையை விட்டுப் போனது. கடைசியாக 1799-ல் வி.ஓ.சி தன் இறுதி மூச்சை விட்டது.

கப்பரை ஏந்திய கம்பெனி

கிழக்கிந்தியக் கம்பெனியைப்பற்றிப் புரிந்துகொள்வதற்கு, முதலில் அதன் சூழ்நிலைகளைப் புரிந்துகொள்ளவேண்டும். அந்தச் சூழ்நிலையில் இருந்த முக்கியமான சக்தி, வி.ஓ.சி.

17-18 நூற்றாண்டுகளில் பல ஐரோப்பிய நாடுகள் பல கம்பெனிகளை உருவாக்கி இந்தியாவுக்கு அனுப்பின. கிழக்கிந்தியக் கம்பெனியும் அவற்றில் ஒன்று. அவ்வளவுதான். பிரான்ஸிலிருந்தும் டென்மார்க்கிலிருந்தும்தான் பல முக்கியக் கம்பெனிகள் தோன்றின.

ஜெனோவா, ஆஸ்டெண்ட், பிரஷ்யா, ஸ்வீடன், ஸ்பெயின், ட்ரியெஸ்ட் போன்ற இடங்களிலிருந்து பல சிறு சிறு கம்பெனிகளும் புற்றீசல்களாகப் புறப்பட்டன. ஆங்கிலேயக் கிழக்கிந்தியக் கம்பெனி, ஆரம்பித்துப் பாதி காலம்வரை இருக்கும் இடம் தெரியாமல் மூலையில் உட்கார்ந்திருந்தது. ஆசியாவின் உள்ளூர் ஆட்சியாளர்கள், ஐரோப்பியப் போட்டியாளர்கள் போன்றோர் ஒதுக்கிய மீதி இடத்தில்தான் ஏதோ வியாபாரம் செய்து வாழ்ந்துகொண்டிருந்தது.

லண்டனில் கிழக்கிந்தியக் கம்பெனி ஆரம்பிக்கப்பட்டது 1600-ம் ஆண்டு. அந்தக் காலகட்டத்தில் ஆசியாதான் பொருளாதாரத்தில் சிங்க ராஜா! அதன் தயவில் அண்டிப் பிழைத்துக்கொண்டிருந்தது ஐரோப்பா. அதிலும் இங்கிலாந்து, மிகவும் குட்டி நாடு.

ஆசியாவிலிருந்து ஐரோப்பாவுக்கு மசாலா சாமான்களும் பிற ஆடம்பரப் பொருள்களும் பல ஆயிரம் வருடங்களாகவே

ஏற்றுமதி ஆகிக்கொண்டிருந்தன. இவை மத்தியக் கிழக்கு நாடுகளைத் தாண்டித் தரை வழியாகத்தான் மேற்கே சென்றன. இடைவழியில் இருந்த உள்ளூர் வியாபாரிகளின் கட்டுப்பாட்டில் முழு வியாபாரமும் இருக்க, இந்தச் சங்கிலியின் கடைக்கோடியில் மாட்டிக்கொண்ட ஐரோப்பாவின் பாடு திண்டாட்டம்தான்.

1453-ல் ஒட்டோமான் வம்சம் கான்ஸ்டான்ட்டிநோபிளைக் கைப்பற்றியவுடன் மத்தியதரைக் கடல் பகுதி முழுவதும் துருக்கியர்வசம் சென்றுவிட்டது. மிளகு, கிராம்பு, லவங்கம், ஜாதிக்காய், ஜாதிபத்திரி போன்ற மசாலாப் பொருள்கள் வரும் வழி அடைபட்டுவிடவே, ஐரோப்பா நொந்துவிட்டது. உப்புக் கண்டம் போட்டு வைத்த இறைச்சியை மறுபடி சாப்பிடத் தகுந்ததாக ஆக்குவதற்கு, அவர்களுக்கு மிளகு மிகவும் அவசியம்!

ஆசியாவில் நிறைய மிளகு இருக்கிறது; அதை இங்கே கொண்டு வருவதற்கு வேறு வழி ஏதாவது கண்டுபிடிக்க முடியுமா என்று பரபரத்தது ஐரோப்பா. முதலில் ஸ்பானிஷ்காரர்கள், மேற்காக உலகத்தைச் சுற்றிக்கொண்டுபோய்ப் பார்க்கலாம் என்று புறப்பட்டார்கள். 'மிளகைத் தேடிக் கிளம்பியவர்களுக்கு அமெரிக்காதான் அகப்பட்டது!'[5]

போர்த்துக்கீசியர்களோ வேறு வழியில் முயன்றார்கள். ஆப்பிரிக்கக் கரை ஓரமாகத் தெற்கே போய், நன்னம்பிக்கை முனையைச் சுற்றிக்கொண்டு கிழக்கே வந்தார்கள். ஸ்பெயின் அரசருக்கும் அரசிக்கும் கொலம்பஸ் புதிய உலகத்தைப் பரிசாக அளித்தார்; ஆனால் ஆரம்பித்த காரியத்தை வெற்றிகரமாக முடித்தவர்கள் போர்த்துக்கீசியர்கள்தான். அவர்கள்தான் மசாலா சாமான்களின் முகவரியைக் கண்டுபிடித்தார்கள்.

இதில் வேடிக்கை என்னவென்றால், ஐரோப்பா கிழக்கிலிருந்து மசாலாப் பொருள்கள் வாங்குவதற்காகக் கொடுத்த வெள்ளி முழுவதும் அமெரிக்கச் சுரங்கங்களிலிருந்துதான் வந்தது! 1600-க்குப் பிறகு இரு நூற்றாண்டு காலம் அமெரிக்காவில் கிடைத்த வெள்ளியில் மூன்றில் ஒரு பங்கு, நேராக ஆசியாவுக்குப் போனது; பற்பல இறக்குமதிப் பொருள்களாக மாறி ஐரோப்பாவுக்கு வந்தது.[6]

அதுவரை இந்தியப் பெருங்கடலில் யார் வேண்டுமானாலும் சுதந்தரமாக வர்த்தகம் செய்து வந்தார்கள். 1498-ல் வாஸ்கோ ட காமாவின் போர்த்துக்கீசிய கப்பல்கள் காலிக்கட்டில் (கோழிக்கோடு) வந்து இறங்கியதுமே அனைத்தும் ரத்த மயமாக மாறியது.

வாஸ்கோ ட காமாவை வழியில் பார்த்த அரேபிய வியாபாரி ஒருவர் கேட்டாராம்: 'எதற்காக இந்தியாவுக்கு வந்திருக் கிறீர்கள்?' காமாவிடமிருந்து கச்சிதமாக பதில் வந்தது: 'கிறிஸ்தவர்களையும் மசாலாப் பொருள்களையும் தேடி!'[7]

காமாவுக்கு இரண்டுமே கிடைத்தன. முதல் வேலையாகக் கப்பல் கப்பலாக மிளகு வாங்கி நிரப்பிக்கொண்டார். பிறகுதான் பிடித்தது சனி. 'எவ்வளவோ நாடுகள் இங்கே வந்து வியாபாரம் செய்கின்றன; நாமும் பத்தோடு பதினொன்றாக இருப்பதா?' என்ற நினைப்பு அவருக்கு வந்துவிட்டது.

காமாவும் அவருடைய வழித் தோன்றல்களும் கப்பல் படையின் வலிமையை உபயோகித்து இந்தியப் பெருங்கடலையே அடக்கி ஆள ஆரம்பித்தார்கள். போர்த்துக்கீசிய பர்மிட் வாங்கியவர் களுக்கு மட்டும்தான் வியாபாரம் செய்ய அனுமதி உண்டு. மற்றவர்கள் இதை மீறினால் உயிரும் உடைமையும் பறிமுதல் செய்யப்படும். இதை நியாயப்படுத்த அவர்கள் சொன்ன காரணம்: ஆழி சூழ் உலகில் தடையில்லாமல் வர்த்தகம் செய்யும் உரிமை கிறிஸ்தவர்களுக்கு மட்டுமே உரியது![8]

அப்போது மத்தியதரைக் கடல் பகுதியில் கிறிஸ்தவர்களுக்கும் இஸ்லாமியர்களுக்கும் இடையே சண்டை நடந்து கொண்டிருந்தது. அதை அப்படியே இந்தியப் பகுதிகளுக்கும் விரிவுபடுத்தித் தங்கள் ஏகபோகத்தை நிலைநாட்டினார்கள் போர்த்துக்கீசியர்கள். அதற்கு அவர்கள் கையாண்ட வன்முறை யும் மிருகத்தனமும், இந்த நிலப் பகுதிகள் அதுவரை காணாத பயங்கரம்!

1502-ல் வாஸ்கோ ட காமா இரண்டாம் முறையாக இந்தியாவுக்கு வந்தபோது, போட்டியாளர்களிடம் ஒரு மரியாதைக்குக்கூடப் பேச்சுவார்த்தை நடத்தத் தயாராக இல்லை. மெக்காவிலிருந்து 700 புனிதப் பயணிகளை ஏற்றிக்கொண்டு வந்த ஒரு பெரிய கப்பலைக் கைப்பற்றி, வெடி மருந்து வைத்துக் கொளுத்தி

மூழ்கடித்தார். அடுத்ததாக காலிகட்டுக்குப் போய் 20 வர்த்தகக் கப்பல்களைப் பிடித்து வைத்துக்கொண்டு அதன் பணியாளர்கள் அனைவரையும் கொன்றுபோட்டார். 800-க்கும் மேற்பட்டவர் களைச் சிறையெடுத்து அவர்கள் கை, காது மூக்கையெல்லாம் வெட்டி ஒரு படகு நிறைய ஏற்றி அந்தப் பகுதியின் அரசர் ஜமாரின்னுக்குப் பரிசாக அனுப்பினார். கூடவே, 'இதை யெல்லாம் கறி சமைத்துச் சாப்பிடுங்கள்' என்று ஒரு கடிதம் வேறு![9]

இதைப் போன்ற ஏராளமான சம்பவங்களைப் பார்த்துவிட்டுப் பொருளாதார வரலாற்று ஆசிரியர் நீல்ஸ் ஸ்டீன்கார்ட், 'தொழில்மயமாக ஆவதற்கு முன்னால் ஐரோப்பா ஏற்றுமதி செய்த ஒரே முக்கியச் சரக்கு, வன்முறைதான்!' என்றே முடிவு கட்டினார்.[10]

போர்த்துக்கீசியர்கள் இந்தியப் பொருளாதாரத்தை மிகவும் பாதித்தார்கள். அடுத்த பல பத்தாண்டுகள்வரை போர்த்துகலின் இந்திய வர்த்தகப் பிரிவு, மிளகு வியாபாரத்தைத் தன் பிடியில் வைத்திருந்தது. 1580-கள்வரை ஐரோப்பாவுக்குப் போன மிளகில் 75 சதவிகிதம் அவர்கள் கட்டுப்பாட்டில்தான் இருந்தது.[11] எல்லாம் போர்த்துக்கீசிய அரசாங்கத்தின் நேரடி மேற்பார்வையில் கோவாவிலிருந்து நடத்தப்பட்டது. கோவாதான் அவர் களுடைய ஆசியத் தலைநகர். இந்தியப் பெருங்கடல் முழுவதும் மொஸாம்பிக், மலாக்கா, மக்காவ் என்று வேறு பல தளங்களும் அமைத்திருந்தார்கள்.

போர்த்துக்கீசியர்கள் அகில உலகத்தையும் ஆட்சி செய்ததை முடிவுக்குக் கொண்டுவந்தது, மதம்! கெடுபிடி விசாரணை என்ற பெயரில் அவர்கள் செய்த அட்டூழியங்கள் உள்ளுக்குள்ளிருந்து சுட்டன. வெளியிலிருந்து டச்சுக்காரர்கள் வடிவில் ப்ராடஸ் டெண்டுகளும் தலையெடுத்தார்கள்.

வாஸ்கோ ட காமா 1525-ல் இறந்தபோது கொச்சிக் கோட்டை யில் உள்ள புனித பிரான்சிஸ் தேவாலயத்தில் புதைக்கப்பட்டார். இன்றைக்கு அந்தக் கல்லறை காலியாக உள்ளது; ஆனால் அவருடைய நினைவுகள் வாழ்கின்றன: கொச்சியில் இந்திய அரசாங்கத்துக்குச் சொந்தமான மசாலா வாரியத்தின் அலுவலகம் இருக்கிறது. அதன் வராந்தாவில், 'மனித வடிவில் வந்திருக்கும் ரத்தக் காட்டேறி' என்று ஒரு காலத்தில் வர்ணிக்கப்பட்ட

வாஸ்கோ ட காமாவின் நினைவாக ஒரு சுவரோவியம் உள்ளது.[12] ஆச்சரியம்தான்.

விறுவிறு மசாலாப் போட்டி

16-ம் நூற்றாண்டில் ஒரு குறுகிய காலத்துக்கு, ஸ்பெயினும் போர்த்துகலும் ஒரே நாடாக இணைந்திருந்தன. அவர்கள் உலகம் முழுவதும் கைப்பற்றி வைத்திருந்த பெரிய பெரிய காலனிகளும் ஒன்றாயின. அதில் ஐரோப்பாவின் வடமேற்கில் இருந்த நெதர்லாந்தும் ஒன்று.

ஆனால் பிறகு நெதர்லாந்தில் ப்ராடெஸ்டண்ட் கலகம் வெடித்தது. ஆண்ட்வெர்ப் நகரம் முற்றுகைக்கு உள்ளானது. லிஸ்பன், செவில் துறைமுகங்களை டச்சுக்காரர்களால் நெருங்கக்கூட முடியவில்லை. கொஞ்ச காலம் அவர்களுக்கு மசாலாப் பொருள் வருவது பாதிக்கப்பட்டது.

டச்சுக்காரர்கள் உடனடியாகப் பதிலடி கொடுத்தார்கள்! 1599-ல் அவர்களுடைய கப்பல்கள் மிளகை நிரப்பிக்கொண்டு பத்திரமாகத் திரும்பிவந்தன. இதைப் பார்த்தவுடன் லண்டன் மார்க்கெட்டுக்குக் காய்ச்சல் வந்துவிட்டது. மிளகு விலைகள் அநேகமாக மூன்று மடங்கு அதிகரித்தன. பவுண்டுக்கு மூன்று ஷில்லிங்காக விற்றது, 8 ஷில்லிங்காக உயர்ந்துவிட்டது.[13]

இதைக் காட்டி சில லண்டன் வியாபாரிகள், ‘எங்களுக்குக் கிழக்கு நாடுகளில் ஏகபோக வர்த்தகம் செய்ய உரிமை கொடுங்கள்’ என்று எலிசபெத் ராணியிடம் மனுப் போட்டார்கள். இப்படித்தான் கிழக்கிந்தியக் கம்பெனி உதயமானது.

ஒருவகையில் அந்தப் புதிய கம்பெனி, ஏற்கனெவே இருந்த லெவான்ட் நிறுவனத்தின் மறு பதிப்பு என்று சொல்லலாம். லெவான்ட்டின் தொழிலும் டச்சுப் புரட்சியால் பாதிக்கப் பட்டிருந்தது. ‘இவர்கள் மறுபடி இந்தியாவுடன் வியாபாரம் செய்ய ஆரம்பித்துவிட்டார்கள். இப்போது நாம் அலெப்போ வழியாகச் செய்துவரும் தரை வழி வணிகம் படுத்துவிடும்’ என்று வில்லியம் ஆல்ட்ரிச் எச்சரித்தார்.[14] புதிய கடல் வழி வணிகத்துக்காக 30 ஆயிரம் பவுண்டுக்குமேல் திரட்டப்பட்டது. அதன் நோக்கம், ‘மிளகு வியாபாரத்தில் தனிக் காட்டு ராஜாவாக மாறுவது!’[15]

வியாபாரிகள் குழு அப்போது உடல் நிலை சரியில்லாமல் இருந்த அரசியிடம் போய்த் தொணப்பி எடுக்கவே, ஒரு வழியாக அரசி இறங்கி வந்தார். 1600-ம் ஆண்டின் கடைசி நாளன்று சாசனம் எழுதிக்கொடுத்த அரசி, 'இந்தியாவிலிருந்து விலை மதிப்புள்ள பொருள்களையெல்லாம் கொண்டுவர வேண்டும். வாங்குவீர்களோ, பண்டமாற்று செய்வீர்களோ, ஏதாவது செய்யுங்கள்; எனக்குத் தெரியாது' என்று சொல்லிவிட்டார். இப்படி வர்த்தகம், லாபம் இவற்றைத் தாண்டிக் கொஞ்சம் பொது நன்மையையும் பத்திரத்தில் நுழைத்துவிட்டார் எலிசபெத்.

இந்தக் கம்பெனியின் குடையின்கீழே 218 முதலீட்டாளர்கள் ஒன்று சேர்ந்தார்கள். மொத்தம் 68,373 பவுண்டு பணம் சேர்ந்தது. நான்கு சிறிய கப்பல்கள் தயாராயின. 1601 பிப்ரவரியில், வளம் கொழிக்கும் மசாலா வியாபாரத்தில் ஆங்கிலேயர்களுக்கு ஓர் இடம் தேடிக் கப்பல்கள் புறப்பட்டன. அவர்கள் சென்ற இடம், இன்றைய இந்தோனேசியா. அன்று அதற்கு மசாலாத் தீவுக் கூட்டம் என்று பெயர்.

ஆங்கில வியாபாரிகளின் இலக்கு, ஜாவாவிலிருந்து மிளகு; மொலுக்காவிலிருந்து கிராம்பு; பண்டா தீவிலிருந்து ஜாதிக்காய், ஜாதிபத்திரி. அவ்வளவுதான். ஆரம்பகாலத்தில் அவர்கள் இந்தியாவின் பக்கம்கூடத் திரும்பிப் பார்க்கவில்லை!

1602-ல் ஆங்கிலக் கம்பெனியின் முதல் தளம் பன்ட்டாமில் அமைக்கப்பட்டது. முதல் இருபது வருடம் கால் ஊன்றிக் கொள்ளப் போராடியபடியே கம்பெனி மெல்ல வளர்ந்து வயதுக்கு வந்தது. கடல் வழியாக ஆசியாவுக்கு வந்ததால், அலெப்போ பாதையில் தரை வழியே வருவதற்கு ஆகும் செலவில் மூன்றில் இரண்டு பங்கை வெட்ட முடிந்தது. மிளகு, பட்டு நூல், கிராம்பு, அவுரி, ஜாதிபத்திரி எல்லாமே பிரிட்டனில் மிக மலிவாக இறக்குமதி ஆயின.[16]

1601-க்கும் 1612-க்கும் இடையில் கம்பெனியின் கப்பல் பயணங்களுக்கு ஆன செலவு 5,17,784 பவுண்டு. கிடைத்த லாபமோ முதலீட்டுக்கு மேல் 155 சதவிகிதம். அதிலும் மூன்றாவது கப்பல் பயணத்தில் வந்திறங்கிய கிராம்புக்கு மட்டும் 200 சதவிகித லாபம்!

கூட்டுப் பங்குகள் வெளியிட்டு 1613 முதல் 1616 வரை நான்கு வருடத்துக்கு, தலா 4,20,436 பவுண்டு முதலீடு திரட்டியது

கம்பெனி. இவற்றில் வந்த லாபம் 87 சதவிகிதம். முந்தின பயணங்கள்போல இல்லாவிட்டாலும் இதுவே ஓரளவு நல்ல லாபம்தான். நாட்கள் செல்லச் செல்ல, தாய் நாட்டில் பொருளாதார நெருக்கடியும் வெளி நாடுகளில் போட்டியும் அதிகரித்தது. மார்க்கெட்டில் நிறைய மசாலாப் பொருள்கள் வந்து குவிந்தது. இதனால் கம்பெனியின் லாபம் இறங்க ஆரம்பித்தது.

கம்பெனி இரண்டாவது முறையாகப் பங்கு வெளியிட்டபோது 16 லட்சம் பவுண்டு பணம் திரண்டது. 1617 முதல் 1622 வரை ஒவ்வொரு வருடமும் கப்பல்கள் கிழக்கே போய்வந்தன; ஆனால் இவற்றில் லாபம் மிகவும் குறைந்துபோய், பங்குதாரர்களுக்குக் கொடுக்க முடிந்தது வெறும் 12 சதவிகிதம்தான். கணக்குப் போட்டுப் பார்த்தால் வருடத்துக்கு ஒரு சதவிகிதம்கூட இல்லை.[17]

அந்தக் காலத்துக் கம்பெனி நினைவுகளில் மிச்சம் இருப்பது சில பல கதைகள்தான். கடல் கொள்ளையர்கள், வீர தீரச் செயல்கள் எல்லாம் நிறைந்த கதைகள். ஆங்கில நாடோடிக் கதைகளில் கடல் கொள்ளைக்காரர்களுக்கு ஒரு தனி இடம் உண்டு. அவர்களைக் கண்டால் பயம்; அதே சமயம் அவர்களை மாபெரும் வீரர்களாகவும் வர்ணிக்கச் சளைக்கவில்லை. அதன்படி முதலில் சென்ற பிரிட்டிஷ் வியாபாரிகள் கூட்டமும் தங்கள் பழைய வழக்கத்தைத்தான் பின்பற்றியது: 'முடிந்தால் வியாபாரம் செய்; முடியாவிட்டால் கொள்ளை அடி!'

கிழக்கு நாடுகளின் உள்ளூர் மக்கள், ஆங்கிலேயர்களுக்கும் டச்சுக்காரர்களுக்கும் நடந்த போரில் ஆங்கிலேயர்களின் பக்கம்தான் நின்றார்கள். அப்போதுகூட ஆங்கிலேயர்களின் ஆசை, உள்ளூர் மசாலா உற்பத்தியை மொத்தமாகக் குத்தகைக்கு எடுத்துக்கொண்டுவிடவேண்டும் என்பதுதான்.

ஆனால் வர வர இங்கிலாந்துக் கம்பெனி இந்த மசாலாப் போட்டியில் பின்தங்க ஆரம்பித்தது. டச்சுக்காரர்களுக்கு இவர்களைவிடச் சாமர்த்தியமும் அதிகம், துப்பாக்கி பலமும் அதிகம். 1623-ம் ஆண்டு அம்பானில் (அம்போனியா) ஆங்கிலேய வியாபாரிகள் படுகொலை செய்யப்பட்டார்கள். அதனால் கம்பெனி மொலுக்காவிலிருந்தே வெளியேற வேண்டியதாயிற்று. 1667-ல் இதைவிடப் பெரிய ஆங்கிலோ-டச்சுப் போர் ஒன்று

மூண்டது. அதன் முடிவில் சமாதானப் பேச்சுவார்த்தைகள் நடந்தன. இந்த முறை கம்பெனி தனக்கு முக்கியமாக இருந்த, அருமையான ஜாதிக்காய் விளையும் பூமியான, ரன் தீவையும் விட்டுக்கொடுத்தது.

அதற்குப் பதிலாக டச்சுக்காரர்கள் அமெரிக்காவில் உள்ள நியூ ஆம்ஸ்டர்டாம் என்ற ஊரைக் கிழக்கிந்தியக் கம்பெனிக்குத் தருவதாக ஒப்புக்கொண்டார்கள். தங்கள் கைக்கு வந்தவுடன் ஆங்கிலேயர்கள் அந்த ஊரின் பெயரை மாற்றினார்கள். அந்தப் புதிய பெயர்தான் நியூ யார்க்!

இத்தனை நடந்தபிறகும் கிழக்கிந்தியக் கம்பெனி மசாலாத் தீவுக் கூட்டத்தில் இரண்டொரு உதிரித் தளங்களை வைத்திருந்தது. கடைசியாக 1682-ல் டச்சுக்காரர்கள் பன்ட்டாமிலிருந்து கம்பெனியை முழுவதுமாக ஒழித்துக்கட்டினார்கள்.

காலிகோ போர்

மசாலா தீவிலிருந்து விரட்டிவிட்டார்கள்; இனி கடை விரிக்க வேறு இடம் பார்க்கவேண்டியதுதான் என்று யோசித்த கம்பெனி இந்தியாவின் பக்கம் பார்வையைத் திருப்பியது. கம்பெனிக் கப்பல்கள் இதற்கு முன்பே குஜராத், கொரமாண்டல் (சோழ மண்டல) கடற்கரைக்கு வந்திருக்கின்றன. அங்கிருந்து பருத்தி ஆடைகளை வாங்கிக்கொண்டுபோய் கிழக்கிந்தியத் தீவுகளில் கொடுத்து அதற்குப் பதிலாக மசாலா சாமான்கள் வாங்குவது வழக்கம்.

1608-ல் வில்லியம் ஹாக்கின்ஸ் தலைமையில் ஒரு தூதுக் குழு முகலாயத் துறைமுகமான சூரத்தில் வந்திறங்கியது. பேரரசர் ஜஹாங்கீரிடம் போய் வர்த்தக உறவு ஏற்படுத்திக்கொள்ள முனைந்தார்கள். ஜஹாங்கீர் ஒன்றும் பிடி கொடுத்துப் பேச வில்லை. அவருக்கு, போர்த்துக்கீசியர்களின்மீதுதான் அபிமானம் இருந்தது.

ஆங்கிலேயர்கள் தொடர்ந்து முயற்சி செய்தார்கள். சமயம் கிடைத்தபோது தங்கள் தோள் வலிமையயும் நிரூபித்தார்கள். 1612-ல் போர்த்துக்கீசியக் கடற்படையுடன் நடந்த போரில் ஆங்கிலேயர்கள் வெற்றி அடையவே, ஜஹாங்கீர் கொஞ்சம் மசிந்தார். முதலில் சூரத்தில் தொழில் செய்வதற்கு ஃபர்மான் (அனுமதிப் பத்திரம்) கிடைத்தது. பிறகு அகமதாபாத், ஆக்ரா

என்று கடையை விரிவுபடுத்தினார்கள். எதிர்க் கரையில் உள்ள மசூலிப்பட்டினத்தில் 1614-ம் ஆண்டு கால் ஊன்றினார்கள். மசூலிப்பட்டினம், கோல்கொண்டா அரசின் முக்கியத் துறைமுகம்.

இதற்கெல்லாம் சிகரமாக 1618-ல் இங்கிலாந்து தூதர் சர் தாமஸ் ரோ, ஜஹாங்கீரிடம் இருந்து ஒரு கொழுத்த ஒப்பந்தத்தை எழுதி வாங்கினார். போர்த்துக்கீசியர்களும் டச்சுக்காரர்களும் நாடு பிடிப்பது, கோட்டை கட்டிக்கொள்வது என்று திமிறித் திரிந்தார்கள். அதுபோல நாம் அநாவசியமாக ராணுவ பலத்தை உபயோகித்து வம்பில் மாட்டிக்கொள்ளவேண்டாம் என்று கம்பெனிக்கு அறிவுரை கூறினார் ரோ. 'லாபம் சம்பாதிக்க வேண்டும் என்றால், கடலில் இறங்குங்கள்! சத்தம் போடாமல் வியாபாரத்தை மட்டும் பாருங்கள்' என்றார் அவர். 1625 பிறந்தபோது, கம்பெனி சூரத்திலிருந்து 2,20,000 பேல் துணிகளை ஏற்றுமதி செய்தது.

இந்தக் காலகட்டத்தைச் சேர்ந்த காட்சிப் பொருள்களில் நம் நினைவில் நிற்பது, ஒரு கம்பளம். கிரிட்லரின் கம்பளம் என்று சொல்லப்படுவது. எட்டு மீட்டர் நீளத்துக்கு, ஆழ்ந்த நீலம்-சிவப்பு வண்ணங்களில் தோய்ந்திருந்தது. இப்படி ஒரு கம்பளத்தைத் தயாரிக்கச் சொல்லி சூரத்தில் இருந்த தன் 'தொழிற்சாலை'க்கு ராபர்ட் பெல் உத்தரவிட்டார். அவர்கள் லாகூரின் புகழ்பெற்ற கம்பள நெசவாளர்களிடம் வேலையை ஒப்படைத்தார்கள்.

ராபர்ட் பெல், 1600-ல் கிழக்கிந்தியக் கம்பெனியில் முதலீடு செய்த முதல் சிலரில் ஒருவர். கம்பெனி பதவியில் தொடர்ந்து உயர்ந்து மேலே வந்தவர். ஆனால் மனிதர் வரவு செலவுக் கணக்கெல்லாம் அவ்வளவு ஒழுங்காக வைத்துக்கொள்ள வில்லை என்று குற்றச்சாட்டு எழுந்தது. 1630-ல் அவர் இந்தியாவுக்கு ஒயின் கடத்துவதையும் கண்டுபிடித்தார்கள்.

நான்கு வருடம் கழித்து, அவர் தயாரிக்கச் சொன்ன கம்பளத்துக்குப் பணமே தராமல் நழுவிவிட்டார் என்று ஒரு புகார் கிளம்பியது. தான் ஆரம்பித்த க்ரிட்லர்ஸ் என்ற பெல்ட் தயாரிப்புக் கம்பெனியில் விரிப்பதற்காகத்தான் பெல் அதைச் செய்யச் சொல்லியிருந்தார். பெல்லைக் கேட்டால், கம்பளத்துக்குப் பணம் கொடுத்து விட்டேன் என்று சாதித்தார். ஆனால் அதற்குள் சூரத்தில் இருந்த

கம்பெனி முகவரும் இறந்துபோய்விட்டார். பெல் தன் வழக்கப் படியே மறுபடி கணக்குப் புத்தகத்தில் கையை வைத்துவிட்டார் என்றுதான் எல்லோரும் நினைத்தார்கள்.

கிழக்கிந்தியக் கம்பெனிக்கு ஒரே ஆத்திரம்! இதற்கு நஷ்ட ஈடாக, பெல் வாங்கி வைத்திருந்த 70 மூட்டை மிளகையும் கைப்பற்றிக்கொண்டது. சந்தேகத்தின் நிழல் படிந்த பெல், கம்பெனியை விட்டு வெளியேறினார்.

இன்றும் லண்டனில் உள்ள க்ரிட்லர் அரங்கத்தில் பெல்லின் கம்பளம் பார்வைக்கு வைக்கப்பட்டுள்ளது. விம்பிள்டனில் உள்ள அவருடைய மாளிகையின் பெயர், 'கழுகு வீடு'. இப்போது அங்கே அல் ஃபர்கான் என்ற இஸ்லாமிய அமைப்பு இயங்குகிறது.

நேர்மைக் குறைவு என்று குற்றம் சாட்டப்பட்ட கம்பெனி அதிகாரிகள் எத்தனையோ பேரில் பெல்லும் ஒருவர். இதில் அவர் முதலோ, கடைசியோ அல்லர்.

•

முகலாய ஆட்சியில் இந்தியாவில் தொழில் தொடங்குவது மிகப் பெரிய போராட்டம். ஆனால் டச்சுக்காரர்கள் செய்ததுபோலவே ஆங்கிலேயர்களும் ஒரு சுருக்குவழி கண்டுபிடித்தார்கள். ஏற்கெனவே போர்த்துக்கீசியர்கள் கட்டி வைத்த பிசினஸ் ராஜ்ஜியத்தில் ஒரு துண்டைக் கைப்பற்றிக்கொண்டார்கள். முதலாவதாக, 1622-ல் பாரசீக வளைகுடாவில் இருந்த ஹோர்மஸ் துறைமுகத்தைத் தங்கள் கட்டுப்பாட்டில் கொண்டுவந்தார்கள். பிறகு 1626-ல் பம்பாயைக் கைப்பற்றினார்கள்.

1635-ல் கோவாவில் போர்த்துகலுடன் சமாதான ஒப்பந்தம் பேசப்பட்டது. இதனால் மக்காவ்வரை நீண்டுகிடந்த பல போர்த்துக்கீசியத் துறைமுகங்களை ஆங்கிலேயர்கள் உபயோகித்துக்கொள்ள வழி பிறந்தது. அதனுடன்கூடவே, சோழமண்டலக் கடற்கரையில் 1639-ல் ஒரு புதிய தளமும் அமைக்க முடிந்தது. அதுதான் சென்னையில் உள்ள செயிண்ட் ஜார்ஜ் கோட்டை!

அடுத்ததாக 1668-ல் பம்பாய் பகுதி கம்பெனிக்குக் கிடைத்தது. இரண்டாம் சார்லஸ் அரசருக்கு, அவருடைய போர்த்துக்கீசிய

மனைவி காத்தரீன் பிரகான்ஸா வரதட்சணையாகக் கொடுத்த நகரம்தான் பம்பாய். அப்போது மன்னர் கையில் செலவுக்குப் பணம் இருக்கவில்லை. எனவே உடனடியாக பம்பாயை லீசுக்கு விட்டார். கிழக்கிந்தியக் கம்பெனி மன்னருக்கு ஒரு பெரிய தொகையைக் கடனாகத் தந்து, வருடா வருடம் நல்ல வாடகையும் தருவதாக ஒப்புக்கொண்டு பம்பாயை அவரிடமிருந்து பெற்றுக்கொண்டது.

பம்பாய் கைக்குக் கிடைத்த மகிழ்ச்சியைக் கொண்டாடுவதற்குள்ளாகவே, கம்பெனி ஏறக்குறையக் கவிழும் நிலைக்குப் போய்விட்டது. ஒரு பக்கம், கம்பெனிக்குப் போட்டியாக முளைத்த உதிரி வியாபாரிகளின் கூட்டம். மறு பக்கம் உள் நாட்டுப் போர் வேறு ஆரம்பித்திருந்தது. 17-ம் நூற்றாண்டில், பெரிய கம்பெனிகள் என்றாலே மன்னராட்சியின் எதேச்சாதிகாரம் பொருளாதார வடிவில் வந்திருக்கிறது என்றுதான் கருதப்பட்டது. எனவே கம்பெனிகளை எதிர்ப்பது, நாடாளுமன்ற ஜனநாயகத்தில் நம்பிக்கை உள்ள ஒவ்வொருவரின் கடமை.

1604-ல் வெளி நாட்டு வர்த்தகத்தில் யாருக்கும் ஏகபோக உரிமை கொடுக்கக்கூடாது என்று நாடாளுமன்றத்தில் ஒரு மசோதா எழுந்தது. அதை ஆதரித்துப் பேசிய சர் எட்வின் சாண்டிஸ், ‘ஒரு சில பேருடைய கைகளில் வர்த்தகத்தை ஒப்படைப்பது, ஒவ்வொரு இங்கிலாந்துக் குடிமகனுக்கும் உள்ள உரிமைக்கும் சுதந்தரத்துக்கும் எதிரானது’ என்றார்.[18]

இதுபோன்ற கருத்துக்கள் கம்பெனியின் வாழ்நாள் முழுவதும் வெவ்வேறு விதத்தில் எதிரொலித்தன. அவற்றின் விளைவுகளும் வெவ்வேறு அளவில் இருந்தன. 1604-ல் கொண்டுவரப்பட்ட தடையில்லாத வர்த்தக (free trade) மசோதா தோல்வி அடைந்தது. ஆனால் இங்கிலாந்தில் ஸ்டூவார்ட் அரசர்களுக்கு நிரந்தரமாகப் பணப் பற்றாக்குறை. எனவே எத்தனை பேர் வந்து புதிதாகக் கம்பெனி ஆரம்பிக்கிறேன் என்றாலும் மகிழ்ச்சியுடன் அனுமதித்தார்கள்! 1618-ல் ஸ்காட்லாந்தும் மற்றொரு கிழக்கிந்தியக் கம்பெனியை ஆரம்பித்து, அது அற்ப ஆயுளில் முடிந்தது.

1636-ல் வில்லியம் கோர்ட்டீன் என்பவர் ஒரு வர்த்தகச் சங்கத்தை ஆரம்பித்தார். போர்த்துகலுடன் போர் நிறுத்தம் ஏற்பட்டு அவர்களுடைய பிரதேசங்களிலும் ஆங்கிலேயர்கள் வியாபாரம் செய்யத் திறந்துவிடப்பட்டவுடன், கோர்ட்டீன் கோஷ்டிக்கு

வசதியாகப் போயிற்று. கோர்ட்டீனும் மற்ற போட்டி வியாபாரிகளும் சேர்ந்து அரசரிடமிருந்து சாசனம் பெற்றுத் தொழில் தொடங்கி, 15 வருடம் நடத்தினார்கள். கிழக்கிந்தியக் கம்பெனியின் ஏகபோகத்துக்கு நேரடியான சவால்!

இருந்தும் புதிய கம்பெனியால் தாக்குப்பிடிக்க முடியவில்லை. 1605-ல் ஒன்றிணைந்த பங்குக் கம்பெனி என்று ஒரே குடையின் கீழ் இரு கம்பெனிகளும் இணைந்தன. இதற்குப்பிறகுதான் வங்காளத்தில் உள்ள ஹூக்ளியில் ஆங்கிலேயர்கள் நிரந்தரமாக ஒரு தொழிற்சாலையை அமைத்தார்கள்.

ஆனால் கம்பெனிக்கு அடிமேல் அடியாக விழுந்தது: 1640 முதல் 1647 வரை பற்றி எரிந்த உள்நாட்டுப் போரினால் கம்பெனிக்குப் பலத்த பாதிப்பு. ஆலிவர் க்ராம்வெல்லின் ஆட்சியில் 1650-களில் ஏற்பட்ட ஆங்கில-டச்சுப் போர்களாலும் நஷ்டம். 1653-ல் கம்பெனியின் சாசனம் புதுப்பிப்பதற்காக வந்தபோது க்ராம்வெல் அதில் கையெழுத்திட மறுத்துவிட்டார். கம்பெனியின் ஏகபோக உரிமை காலாவதி ஆகிவிட்டது!

இதனால் ஏற்பட்ட நன்மை என்னவென்றால், சிறிது காலத்துக்குத் தடையில்லாத வர்த்தகம் சுதந்தரமாக நடைபெற்றது; தொழில்கள் வளர்ந்தன. விலைகள் குறைந்தன. ஆனால் கம்பெனியின் லாபம்தான் சுருண்டு படுத்துவிட்டது. 1602-க்கு முன்னால் டச்சுக்காரர்களுக்கு நேர்ந்த அதே கதி!

நிலைமை கவலைக்கிடமாகப் போய்விட்டபோது, கம்பெனி இயக்குநர்கள் கூடி யோசித்தார்கள். 1657 ஜனவரி 14 அன்று, கிழக்கிந்தியக் கம்பெனியையே மூடிவிடலாம் என்று தீர்மானம் நிறைவேற்றினார்கள். எதையாவது சொல்லி க்ராம்வெல்லுக்கு நெருக்கடி கொடுக்கவேண்டும் என்பதற்கான சதிதான் இது!

எப்படியோ, அக்டோபரில் கம்பெனி புதிய உரிமைப் பத்திரத்தை வாங்கிவிட்டது. 7,40,000 பவுண்டுக்கு நிரந்தரப் பங்குகள் வெளியிட அனுமதியும் கிடைத்தது. ஆனால் உண்மையில் திரட்ட முடிந்த தொகை இதில் பாதிதான். இரண்டாவது பங்கு வெளியீட்டில் சொன்ன பணத்தைத் திரட்டுவதற்கு கம்பெனிக்கு இன்னும் அரை நூற்றாண்டு ஆயிற்று.

இப்போது கிழக்கிந்தியக் கம்பெனியும் ஒரு நவீன கார்ப்பரேஷன் என்று பெயர் வாங்கியாயிற்று. அடுத்த முப்பது

வருடத்துக்கு, கம்பெனி காட்டில் காசு மழைதான்! 1658-க்கும் 1688-க்கும் இடையில் லண்டனிலிருந்து கிழக்கிந்தியாவுக்கு 404 முறை கப்பல்கள் சென்றன. சராசரியாக ஒவ்வொரு பருவத்துக்கும் 13 பயணங்கள்.[19]

1660-ல் இரண்டாம் சார்லஸ் பதவிக்குத் திரும்பியதும் கம்பெனிக்கு வசதியாகப் போனது. சூரத்திலும் மதராஸிலும் முன்னமேயே இருந்த துறைமுகங்கள், பம்பாயின் புதிய துறைமுகம், சூடு பிடிக்க ஆரம்பித்திருந்த வங்காள வியாபாரம் என்று பல திசைகளிலிருந்தும் கம்பெனியின் இறக்குமதிப் பொருள்கள் அலை அலையாக வந்தன. 1664-ல் கம்பெனி மொத்தம் இரண்டரை லட்சம் பேல் துணிகளைக் கொண்டுவந்து இறக்கியது. அதில் பாதி, சோழமண்டலக் கடற்கரையின் துறைமுகங்களிலிருந்து வந்தது. குஜராத்திலிருந்து, மூன்றில் ஒரு பகுதி. வங்காளத்தின் ஏற்றுமதி, ஐந்தில் ஒரு பங்கைவிடக் குறைவுதான்.

இந்தப் பத்து வருட முடிவில் கம்பெனியின் இறக்குமதியில் 56 சதவிகிதம் பருத்தி, பட்டு ஆடைகள்தான். மிளகுகூட இரண்டாவது இடத்துக்குப் போய்விட்டது. அதற்குப் பிறகுதான் பட்டு நூல், அவுரிச் சாயம், வெடி உப்பு, காப்பி, தேயிலை போன்றவை வருகின்றன. 1684-ல் இந்திய ஜவுளி ஏற்றுமதியின் உச்சகட்டம். 17.6 லட்சம் பேல் துணிகள் விற்பனையாயின. கம்பெனியின் மொத்த வியாபாரத்தில் அதுவே 83 சதவிகிதமாக இருந்தது.

காலிகோ என்பது விலை மலிவான துணி. வெளுப்பதற்கும் சுலபமானது. இதனால் இங்கிலாந்தின் ஆரோக்கியம், வாழ்க்கை முறை இரண்டிலும் ஒரு புரட்சியே ஏற்பட்டுவிட்டது!

நூற்றாண்டின் இறுதியில் ஆங்கிலக் கம்பெனி டச்சுக்காரர்களைப் பந்தயத்தில் நெருங்கிவிட்டது. வர்த்தகத்தில் வங்காளத்தின் பங்கு அதிகரித்துக்கொண்டே போனது. வடக்கு ஐரோப்பிய வியாபாரிகளின் நடுவே, வி.ஓ.சி முயல் என்றால், கிழக்கிந்தியக் கம்பெனிதான் ஆமை.

1680-ல் ஜவுளியின் உச்சகட்டம். வங்காளத்திலிருந்து மட்டுமே வருடத்துக்கு 2 லட்சம் பேல்கள் ஏற்றுமதி ஆயின. கம்பெனியின் முதலீடு வளர்ந்தது; முதலீட்டாளர்களுக்கு நல்ல டிவிடெண்டும் கிடைத்தது. நாட்டின் மறு சீரமைப்பைத் தொடர்ந்து, 20

வருடத்தில் கம்பெனியின் பங்கு விலை 4 மடங்குக்கு மேலேயே அதிகரித்தது. 1664-ல் பங்கின் விலை 60-70 பவுண்டு. 1680-லோ, 300 பவுண்டு. பங்குதாரர்களுக்கு நல்ல டிவிடெண்ட் அறுவடை!

1670-களில் பெரும்பாலும் கம்பெனி 20 சதவிகித டிவிடெண்ட் கொடுத்தது. 1680-ல் அதிர்ஷ்டக் காற்று வீசவே, டிவிடெண்ட் 50 சதவிகிதமாக உயர்ந்தது; பிறகு 1682, 1689, 1691-ம் வருடங்களிலும் அப்படியே தொடர்ந்தது. 1682-ல் கம்பெனி கையில் பணம் கொழித்தது; உரிமையாளர் ஒவ்வொருவருக்கும், ஒன்றுக்கு ஒன்று என்ற கணக்கில் போனஸ் பங்குகள் கிடைத்தன. இப்போது கம்பெனியின் பங்கு முதலீடு 7,40,000 பவுண்டாக உயர்ந்தது. 1657-க்கும் 1691-க்கும் இடையில் முதலீட்டாளர்களுக்குக் கிடைத்த டிவிடெண்ட் 840 சதவிகிதம்.

கம்பெனியால் இந்தியாவுக்கும் நன்மை இருந்தது: நாட்டுக்குள் தொடர்ந்து தங்கம் வந்துகொண்டே இருந்தது. வருமானம் உயர்ந்ததால் உற்பத்தி, வேலை வாய்ப்பு எல்லாமே அதிகரித்தன. 1681-க்கும் 1685-க்கும் இடையில் மட்டுமே கம்பெனி 240 டன் வெள்ளியையும் 7 டன் தங்கத்தையும் இந்தியாவுக்குக் கொண்டு வந்தது.[20] பொருளாதாரத்தை மட்டும் வைத்துப் பார்த்தால், இந்தக் காலகட்டம்தான் கம்பெனியின் வாழ்க்கையிலேயே சிறந்த நாட்கள்.

மண்ணாசை வந்தது, மண்ணாகிப் போனது!

இந்த நேரத்தில்தான் லண்டனில் இருந்த இயக்குநர்கள் கம்பெனியின் அடிப்படை வியூகத்தையே மாற்றினார்கள். மாற்றத்தை ஆரம்பித்து வைத்த புண்ணியவான், சர் ஜோசையா சைல்ட் என்பவர். கம்பெனி வரலாற்றிலேயே இவரளவுக்குச் சக்தி வாய்ந்த அதிகாரி இருக்கவில்லை என்று சொல்லலாம்.

சைல்ட் 1630-ல் பிறந்தவர். க்ராம்வெல்லின் ஆட்சியின்போது கப்பல் படைக்கு எடுப்புச் சாப்பாடு எடுத்துக்கொண்டுபோய்க் கொஞ்சம் சம்பாதித்துக்கொண்டார். 1670-களில் தொழில் சூடு பிடிக்கவே, தாமஸ் பாப்பில்லான் என்பவருடன் கூட்டு சேர்ந்தார். பாப்பில்லான் அப்போது முன்னுக்கு வந்து கொண்டிருந்த மற்றொரு நம்பிக்கை நட்சத்திரம். இவர்கள் இருவரும் சேர்ந்து கப்பல் படைக்கு சாப்பாடு சப்ளை செய்யும் வியாபாரத்தை முழுதாகக் கைப்பற்றினார்கள். அதில் கிடைத்த

வசதிகளை வைத்து ராயல் ஆப்பிரிக்கன் கம்பெனி என்று ஒன்றை ஆரம்பித்தார்கள்.

ராயல் ஆப்பிரிக்கன் கம்பெனிக்கும் தன் தொழிலில் ஏகபோக உரிமை அளித்து அரசாங்கம் சாசனம் கொடுத்திருந்தது. அதன் தலைமையகமும் லெடன்ஹால் தெருவில்தான் இருந்தது. அந்தக் கம்பெனி ஈடுபட்டிருந்த தொழில்: அடிமைகள் வியாபாரம்!

1671-ல் முதன்முறையாக சைல்ட் கிழக்கிந்தியக் கம்பெனியிலும் பங்குதாரர் ஆனார். இரண்டே வருடத்தில் கம்பெனிப் பங்குகளில் இரண்டு சதவிகிதம் அவர் கைக்கு வந்தது. 1679-ல் சைல்ட்தான் கம்பெனியின் மிகப் பெரிய பங்குதாரர்.

கம்பெனியில் பங்குகள் இருந்தால், பதவி என்று அர்த்தம். ஏப்ரல் 1674-ல் ஆரம்பித்து அவர் 1699-ல் இறந்தவரை, நடுவில் 17 ஆண்டுகள் அவர் கம்பெனியில் போர்டு இயக்குநராக இருந்தார். 1680-கள் முழுவதும் அவர் கவர்னராகவோ, துணை கவர்னராகவோ பதவி வகித்தார். தாமஸ் மெக்காலே 'இங்கிலாந்து வரலாறு' என்ற புத்தகத்தில் அவரைப் பற்றி, 'நெளிவு சுளிவு தெரிந்த ஒரு பிசினஸ்மேன் என்ற முறையில் சைல்டுக்கு ஈடு இணையே கிடையாது' என்கிறார்.[21]

வியாபாரத்தை நிர்வாகம் செய்யும் கலை சைல்டுக்குத் தண்ணீர் பட்ட பாடு. உள் நாட்டிலோ வெளி நாட்டிலோ, ஊழியர்களிடம் தனக்கு என்ன தேவை என்பதைத் தெளிவாகச் சொல்லிவிடுவார். ஒழுங்காக வேலை செய்யவில்லை என்றால் அவரிடமிருந்து தப்பிக்கவே முடியாது!

செப்டம்பர் 1687-ல் மதராஸில் இருந்த கம்பெனி அதிகாரிகளுக்கு சைல்டிடமிருந்து ஒரு கண்டனக் கடிதம் சென்றது: 'நம்மை அழுத்தி வைத்திருக்கும் பிரச்னையே இதுதான் - உங்கள் பழைய அவதாரங்களை விட்டு யாருமே வெளியே வர மாட்டேன் என்கிறீர்கள். இங்கிருந்து நாங்கள் போடும் உத்தரவெல்லாம் நேராகத்தானே இருக்கிறது? சுலபமாகத்தானே புரிகிறது? இருந்தும் நீங்கள் சும்மா மூக்கால் அழுதுகொண்டு வேலையைப் பாழடித்துவிடுகிறீர்கள். அல்லது ஒன்று கிடக்க ஒன்று செய்து வைக்கிறீர்கள். நேரத்துக்கு வேலை நடப்பது கிடையாது. ஒரே அலட்சியம்! நீங்கள் எங்களுக்குக் கீழ்ப்படிந்த அதிகாரிகள்தான் என்பதையே மறந்துவிட்டு, ஏதோ தாங்கள்தான் தலைமைச்

செயலகம் என்பது போல் நடந்துகொள்கிறீர்கள்' என்று காய்ச்சி எடுக்கிறார்.[22]

சைல்ட், கார்ப்பரேட் கம்பெனிக்காகத் தீவிரமாகப் போராடுபவர். அரசியல்வாதிகளிடம் கம்பெனிக்கு சகாயம் வேண்டி அவ்வப்போது கையேடுகள் அச்சடித்து விநியோகிப்பார். சில சமயம் தன் பெயரைப் போட்டுக்கொள்வார்; அல்லது ஃபிலோ பட்ரிஸ் என்ற புனைபெயரிலும் அச்சடிப்பார். ஆரம்பக் காலத்தில் அவர் 'வர்த்தகம் - ஒரு புதிய பார்வை' என்ற புத்தகம் எழுதி வெளியிட்டிருக்கிறார். டச்சுக்காரர்கள் எப்படி வியாபாரத்தில் வெற்றி பெற்றார்கள்; நாமும் அதையே பின்பற்றவேண்டும் என்பதுதான் புத்தகத்தின் மையக் கருத்து.

அப்போதுதான் துளிர் விட்டுக்கொண்டிருந்த லண்டனின் பங்கு மார்க்கெட்டிலும் சைல்டின் பாதிப்பு இருந்தது. பகுதி நேரமாகப் பங்கு வாங்கி விற்பனை செய்யும் கலையின் முதல் வழிகாட்டி அவர்தான். ஆளில்லாத தீவில் மாட்டிக்கொண்ட ராபின்சன் குரூசோவின் கதை எல்லோருக்கும் தெரிந்திருக்கும்; அதை எழுதிய டானியல் டெஃபோ, ஒரு பொருளாதார வல்லுநரும்கூட. அவர் எழுதிய 'பங்குச் சந்தைத் தெருவில்' என்ற புத்தகத்தில் ஜோசையா சைல்டும் ஒரு முக்கியப் பாத்திரமாக வருகிறார்.

1719-ல் வெளியான இந்தப் புத்தகத்தில், 'தென் கடல் குமிழி' என்று பெயர் பெற்ற விவகாரத்தில் சம்பந்தப்பட்ட சக்திகள், மனிதர்கள் பற்றியெல்லாம் விவரமாக வருகிறது. 1680-90-களில் பங்கு மார்க்கெட்டில் எல்லோருமே ஜோசையா சைல்டுக்காக வேலை செய்த தரகர்கள்மீதுதான் கண் வைத்திருந்தார்கள். 'இன்றைக்கு சர் ஜோசையா வாங்குகிறாரா, விற்கிறாரா?' என்பதே கேள்வியாக இருந்தது. ஏனெனில் மார்க்கெட்டை அசைத்துப் பார்ப்பதற்கு ஜோசையா தன் பண பலத்தை மட்டும் நம்பி இருக்கவில்லை; இந்தியாவிலிருந்து வரும் செய்திகளைத் திரித்து உபயோகிப்பதிலும் மனிதர் கில்லாடி!

'நிர்வாகத்தினர் சொன்னார்கள் என்பதற்கா, கிழக்கிந்திய அதிகாரிகள், பத்திரமாக வந்து சேர்ந்த கப்பலை முழுகிவிட்டது என்று அறிவிப்பார்கள்; முழுகின கப்பலை, வந்து சேர்ந்து விட்டது என்று கணக்குக் காட்டுவார்கள். எல்லாம் பரம அமைதியாக இருக்கும்போது முகலாயப் பேரரசுடன் போர் தொடங்கி விட்டது என்று அறிவிப்பார்கள். வேறொரு சமயம், முகலாய

அரசர் ஒரு லட்சம் படை வீரர்களுடன் வந்து கம்பெனியின் வங்காளத் தொழிற்சாலைகளைத் தாக்கிக்கொண்டிருப்பார்; அப்போது அவர்கள் 'இங்கு எல்லாம் நலமே' என்று செய்தி அனுப்புவார்கள். அவ்வப்போது பங்கு மார்க்கெட்டை ஏற்றவும், ஏற்றியதை இறக்கவும் என்னென்ன வதந்தி தேவைப் படுகிறதோ, அனைத்தையும் தருவித்துக்கொள்வார்கள். இவர்களின் ஒரே குறி, பங்குகளை மலிவாக வாங்கி விலையைக் கூட்டி விற்பதுதான்!' என்கிறார் டெஃபோ.[23]

சைல்டின் வர்த்தகக் கண்ணோட்டம் சுலபமானது: செல்வம் என்றால் அது நில உடைமைதான். பன்னாட்டு வியாபாரம் என்றால் அதில் ஒருவர் தோற்கவேண்டும், மற்றவர் வெல்ல வேண்டும். நமது நாட்டுக்கு முடிந்தவரை செல்வத்தைச் சுருட்டி எடுத்துப் போகவேண்டும்.[24]

இதனால்தான் கிழக்கிந்தியக் கம்பெனி போன்ற ஏகபோகக் கார்ப்பரேஷன்களை இங்கிலாந்து தன் பொருளாதாரப் போரில் முக்கியப் படையாக வைத்திருந்தது. டச்சுக்காரர்கள் எப்படி அதிரடியாகத் தொழில் நடத்தி வெற்றி அடைந்தார்கள் என்பதைச் சொல்லிச் சொல்லி மாய்ந்து போவார் சைல்ட். கோஹன் சொன்னதுபோல, 'லாபமும் அதிகாரமும் இரட்டைப் பிள்ளைகள்' என்று அவர் நம்பினார்.[25]

கம்பெனியில் ஒரு முக்கிய இடத்தைப் பிடித்தானதும், சைல்ட் தன் கனவை நிறைவேற்றப் பெரிய திட்டமாகத் தீட்டினார். முதலில் உள் நாட்டில் மன்னருடன் ஒப்பந்தம் போட்டுக் கம்பெனிக்கு சலுகைகள் பெறுவது. 1681-ல் சைல்ட் கவர்னராகத் தேர்ந்தெடுக்கப்பட்டவுடனே தாமதமின்றி மன்னர் இரண்டாம் சார்லஸைப் போய்ப் பார்த்தார். மன்னருக்கு 10,000 பவுண்ட் கொடுத்து கம்பெனியின் அதிகாரப் பத்திரத்தைப் புதுப்பிக்க வழி செய்தார். அடுத்த ஏழு வருடத்துக்கு, இப்படி மன்னருக்குக் கம்பெனியிடமிருந்து பணம் போவது வாடிக்கையாகவே ஆகிவிட்டது.

சர் ஜோசையா சைல்டின் அடுத்த நடவடிக்கை, தன் பங்குதாரரான தாமஸ் பாப்பில்லானுடன் உறவைத் துண்டித்துக்கொண்டது தான். கிழக்கிந்திய பிசினசில் இன்னும் பல வியாபாரிகளைச் சேர்த்துக்கொண்டு முதலீட்டை விரிவாக்கவேண்டும் என்று அவர் சொல்லிக்கொண்டிருந்தது சைல்டுக்குப் பிடிக்கவில்லை.

பாப்பில்லான், அரசியலில்வேறு தலையைக் கொடுத்து வைத்திருந்தார். சார்லஸின் கத்தோலிக்க சகோதரரான ஜேம்ஸ் பட்டத்துக்கு வந்துவிடக்கூடாது என்று பிரசாரம் செய்து கொண்டிருந்தார். அரச சபை அவர்மீது கோபித்தது. பாப்பில்லான் கம்பெனி போர்டிலிருந்து நீக்கப்பட்டார். 1685-ல் அவர் நாட்டை விட்டே வெளியேற வேண்டியதாயிற்று.

சைல்ட் அரசவையில் வேகமாக உயர்ந்தார். தன் மகளை, டோரி அரச குடும்பத்தைச் சேர்ந்த பியோஃபோர்ட் கோமகனின் மூத்த மகனுக்குத் திருமணம் செய்துகொடுத்தார். 10,000 பவுண்ட் பெறுமான கம்பெனிப் பங்குகளை ஜேம்ஸின் பெயருக்கு மாற்றினார். இதனாலெல்லாம் அரச சபையில் ஒரு மதிப்பான இடத்தைப் பிடித்தார். அடுத்தபடியாகக் கம்பெனிக்குப் போட்டி யாகக் கிளம்பியிருந்த சிறு வியாபாரிகள்மீது ஈவிரக்கமில்லாமல் தாக்குதல் தொடுத்தார்.

இங்கிலாந்தில் தன் ஆதிக்கத்தை நிலை நாட்டியபிறகு, சைல்ட் வெளி நாட்டின் பக்கம் பார்வையைச் செலுத்தினார்: வெளி நாடுகளில் சம்பாதிக்கவேண்டும்; இந்தியாவிலும் கம்பெனியின் கட்டளைக்கு மதிப்பு இருக்கவேண்டும். முகலாய அரசர், நம்மைச் சரிசமமாக நடத்தும் நிலைக்குத் தள்ளவேண்டும்.

சைல்ட் இந்தியாவில் விரும்பிய பரிசு வங்காளம்தான். 'கம்பெனியின் வியாபாரம் நாளுக்கு நாள் வங்காளத்தில் வளர்ந்து கொண்டுதான் இருக்கிறது. ஆனால் அங்கே கோவாபோன்றோ, பதாவியாபோன்றோ ஒரு வலுவான கோட்டை அமையவில்லை. அதனால் உள்ளூர் கவர்னர் கேட்பதையெல்லாம் கொடுத்துக் கொண்டிருக்க வேண்டியதாக உள்ளது. 1680-ல் திடீரென்று அங்குள்ள கவர்னர், இறக்குமதியாகும் தங்கத்துக்கு 5 சதவிகித வரி விதித்துவிட்டார். ஏற்றுமதிக்கு 3.5 சதவிகிதம் வரி. இத்தனைக்கும் கம்பெனிக்கு வரி விலக்கு அளிக்கப்பட்டிருந்தது.'

சைல்ட் ஒரு ராணுவப் படையை அனுப்பி வங்காளத்தை ஆழம் பார்க்க முடிவு செய்தார். 1686-ல் பத்து கப்பல்களும் ஆறு துப்பாக்கிப் படைப் பிரிவுகளும் அணி வகுத்தன. முகலாயர் களிடமிருந்து சிறப்பு வர்த்தக உரிமைகளை உலுக்கியாவது பறித்துவிடுவது என்ற முடிவுடன் அவை கிளம்பின.

1686 ஜூன் 9-ம் தேதி மதராஸில் உள்ள செயின்ட் ஜார்ஜ் கோட்டையின் தலைவருக்கு ஒரு கடிதம் அனுப்பினார் சைல்ட்.

அதில் 'நம் கம்பெனி இன்னும் எத்தனை நாளுக்குத்தான் சில்லுண்டி வியாபாரிகளின் கும்பலாகவே இருப்பது? இந்தியாவில் நாம் ஒரு பயங்கரமான ராணுவ சக்தி என்பதைக் காட்டவேண்டியதுதான்!' என்கிறார்.[26] 1687 டிசம்பர் 12 அன்று சென்னையில் பதவி ஏற்ற புதிய கவர்னருக்கும் ஆட்சி மன்றத்துக்கும் எழுதிய மற்றொரு கடிதத்திலும் இதே தீர்க்க தரிசனப் பார்வைதான்: 'கம்பெனி ஒரு சிவில் - ராணுவ அமைப்பை ஏற்படுத்தவேண்டும். நமக்கு ஏராளமான வருமானம் வரவேண்டும். அதை வைத்து அந்தந்தக் கிளைகளை மட்டும் வளர்த்தால் போதாது; இந்தியாவில் ஒரு வலுவான ஆங்கிலேய அரசை நிரந்தரமாக அமைக்கவேண்டும்.'[27]

ஆங்கிலேய - முகலாயப் போர்களை ஆரம்பித்து வைத்தவர் ஜோசையா சைல்ட்தான். முதலில் கம்பெனி - முகலாயப் போராகத்தான் ஆரம்பித்தது அது.

பைத்தியக்காரத்தனமான யோசனை! மன்னர் ஔரங்கசீபோ சரியான ராணுவ வெறியர். துணைக் கண்டம் முழுவதிலும் தன் அதிகாரத்தை நிலை நாட்டுவதில் குறியாக இருந்தவர். 1686-ல் பீஜப்பூரைப் பிடித்தார். அதற்கு அடுத்த வருடம் ஹைதராபாத்தை நசுக்கித் தள்ளினார். பேரரசரின் தளபதியான வங்காள நவாபிடமும் பிரம்மாண்டமான படைகள் இருந்தன.

கழிமுகத்தின் சதுப்பு நிலங்களில் மூன்று வருட காலம் சிறு சிறு சண்டைகள் நடந்தன. முடிவு? அந்தப் பகுதியில் கம்பெனித் தலைவராக இருந்த ஜாப் சார்னாக், 'இந்தப் போர்களால் நம் நாடு அசட்டுப் பட்டம் வாங்கிக் கட்டிக்கொண்டதுதான் மிச்சம்' என்றார்.

மேற்குக் கரையில் குஜராத்திலும் போர் நடந்தது. கம்பெனி திடீரென்று முகலாயக் கப்பல்களைத் தாக்கியது. ஔரங்கசீபின் படைகள் பதிலடியாக சூரத்தைக் கைப்பற்றிக்கொண்டன. 1689-ல் பம்பாயை முழு மூச்சாக முற்றுகையிட்டன.

போரின் கடைசியில் ஒருவழியாக ஔரங்கசீப் கம்பெனியின் வர்த்தக உரிமைகளைத் திருப்பிக்கொடுக்க முன்வந்தார். ஆனால் அதற்கு விலையாக ஆங்கிலேயத் தூதருக்கு அவமானம், 1,50,000 ரூபாய் அபராதம், அதற்கு மேல் நஷ்ட ஈடு என்று ஒட்டக் கறந்துவிட்டார்!

இந்த அவல நாடகத்தில் கம்பெனிக்கு ஒரே ஆறுதல், 1690-ல் ஹுக்ளி நதிக் கரையில் ஒரு புதிய தொழிற்சாலை நிறுவ அனுமதி கிடைத்தது. கோலிகட்டா, கோவிந்தபுர், சுல்தான்புரி ஆகிய கிராமங்களின் நடுவில் தொழிற்சாலை அமைந்தது. அதன் பாதுகாப்புக்காக 1696-ல் கம்பெனி ஒரு கோட்டையைக் கட்டிக் கொண்டது. இரண்டு வருடம் கழித்து ஜமீன்தாரி உரிமைகளை யும் வாங்கியது. இப்படித்தான் பிறந்தது கல்கத்தா நகரம்.

சொந்த நாட்டில் ஊழல்; வெளி நாட்டில் தடாலடி என்று சைல்ட் வகுத்த வியூகங்கள் தோல்வி அடைந்தன. 1688-89-ல் நடந்த மகத்தான புரட்சியில் சைல்டைப் பாதுகாத்து வந்த இரண்டாம் ஜேம்ஸின் பதவி பறிபோனது. அது மட்டுமல்ல; இனி கம்பெனியே இருக்குமோ, இருக்காதோ என்ற அளவுக்கு நிகழ்ச்சிகள் அடுக்கடுக்காக நடந்தன!

அரசியல்வாதிகளே அதிர்ந்த ஊழல்!

1688-ம் ஆண்டு கை ஃபாக்ஸ் தினம். அன்றுதான் நெதர்லாந்தின் ஆட்சியாளர் வில்லியம் ஆரஞ்ச் இங்கிலாந்தில் வந்து இறங்கினார்; இரண்டாம் ஜேம்ஸை அரியணையிலிருந்து இறக்கினார். 'மகத்தான புரட்சி' என்று பெயர் வாங்கிய இந்தப் புரட்சிக்குப் பல காரணங்கள்: ஒரு கத்தோலிக்க மன்னன் நம்மை ஆள்வதா என்ற இங்கிலாந்து மக்களின் ஒட்டுமொத்த எதிர்ப்பு; ஜேம்ஸ், பிரான்ஸின் பக்கம் சாய்ந்துவிட்டதால் அவரை உடனடியாக நீக்கவேண்டும் என்ற நெதர்லாந்தின் தவிப்பு.

இதற்குச் சற்றும் குறையாமல், பிரிட்டிஷ் பெரிய மனிதர் களுக்குப் பல வணிகக் கவலைகள் எழுந்தன. எனவே அவர்கள் வரலாறு காணாத விதத்தில், 'உரிமைகள் மசோதா' என்று ஒன்றைத் தயாரித்தார்கள். பதவி இறக்கப்பட்ட ஜேம்ஸின் மகளான மேரியும் அவள் கணவர் வில்லியமும் கூட்டாக ஆட்சிக்கு வந்தபோது, அவர்களும் இந்தச் சட்டத்துக்குக் கட்டுப் படவேண்டியவர்கள் ஆனார்கள்.

ஜோசையா சைல்டின் அதிரடி பிசினஸ் வியூகங்கள் ஜேம்ஸுக்கு மிகவும் பிடித்துப்போய், சில சட்டத் திருத்தங்கள் செய்திருந்தார். அதைக் காட்டி இங்கிலாந்து வர்த்தகர்களின் ஒரு பெரிய கோஷ்டியையே, வெளி நாட்டு வர்த்தகம் செய்யக்கூடாது என்று தடுத்து நிறுத்தி வைத்திருந்தார். இதனால் லண்டனில் பலமான

முணுமுணுப்புகள் எழுந்தன. இதற்கெல்லாம் காரணம், 'மீசையா' என்பதுடன் எதுகையாகப் பெயர் கொண்ட ஒரு வியாபாரிதான் என்று கூடிக் கூடிக் கிசுகிசுத்தார்கள்.[28]

1689-ல் முடிசூட்டு விழா நடந்தது. விரைவிலேயே கூட்டு நாடாளுமன்றம், சிறப்பு உரிமைகள் பெற்ற கார்ப்பரேஷன் களைப் பற்றி விசாரிக்க ஆரம்பித்துவிட்டது. ஆப்பிரிக்க - இந்தியக் கம்பெனிகள்தாம் முக்கியமாக வலையில் சிக்கின. இனி இந்தக் கம்பெனிகளை அடக்கிவைப்பதற்கு ஒரே வழி, புதிதாக ஒரு கார்ப்பரேஷனை ஆரம்பித்து அதனிடம் இந்திய வியாபாரத்தை ஒப்படைப்பதுதான் என்று முடிவாயிற்று.

லண்டன் நகரின் டௌகேட் பகுதியில் உள்ள ஸ்கின்னர் கூடத்தில் புதிய கம்பெனி பிறந்தது. அதனுடன்கூடவே ஒரு கடுமையான அரசியல் யுத்தமும் ஆரம்பித்துவிட்டது. இந்தப் போரில் 'புதிய கம்பெனியின் ஆயுதம், மான நஷ்ட வழக்குகள். பழைய கம்பெனியின் ஆயுதம், லஞ்சம்!' என்கிறார் மெக்காலே.[29]

ஆரம்பத்தில் டௌகேட் போராளிகள், பழைய கம்பெனியில் சீர்திருத்தம் செய்தால் போதும் என்றுதான் பேசி வந்தார்கள். அதன் பங்கு முதலீட்டை 15 லட்சம் பவுண்டாக உயர்த்த வேண்டும்; எந்தத் தனி ஆசாமியும் 5,000 பவுண்டுக்குமேல் பங்கு வைத்திருக்கக்கூடாது என்றார்கள். கம்பெனி சம்பாதிக்கும் பணம், பரவலாக நிறையப் பேருக்குப் போய்ச் சேரவேண்டும்; சைல்ட் கையில் சிக்கியதுபோல் அதிகாரம் ஓரிடத்தில் குவிந்துவிடக்கூடாது என்பது அவர்களுடைய எண்ணம்.

இந்தக் களேபரத்துக்கு இடையில் பழைய எதிரியான பாப்பில்லானும் திரும்பி வந்துவிட்டார்; சீர்திருத்தம் பேசிய விக் கட்சியின் வெற்றிப் படையில் சேர்ந்துகொண்டார். சைல்ட் எதற்கும் அசைந்துகொடுக்காமல் விடாப்பிடியாக நிற்கவே, பழைய கம்பெனியையே கலைத்துவிடுவது என்று நாடாளு மன்றம் முடிவு செய்தது.

ஆனால், அந்தத் தீர்மானத்தை உடனே நிறைவேற்ற முடியாமல் நாடாளுமன்றம் விடுமுறையில் இருந்தது; அந்த இடைவெளி யில் காட்சி மாறியது.

யாருமே எதிர்பாராத விதத்தில், அக்டோபர் 1693-ல் மன்னர் ஒரு திடீர் உத்தரவு பிறப்பித்தார்: 'இதன்மூலம் பழைய கிழக்கிந்தியக் கம்பெனியின் சாசனம் 21 வருடங்களுக்கு நீட்டிக்கப்படுகிறது.'

நாடாளுமன்றம் கோபத்தில் கொதித்தது! ஜனவரி 1694-ல், 'இங்கிலாந்தின் குடிமகனாகப் பிறந்த ஒவ்வொருவருக்கும், கிழக்கிந்தியாவில் போய் வர்த்தகம் செய்வதற்குச் சம உரிமை வேண்டும்' என்று கண்டிப்புடன் தீர்மானம் போட்டது.[30] இதனால் வர்த்தகக் கம்பெனிகளுக்கு சாசனம் கொடுக்கும் முறையே அடியோடு மாறியது. இதுநாள்வரையில் சாசனம் கொடுப்பது என்பது மன்னரின் தனிப்பட்ட உரிமை. இனி அதை நாடாளுமன்றமும் ஆதரித்தால்தான் பத்திரம் செல்லுபடி ஆகும்.

இப்போது இந்தியாவுடன் வர்த்தகம் செய்வதில் இருந்த விலங்குகள் உடைந்துவிட்டன. பல புதிய வியாபாரிகள் எல்லை தாண்டி வடக்குப்புறமாக ஸ்காட்லாந்துக்குப் போனார்கள். 3 லட்சம் பவுண்டு முதலீடு செய்து ஸ்காட்லாந்து கிழக்கிந்தியக் கம்பெனி என்று ஒன்றை ஆரம்பித்தார்கள்.

சைல்ட் தனிப்பட்ட முறையில் இந்தியாவில் இருந்த கம்பெனி அதிகாரிகளுக்கு எழுதிய கடிதம் ஒன்றில், நாடாளுமன்றத்தின்மீது எரிந்துவிழுகிறார்: 'இனியும் நான் சொல்வதைத்தான் நீங்கள் கேட்டு நடக்கவேண்டும். இங்கே அசட்டுப் பட்டிக்காட்டுக் கும்பல் ஒன்று வந்து உட்கார்ந்துகொண்டிருக்கிறதே, அவர்களைச் சட்டை செய்யத் தேவையில்லை. அவர்களுக்கு, தங்களுடைய சொந்தப் பிரச்னைகளையே தீர்த்துக்கொள்கிற அளவுக்கு மூளை கிடையாது. இந்த அழகில் வியாபாரம் பற்றி என்ன புரியப் போகிறது?'

கம்பெனியின் ஏகபோகம் உடைக்கப்பட்டதுடன் விவகாரம் முடியவில்லை. 1693-ல் மன்னர் எப்படித் திடீரென்று கம்பெனிக்கு அதிகாரப் பத்திரத்தைக் கொடுத்தார் என்று தூண்டித் துருவ ஆரம்பித்தார்கள். 1695 மார்ச் மாதத்தில் நாடாளு மன்றம் ஊழல் புகாரைப் பதிவு செய்து விசாரிக்க ஆரம்பித்து விட்டது.

அந்தக் காலத்தின் அளவுகோல்கள் இன்றுபோல் அவ்வளவு கடுமையாக இல்லை. இருந்தும், நடந்திருக்கும் ஊழலின் அளவைக் கண்டு அரசியல்வாதிகளே அதிர்ந்துபோனார்கள்!

கணக்குப் புத்தகங்களைப் பிரித்து உதறினால் ஒரு சிக்கலான ஊழல் வலைப் பின்னலே வெளியே வந்தது. வலையின் மையத்தில் இருந்தவர், கவர்னரான சர் தாமஸ் கூக் என்பவர். இவர் வேறு யாருமல்ல, சைல்டின் சொந்த மருமகன்.

புரட்சிக்குப் பிறகு ஆறு வருடத்தில் 1,07,013 பவுண்டு 'கம்பெனியின் தனிப்பட்ட பணிவிடைகளுக்காக' என்று செலவழிக்கப்பட்டிருந்தது. இதில் புதிய அதிகார சாசனம் பெறுவதற்காக 1693-ல் கொடுத்த தொகை 80,468 பவுண்டு. கூக் தனக்காகவே 90,000 பவுண்டு 'கடன்' எடுத்துக்கொண்டிருந்தார். அதிகாரப் பத்திரச் சிக்கல்களைக் களைவதற்காகக் கம்பெனி பங்குகளை வாங்கவே இந்தத் தொகை. ஒரு நிழலான வெடி உப்பு இறக்குமதி விவகாரத்தில், இன்னொரு 12,000 பவுண்டுக்குக் கணக்கு உதைத்தது.

முதலில் கூக் இதற்கெல்லாம் விளக்கம் தெரிவிக்கவே மறுத்து விட்டார். லண்டன் கோபுரத்தில் கொஞ்ச நாள் வைத்து விசாரித்தார்கள். குற்றத்தை ஒப்புக்கொண்டால் தண்டனை குறையும் என்று சொன்னவுடன் மெல்ல விஷயம் வெளியே வந்தது: மன்னருக்கு ஜோசையா சைல்ட் 10,000 பவுண்டு அன்பளிப்பு கொடுத்திருந்தார். 1680-களில் அரசருக்குச் செய்துவந்த மரியாதையைத்தான் இப்போது மறுபடி தொடர்கிறோம் என்று சமாளித்தார். சிறியதும் பெரியதுமாக மற்ற தொகைகள் பல இடைத் தரகர்களுக்குப் போயிருந்தன. அரச சபையில் கம்பெனிக்காகச் சிபாரிசு செய்யவேண்டியது அவர்கள் வேலை.

நாடாளுமன்றத்தின் இரு சபைகளும் சேர்ந்த கமிட்டி கூடியது; கூக் அழைக்கப்பட்டார். புதிய கம்பெனி முதலீடு திரட்டிக் கொண்டிருப்பதாலும், பல உதிரி வியாபாரிகள் போட்டிக்கு வந்து நம் தொழிலையே நாசமாக்கிவிடுவார்கள் என்ற பயத்தாலும்தான் இப்படியெல்லாம் லஞ்சம் கொடுக்கவேண்டியிருந்தது என்று வெளிப்படையாக ஒப்புக்கொண்டார் கூக்.[31]

ஜோசையா சைல்ட் பின்னணியில் இருந்து தூண்டிவிட, கம்பெனி சார்பில் வாதாடுவதற்காக கூக் ஒரு படையையே தயார் செய்திருந்தார். ஆக்டன், நாதெனியல் மோலினாக்ஸ், சர் ஜான் ஷார்டின், பால் டாக்மினிக், காப்டன் ஜான் ஜெர்மேன் போன்றோர் அதில் இருந்தார்கள். தலைமை வழக்கறிஞருக்கு 545 பவுண்டு கிடைத்தது. சட்ட ஆலோசகருக்கு வெறும் 218

பவுண்டுதான். எல்லாரையும் மிஞ்சி நின்றவர் சர் பேசில் ஃபயர்ப்ரேஸ். சரமாரியாகப் பல ஒப்பந்தங்களில் கையெழுத்திட்டு 40,000 பவுண்டைப் பைக்குள் போட்டுக்கொண்டார். (வழக்கில் தோற்றால் பைசா கிடையாது என்ற நிபந்தனையுடன்!) நீதிமன்றத்தில் முக்கியப் புள்ளிகளின் மனத்தை மாற்றுவதற்குத் தேவையான வேறு பலரையும் கூட்டு சேர்த்துக்கொண்டார் ஃபயர்ப்ரேஸ்.

கூக்கை விசாரித்து முடித்த கையோடு, நாடாளுமன்றக் குழு ஃபயர்ப்ரேஸைக் கொக்கி போட்டு இழுத்தது. தன்னுடைய ஊழலால் தனக்கே குழி தோண்டிக்கொண்ட ஃபயர்ப்ரேஸ் பல கேள்விகளுக்குப் பதில் சொல்ல முடியாமல் திணறினார். ஒரு கட்டத்தில் கூர்மையான கேள்விகள் வந்து விழுந்தபோது 'எனக்கு உடம்பு சரியில்லை; இரண்டு நாளாகத் தூக்கமில்லை' என்று வாய்தா கேட்டார்.³² நாடாளுமன்றக் குழு விடாமல் துளைத்தபிறகு, தாமஸ் ஆஸ்பர்னுக்கும் இதில் பங்கு போயிருப்பது தெரிய வந்தது. ஆஸ்பர்ன், லீட்ஸ் கோமகன்; மன்னரின் ஆலோசனை மன்றத்தின் தலைவர். அவருக்குக் கிடைத்த தொகை 5,500 பவுண்டு.

'என்ன இது! நிழலான காரியங்களாகவே இருக்கிறதே' என்று நாடாளுமன்ற உறுப்பினர்களுக்கு ஒரே கோபம்! 'அரசாங்கத்தில் இத்தனை உயர்ந்த பொறுப்பில் இருப்பவர் ஒரு வணிகப் பத்திரம் கொடுப்பதற்கே லஞ்சம் வாங்கக்கூடியவர் என்றால், நாளைக்குப் பணம் வாங்கிக்கொண்டு நாட்டையே பிரெஞ்சுக்காரர்களிடம் காட்டிக்கொடுக்க மாட்டார் என்பது என்ன நிச்சயம்?'

ஆனால் இதில் ஒரு சிக்கல்: அந்தக் காலத்தில் அரச சபையில் இருக்கும் ஒருவர் பணம் வாங்குவதைத் தடுப்பதற்குச் சட்டம் எதுவும் இருக்கவில்லை! எனவே லீட்ஸ்மீது, அதிகாரத்தைத் தவறாகப் பயன்படுத்தினார் என்று குற்றச்சாட்டு எழுப்ப முடிவு செய்தார்கள்.

இதற்குள் வழக்கின் முக்கியச் சாட்சி ஒருவர் நாட்டை விட்டு ஓட்டம் பிடித்தார். நாடாளுமன்றம் முறையாகத் தீர்மானம் எழுப்புவதற்குள்ளேயே மன்னர் தலையிட்டு நாடாளுமன்றக் கூட்டத்தொடரை முடிவுக்குக் கொண்டுவந்தார். குற்றச் சாட்டுகள் அத்துடன் மடிந்தன!

ஜான் போலக்ஸ்ஃபென் என்பவர், கம்பெனி விவகாரங்களை விசாரித்த நாடாளுமன்றக் குழுவில் ஓர் உறுப்பினர். கம்பெனியின் ஏகபோக ஆட்சியை முன்னால் நின்று எதிர்த்தவர். அவர் 'கம்பெனிகளுக்கு உடம்பு உண்டு, ஆன்மா கிடையாது. ஆன்மா இல்லாவிட்டால் மனச்சாட்சி எங்கிருந்து வரப் போகிறது?' என்று கசப்புடன் சொன்னார்.[33] எது எப்படியோ, கடைசியில் கூக், சைல்ட், ஃபயர்ப்ரேஸ், ஆஸ்பர்ன் எல்லோருமே ஒட்டுமொத்தமாகத் தப்பித்துவிட்டார்கள்.

ஆனால் கம்பெனியின் நிலைமைதான் மேலும் மோசமடைந்தது. புரட்சிக்குப்பிறகு ஏற்பட்ட பங்கு மார்க்கெட் எழுச்சி, நடுவில் பயந்து தயங்கி நின்றுவிட்டது. ஊழல் புகார்கள் அதிகரித்துக் கொண்டே போயின. எல்லாவற்றின் விளைவாக, 1695-ல் கம்பெனியின் பங்குகள் 35 சதவிகிதம் விழுந்தன. அடுத்த ஆண்டு இன்னொரு 28 சதவிகிதம் வீழ்ச்சி. இது போதாது என்று பிரான்ஸுடன் போர் மூண்டது. பொருளாதாரம் கலைந்தது. முக்கியமாக லண்டனின் ஜவுளித் தொழிலுக்குப் பலத்த அடி!

கம்பெனி இந்தியாவிலிருந்து காலிகோ துணிகளை அளவுக்கு மீறி இறக்குமதி செய்கிறது என்று உள்ளூரின் தொழில் பாதுகாப்புக் குழுவினர் எப்போதுமே கூச்சல் போட்டு வந்தார்கள். 'கிழக்கிந்தியக் கம்பெனி உள்ளே நுழைந்ததுமே நம் நெசவாளர்களில் பாதிப் பேருக்கு வேலை போய்விட்டது. இந்தியாவின் போட்டியால் கம்பளி, பட்டுத் தொழிலில் இருப்பவர்கள் வயிற்றில் ஈரத் துணி சுற்றிக்கொள்ளும் அளவுக்குச் சம்பளம் இறங்கிவிட்டது' என்றார்கள்.

1696-ல் பொருளாதார நிலை மந்தமானதால் மக்கள் கொதிக்க ஆரம்பித்தார்கள். நவம்பர் மாதம், இந்திய இறக்குமதிகளைத் தடை செய்யவேண்டும் என்று கோரி பல நூறு நெசவாளர்கள் லண்டனின் கிழக்கே உள்ள ஸ்பைடல்ஃபீல்டிலிருந்து வெஸ்ட்மின்ஸ்டருக்கு ஊர்வலம் போனார்கள். ஜனவரியில் அழுத்தம் அதிகரித்து, 5,000 பேர் நாடாளுமன்றத்தை நோக்கி நடை போட்டார்கள். திரும்பி வரும் வழியில் இருந்த ஈஸ்ட் இந்தியா ஹவுசைக் கூட்டம் தாக்கியதால், உள்ளூர்க் காவல் படை வரவேண்டியதாயிற்று. மார்ச் மாதம், கலவரக்காரர்கள் கம்பெனியின் துணை கவர்னரான தாமஸ் போஹனின் ஸ்பைடல்ஃபீல்ட் வீட்டைச் சூறையாடினார்கள். இரண்டு நாள்

கழித்து ஹாக்னீயில் உள்ள ஜோசையா சைல்டின் மாளிகைக்கே சென்று மிரட்டினார்கள்.

நெசவாளர்கள் சொல்லவேண்டியதைச் சொல்லி, புரிய வேண்டியவர்களுக்குப் புரிய வைத்துவிட்டார்கள். மூன்று வருடத்தில் நாடாளுமன்றம் வரிசையாகப் பல சட்டங்களை நிறைவேற்றியது. முதலாவதாக, நாட்டில் யாரும் பட்டாடைகள், வங்காளத் துணிகள், காலிகோ துணிகளை அணியக்கூடாது என்று சட்டமே போட்டது!

கம்பெனிக்குக் கடைசியாக மரண அடி கொடுத்தது, நாட்டின் பொருளாதாரச் சிக்கல். போரினால் மன்னரின் கஜானா காலியாகி விட்டது. லண்டனில் யாரிடம் கேட்டால் பணம் கிடைக்கும் என்று பார்த்தார். பழைய கிழக்கிந்தியக் கம்பெனி, 4 சதவிகித வட்டியில் 7 லட்சம் பவுண்டு கடன் தர முன்வந்தது. ஆனால் 'டௌகேட் வீரச் செயல்' என்ற வேறொரு கம்பெனி, பெரிய தொகையாக 20 லட்சம் பவுண்டு தருகிறேன் என்றது. ஆனால் வட்டி 8 சதவிகிதம். மன்னர் டௌகேட்டிடம்தான் போனார். ஜுன் 1698-ல் ஆசிய வர்த்தகம் முழுவதையும் ஏகபோக உரிமையாக டௌகேட்டுக்குத் தருவதாகப் பொதுச் சபை சட்டம் இயற்றியது. பழைய கம்பெனி இனிமேல் எழுந்திருக்கவே முடியாது என்றுதான் தோன்றியது. ஆனால் மற்றொருபுறம், வர்த்தகச் சுதந்தரம் வரும் என்ற கனவுகளும் நொறுங்கிவிட்டன.

அடுத்து நடந்த காட்சி வேறுவிதமாக இருந்தது. பழைய கம்பெனி, சட்டத்தில் இருந்த இரண்டு பெரிய ஓட்டைகளில் புகுந்து புறப்பட்டு வெளியே வந்துவிட்டது. முதலில், கம்பெனியை மூடுவதற்கு மூன்று வருட காலம் அவகாசம் தரப்பட்டது. இரண்டாவதாக, பழைய கம்பெனியும் இந்தப் புதிய கம்பெனியில் முதலீடு செய்வதற்கு அனுமதி கிடைத்தது. இதை உடனே உபயோகித்துக்கொண்ட பழைய கம்பெனி, 3,15,000 பவுண்டு மதிப்புள்ள புதிய கம்பெனிப் பங்குகளைக் வாங்கிவிட்டது. இது, புதிய கம்பெனியின் மதிப்பில் 15 சதவிகிதம்.

புதிய கம்பெனி, அரசாங்கக் கட்டுப்பாடுகளுக்கு ஆட்பட்டிருந்தது. பங்குதாரர்கள் கம்பெனிக் குடையின் கீழேயே, தங்கள் முதலீட்டுக்கு ஏற்றபடி சொந்தமாக வியாபாரம் செய்துகொள்ள உரிமை இருந்தது. அது மட்டுமல்ல; கூட்டுறவு அமைப்புக்கு

உள்ளேயே யார் வேண்டுமானாலும் சின்னச் சின்ன பங்குக் கம்பெனிகள் ஆரம்பித்துக்கொள்ளவும் அனுமதி உண்டு! எனவே புதிய கம்பெனியின் போர்வைக்கு உள்ளேயே பழைய கிழக்கிந்தியக் கம்பெனி, எப்போதும்போல் தன் இந்திய வர்த்தகத்தை நடத்திக்கொண்டிருந்தது. இந்தியாவிலிருந்த அதன் அதிகாரிகள் எல்லாம் ஆணி அடித்ததுபோல் அவரவர் இடத்தை விட்டுக் கிளம்பவே இல்லை!

இதற்கிடையில் சுதந்தரமான உதிரி வியாபாரிகளின் கூட்டம் ஒன்று துணிச்சலாக 23,000 பவுண்டுக்குப் பங்குகளை வாங்கிக் கொண்டு போட்டிக்கு வந்தது. 1650-களுக்குப் பிறகு இப்போது தான் கம்பெனிக்குப் போட்டி என்று ஒன்று எழுகிறது. 'இந்தப் போட்டி குறுகிய காலத்துக்கே நிலைத்தாலும், சுதந்தர வர்த்தகத்தால் இந்தியாவின் உற்பத்தியாளர்களுக்கு அதிக விலை கிடைத்தது. நுகர்வோருக்கு விலை மலிவாகப் பொருள்கள் கிடைத்தன' என்று ஆடம் ஸ்மித் பின்னாளில் இந்தக் கால கட்டத்தைப்பற்றி எழுதுகிறார்.[34]

பழைய கம்பெனிக்கும் சரி, புதிய கம்பெனிக்கும் சரி, போட்டி என்றாலே எட்டிக்காயாக இருந்தது. வர்த்தகப் போட்டிகள் பிறகு போராக மாறிவிடப் போகிறதே என்ற கவலையில் ஒப்பந்தம் ஒன்று போட்டார்கள். 1702 ஏப்ரல் 27-ம் தேதி நிறைவேறிய இந்த ஒப்பந்தத்தில், எல்லாப் போட்டியாளர்களும் ஒரே கம்பெனியாக இணைந்துவிடுவது என்று முடிவாயிற்று. இந்த ஒப்பந்தத்துக்கு தூதுவராகச் செயல்பட்டவர் சர் பேசில் ஃபயர்ப்ரேஸ்தான்!

ஏழு வருடத்தில் 'கிழக்கிந்திய வர்த்தகர்களின் ஒருங்கிணைந்த நிறுவனம்' என்ற பெயரில் புதிய கம்பெனி தொடங்கப்பட்டது. இதற்கு அரசரின் ஒப்புதல் வேண்டுமே? சாசனம் பெறுவதற்காக இன்னொரு 12 லட்சம் பவுண்டு திரட்டி, அனைத்தும் அரசருக்கு வட்டி இல்லாக் கடனாகப் போய்ச் சேர்ந்தது. இதையும் சேர்த்துக் கம்பெனியின் முதலீடு 32 லட்சம் பவுண்டு. அரசாங்கத்துக்குக் கடன் கொடுக்கும்போது 5 சதவிகித வட்டிக்கு விடப்பட்டது.

'ஒன்றிணைந்த கம்பெனி இனிமேல் வணிகத்தில் வளமாகவும் வலுவாகவும் வளரும். அது மிகப் பெரிய, மிகச் சிக்கலான வணிக நிறுவனம் மட்டுமில்லாமல், லண்டனின் பொருளாதாரச்

சந்தைக்கே கம்பெனிதான் உயிர் நாடி' என்று பேச்சாக இருந்தது.[35]

கம்பெனியால் கசப்படைந்தவர்களுக்கும் குறைவில்லை. 1708-ல் நாடாளுமன்ற உறுப்பினர் ஒருவருக்கு யாரோ ஒரு முதலீட்டாளரிடமிருந்து மொட்டைக் கடிதம் ஒன்று வந்தது. கம்பெனிகள் இணைந்ததுபற்றி அதில் ஒரே புலம்பல்! *'இனிமேல் இவர்களைத் தவிர வேறு எவனும் ஒரு துண்டு மஸ்லின் துணியையோ, ஒரு பவுண்டு மிளகையோ உள்ளே எடுத்துவர முடியாமல் போய்விடும். மகாப் புரட்சியின் பெரிய பெரிய எதிர்பார்ப்புகள் எல்லாம் பொய்த்துப்போய்விட்டன. விடுதலைக்காக நாம் எத்தனை பாடுபட்டோம்... கடைசியில் இந்தப் பேய், ஏகபோக மிருகம், கொம்பைச் சிலுப்பிக்கொண்டு மறுபடி எழுந்து வந்துவிட்டதே! நேர்மையாக வர்த்தகம் செய்யும் ஒவ்வொருவரும் அரண்டுபோயிருக்கிறார்கள். இந்த ஈனமான பேரத்தைக் கண்டு என் மண்டை இடிக்கிறது.'*[36]

இந்திய வர்த்தகக் கடல்[37]

மறுபடியும் கடைசி நிமிடத்தில் கிழக்கிந்தியக் கம்பெனியின் தலை தப்பியது. 1709 பிறந்தபோது சில வெளி நிகழ்ச்சிகளும் அதற்கு உதவியாக இருந்தன. இந்தியாவில் சைல்டின் மிகப் பெரிய வில்லனாக இருந்த ஔரங்கசீப் 1707-ல் இறந்தார். அவருக்குப்பிறகு வந்த மன்னர்களுக்கு அவ்வளவாகச் சாமர்த்தியம் போதாது. கஜானா வேறு காலி! 1716-ல் மன்னர் ஃபரூக்ஸியார் மூன்று அதிகாரப் பத்திரங்களை (ஃபர்மான்) கம்பெனிக்குக் கொடுத்தார். வங்காளம், சோழமண்டலக் கடற் கரையை உள்ளடக்கிய ஹைதராபாத், குஜராத் துறைமுகங்களை மேற்பார்வை செய்ய வசதியாக அகமதாபாத் - ஆகிய மூன்று பகுதிகளில் வரி இல்லாமல் வியாபாரம் செய்துகொள்ளும் உரிமை இதனால் கிடைத்தது.

நேருக்கு நேர் மோதிப் பார்க்கும் சைல்டின் கொள்கை தோற்றது. ஆனால் இப்போது கம்பெனி வெற்றிக்குக் காரணங்கள் மூன்று: பலவீனமான முடியரசு; கம்பெனி சளைக்காமல் பேரம் பேசியது; கொழுத்த லஞ்சம்! இந்த ஃபர்மான், கம்பெனிக்கு ஒரு புதையலையே திறந்துவிட்டது. ஆனால் அதன் பிறகு இந்தியச் சிற்றரசுகளுடன் முடிவில்லாமல் தொடர்ந்த முட்டல் மோதல் களுக்கும் அதுதான் அடிப்படையாக அமைந்துவிட்டது.

கார்ப்பரேட் சக்திகள் களத்தில் இறங்கிவிட்டால் என்னவெல்லாம் செய்ய முடியும் என்பதை சர் ஜோசையா சைல்ட்போல வேறு யாரும் நிரூபித்தது இல்லை. அவர் காலத்தில் நினைவுக் குறிப்புகள் எழுதி வந்த ஜான் எவலின் போன்றவர்களைக் கேட்டால் சொல்வார்கள் - 1680-90களில் பல வணிக இளவரசர்கள் பணத்தாலும் அரசியலாலும் ஆதிக்கம் செலுத்த ஆரம்பித்தார்கள். இந்த மாதிரி திடீர்ப் பணக்காரர்களுக்கு ஜோசையாதான் முன் உதாரணம்.

சைல்ட் உண்மையிலேயே வித்தியாசமானவர். அவர் தன் நோக்கங்கள், வழிமுறைகள் எதையும் மறைக்கவே இல்லை: வியாபாரத்தில் நாம்தான் ஆதிக்கம் செலுத்தவேண்டும் என்பது நோக்கம். அதற்கு அவர் கடைப்பிடித்த வழிமுறை, சொந்த நாட்டில் இசைகேடான கூட்டணிகள்; வெளி நாட்டிலோ, வல்லடி!

என்னதான் செய்தாலும் சைல்டும், அவருக்குப்பின் வந்த பலரும் தண்டனைக்கு ஆளாகவே இல்லை. வான்ஸ்டெட்டில் உள்ள தன் அக்ரூட் தோட்டத்தில் சைல்ட் அமைதியாக ஓய்வுக் காலத்தைக் கழித்தார். 1699-ல் சைல்ட் இறந்தபோது அவர் கணக்கில் 2 லட்சம் பவுண்டு இருந்தது. 2002-ம் வருட விலைவாசியின்படி இது 2 கோடி பவுண்டுக்குச் சமம்.[38]

சைல்ட் மறைந்தபிறகு தலைமையகத்திலோ, வெளியிலோ இருந்த யாரும் அந்த அளவுக்கு வெளிப்படையாகத் தங்கள் திட்டங்களைப் பற்றிப் பேசவில்லை. ஆனால் சைல்ட் ஆரம்பித்துவைத்த கார்ப்பரேட் புத்தி மட்டும் போகவில்லை! சைல்டுக்குப்பின் கம்பெனி இயக்குநர்கள், அவரைப்போல தடாலடி அரசியல் நடத்தக்கூடாது என்று முடிவு செய்தார்கள். தொழில் செய்யும்போது உயர்ந்த நெறிமுறைகளைக் கடைப்பிடித்தால்தான் முன்னேற முடியும் என்று கருதி, 'நேர் வழியில் நடப்போம்; சீர் மிகவும் பெறுவோம்' என்ற கோஷத்தை இந்தியாவில் உள்ள அதிகாரிகளுக்கு வலியுறுத்தினார்கள். அதன்பின், கம்பெனியில் ஊழல்களே நடக்கவில்லை என்று பொருளல்ல; ஆனால் அவை சமாளிக்கக்கூடிய அளவிலேயே நின்றன.

இந்தியாவுடன் எப்படிப்பட்ட உறவு இருக்கவேண்டும்? 'உங்கள் தரகர்களோ, அவர்களுக்குக் கீழே வேலை பார்ப்பவர்களோ, நம்

ஊழியர்களோ, பதவியைப் பயன்படுத்திப் பொதுமக்களுக்கு எந்தத் துன்பமும் இழைத்துவிடாமல் பார்த்துக்கொள்ளுங்கள்' என்று அறிவுரை கூறினார்கள்.[39]

கம்பெனியின் துறைமுக நகரங்கள் செழித்து வளர்ந்தன. ரியாஸ்-உஸ்-சலாத்தீன் என்ற பாரசீக நூலை எழுதிய குலாம் ஹுசேன் சலீம் கல்கத்தாவைப் பற்றி, 'ஆங்கிலேயர்கள் அளித்த சுதந்தரம், பாதுகாப்பு இவற்றாலும் வரிகள் மிகக் குறைவாக இருந்ததாலும் கல்கத்தா முன்னேறியது' என்கிறார்.[40]

உண்மையிலேயே அந்தக் காலகட்டத்தில் கம்பெனியின் ஒரே குறி, வர்த்தகம்; அது மட்டும்தான். 1720-களில் வங்காளத்தின் ஜவுளி வர்த்தகத்தில் டச்சுக்காரர்களுடன் இருந்த நீண்ட நாள் போட்டியில் கம்பெனி முதல் இடத்தைப் பிடித்தது.[41] மொத்தமாகப் பார்த்தால் வி.ஓ.சியின் ஐரோப்பிய வர்த்தகத்தின் அளவை நெருங்கிவிட்டது. 1660-களில் இருந்த நிலைமை இப்போது தலைகீழ்! அட்டவணை 3.1-ஐப் பார்த்தால் தெரியும்.

அட்டவணை 3.1

1668-1670களில் டச்சு-ஆங்கில கிழக்கிந்தியக் கம்பெனிகளின் வர்த்தகம் (மில்லியன் ஃப்ளாரின் கணக்கில்)

	1668-70	1698-1700	1738-40	1778-80
ஆங்கிலேயர்கள்	4.3	13.8	23.0	69.3
டச்சுக்காரர்கள்	10.8	15.0	19.25	20.8

இந்த வர்த்தக வெற்றிக்கு லண்டன் தெருக்களில் கண்கூடான சாட்சி இருந்தது. திரும்பிய பக்கமெல்லாம் கம்பெனி விற்ற இந்திய காலிகோ துணிகள்தான்! ஜனவரி 1708-ல் டானியல் டெஃபோ 'இந்திய காலிகோ நம் வீட்டிலும் அலமாரியிலும் படுக்கையிலும் நுழைந்துவிட்டது. பெண்களின் உடையோ, அறைகலன்களோ, இதுவரை கம்பளியிலும் பட்டிலும் இருந்ததெல்லாம் இப்போது இந்தியத் துணிகளுக்கு மாறிவிட்டன' என்கிறார்.[42]

1700-ல் வங்காளத் துணிகள் உள்ளே நுழையக்கூடாது என்று போட்ட தடையெல்லாம் ஆவியாகப் போய்விட்டது. முதலில் தடையைச் சந்திக்கக் கம்பெனி ஒரு வழி கண்டுபிடித்தது:

துணிகளுக்கு டிசைன் அச்சிடும் பிரிட்டிஷ் தொழிற் சாலைகளுக்கு இந்திய காலிகோவைக் கொண்டுவந்தது. அங்கே தயாரான ஆடைகளை வெளிநாட்டுக்கு மீண்டும் ஏற்றுமதி செய்ய ஒரு சந்தையையும் கண்டுபிடித்தது. ஆப்பிரிக்காவில் அப்போது அடிமை வியாபாரம் சுறுசுறுப்பாக நடைபெற்றுக் கொண்டிருந்தது. இந்தியப் பட்டுத் துணிகளைக் கொடுத்து விட்டுப் பண்ட மாற்றாக அடிமைகளை ஓட்டிக்கொண்டு வந்தார்கள்!

ஜியார்ஜ் சொன்ன உலகமயமாக்கம் என்பது இதுதான் போலிருக்கிறது. ஸ்பெக்டேட்டர் இதழில் ஜோசப் அடிசன் இதை உற்சாகமாக ஆதரிக்கிறார்: 'இப்போது லண்டன், உலகத்துக்கே சூப்பர் மார்க்கெட்டாக மாறிவிட்டது. இன்றைக்கு ஒரு நல்ல குலத்துப் பெண்ணின் உடையில் நூறு பிரதேசங்களின் உழைப்பு இருக்கிறது. அவள் கழுத்தில் இருக்கும் துப்பட்டா, பாலை நிலத்திலிருந்து வருகிறது. ஜரிகைப் பாவாடையோ பெரு நாட்டின் சுரங்கங்களிலிருந்து. அவளுடைய வைர நெக்லஸோ, ஹிந்தோஸ்தானத்தின் அடி வயிற்றிலிருந்து வருகிறது!' என்று 1711-ல் எழுதிய கட்டுரை ஒன்றில் குறிப்பிடுகிறார்.[43]

ஜவுளித் தேவை வேகமாக அதிகரித்ததால் இந்தியாவுக்குள் தங்கமும் வெள்ளியும் வெள்ளமாகப் பாய்ந்துவந்தன. இது பொருளாதாரத்துக்குப் பெரிய தூண்டுகோலாக இருந்தது. இந்திய நெசவாளர்களின் தயாரிப்புக்களுக்காக ஆங்கிலேயர்களுக்கும் மற்ற ஐரோப்பியக் கம்பெனிகளுக்கும் போட்டா போட்டி நடக்க, வேறொரு பக்கம் வலுவான ஆசிய வியாபாரிகளும் களத்தில் நிற்க, மொத்தத்தில் விற்பவரின் காட்டில் மழை! உள்ளூர் தயாரிப்பாளர் கள் அனைவருக்கும் நல்ல விலை கிடைத்தது.

கம்பெனியின் அதிர்ஷ்டத்தை எப்போதும் உரைத்துப் பார்த்துக் கொண்டிருப்பது அதன் பங்கு விலைதான். அதுவும் உயர உயரப் போனது. 1698-ல் புதிய கம்பெனிக்கு உரிமைப் பத்திரம் எழுதப்பட்ட அன்று, பங்கு விலை 39 பவுண்டுக்கு இறங்கிக் கிடந்தது. 1702-ல் கம்பெனிகளின் மாபெரும் இணைப்புக்கு முயற்சிகள் நடந்துகொண்டிருந்தபோது பங்கு விலை 100 பவுண்டு. டிசம்பர் 1717-ல் கம்பெனிக்கு ஃபர்மான் கிடைத்த செய்தி லண்டன் மார்க்கெட்டை எட்டியபோது, அந்த மந்திரச் செய்தியின் மகத்துவத்திலேயே பங்கு விலை 200 பவுண்டாக உயர்ந்தது.

1720-ல் நடந்த தென் கடல் சூதாட்டத்தில் கம்பெனியும் வேறு வழியில்லாமல் சிக்கிக்கொள்ள நேர்ந்தது. அந்த ஆண்டு ஜூன் மாதத்தில் 44 சதவிகிதத்துக்குமேல் பங்கு விலை உயர்ந்தது. 290 பவுண்டாக இருந்தது, 420 பவுண்டுக்கு வந்து நின்றது.

பிறகு தென் கடல் குமிழி வெடித்த அதிர்ச்சியில் கம்பெனிப் பங்குகளும் மூன்றில் இரண்டாகச் சரிந்ததும், கம்பெனி எதிர் நீச்சல் போட்டு எழுந்து வந்ததும், லண்டன் பங்கு மார்க்கெட்டில் எதிர்ப்பதற்கு ஆளே இல்லாத பட்டத்து யானை என்று தன் பெயரை நிலை நாட்டியதும் வரலாறு.

1720-ல் குமிழிச் சட்டம் நிறைவேற்றப்பட்டது. புதிய நிறுவனங்கள் எதற்கும் இனி அதிகார சாசனம் கொடுக்கும் வழக்கம் இல்லை என்று முடிவாகியது. கிழக்கிந்தியக் கம்பெனியின் இடம், இன்னும் தெளிவாக உலகுக்குத் தெரிந்தது. பங்குதாரர்களுக்கு மறுபடி டிவிடெண்ட் கொடுப்பது ஆரம்பித்தது. இதற்கு முன்னால் 1690-கள் முழுவதும் சூழ்நிலை சரியில்லை என்று டிவிடெண்ட் நிறுத்தி வைக்கப்பட்டிருந்தது.

1730-40-களில் பங்கு விலை 150-க்கும் 200-க்கும் இடையில் இருந்தது. டிவிடெண்ட் 7 முதல் 8 சதவிகிதம். 1680-களின் பண அறுவடைக்குமுன் இது ஒன்றுமே இல்லை; மேலும் வி.ஓ.சி இதைவிட அதிகமாக - 20 சதவிகிதம்வரை - 1730-கள் முழுவதும் டிவிடெண்ட் கொடுத்து வந்தது.

ஆனால், இப்போதைய தேவை அது அல்ல; கம்பெனி தொடர்ந்து உறுதியாக நிற்கிறதா என்பதுதான் இப்போது முக்கியம்.

1713-க்கும் 1743-க்கும் நடுவில் கம்பெனி விலையாகக் கொடுத்த தங்கம், வெள்ளி, மற்ற பொருள்களின் மதிப்புக்குமேல் 3 கோடி பவுண்டு லாபம் ஈட்டியது.[44]

வெளியே இருந்து பார்த்தால், கம்பெனி ஆரோக்கியமாக இருப்பதாகத்தான் தோன்றும். ஆனால் உள்ளுக்குள்ளே பெரிய பெரிய பிரச்னைகள் அழுத்திக்கொண்டிருந்தன. சொந்த நாட்டில் கம்பெனியின் ஏகபோக உரிமையைப் பற்றிய புகைச்சல் இருந்து கொண்டே வந்தது. 1730-ல் வர்த்தகக் கதவுகளை விரியத் திறந்து விடச் சொல்லி லண்டன், பிரிஸ்டல், லிவர்பூல் போன்ற இடங் களிலிருந்து மனுக்கள் வந்து குவிந்தன. அவை 'கம்பெனியின் ஏகபோகத்தினால் வருவாய் நிறையக் கிடைக்கிறது; விற்கும்

விலையை அதிகமாகவும், வாங்கும் விலையை அடி மட்டத்திலும் வைத்துக்கொள்ள முடிகிறது. ஆனால் உபரியாகக் கிடைக்கும் அத்தனை பணமும் நிர்வாகத்தின் மெத்தனம், அசிரத்தை, ஆடம்பரம் இவற்றினால் வீணாகப் போய் விடுகிறது' என்று குற்றம் சாட்டின.[45] ஆடம் ஸ்மித் ஐம்பது வருடம் கழித்து இதை எடுத்துக்காட்டினார்.

வேறொரு விநோதமான ஏற்பாடு செய்யலாம் என்றுகூடப் பேச்சு வந்தது: 'பொதுப் பங்குக் கம்பெனியாக இருப்பதை மாற்றி, முழுக்க முழுக்க அதை அரசாங்கத்தின் கட்டுப் பாட்டுக்குள் கொண்டுவந்துவிடலாம். அந்தக் கம்பெனி, இந்திய வியாபாரத்துக்குத் தேவைப்படும் கட்டமைப்புக்கள் முழுவதை யும் தன் பொறுப்பில் வைத்திருக்கும். ஏற்றுமதி - இறக்குமதி செய்பவர்கள் கம்பெனிக்கு ஒரு குறிப்பிட்ட அளவு தரகு செலுத்தி விட்டால் போதும்; இந்தக் குடையின்கீழ் யார் வேண்டுமானாலும் சுதந்தரமாக வியாபாரம் செய்யலாம்.'

ஆனால் கிழக்கிந்தியக் கம்பெனியிடம் இது ஒன்றும் பலிக்க வில்லை! அதன் கையில் அளவில்லாமல் பணம் புரண்டு கொண்டிருந்தது. அரசாங்கத்துக்குக் கொடுத்த கடனுக்கு வட்டியை 5 சதவிகிதத்திலிருந்து 4 சதவிகிதமாகக் குறைத்ததுடன், இன்னொரு 2 லட்சம் பவுண்டு இலவசப் பரிசாகவும் தூக்கிக் கொடுத்தது. உடனே கம்பெனியின் சாசனம் 1766 வரை நீடிக்கப் பட்டது. பிறகு 1793 வரை கம்பெனியின் ஏகபோக உரிமைக்குப் பழுதே ஏற்படவில்லை!

இங்கே இந்தியாவில், அரசியல் சூறாவளிகள் ஓயாமல் வீசத் தொடங்கின.

1739-ல் பாரசீகத்தின் நாதிர் ஷா படையெடுத்து வந்து, ஷாஜஹானாபாத் நகரை (இன்றைய தில்லி) சூறையாடிவிட்டுப் போனார். மயிலாசனத்தையும் தன்னுடன் டெஹ்ரானுக்குக் கொண்டுபோய்விட்டார். இது முகலாயர்களின் அதிகாரத்தை உலகறிய மட்டம் தட்டியதுபோல் ஆகிவிட்டது. இந்தியாவில் அரசியல் அதிகாரம் துண்டு துண்டாக ஆனது. குட்டிக் குட்டியாக நிறைய அரசுகள் உருவாயின. அவற்றில் முக்கியமானவை வங்காளமும் ஹைதராபாதும். மேற்கே, மராட்டியர்கள் தலை யெடுத்து ராணுவ வலிமையைக் காட்டினார்கள். 1740-களின்

பெரும் பகுதியும் அவர்கள் வங்காளத்தைத் தாக்கிக்கொண்டே இருந்தார்கள்.

பிரிட்டனுக்கு இப்போது டச்சுக்காரர்களால் ஆபத்து இல்லை. ஆனால் நூறாண்டு காலமாக பிரான்சுடன் நடந்துவந்த போர் 1740-களில் இந்தியாவுக்கும் பரவியது. ஔரங்கசீபுக்குப்பிறகு இந்தியாவில் நிலவிய குழப்பத்தைப் பயன்படுத்திக்கொண்டு, கம்பெனியின் கார்ப்பரேட் தேவைகள், கம்பெனி அதிகாரிகளின் தனிப்பட்ட ஆசைகள் எல்லாம் ஒன்றாகச் சேர்ந்து மத்தினால் கடைவதுபோல் இந்தியாவைக் கடைந்தன.

அந்தக் குழப்பத்திலிருந்து எழுந்ததுதான் வங்காளப் புரட்சி!

4
வங்காளப் புரட்சி

ராஜா நபகிருஷ்ணா

கல்கத்தாவின் வட பகுதியில் உள்ள சோவா பஜார், பார்ப்பதற்கே வித்தியாசமான, மனத்தைக் கொள்ளை கொள்ளும் இடம். இங்குதான் நகரின் மிகப் பழைமையான வணிகக் குடும்பங்கள் வசிக்கின்றன. 18-ம் நூற்றாண்டில் கம்பெனியின் பாதுகாப்பில் கல்கத்தா வேகமாக வளர்ந்தபோது, பல செல்வாக்கான வணிகர்கள் முன்னணிக்கு வந்தார்கள். இவர்களுக்கு பானியன் (வாணிகன்) என்று பெயர். (பனியா என்ற ஜாதியின் பெயரிலிருந்து வந்த சொல்).

பானியன் என்போர் உள்ளூர் வியாபாரிகள். தரகு வியாபாரம்தான் அவர்களுடைய முக்கியமான பணி. கம்பெனிக்குத் தேவையாக இருந்த ஜவுளி, அபின், வெடி உப்பு போன்றவற்றை வாங்கித் தருவார்கள். கடன் வசதியும் தருவார்கள். வியாபாரத்துக்கு மிகத் தேவையான பணப் புழக்கம் அவர்களை நம்பித்தான் இருந்தது.

இதைத் தவிர அவர்கள், கம்பெனி அதிகாரிகளுடன் தனிப்பட்ட முறையிலும் கொடுக்கல் வாங்கல் நடத்தி வந்தார்கள். ஒரு அதிகாரி வங்காளத்துக்குப் பணி மாற்றம் செய்யப்படுவது என்பது ஆபத்தான தொழில்! அதற்குப் பதிலாகக் கொஞ்சம் தனியே வியாபாரம் செய்து நாலு காசு சம்பாதித்துக்கொள்ள முடியும் என்பதுதான் இதில் ஒரே கவர்ச்சியான விஷயம்.

வில்லியம் போல்ட்ஸ் என்பவர் கம்பெனியின் வெற்றிகரமான வியாபாரி. சர்ச்சை மன்னரும்கூட! அவர் பானியன்களைப் பற்றி எழுதுகிறார்: 'ஆங்கிலேய நன்மக்கள் எப்போதுமே பானியன் ஒருவரை இடையில் வைத்துக்கொண்டுதான் வியாபாரம்

செய்வது வழக்கம். அவர்தான் மொழிபெயர்ப்பாளர். அவர்தான் கணக்கு வழக்குகளைப் பார்த்துக்கொள்பவர். தலைமை உதவியாளர், தரகர், நிதியாளர், பொருளாளர், ரகசியங்களைப் பாதுகாப்பவர் எல்லாம் அவரே!'[1]

இந்தத் தொடர்பின் முக்கியத்துவத்தை, 18-ம் நூற்றாண்டின் கடைசியில் வரையப்பட்ட தாமஸ் ஹிக்கியின் ஓவியம் ஒன்றில் காணலாம். படத்தில் ஜான் மௌபரேயும் அவருடைய பானியனும் தீவிரமாக ஆலோசித்துக்கொண்டிருக்கிறார்கள். மௌபரே மிகவும் கவனமாகக் காது கொடுத்துக் கேட்டுக்கொண்டிருக்கிறார். ஏராளமாகத் துணிமணிகள் அணிந்த பானியன், கணக்குப் புத்தகத்தைப் பார்த்துப் படித்துக்காட்டுகிறார். பின்னணியில் உள்ள சுவரில் அவர்களுடைய வணிக வேட்டைக் காடுகளின் வரைபடம் பிரதானமாகத் தொங்குகிறது.

இந்த வியாபாரிகளில் முக்கியமான ஒருவர் ராஜா நபகிருஷ்ண தேவ். சோவா பஜாரில் உள்ள நபகிருஷ்ணா தெருவில் அவருடைய அரண்மனை இன்றளவும் நிற்கிறது. வாசலை இரண்டு சிங்கங்கள் காவல் காக்கின்றன. அவற்றின் நகப் பாதங்கள் சிவப்பு வண்ணம் பூசிய பீரங்கிக் குண்டுகள்மீது பதிந்திருக்கின்றன. அதற்கு அப்பால், உள் முற்றத்தைச் சுற்றி நான்கு புறமும் ஓங்கி நிற்கும் இரட்டை மாடிக் கட்டடம்தான் நபகிருஷ்ணாவின் அலுவலகம். இங்கேதான் அவருடைய நூல் நிலையமும் வசிப்பிடமும் ஓய்விடமும் இருக்கின்றன. துர்க்கை அன்னைக்கு ஒரு பூஜை அறையும் இருக்கிறது.

நபகிருஷ்ணா தன் பிரிட்டிஷ் நண்பர்களுக்காக அவ்வப்போது ஆடம்பரமான சதிர்க் கச்சேரிகள் நடத்துவது வழக்கம். அப்போது வீட்டுப் பெண்கள் மாடியில் உள்ள அந்தப்புரத்துக்குப் போய்விடுவார்கள். அங்கு இருந்துகொண்டே மரப் பலகணிகள் வழியே கீழே நடப்பதைக் கவனிப்பார்கள்.

ஏறக்குறைய அரை நூற்றாண்டு காலத்துக்கு, கம்பெனி வங்காளத்தில் பெற்ற வெற்றிகளுக்குப் பின்னால் தூணாக நின்று தாங்கியவர் நபகிருஷ்ணாதான். இந்தியாவின் மிக வளமான மாகாணத்தை பிரிட்டிஷ்காரர்கள் கைப்பற்றிய புரட்சியின் போதும் நபகிருஷ்ணாதான் அவர்களுடைய வலது கை.

1756-ல் புதிய நவாப் சிராஜ்-உத்-தௌலா கம்பெனியுடன் முறைத்துக்கொண்டபோது நபகிருஷ்ணா கம்பெனிக்குத்

துணையாக நின்றார். முற்றுகையில் இருந்த கல்கத்தா கோட்டைக்குள் ரகசியமாக உணவைக் கடத்திக்கொண்டு போய்க் கொடுத்தார். பிறகு நடந்த பேச்சுவார்த்தைகளில் ராபர்ட் கிளைவின் தூதுவராகப் பணியாற்றினார். பேச்சு வார்த்தை முறிந்து போகவேதான் பிளாசிப் போர் நடந்தது. போருக்குப் பிறகு முர்ஷிதாபாத் அந்தப்புரத்தைக் கொள்ளையடித்ததிலும் நபகிருஷ்ணாவுக்குப் பங்கு இருந்தது. அதில் தங்கமும் வெள்ளியும் நகைகளுமாக 8 கோடி ரூபாய் வேட்டை!

இதை எல்லாம்விட, கிளைவும் நபகிருஷ்ணாவும் நெருங்கிய நண்பர்களாகவே ஆகிவிட்டதாகத் தெரிகிறது. அவர்கள் நட்புக்கு ஒரே ஒரு உதாரணம்: பிளாசி வெற்றியைக் கொண்டாட கிளைவ் தகுந்த இடம் தேடிக்கொண்டிருந்தார்; புனித ஆன்னி தேவாலயம் சண்டையில் அழிந்துபோய்விட்டது. நபகிருஷ்ணா, ‘என் வீட்டிலேயே கொண்டாட்டத்தை வைத்துக்கொள்ளலாமே’ என்று யோசனை சொல்ல, கிளைவ் அதை ஏற்றுக்கொண்டார். கல்கத்தாவின் தெய்வமான துர்க்கை அன்னையின் பாதத்தில் படையல் வைத்து வணங்கினார். இன்றும்கூட 36, நபகிருஷ்ணா தெரிவில் நடக்கும் துர்க்கா பூஜைக்கு ‘கம்பெனி பூஜை’ என்றுதான் பெயர்![2]

1766-ல் கிளைவ் நபகிருஷ்ணாவுக்கு மகாராஜா என்ற பட்டம் கொடுத்தார். கம்பெனிக்கு அவர் செய்த சேவைக்காக 2,000 ரூபாய் சம்பளமும் தந்தார். விழா முடிந்து நபகிருஷ்ணா யானைமீது ஏறி வீடு திரும்பும்போது, கல்கத்தா நகர வீதிகள் எங்கும் பணத்தை வாரி இறைத்துக்கொண்டே போனார்!

பத்து வருடம் கழித்து வாரன் ஹேஸ்டிங்ஸ் இதைவிட ஒரு படி மேலே சென்றார். நபகிருஷ்ணாவை கல்கத்தாவின் முக்கியப் பகுதியான சுதாநுதிக்கு நிரந்தர தாலுக்கா அதிகாரியாக நியமித்தார்.

கிளைவின் எதிரிகள் சிலருக்கு, நபகிருஷ்ணா கிளைவுக்கு மிகவும் நெருக்கமாக இருப்பதைக் கண்டு பொறுக்கவில்லை. அவர்மீது கொள்ளை, பாலியல் வன்முறைக் குற்றச்சாட்டு களைப் புனைந்தார்கள். நபகிருஷ்ணா விரைவிலேயே அதையெல்லாம் வென்று வெளியே வந்துவிட்டார்.

ஆனால் கடைசியில் நபகிருஷ்ணாவுக்கும் பிரிட்டிஷ்காரர் களுக்குமே உரசல் வந்துவிட்டது! 1780-ல் தனிப்பட்ட முறையில் ஹேஸ்டிங்ஸுக்குப் பணத் தட்டுப்பாடு. நபகிருஷ்ணாவிடம்

போய் 3 லட்ச ரூபாய் கடன் உதவி கேட்டார். இதற்குக் கணக்குக் காட்ட, சுற்றி வளைத்து ஒரு திட்டமும் தீட்டி வைத்திருந்தார்: முதலில் அந்தப் பணம் கம்பெனியின் கணக்கில் வரவு வைக்கப்படும். பிறகு ஹேஸ்டிங்க்ஸ் அதைத் தனக்குத் தானே சன்மானமாகக் கொடுத்துக்கொள்வார். முன்பு ஹேஸ்டிங்ஸ் தன் சொந்தச் செலவில் திபெத் பயணம், கல்கத்தாவில் ஒரு மதரஸா பாடசாலை என்று கலாசாரப் பணிகளுக்காகச் செலவழித்திருந் தார். அதற்குத்தான் இந்த சன்மானம்.

நபகிருஷ்ணா பணம் தர ஒப்புக்கொண்டார். ஆனால் ஒரு நிபந்தனையுடன். கம்பெனிக்குக் கடனாக இல்லாமல், பரிசாகத் தான் கொடுப்பார். ஹேஸ்டிங்ஸ் அதை ஏற்று, 'கம்பெனிக்கு நபகிருஷ்ணாவின் நன்கொடை' என்று வரவு வைத்துக் கொண்டார். அதிலிருந்து தனக்கு வேண்டியதை எடுத்துச் செலவழிக்கவும் ஆரம்பித்துவிட்டார்!

இதுவே மிகவும் நிழலான நடவடிக்கைதான்; ஆனால் நன்கொடை கொடுக்கப்பட்ட வேளையைப் பார்த்தால், இன்னும் பல சந்தேகங் களுக்கு இடமாகி விட்டது. நபகிருஷ்ணா அப்போதுதான் பர்த்வான் மாவட்டத்தில் கம்பெனியின் ஒரு முக்கியப் பதவியைக் கேட்டு வாங்கியிருந்தார். உள்ளூர் ராஜா ஒருவர் கம்பெனிக்குச் சரியாக வரி செலுத்தவில்லை. வரி பாக்கியை வசூலித்துத் தருவதற்காகத்தான் இந்தப் பதவி தேவைப்படுகிறது என்று சொல்லியிருந்தார். நபகிருஷ்ணாவுக்குப் பதவி தரப்பட்டது. உடனே பணமும் கை மாறி இருக்கிறது.

பின்னால் ஹேஸ்டிங்ஸ் இங்கிலாந்துக்குத் திரும்பியபோது அவர்மீது சரமாரியாக முறைகேடு, ஊழல் புகார்கள் எழுந்தன. நபகிருஷ்ணா விவகாரமும் அதில் ஒன்றாகிவிட்டது. குற்றச் சாட்டு விசாரணையின்போது, நபகிருஷ்ணாவின் 3 லட்ச ரூபாய் லஞ்சமாகத்தான் தரப்பட்டது, எனவே கம்பெனி விதிகளுக்கு முரணானது என்று அரசு வக்கீல் வாதாடினார்.

1792-ல் பாதி விசாரணை நடக்கும்போதே நபகிருஷ்ணா திடீரென்று மனம் மாறி, அந்தப் பணத்தைக் கம்பெனிக்குக் கடனாகத்தான் கொடுத்ததாகவும், கம்பெனி திருப்பித் தரவில்லை என்றும் சொல்ல ஆரம்பித்துவிட்டார். அத்துடன் நிற்காமல், 12 சதவிகித வட்டியுடன் சேர்த்து 37,500 பவுண்டு தரவேண்டும் என்று ஹேஸ்டிங்ஸுக்கு அவர் ஒரு பில்

உள்ளூர் வியாபாரிகளின் தொடர்பும் அவர்களுடைய முதலீடும் இல்லாமல் கம்பெனியால் ஒரு வியாபாரமும் செய்திருக்க முடியாது. 1720-ல் தென் கடல் குமிழிப் பிரச்னையால் பணத் தட்டுப்பாடு ஏற்பட்டபோது, கம்பெனி இந்தியாவில்தான் கடன் வாங்கிச் சமாளித்தது.

மேலோட்டமாகப் பார்த்தால் இந்திய-பிரிட்டிஷ் வணிகக் கலாசாரங்கள் இரண்டும் ஒன்றாக இணைந்து வேலை செய்தது போல் இருக்கும். ஆனால் உள்ளூர ஓர் அடிப்படையான போராட்டமே நடந்துகொண்டிருந்தது: வங்காளத்தின் மார்க்கெட், தர்ம நியாயங்களுக்குக் கட்டுப்பட்ட, ஒழுங்குமுறையான மார்க்கெட். கம்பெனியின் பாதையோ, கல்லுளிமங்கன் பாதை! எல்லாவற்றையும் தானே வாரிப் போட்டுக்கொள்ளவேண்டும் என்ற முதலாளித்துவப் பேராசை அதற்கு!

1680-களில் முகலாய அரசை அசைத்துப் பார்த்துவிட முயன்று கம்பெனி தோற்றது. ஆனால் 1750-களின் வங்காளத்தில் கம்பெனியின் அணுகுமுறையே வேறு; கிடைத்த ஒவ்வொரு சிறு சந்திலும் புகுந்து தன் வேலையைச் சாதித்துக்கொள்ளவே கம்பெனி துடித்தது. உள்ளூர் நவாபுக்கு எதிராக மட்டுமின்றி, வணிகத்தில் சிறந்து விளங்கிய ஆசிய வியாபாரிகள், மறுபடி தலை தூக்க ஆரம்பித்திருந்த பிரெஞ்சுக்காரர்கள் என எல்லோருக்கும் எதிராக ஒரே சமயத்தில் காய் நகர்த்திக் கொண்டிருந்தது கம்பெனி. 1680-ல் சைல்டினால் செய்ய முடியாததை ராபர்ட் கிளைவினால் சாதித்துக்காட்ட முடிந்தது. இதற்கு அவருடைய தெனாவெட்டு, ராணுவ பலம், படு நுணுக்கமான ஏமாற்று வேலைகள் எல்லாமே காரணம்!

கம்பெனி வங்காளத்தைக் கைப்பற்றியது வன்முறையால்; அதுவும் தன் சொந்த ராணுவப் படையை வைத்துக்கொண்டு. இதையெல்லாம் பார்த்தால், காலனி ஆதிக்கம் தன் நாடு பிடிக்கும் வேலையைக் காட்டுகிறது என்றுதான் தோன்றும். அதற்கு ஏற்றபடி, கம்பெனியும் பிறகு பிரிட்டிஷ் அரசாங்கத்தின் ஏஜெண்ட்டாக மாறி இந்தியப் பகுதிகளை ஆட்சி செய்ய ஆரம்பித்தது. அதற்கான கைம்மாறு, தன் பங்குதாரர்களுக்குப் பழுதில்லாமல் லாபம் வரவேண்டும்!

வங்காளத்தையும் துணைக் கண்டத்தின் பெரும் பகுதியையும் ஒரு கம்பெனி தன் ஆளுகையில் எடுத்துக்கொண்டது

அனுப்பினார். ஹேஸ்டிங்ஸ் கொடுக்க மறுக்கவே, ப
பெரிய வழக்கு ஆரம்பித்தது! இன்னொரு பக்கம் ஹேஸ்
குற்றச்சாட்டு வழக்கும் முடிவில்லாமல் தொடர்ந்துெ
இருக்க, நாடாளுமன்றத்துக்குப் பொறுமையே போய்
1795-ல் ஹேஸ்டிங்ஸ் எல்லாக் குற்றச்சாட்டுகளில
விடுதலை செய்யப்பட்டார். நபகிருஷ்ணா லஞ்ச
உட்பட எதுவுமே நிற்கவில்லை.

ராஜா நபகிருஷ்ணா தொடர்ந்த வழக்குக்கு இ
சேர்த்திருக்கவேண்டும்; ஹேஸ்டிங்ஸ் வாங்கியது
இல்லை என்றால், அது கடனாகத்தான் இருக்கவே
ஆனால், பித்தம் பிடித்த சட்டத்தின் சித்தம், வேறு மாதிரி
செய்தது. முழுதாக 9 வருடங்கள் கழித்து லண்டன்
சொன்ன தீர்ப்பில், ஹேஸ்டிங்ஸ் வாங்கியது அன்பளிப்
என்று முடிவு கட்டப்பட்டது. எனவே அவர் ராஜாவுக்கு
திருப்பித் தர வேண்டியதில்லை.

ஆனால் தீர்ப்பு வந்தபோது நபகிருஷ்ணாவே உயி
இல்லை! ஒரு கோடி ரூபாய் (பத்து லட்சம் பவுண்டு) செ
விட்டுவிட்டு அவர் 1797-லேயே இறந்துவிட்டார். இன்
இருந்தால் இதன் மதிப்பு 7 கோடி பவுண்டுக்கு மே
இருக்கும்.

பிரிட்டிஷ்காரர்கள் எத்தனையோ இந்திய வார்த்தைக
சரியாக உச்சரிக்கத் தெரியாமல் கடித்துத் துப்பினார்கள்; ஆ
நபகிருஷ்ணாவை அவர்கள் 'நோப்கிசன்' என்று கூப்
விதத்திலேயே ஒரு வெறுப்பும் எரிச்சலும் தொக்கி
வில்லை?[3]

இந்தியர்களுடன் கம்பெனி வியாபாரம் செய்ய ஆரம்
போது, 'உனக்கும் ஆதாயம், எனக்கும் ஆதாயம்'
அடிப்படையில்தான் பழகினார்கள். ஆனால் நபகிருஷ்
விவகாரத்துக்குப்பிறகு இந்த அணுகுமுறையில் அடிப
மாற்றம் வந்தது.

'உள்ளூரில் இருக்கும் பெரிய வணிகர்களின் உதவி, ஒத்துழை
கூட்டு சதி, சக வாழ்வு, ஒட்டுறவு இதெல்லாம் இல்லா
கம்பெனி முன்னுக்கு வந்திருக்கவே முடியாது' என்கிற
பிரெஞ்சு வரலாற்று ஆசிரியரான ஃபெர்னாண்ட் ப்ராடெல்.

விநோதமாக இருக்கலாம்; ஆனால் இது முழுக்க முழுக்க ஒரு பிசினஸ் விவகாரம்தான் என்பதை மறந்துவிடக்கூடாது. கார்ப்பரேட் கம்பெனிகள் ஒன்று மற்றொன்றை விழுங்குவது சகஜம்; அந்தவகையில் இது கொஞ்சம் அளவுக்கு மீறிப் போய்விட்ட விவகாரம் என்று வேண்டுமானால் சொல்லலாம்.

அந்தக் காலத்தில் கம்பெனி அடைந்த இந்த உருமாற்றத்தைப் பற்றி எழுதியவர்கள் அத்தனை பேரும் தவறாமல் இரண்டு வார்த்தைகளை உபயோகித்திருக்கிறார்கள்: புரட்சி, கையகப் படுத்துவது!

வங்காளத்தில் கம்பெனி செய்தது முழுப் புரட்சி. அது ஒரு நவாபைப் பதவியிலிருந்து இறக்கிவிட்டு, தனக்கு நட்பான இன்னொரு நவாபை உட்கார வைத்ததுடன் நிற்கவில்லை. வங்காள அரசின் அடிப்படையான இயக்கத்தையே புரட்டிப் போட்டுவிட்ட மாற்றம் அது. இரண்டாவதாக, வங்காளத்தில் வரி வசூலிக்கும் அதிகாரம் முழுவதையும் கம்பெனி கையகப் படுத்தியது. இதில் கம்பெனி, அதன் அதிகாரிகள், பங்குதாரர்கள் அனைவருக்குமே ஒரு புதிய பணத் தோட்டம் தன் கதவைத் திறந்துவிட்டது.[5]

பின்னாளில் ஆடம் ஸ்மித் இதை, 'பொது மக்களுக்கு எதிரான சதி' என்று வர்ணித்தார். அரசாங்கத்தின் கடமை, வரி வசூல் செய்வது; அதைப் பொதுமக்களின் நன்மைக்காகப் பயன்படுத்துவது. கார்ப்பரேஷன்கள் தம் பண பலத்தால் இந்தச் செயல்பாட்டையே முடக்கிப் போட்டுவிட முடியும்.

இது புரட்சிகளின் காலம். அமெரிக்க, பிரெஞ்சுப் புரட்சிகளின் நடுவே கம்பெனியும் வங்காளத்தில் புரட்சி ஒன்றை நடத்தி வைத்தது. 'கார்ப்பரேட் சதி' என்பதற்கு உதாரணம் வேண்டுமா? இதுதான் அது!

உலகத்திலேயே பணக்கார நாடு: இந்தியா![6]

18-ம் நூற்றாண்டின் முதல் பாதியில் கம்பெனி, புதிய பரிசாகக் கிடைத்த வங்காளத்தில்தான் முழு கவனமும் வைத்திருந்தது. அந்தக் காலத்தில் இந்தியத் துணைக் கண்டம்தான் உலகத்துக்கே தொழில் பட்டறை. 1750-ல் உலகின் மொத்த உற்பத்தியில் நான்கில் ஒரு பங்கு இந்தியாவில்தான் நடந்தது (வரைபடம் 2).[7] பிரிட்டனின் பங்கு வெறும் 1.9 சதவிகிதம்தான்.

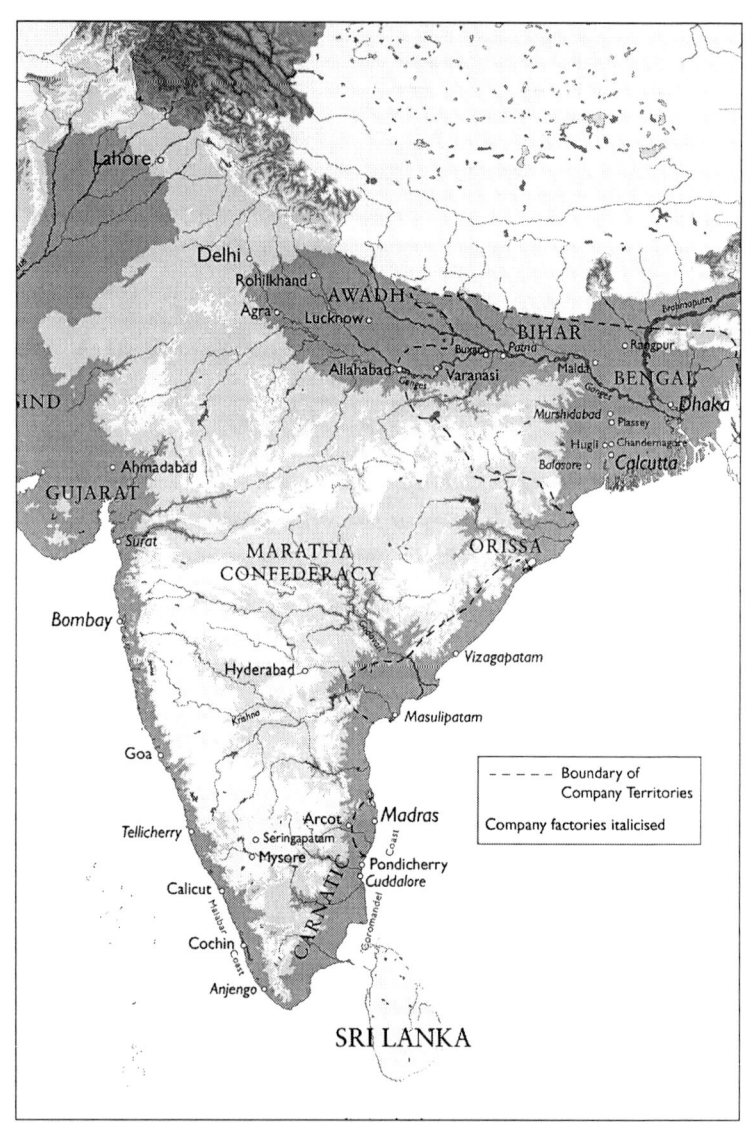

1760-களில் இந்தியா

முகலாயப் பேரரசின் உள்ளேயே வங்காளம்தான் மிகப் பணக்கார மாகாணம் (சுபா). ஔரங்கசீப் வங்காளத்தை 'நாடுகளில் சொர்க்க பூமி' என்றே குறிப்பிட்டு இருக்கிறார். அருகிலேயே நல்ல மூலப்பொருள்கள் கிடைத்தன. விவசாயிகளின் உற்பத்தி அமோகமாக இருந்தது. திறமையான துணி நெசவாளர்களும் அவர்களுடன் வேலையைக் கச்சிதமாகப் பகிர்ந்துகொண்டு செய்தார்கள். இதனால், குறைந்த செலவில் தரமான பொருள்களை உற்பத்தி செய்வதில் வங்காளத்தை மிஞ்ச ஆள் கிடையாது என்ற நிலை இருந்தது.

விலை மலிவாகக் கிடைத்ததால், 18-ம் நூற்றாண்டின் இறுதியில், பிரிட்டனில் உள்ளூர் பருத்தித் துணிகளைவிட வங்காளத் துணிகளை 50-60 சதவிகிதம் விலை குறைவாக விற்கலாம்; அப்போதும் நல்ல லாபம் நிற்கும்!

கைத்தறித் துணி என்பது, விவசாயத்தையும் தொழிலையும் ஒன்றாக இணைக்கும் புள்ளி. கிராமத்துக்கே உரிய பாரம் பரியமான அமைப்புகள் இதற்கு மிகவும் துணையாக இருந்தன. கிராமத்துப் பொருள்களுக்கு உள்ளூரிலும் வெளி நாட்டிலும் நல்ல சந்தை இருந்ததால், வருமானத்துக்குப் பல வழிகள் ஏற்பட்டன. ஆயிரக்கணக்கான வருடங்களாகவே இந்தியப் பருத்தித் துணிகள் உலகின் எந்த நாட்டையும் போட்டியில் மண்ணைக் கவ்வ வைத்தன.

முதலாம் நூற்றாண்டில்கூட ரோமானிய வரலாற்று ஆசிரியர் பிளைனி, இந்தியாவிலிருந்து ஏராளமான பருத்தித் துணிகள் இறக்குமதி ஆவதால் ரோமாபுரியின் தங்கமெல்லாம் அநியாயமாக வெளியே போய்க்கொண்டிருக்கிறது என்று அங்கலாய்த்தார். 17-ம் நூற்றாண்டின் கடைசியில் இந்தியப் பருத்தி ஒட்டுமொத்தமாக மறுபடி ஐரோப்பாவில் நுழைய ஆரம்பிக்கவே, ஆங்கில நெசவாளர்கள் மறுபடி அரற்ற ஆரம்பித்தார்கள்!

வங்காளத்தின் துணி மணிகள் ரகம் ரகமாக வந்தன. கம்பெனி மட்டுமே 150 வகையான துணிகளைக் கொள்முதல் செய்தது. இதில் மஸ்லின், காலிகோ, பட்டு, பருத்திப்பட்டு எல்லாம் உண்டு. ஒவ்வொரு உற்பத்தி மையத்துக்கும் ஒவ்வொரு சிறப்பு. டாக்காவின் மஸ்லின் என்றால் ஒளி ஊடுருவும் அளவுக்கு சன்னமாக, நளினமாக இருக்கும். அவர்களால் சுமார் அரைக்

கிலோ பஞ்சிலிருந்து 250 மைல் நீளத்துக்கு மஸ்லின் நூல் நூற்க முடியும்!

துணிகளின் தரமும் ஒயிலும் பல வகையானவை: அருமையான மல்மல், அல்லபல்லி, ஷப்னம் (காலைப் பனி), நயன்சுக் (கண்ணுக்கு விருந்து), இப்படி. மஸ்லின் துணியின் வழவழப்புக்குக் காரணம், புட்டி என்ற உயர்தரமான குட்டை இழைப் பருத்தி. இந்தப் பருத்தி டாக்காவின் அருகே உள்ள மேகனா நதிக் கரையில் மட்டுமே பிரத்தியேகமாக விளைவது. அங்கே இருந்த பிரிட்டிஷ் அதிகாரி 'இதுதான் உலகத்திலேயே மிகச் சிறந்த பருத்தி' என்று மார் தட்டினார்.[8] 1766-ல் எடுக்கப்பட்ட கணக்கின்படி டாக்காவில் 25,000 நெசவாளர்கள் வசித்தார்கள். 80,000 பெண்கள் நூல் நூற்கும் பணியில் ஈடுபட்டிருந்தார்கள். 1,80,000 பேல் துணி தயாரானது.[9]

இந்தியத் துணிகள் மட்டுமின்றி அவற்றின் பெயர்களும் ஆங்கில மொழியில் நுழைந்துவிட்டன. பந்தனா, காலிகோ, சின்ட்ஸ், துங்கரி, ஜின்காம், சீர்சக்கர், டஃபேடா போன்றவை முக்கிய மானவை. ஐரோப்பாவில் ஆடைகள்மீது ஒரு பெரிய மோகமே இருந்தது. இதைப் பயன்படுத்திக்கொண்டு கம்பெனியின் வியாபாரிகளும் முதலீட்டாளர்களும் நன்றாக வேட்டை யாடினர்! அவர்களின் ஜவுளி வியாபாரம் முதலில் குஜராத், சோழமண்டலக் கடற்கரைகளில்தான் ஆரம்பித்தது. பிறகு வங்காளம் படிப்படியாக முக்கியத்துவம் பெறத் தொடங்கியது. 1668-70-ல் வணிகத்தில் 12 சதவிகிதமாக இருந்த வங்காளத்தின் பங்கு, 1689-90-ல் 42 சதவிகிதமாக உயர்ந்து, வங்காளம்தான் முக்கியக் கொள்முதல் மையமாக ஆகிவிட்டது. 1738-40-ல் இது 66 சதவிகிதமாக அதிகரித்தது.[10]

ஆனால் வங்காளத்தைப் பொருத்தவரையில், கிழக்கிந்தியக் கம்பெனியும் அதன் எத்தனையோ வியாபாரிகளில் ஒன்று. வங்காளத்தின் முக்கிய வர்த்தகமெல்லாம் இன்னும் ஆசியாவுடன் தான் நடந்து வந்தது. ஐரோப்பாவின் மொத்த வணிகத்தையும் கூட்டினாலே அதில் மூன்றில் ஒரு பங்குதான் இருக்கும்.[11]

வங்காளத்தின் தயாரிப்புகளுக்கு இவ்வளவு கிராக்கி இருந்த தால், விலைகளும் ஏறின. அந்த மார்க்கெட்டில் நுழைவதற்கும் ஏகப்பட்ட கெடுபிடிகள். முகலாயர் ஆட்சியின்கீழ் பொருளா தாரத் தேவைகள், சமூக முக்கியத்துவம் இவற்றை முன்னிட்டு

யார் யார், எந்தெந்த வியாபாரத்தில் ஈடுபடலாம் என்பதற்குத் திட்டவட்டமான விதிமுறைகள் இருந்தன. முகலாயர்கள் உள் நாட்டு, வெளி நாட்டு வியாபாரத்துக்குத் தனித்தனியே அளவு கோல்கள் வைத்திருந்தார்கள். வெளி நாட்டுக் கம்பெனி என்றால், ஏற்றுமதிக்காக சிறப்புச் சலுகைகள் உண்டு. அப்போது தான் கஜானாவில் வெள்ளிக் காசுகள் கலகலக்கும்; பொருளாதார வண்டி சீராக ஓடும்!

வங்காளத்தின் உள்ளூர் மார்க்கெட்டில் உப்பு, வெற்றிலை, புகையிலை போன்றவை அந்தஸ்து மிகுந்த பொருள்கள். அவற்றைச் சமூக அளவுகோல்களுக்கு உட்பட்டுத்தான் வாங்கவோ விற்கவோ முடியும். மார்க்கெட் விதிகள் அங்கே செல்லாது! ஐரோப்பியத் தொப்பிக்காரர்களுக்கும் (குல்லா போஷன்) இந்தப் பொருள்களில் வியாபாரம் செய்ய உரிமை உண்டு. ஒரே நிபந்தனை - அவர்கள் சமூக ஏணிப்படிகளை மட்டும் கலைத்துவிடக்கூடாது![12]

வங்காளத்துப் பொருள்களைப் போட்டி போட்டுக்கொண்டு வாங்குவதற்கு ஆள் இருந்தது. சட்டதிட்டங்களும் கட்டுக் கோப்பாக இருந்தன. எனவே வங்காளத்தை நாடி வந்த ஐரோப்பிய வியாபாரிகளுக்குக் கையைக் கட்டிப்போட்டது போல் இருந்தது. இந்தியர்கள் தங்கம், வெள்ளி தவிர வேறு எதையும் வாங்கிக்கொள்ள மாட்டார்கள். எனவே 1708 முதல் 1756 வரை வங்காளத்துக்குள் இறக்குமதி ஆனதில் முக்கால்வாசி வெள்ளிதான்!

முகலாய மன்னர்களிடமிருந்து கம்பெனிக்கு வரிசையாகப் பல ஆணைப் பத்திரங்கள் (ஃபர்மான்கள்) கிடைத்தன. முகலாய இந்தியாவில் கம்பெனியின் நடவடிக்கைகளுக்கெல்லாம் அவை தான் அடிப்படை. இவை மன்னர் தரும் வணிகச் சலுகைகள். 1650-களிலிருந்தே வங்காளத்தின் முக்கியத் துறைமுகமான ஹுக்ளியில் இருந்து வரி இல்லாமல் பொருள்களை ஏற்றுமதி செய்துகொள்ள அனுமதி கிடைத்திருந்தது. இதற்குக் கம்பெனி செலுத்திய கட்டணம் வருடத்துக்கு 3,000 ரூபாய்.

1717-ல் பேரரசர் ஃபரூக்ஸியார் கம்பெனிக்குக் கொடுத்த ஃபர்மான் மிகவும் புகழ் பெற்றது. அதில்தான் கம்பெனியின் நாட்டாமைக்கு மன்னரின் ஆசி கிடைத்தது. இதன்படி கல்கத்தாவில் இருந்த கம்பெனியின் தலைமை அதிகாரி, எந்தக்

கப்பலுக்கு வேண்டுமானாலும் அனுமதிச் சீட்டு (தஸ்தக்) வழங்கலாம். சீட்டு வாங்கிய கப்பல்கள் அரசாங்கத்துக்கு வரி செலுத்தவேண்டியது இல்லை!

வரலாறு காணாத அதிகாரம் இது. வரி கட்டும் விஷயத்திலும் உள்ளூர் வியாபாரிகளைவிடக் கம்பெனிக்கு அதிக சலுகைகள் - இன்றைக்கு இருக்கும் பல பன்னாட்டுக் கம்பெனிகள்போலவே அன்றைக்கே நடந்திருக்கிறது!

நியாயமாகப் பார்த்தால், ஏற்றுமதி ஆகும் பொருள்களுக்கு மட்டும்தான் வரிச் சலுகை இருந்திருக்கவேண்டும். ஆனால் ஃபரூக்ஸியாரின் ஆணைப் பத்திரத்தில் இந்த விஷயம் தெளிவாக இல்லை.

1717-ல் ஃபர்மான் கிடைத்த மறு நிமிடமே கம்பெனி தன் வேலையைக் காட்ட ஆரம்பித்துவிட்டது! கம்பெனியின் தலைவர் தன் அதிகாரிகள் எல்லோருக்கும் தாராளமாக அனுமதிச் சீட்டு வழங்க ஆரம்பித்தார். அவர்கள் வரியில்லாமல் தனிப்பட்ட முறையில் வியாபாரம் செய்துகொள்ள வசதியாகப் போய் விட்டது. அதைவிட மோசம், கம்பெனி, காசு வாங்கிக்கொண்டு பல ஆசிய வியாபாரிகளுக்கும் அனுமதிச் சீட்டு கொடுக்க ஆரம்பித்தது. அதில் கிடைத்த வருமானம் எல்லாம் சட்டப்படி நவாபுக்குச் சேர வேண்டியது.

வங்காள அரசு அதிகாரிகள் வெகுண்டார்கள். அரசாங்கத்துக்கு வருமானம் குறைவதுடன், உள்ளூர்ப் பொருளாதாரத்தையும் கடுமையாகப் பாதிக்கும் விஷயம் இது. பின்னாளில், 1756-ல் கம்பெனியுடன் சிராஜ்-உத்-தௌலா மோதியபோது இதைத் தான் சுட்டிக் காட்டினார். '1717 தொடங்கி இன்றுவரை கம்பெனி செய்த கப்பல் சீட்டு மோசடியில், முகலாய அரசை ஏமாற்றிச் சம்பாதித்த தொகை ஒன்றரைக் கோடி' என்றார்.

கம்பெனி உள்ளூர் வியாபாரிகளை எல்லாம் ஓரம் கட்டுவதால் வங்காளத்தின் பொருளாதாரத்துக்கு எவ்வளவு பாதிப்பு என்பதை நவாப் நன்றாக அறிந்திருந்தார். 1727-ல் நவாபின் அதிகாரிகள், ஆற்று வழியே பாட்னாவிலிருந்து கல்கத்தாவுக்கு வந்து கொண்டிருந்த கப்பல்களை நிறுத்திச் சோதனை போட்டார்கள். அவற்றில் சட்டவிரோதமாக ஏராளமாக உப்பு ஏற்றிப்போவது தெரியவந்தது.

நவாப் அலிவர்திகான், கம்பெனி தலைவரிடம் புகார் செய்தார். 'கம்பெனி இந்த மாதிரி ஆக்கிரமிப்பு வேலைகளை நிறுத்த வேண்டும். இல்லாவிட்டால் மற்ற எல்லா நிறுவனங்களின் அடி மடியிலும் கை வைத்து, மாகாணத்தின் தொழில்துறை முழுவதையும் விழுங்கி, எண்ணற்ற உள்ளூர் வியாபாரிகளின் பிழைப்பே கேள்விக்குறி ஆகிவிடும்' என்றார் அவர்.[13] சொன்னதுடன் நிற்காமல், அனுமதிச் சீட்டு ஊழலைத் தடுப்பதற்காகத் திரும்பத் திரும்ப நடவடிக்கை எடுத்தார். 1727, 1731, 1732, 1736, 1740, 1744 மற்றும் 1749-ம் வருடங்களில் கம்பெனியை நெருக்கி உபரியாக வரி கட்ட வைத்தார்.

வங்காளத்தின் பொருளாதாரத்தில் ஆசிய வியாபாரிகள் முக்கிய இடத்தைப் பிடித்துவைத்திருப்பது கம்பெனிக்கு எரிச்சலாக இருந்தது. கம்பெனி செய்ததுபோலவே, உள்ளூர் வியாபாரிகளும் முக்கியப் பொருள்களைத் தம் கட்டுப்பாட்டில் கொண்டு வர முயற்சி செய்துகொண்டிருந்தார்கள். உதாரணமாக, க்வாஜா வஜீத் என்ற ஆர்மீனிய வியாபாரி உப்பு, வெடி உப்பு ஆகியவற்றில் ஏகபோக வர்த்தகம் நடத்திக் கொழித்துக்கொண்டிருந்தார். பாட்னாவின் அபின் வியாபாரத்திலும் அவருக்குச் செல்வாக்கு இருந்தது.

கம்பெனி, பணத் தேவைகளுக்காகவும், சரியான ஆள்களைத் தொடர்புகொள்வதற்காகவும் உள்ளூர் வியாபாரிகளையே நம்பியாக வேண்டியிருந்தது. அதைத்தான் கம்பெனியால் சகித்துக்கொள்ளவே முடியவில்லை. உற்பத்தியாளர்களிடம் நேரடியாகப் பேசி எந்தப் பொருளையுமே வாங்குவதற்குத் திறமையோ, திராணியோ இல்லை. ஜவுளி, மற்றப் பொருள்கள் என்று எதுவாக இருந்தாலும் உள்ளூர்த் தரகர்களுக்குக் கமிஷன் கொடுக்காமல் வேலை நடக்கவில்லை!

தரகர்கள், தறி நெய்பவர்களுக்குக் கொஞ்சம் முன் பணம் கொடுப்பார்கள். இதற்கு தாத்னி என்று பெயர். மூலப் பொருள்கள் வாங்குவதற்கும், துணியை நெய்து முடிக்கும்வரை நெசவாளரின் வாழ்க்கைச் செலவுக்கும் தாத்னி முறை தேவையாக இருந்தது. தாத்னி வியாபாரிகள் நம்மிடம் அதிகப் படியாகவே பணம் கறந்துகொண்டு தரம் குறைவான துணியைக் கொடுக்கிறார்களோ என்று கம்பெனி அதிகாரிகளுக்குச் சந்தேகம். இதனால் கம்பெனிக்கு ஏற்பட்ட கசப்புக்கு அளவே

இல்லை. மேலும் தரகர்கள், கம்பெனிக்காகவே உயிர் வாழாமல், தங்கள் சொந்தக் கணக்கில் பற்று வரவு செய்வதும் பிடிக்க வில்லை.

அந்தக் காலத்தில் ஜகத் சேட், அமீர் சந்த் (உமி சந்த்) போன்றோரின் ஆசிய வணிக நிறுவனங்கள், கம்பெனியைவிட செல்வமும் செல்வாக்குமாக வாழ்ந்தன. ஆங்கிலேயர்கள் உள்ளூர் வங்கிக் காரர்களிடம் ஏராளமாகக் கடன் வாங்கியிருந்தார்கள். இதுவேறு, நிலைமையைச் சிக்கலாக்கியது. பிளாசிப் போருக்கு இட்டுச் சென்ற சூழ்நிலைகளில் இதுவும் ஒன்று. அநேகமாக கல்கத்தாவில் வசித்த ஆங்கிலேயர் ஒவ்வொருவருமே உள்ளூர் வட்டிக் கடைக்காரர்களிடம் கடன்பட்டிருந்தார்கள்.[14]

இது போதாதென்று, மற்ற ஐரோப்பியக் கம்பெனிகளின் போட்டியால் கிழக்கிந்தியக் கம்பெனிக்கு விழி பிதுங்கிக் கொண்டிருந்தது. வங்காளத்தின் மார்க்கெட்டில் எவ்வளவோ வெளி நாட்டுக்காரர்கள். அதன் நடுவே ஆங்கிலேயர்களும் கூட்டத்தோடு கூட்டமாகத்தான் இருந்தார்கள். கல்கத்தாவின் வடக்கில் ஹுக்ளி நதிக் கரையில் செராம்பூர் (டென்மார்க்), சந்திரநாகூர் (பிரான்ஸ்), சின்சுரா (நெதர்லாண்ட்), ஹுக்ளி துறைமுகம் என்று அடுத்தடுத்து அமைந்திருந்தன. 1720-களில், நீண்ட நாளாகக் குடியிருந்துவந்த டச்சுக்காரர்களை ஓரம் கட்டி விட்டு, கல்கத்தாதான் ஆற்றின் முக்கியத் துறைமுகம் ஆகி விட்டது.

ஆனால் 1730-களில் காற்று திசைமாற ஆரம்பித்தது. பிரான்ஸின் ‘நிரந்தர இந்தியக் கம்பெனி’ இப்போது மிகவும் வளர்ந்து பயமுறுத்தியது. சந்திரநாகூரின் கவர்னரான ஜோசப் பிரான்ஸ்வா துய்ப்ளேயின் தலைமையில் பிரெஞ்சுக்காரர்கள் ஆங்கிலேயர் களை முந்த ஆரம்பித்தார்கள். அதிலும், காசு கொழிக்கும் உள் நாட்டு வியாபாரத்தில். இரண்டு கம்பெனிகளின் அதிகாரிகளும் தங்கள் சொந்தக் கணக்கில் வியாபாரம் செய்து அதில்தான் பணம் பண்ணிக்கொண்டிருந்தார்கள்.

ஆங்கிலேயர்களின் கம்பெனி வியாபாரம், தனிப்பட்ட சம்பாத்தியம் இரண்டையுமே துய்ப்ளேயின் கூர்மையான வியாபார மூளை பதம் பார்த்துவிட்டது. ஒரு முறை அவர், ‘இந்த ஆங்கிலேயர்கள் என்னைப் பார்த்துத் தொடை நடுங்கிப் போயிருக்கிறார்கள். அவர்கள் வியாபாரம் படுத்துவிட்டது.

இனிமேல் அவர்கள் மஞ்சள் கடுதாசு கொடுத்துவிட்டுப் போகவேண்டியதுதான்!' என்று கொக்கரித்தார்.[15] இதில் உண்மை இருக்கிறது!

1750-களின் ஆரம்பத்தில், வங்காளத்திலிருந்து கம்பெனியின் ஏற்றுமதிகள் குறைந்துகொண்டே போயின. நேர் மாறாக, சின்சுராவில் இருந்து டச்சு ஏற்றுமதிகள் அதிகரித்தன. லண்டனில் கம்பெனியின் பங்கு விலை சரிந்தது. டிசம்பர் 1752-ல் 197 பவுண்டிலிருந்து மெல்ல இறங்கி, ஜனவரி 1757-ல் 133 பவுண்டுக்கு வந்தது. டிவிடெண்டும் குறைய ஆரம்பித்தது: 1752-ல் 8.6 சதவிகிதமாக இருந்த டிவிடெண்ட், 1756-ல் 5.8 சதவிகிதத்துக்கு இறங்கியது. அடுத்த இரண்டு வருடங்களுக்கு இதே அவல நிலைதான்!

சீராக ஓடிக்கொண்டிருக்கும் வாழ்க்கை; எதிர்காலமும் பிரகாச மாக இருக்கப்போகிறது என்று நினைத்துக்கொண்டு இருக்கும் போதே திடீரென்று எல்லாம் நொறுங்கிவிடுகிறது. எதிர் பார்ப்புக்களில் இடி விழும்போது, பாதிக்கப்பட்டவர்கள் தீவிர மான வைத்தியங்களைத் தேட ஆரம்பித்துவிடுகிறார்கள்.

புரட்சிகள் வெடிக்கும் தருணம் அதுதான்!

1750-களில் வங்காளமும் இதே நிலையில்தான் இருந்தது. நாளுக்கு நாள் வியாபாரம் இருள் அடைந்துகொண்டே போகிறது. இதற்கு ஏதாவது செய்தாக வேண்டும்; எது வேண்டுமானாலும் செய்யத் தயார்!

1751-ல் தாத்னி வியாபாரிகள் முரண்டுபிடித்தார்கள். கம்பெனி யின் புதிய நிபந்தனைகளுக்கு உடன்பட மறுத்தார்கள். இதனால் அடுத்த வருடம் எதுவுமே கொள்முதல் செய்யாமல் கம்பெனிக்குப் பெரிய துண்டாக விழுந்தது. 1753-ல் நிலைமை கவலைக்கிடமாக மாறவே, கம்பெனி வேறு வழி யோசித்தது; தாத்னி முறையையே ஒரேயடியாக ஒழித்துக்கட்டிவிட்டு, தனக்கென முகவர்களை நியமித்துக்கொண்டது. கோமஸ்தர்கள் என்ற இந்த முகவர்கள், சேவைக் கட்டணம் மட்டும் வாங்கிக் கொண்டு நேரிடையாக உற்பத்தியாளர்களிடம் (ஔரங்குகள்) இருந்து சரக்கு பிடித்துக்கொடுப்பார்கள்.

இடைத் தரகர்களை நீக்கிவிட்டதால், கம்பெனி அதிகாரிகள் தங்கள் தனிப்பட்ட வியாபாரங்களை மறுபடி ஆரம்பிக்க

முடிந்தது. இப்படி ஒவ்வொருவரும் சொந்த வியாபாரத்தில் புகுந்து விளையாடப் போய்த்தான் பிளாசிப் போரே மூண்டது!

நவாபுடன் பிணக்குகள் அதிகரித்தன. கல்கத்தாவில் கம்பெனியின் முக்கிய வியாபாரிகளில் ஒருவரான ராபர்ட் ஆர்ம், இதனால் வெறுத்துப்போனார்; மெட்ராஸில் இருந்த தன் நண்பருக்கு ஒரு கடிதம் எழுதினார்: 'இந்தக் கிழட்டு நாயை (அலிவர்திகான்) நாம் தூக்கில் போட்டே ஆகவேண்டும்! நான் சும்மா பேச்சுக்குச் சொல்லவில்லை. இதை மட்டும் செய்யாவிட்டால் வங்காளத்தில் நாம் வியாபாரம் செய்வதற்கே அர்த்தமில்லை.'[16]

அந்த மெட்ராஸ் நண்பர்தான் ராபர்ட் கிளைவ்!

போர் வெறியும் போர் வெற்றியும்[17]

வெறுப்பில் யாரும், எதுவும் பேசலாம். ஆனால் அந்தச் சிந்தனைகளைச் செயலாக்கவும் வாய்ப்பு கிடைத்தது. முகலாயர்களின் அதிகாரம் கொஞ்சம் கொஞ்சமாக உள்ளுக்குள்ளேயே நொறுங்கிக் கொண்டுவந்ததுதான் வங்காளப் புரட்சிக்குச் சாதகமான சூழ்நிலையாக அமைந்துவிட்டது.

ஔரங்கசீப் அரசு அகலக் கால் வைத்துவிட்டு, அவ்வளவு பெரிய நாட்டைக் கட்டிக் காப்பாற்ற முடியாமல் தவித்தது. ஆப்கானியர்கள், பாரசீகர்கள், மராட்டியர்கள் என்று திரும்பத் திரும்பப் படையெடுத்து வந்துகொண்டே இருந்தார்கள். முகலாயர்கள், அரசு நிர்வாக அமைப்புகளை நன்கு திட்டமிட்டுத்தான் செய்து வைத்திருந்தார்கள். ஆனால் அரசவைக்கு உள்ளேயே சதிகள் நடந்தன; ராணுவ வலிமை தேய்ந்துவந்தது. இதனால்தான் காரியம் கெட்டது.

அரசு இயந்திரத்தின் இதயம், மாகாண கவர்னர்கள். இவர்கள் மத்திய அரசினால் நேரடியாக நியமிக்கப்பட்டு அதன் கட்டுப்பாட்டில் இருப்பவர்கள். மாகாணத்தின் அதிகாரம் இரண்டாகப் பிரிக்கப்பட்டிருந்தது. அரசியல் அதிகாரம், நீதி வழங்குதல் ஆகியவற்றுக்கு நஸீம் என்ற அதிகாரி. வரி வசூல் செய்வதற்கும் வரவு செலவுகளைக் கவனித்துக்கொள்வதற்கும் திவான் ஒருவர் இருப்பார்.

இந்த அருமையான அமைப்பைக் குட்டிச்சுவராக்கியவர் முர்ஷித் அலி. 1717-ல் இரண்டு வேலைகளையும் தானே எடுத்துக்

கொண்டுவிட்டார் அவர்! தன் பெயரில் முர்ஷிதாபாத் என்று ஒரு நகரத்தை உருவாக்கி, தலைநகரத்தையும் டாக்காவிலிருந்து அங்கே மாற்றிக்கொண்டார். 1727-ல் முர்ஷித் இறந்தவுடன் அவருடைய மருமகன் ஷுஜாவுத்தீன் பட்டத்துக்கு வந்து, 1739 வரை ஆட்சி செய்தார்.

அடுத்து ரத்தமயமான ராணுவப் புரட்சி ஒன்று நடந்தது. ஷுஜாவுதீனின் மகனிடம், அலிவர்திகான் என்பவர் வேலை பார்த்து வந்தார். மன்னர் புகைப்பதற்கு ஹுக்கா தாங்கி வரும் வேலை. இந்த அலிவர்திகான் திடீரென்று ஒரு நாள் மன்னரைப் பதவியிலிருந்து இறக்கிவிட்டு ஆட்சியைப் பிடித்தார். அதிலிருந்து ஆரம்பித்து வரிசையாக என்னென்னவோ நடந்துவிட்டது.

வங்காளத்தின் பொருளாதாரம் திடமாகத்தான் இருந்துவந்தது. ஆனால் 1740-களில் மராட்டியர்கள் ஓயாமல் வந்து வந்து தாக்கியதால் அந்த அஸ்திவாரம் கலகலக்க ஆரம்பித்தது. வருவாயைப் பெருக்குவதற்கு, நவாப் மனம் போனபடி ஏதேதோ செய்துபார்த்தார்.

அலிவர்திகான் 15 வருடத்துக்கும் மேலாக ஆட்சி செய்தார். அவர் கண்ணை மூடும்போது பேரன் சிராஜ் - உத் - தௌலாவுக்கு விட்டுச்சென்றது, தான்தோன்றித்தனமான, எந்த நிமிடமும் விழுந்துவிடும்போன்ற, நிலையில்லாத ராஜ்ஜியம். உள்ளூர் அரசு பலவீனமாக இருந்தால் வெளி ஆட்கள் குளிர் காய்ந்தார்கள். உலக அளவில் நடந்துகொண்டிருந்த பிரிட்டன் - பிரான்சுப் போர், வங்காளத்தைச் சுலபமாகப் பதம் பார்த்து விட்டது!

1688-ன் மகாப் புரட்சிக்குமுன், நெதர்லாந்துதான் ஆங்கிலேயர்களுக்கு முக்கியப் போட்டியாளர். புரட்சியின்போது இருவரும் கை கோர்த்துக்கொண்டார்கள். பிறகு பிரான்ஸ், பிரிட்டனின் எதிரி நாடு ஆகிவிட்டது. நூறு வருட காலம் விட்டு விட்டு அவர்களுக்குள் சண்டை நடந்தது. 1815-ல் வாட்டர்லூ போரில் தான் அதற்கு இறுதியாக ஒரு முடிவு வந்தது.

இரு நாடுகளின் கிழக்கிந்தியக் கம்பெனிகளும் ஆரம்பத்தில் சண்டையிலிருந்து ஒதுங்கியே நின்றன. 1701-14ல் நடந்த ஸ்பானிஷ் வாரிசு உரிமைப் போரின்போது அப்படி ஒரு சமாதான உடன்படிக்கை ஏற்பட்டிருந்தது. ஆனால் பின்பு 1740-48-ல்

ஆஸ்திரிய வாரிசு உரிமைப் போர் ஆரம்பித்துவிட்டது. பிரிட்டிஷ் அரசு உள்ளே நுழைந்து, இரு நாடுகளின் கம்பெனிகளையும் முட்டிக்கொள்ள வைத்து வேடிக்கை பார்த்தது.

சந்திரநாகூரில் பதவி வகித்த துய்ப்ளே, பிறகு பாண்டிச்சேரிக்கு ஆளுநராகச் சென்றார். 1744-ல் போர் மூண்ட செய்தி இந்தியாவை வந்தடைந்தது. அப்போதும் துய்ப்ளே சென்னையில் இருந்த ஆங்கிலேய கவர்னரிடம் சமாதானம் பேசினார். கம்பெனி பதில் சொல்லாமல் இதோ அதோ என்று போக்குக் காட்டிக்கொண்டிருந்தது. அப்போது முடியரசின் கப்பல் படை பிரெஞ்சுக் கப்பல்களை திடீரென்று தாக்கவே, இங்கேயும் போர் ஆரம்பித்துவிட்டது!

கர்நாடகத்தை ஆண்ட நவாப், 'எங்கள் மண்ணில் வந்து நீங்கள் இருவரும் சண்டை போடக்கூடாது' என்று இரு கம்பெனிகளையும் தடுத்து வைத்திருந்தார். நியாயம்தானே? ஆனால் போர் மூண்டவுடன் பிரெஞ்சுக்காரர்கள் மெட்ராஸைப் பிடித்துக் கொண்டதுடன் நிற்காமல் கர்நாடக நவாபையும் எதிர்த்துத் தோற்கடித்தார்கள்.

அய்-லா-ஷாப்பலில் ஏற்பட்ட உடன்படிக்கைமூலம் ஆஸ்திரியப் போர் ஒரு முடிவுக்கு வந்தது. கிழக்கிந்தியக் கம்பெனிக்கு மெட்ராஸ் திரும்பக் கிடைத்தது. ஆனால் பூசல் மட்டும் ஓயவில்லை. நேரடியாக மோதுவதற்கு பதிலாக, கர்நாடக நவாப் பதவி யாருக்கு என்ற பிரச்னையில் தலையிட்டு இரு கம்பெனிகளும் ஆளுக்கு ஒருவரை ஆதரித்தன.

தென்னிந்தியாவில் நடந்த இந்தப் போர்களில்தான் முதல் முறையாக ராபர்ட் கிளைவின் போர்த் திறமை வெளிப்பட்டது. தங்கள் வியாபாரத்தைவிட, நவாபுகளை உருட்டி விளையாடும் விளையாட்டில் அதிக லாபம் இருப்பதைக் கம்பெனி கண்டுபிடித்தது!

எல்லாக் கம்பெனி அதிகாரிகளையும்போலவே கிளைவும் ஓர் இளம் கிளர்க்காகத்தான் இந்தியாவுக்கு வந்து இறங்கினார். ஜூன் 1744-ல் அவர் இந்தியா வந்தபோது அவருக்கு வயது வெறும் 19!

கிளைவ் நிலமுள்ள ஒரு விவசாயக் குடும்பத்தைச் சேர்ந்தவர். ஷ்ராப்ஸ்பரியில் உள்ள ஸ்டைக் ஹால் என்ற அவருடைய வீடு

அடமானத்தில் இருந்தது. குடும்பத்தின் அந்தஸ்தைக் காப்பாற்றுவதில் குறியாக இருந்த கிளைவ், முதன்முதலாக இந்தியாவில் சம்பாதித்த பணத்தைக் கொண்டு தன் பிறந்த வீட்டை மீட்டார்.

சிறுவனாக இருந்தபோது கிளைவ் வம்புச் சண்டைக்குப் போகாத நாளே கிடையாது! இந்தியாவில் போர் மூண்டபோது தான் இந்த மாதிரிப் பையனும் அங்கே பயன்படுவானே என்று கம்பெனி அவரைக் கவனிக்கத் தொடங்கியது. கிளைவுக்கு முறையான ராணுவப் பயிற்சி கிடையாது. ஆனால் தடாலடியான கெரில்லா போரில் புலி!

கிளைவ் ஆர்க்காட்டைப் பிடித்துக்கொண்டு உட்கார்ந்து விட்டார். பிரம்மாண்டமான பிரெஞ்சுப் படையால் அவரை இடத்தைவிட்டுக் கிளப்ப முடியவில்லை. அடுத்த வருடமே திருச்சிராப்பள்ளியும் கிளைவுக்கு அடி பணிந்தது. பின்பு ஏற்பட்ட சமாதான ஒப்பந்தத்தில் கம்பெனிக்கு சாந்தோம், பூந்தமல்லி ஆகிய இடங்கள் கிடைத்தன. மெட்ராஸிலிருந்து வந்த வருமானம் இதனால் அதிகரித்தது.

1753 அக்டோபரில் கிளைவ் இங்கிலாந்துக்குத் திரும்பியபோது வீர வரவேற்பு! நன்றியினால் விம்மிய கம்பெனி இயக்குநர்கள் அவருக்குத் தங்கம் பூசி வைரம் பதித்த வாள் ஒன்றைப் பரிசளித் தார்கள்.

அடுத்து ஒரு நாடாளுமன்றத் தேர்தலில் போட்டியிட்டார் கிளைவ். தேர்தல் முடிவுகளைப் பற்றி ஏதோ பிரச்னை எழுந்து விட்டது. கிளைவ் நாடாளுமன்றத்திலிருந்து நீக்கப்படவே, இந்தியாவுக்கே திரும்பிப் போக முடிவு செய்தார். 1755-ல் கடலூரில் உள்ள புனித டேவிட் கோட்டையின் ஆளுநராக நியமிக்கப்பட்டார்.

கிளைவுக்குத் தரப்பட்ட முக்கிய வேலை, மேற்குக் கரையில் பிரெஞ்சுக்காரர்களை விலக்கி வழி அமைத்துக் கொடுக்க வேண்டும்; ஹைதராபாத்தில் இருந்த அவர்களுடைய நிலை களைத் தாக்கவேண்டும். ஆனால் கிளைவ் பம்பாயில் வந்து இறங்குவதற்குள் பிரான்சுடன் சமாதான ஒப்பந்தம் ஏற்பட்டு விட்டது. எனவே கிளைவ் நேராக மெட்ராஸ் செல்ல முடிவு செய்தார்.

பாதி வழியில் அந்தச் செய்தி இடிபோல் வந்து இறங்கியது: வங்காளத்திலிருந்து கம்பெனியை ஒட்டுமொத்தமாக வெளியே போகச் சொல்லிவிட்டார்கள்!

கிளைவ் போட்ட கள்ளக் கையெழுத்து!

ஏப்ரல் 1756-ல் அலிவர்திகானின் பேரனான சிராஜ்-உத்-தௌலா பதவிக்கு வந்தபோது அவருக்கு வயது 21. அவருடைய எதிரிகள் அவரை, பழி வாங்கக்கூடிய மோசமான ஆள் என்றுதான் சொல்வது வழக்கம். ஆங்கிலேயர்கள் விஷயத்தில் தன் தாத்தாவின் வழியையே சிராஜ் பின்பற்றினார். கப்பல்களுக்கு அனுமதிச் சீட்டு வழங்குவதில் கம்பெனியின் தில்லுமுல்லுகளைத் தடுக்க முயன்றார். கல்கத்தாவில் அவர்கள் ராணுவ வலிமையைப் பெருக்கிக்கொண்டே போவது குறித்து அவருக்கு ஒரே சந்தேகம். குறிப்பாக அவர்கள் ஊரைச் சுற்றி அகழி வெட்டி வைத்ததை ஆட்சேபித்தார். 1740-களில் மராட்டியர்களின் தாக்குதலிலிருந்து பாதுகாத்துக்கொள்ள அகழி வெட்டினார்கள். 'நீங்களோ வியாபாரிகள். உங்களுக்கு எதற்காகக் கோட்டையும் அகழியும்?' என்று கேட்டார் சிராஜ்.[18]

சிராஜ்-உத்-தௌலாவுக்கு இந்த இரண்டு காரணங்கள் மட்டுமே போதுமானவையாக இருந்தன. கம்பெனிக்கு ஒரு சரியான பாடம் கற்பிக்க முடிவு செய்துவிட்டார்!

கல்கத்தாவின் வில்லியம்ஸ் கோட்டையை ஆங்கிலேயர்கள் பலப்படுத்திக்கொண்டே போவதைக் கண்டு அவருக்குக் கவலை. அதற்கு ஒரு காரணம், பிரெஞ்சுக்காரர்களுடன் உலகெங்கும் நடந்துகொண்டிருந்த சண்டைகள். இது போதாதென்று சிராஜின் முக்கிய எதிரி ஒருவருக்குக் கம்பெனி அடைக்கலம் கொடுத்தது. இதனாலும் அவருக்கு வருத்தம். 'நவாப் நம்மீது கோபமாக இருப்பதற்குக் காரணம் உள்ளது' என்று கம்பெனியின் அதிகாரியான ரிச்சர்ட் பெக்கர் என்பவரே ஒப்புக்கொள்கிறார்.[19]

தங்கள் அத்துமீறல்களை அடக்குவதில் புதிய நவாப் எவ்வளவு உறுதியாக இருப்பார் என்பதைக் கம்பெனி மிகவும் குறைத்து மதிப்பிட்டுவிட்டது! இதற்கு முக்கியக் காரணம், தலைமை உறுதியாக இல்லை. கல்கத்தாவில் அப்போது கம்பெனியின் தலைவராக இருந்தவர் ரோஜர் ட்ரேக் என்பவர்.

எப்போதுமே கம்பெனியுடன் தகராறு வரும்போதெல்லாம் பேச்சுவார்த்தைதான் முதல் வழியாக இருந்தது. எனவே கம்பெனியுடன் பேச சிராஜ்-உத்-தௌலா, நாராயண் சிங் என்பவரை அனுப்பினார். ஆனால் பிரிட்டிஷ்காரர்கள் சிங்கை அவமானப்படுத்தி, கழுத்தைப் பிடித்துத் தள்ளாத குறையாக வெளியே அனுப்பிவிட்டார்கள்.

முர்ஷிதாபாதுக்குத் திரும்பிவந்த சிங் கோபத்தில் கனன்று கொண்டிருந்தார். 'நாமெல்லாரும் ஆண் பிள்ளைகள் இல்லை? இன்னும், தம் பின்பக்கத்தைக்கூடக் கழுவிக்கொள்ளத் தெரியாத சில வியாபாரிகள், மன்னரின் ஆணையை மீறுவதா? அவருடைய தூதரை வெளியே தூக்கி எறிவதா? பின்னே, நமக்கு என்ன மானம் மரியாதை இருக்கிறது?' என்று சீறினார்.[20]

இந்த நிலையிலும் சிராஜ்-உத்-தௌலா, சமாதானப் பேரம் பேசுவதிலேயே குறியாக இருந்தார். 'ஆங்கிலேயர்கள் ஒழுங்காக, வியாபாரம் செய்ய வந்தவர்கள் மாதிரி நடந்துகொண்டால் போதும். என்னுடைய தயவு, பாதுகாப்பு, உதவி எல்லாம் கிடைக்கும்' என்று செய்தி அனுப்பினார்.[21]

ஆனால் பிரச்னை என்னவென்றால், கம்பெனி இனிமேலும் கூட்டத்தில் ஒன்றான வியாபாரியாக இருக்க விரும்பவில்லை. அவர்களுக்குத் தேவை, முழு ஆதிக்கம்!

கோட்டையை இடித்துத் தள்ளவேண்டும்; ஆசிய வணிகர்களுக்கு அனுமதிச் சீட்டுகளை விற்கக்கூடாது; நவாபின் எதிரிகளுக்குப் புகலிடம் தரக்கூடாது. இதுபோன்ற எந்த நிபந்தனைக்கும் கம்பெனி ஒப்புக்கொள்ளவில்லை. வேறு வழியே இல்லை என்று ஆனதும், நவாப் தன் படைகளை அனுப்பிக் கல்கத்தாவைக் கைப்பற்றச் சொல்லிவிட்டார்.

வர்த்தகத்தில் கம்பெனி வெற்றிகரமாக இருந்தாலும், போருக்குத் தயாராகவே இல்லை. கோழைத்தனம் வேறு. 1756-ல் வில்லியம் கோட்டை சுலபமாகவே வீழ்ந்தது. அதை அடுத்து நடந்த சம்பவம், பிரிட்டிஷ் வரலாற்றில் ஒரு நாடோடிக் கதையாகவே மாறிவிட்ட நிகழ்ச்சி.

வில்லியம் கோட்டையின் கீழ்த்தளத்தில் இருந்த இருட்டுப் பொந்து போன்ற சின்னஞ்சிறு அறை ஒன்றில், கம்பெனி

கைதிகள் நூறு பேர்வரை அடைக்கப்பட்டு மூச்சுத் திணறி இறந்துபோனார்கள்.

1689-ல் நடந்ததுபோலவே இப்போது மறுபடி கம்பெனி வங்காளத்தைவிட்டு வெளியேறும் நிலைக்கு வந்துவிட்டது. வங்காளம்தான் கம்பெனிக்கு அதிக வருமானம் கொடுத்துவந்த பிரதேசம்.

'கல்கத்தா வீழ்ந்ததால் கம்பெனியின் பங்கு மதிப்பில் 22,50,000 பவுண்டு இறங்கிவிட்டது! அதன் முக மதிப்பில் பாதிக்கும் குறைந்துவிட்டது' என்று லண்டன் பத்திரிகைகள் எழுதின.

சிராஜ்-உத்-தௌலா தன் அதிகாரத்தை நிலைநாட்டினார். கல்கத்தாவுக்கு அலி நகர் என்று பெயர் மாற்றம் செய்தார். கடந்த 15 வருடமாகக் கம்பெனி ஏமாற்றிய சுங்க வரிப் பணம் முழுவதையும் இப்போது கொடுக்கச் சொன்னார்.

கம்பெனிக்கு நேர்ந்த அவமானத்தால் உள்ளூர் மார்க்கெட்டும் அதிர்ந்தது. உள்ளூர் வியாபாரிகள் கம்பெனியைப்பற்றி ஒரு முடிவுக்கே வந்துவிட்டார்கள். காலிகோ துணியின் விலை 50 சதவிகிதம் அதிகரித்து, அதற்கேற்றபடி ஐரோப்பியச் சரக்குகளின் விலை இறங்கியது.

'இது கம்பெனியின் கவர்னர்களைப் பதட்டத்தில் ஆழ்த்தியது. எப்படியாவது கல்கத்தாவை உடனே திரும்பப் பிடித்தாக வேண்டும் என்ற முயற்சியில் இறங்கினார்கள்' என்று ஒரு நோக்கர் எழுதினார்.[22] கம்பெனி பதில் தாக்குதலுக்குத் தயார் செய்துகொண்டிருக்கிறது என்பது சிராஜ்-உத்-தௌலாவுக்குத் தெரியாது.

கிளைவின் தலைமையில் ஹைதராபாத்துக்குப் போய்க் கொண்டிருந்த படை, மற்றொரு முனையிலிருந்து அட்மிரல் வாட்சனின் தலைமையில் ராயல் கப்பல் படை என இரண்டையும் வங்காளத்துக்குத் திருப்பிவிட்டார்கள்.

1756 அக்டோபர் 11 அன்று கிளைவ் லண்டனில் உள்ள கம்பெனியின் ரகசியக் குழுவுக்கு எழுதிய கடிதத்தில் 'நான் சொன்னால் சொன்னபடி செய்பவன். கல்கத்தாவைத் திரும்பப் பிடிப்பதோடு ஓயப்போவதில்லை. இங்கே உள்ள கம்பெனி

நிலங்களிலெல்லாம் உறுதியாக, நிரந்தரமாக வேர் ஊன்றி விட்டுத்தான் வருவேன்' என்கிறார்.[23]

இரண்டு நாளைக்குப்பிறகு மெட்ராஸில் கூடிய கம்பெனியின் உயர்மட்டக் குழு, கல்கத்தாவைக் கைப்பற்றி நஷ்ட ஈடு வாங்குவது எவ்வளவு முக்கியம் என்பதை வலியுறுத்தியது. அதனுடன்கூடவே ஆலோசனை ஒன்றையும் சொல்லி அனுப்பியது: 'வங்காளத்தில் நவாபின் வன்முறைப் போக்குகள் பிடிக்காதவர்கள் யாராவது இருக்கிறார்களா என்று பார்க்கவும். நவாபுக்குபதிலாக நான்தான் பட்டத்துக்கு வரவேண்டியவன் என்று சொல்லிக்கொள்பவர்கள் இருந்தால் கண்டுபிடியுங்கள். அவர்களுடன் கூட்டணி அமைக்க முயற்சி செய்யவும்.'[24]

கர்நாடகத்தில் கிடைத்த அனுபவத்தைக் கம்பெனி நன்றாக உபயோகித்துக்கொண்டது!

கிளைவுடன் யாத்திரை செய்த படை, எண்ணிக்கையில் குறைவானது; ஆனால் கருமமே கண்ணாக வேலை செய்வது. 1757-ல் அந்தப் படை ஹூக்ளியைச் சூறையாடியது. அடுத்த மாதமே கல்கத்தாவையும் கைப்பற்றிவிட்டது!

போருக்குப்பின் அலி நகரில் வைத்து உடன்படிக்கை ஏற்பட்டது. அதன்படி கம்பெனி, தானே நாணயங்களை அச்சடித்து வெளி யிடலாம். கப்பல் அனுமதிச் சீட்டுகளைத் தன்னுடைய சொந்த வியாபாரத்துக்காக உபயோகித்துக்கொள்ளலாம்.

இருந்தாலும் கிளைவ் மோதல்களைத் தொடர்ந்தார். பிரெஞ்சுக் காரர்கள் நீட்டிய சமாதானக் கொடியை முறித்துப் போட்டுவிட்டு, சந்திரநாகூர்மீது குண்டு மழை பொழிந்தார். மாகாணத்தின் மேற்குப் பக்கம் அப்போது ஆப்கானியர்களின் தாக்குதல் நடந்து கொண்டிருந்தது. கிளைவ் அதைப் பயன்படுத்திக்கொண்டு மார்ச் மாதத்தில் சந்திரநாகூரைப் பிடித்துவிட்டார்.

இந்த வெற்றி, பிசினஸ் கண்ணோட்டத்தில் எவ்வளவு முக்கியம் என்பதற்கு ஒரே உதாரணம்: சந்திரநாகூர் வீழ்ந்த செய்தி பல மாதங்களுக்குப்பிறகு லண்டனை அடைந்தபோது கம்பெனியின் பங்கு விலை உடனடியாக 12 சதவிகிதம் அதிகரித்தது.[25] வங்காளத்துக்கும் கம்பெனியின் அதிகாரத்துக்கும் இடையில் தடையாக இருந்த ஒரு மலை விலகிவிட்டது. அடுத்ததாக

நவாபும் ஆசிய வணிகர்களும்தான் மீதி. அவர்களைச் சதியினால் வீழ்த்துவதற்கு அதிக காலம் ஆகவில்லை!

பிளாசிக்குப் பின்னணியில் இருந்த சதிக்கு யார் காரணம் என்று இரண்டு பக்கத்திலும் கட்சி கட்டிக்கொண்டு லாவணி பாடியதில் உண்மை மறைந்துவிட்டது. பிரிட்டிஷார்தான் உள்ளுக்குள்ளே கலகத்தைத் தூண்டிவிட்டு நடத்தியும் வைத்தார்கள் என்கிறார் ஒரு வல்லுநர்.[26] ஆனால் போருக்குப்பிறகு கம்பெனி இயக்குநர்களுக்கு கிளைவ் எழுதிய கடிதத்தில், நவாபின்மீது அதிருப்தி அடைந்த வங்காளிகள்தான் தன்னிடம் தூது விட்டார்கள் என்கிறார்.[27] எப்படியோ, கம்பெனிக்கும் வங்காள அரசவையில் இருந்த சிலருக்கும் அழுத்தமான பொதுக் கருத்து உருவானது மட்டும் உண்மை. இதில் அவர்களின் பரஸ்பர நலன் இருந்தது. சட்ட விரோதமான கலகம் ஒன்றைக் கம்பெனி தூண்டி விட்டதும் உண்மை; மீர் ஜாபர், ஜகத் சேட், அமீர் சந்த் போன்றவர்கள் ராஜத் துரோகம் செய்ததும் உண்மை.

மூன்று சதிகாரர்களுமே முக்கியமான புள்ளிகள்தான். மீர் ஜாபர், சிராஜ்-உத்-தௌலாவின் படையில் முக்கிய வீரர். அவரே சம்பளக் கணக்கு அதிகாரியாகவும் (பக்ஷி) இருந்தார். சந்திரநாகூர் போருக்குப்பிறகு சிராஜ்-உத்-தௌலா அவரைப் பதவியிலிருந்து இறக்கிவிட்டார்.

ஜகத் சேட் குடும்பம், வட இந்தியாவில் ஈடு இணையற்ற பணக்காரர்கள். ஜகத் சேட் என்றால் உலகத்துக்கே வங்கியாளர். மார்வாடி குடும்பத்தினராக இருந்ததால் வட்டிக் கடை நடத்தி வந்தார்கள். அரண்மனையின் நாணய சாலையும் அவர்கள் வசம் இருந்ததால், வங்காள அரசின் பணப் பெட்டியின் சாவியே ஜகத் சேட் குடும்பத்திடம்தான் இருந்தது. அப்போதைய பிரெஞ்சுப் பார்வையாளர் ஒருவர், சேட்டின் குடும்பம்தான் வங்காளப் புரட்சிக்கு முக்கியக் காரணம் என்று சொல்கிறார்.[28]

அமீர் சந்த், ஆக்ராவைச் சேர்ந்தவர். வங்காளத்தின் முக்கிய வணிகர்களில் ஒருவர். அபின், வெடி உப்பு வணிகம் பெரும்பாலும் இவருடைய கட்டுப்பாட்டில்தான் இருந்தது. அவர் கம்பெனிக்கும் ஏற்கெனவே தெரிந்தவர்தான். 1730-களில் தாத்னி வியாபாரியாகக் கம்பெனிக்கு வேலை செய்திருக்கிறார். அப்போது அவர்களுக்குள் உறவு சுமுகமாக இல்லை. அமீர்

ஏமாற்று வேலையில் ஈடுபட்டார் என்று சொல்லி 1735-ல் கம்பெனி அவருடைய ஒப்பந்தத்தையே ரத்து செய்துவிட்டது. நான்கு வருடம் கழித்து எப்படியோ மறுபடி அவர் கம்பெனியிடம் வந்து ஒட்டிக்கொண்டார். வங்காளத்தில் கம்பெனியின் மொத்த முதலீட்டில் மூன்றில் ஒரு பங்கு அமீரின் மேற்பார்வையில்தான் இருந்தது.

பிளாசிக் கலகத்தின் முக்கியமான விஷயம், தலைநகர் முர்ஷிதாபாதில் அரங்கேறிய துரோகக் காட்சிகள் மட்டுமல்ல; சிராஜ்-உத்-தௌளலாவுக்கு எதிராகச் சதி செய்தவர்கள் அந்நிய நாட்டுக் கூலிப் படைகளுடன் கை கோர்த்துக்கொண்டார்களே, அதுதான் புதிது! ரோமப் பேரரசு வீழ்ந்தபின், பிரிட்டனில் அதுவரை பலவீனமாக இருந்த உயர் குடியினர், பேராசையால் இதைத்தான் செய்தார்கள். வங்காள அரசவையில் இருந்த ஆளும் வர்க்கமும் வியாபாரிகளும், 'வெளிநாட்டுக் காட்டுமிராண்டிகளைத்தானே உதவிக்கு அழைக்கிறோம், அவர்களைப் பிறகு எப்போது வேண்டுமானாலும் நம் இஷ்டப்படி வளைத்துக்கொள்ளலாம்' என்று நினைத்துவிட்டார்கள். விபரீதமான தப்புக் கணக்கு அது!

வங்காளத்துக்குச் செல்வ வளம் அதிகம்தான்; ஆனால் அதன் ஆட்சியாளர்களுக்கும் பெரிய வணிகர்களுக்கும் ஓர் ஆழமான ஆளுமை கிடையாது. அவர்களுடைய முக்கியத்துவம் எல்லாம், தனிப்பட்ட தொடர்புகள், விசுவாசங்களின் அடிப்படையில் மட்டுமே அமைந்தது.

அவர்களுக்கு எதிர் முனையில் நின்றதோ, ஒரு கார்ப்பரேஷன். தனிப்பட்ட எவரையும் நம்பி இருக்காத, வலுவான அஸ்திவாரம் கொண்ட நிறுவனம் அது. தனக்கு எது முக்கியம், எது முக்கியமில்லை என்பதில் கம்பெனி தெளிவாக இருந்தது. அதில் மட்டுமே அதன் கவனமெல்லாம். அதன் கார்ப்பரேட் அமைப்பில், ஒற்றுமையால் வரும் பலம் இருந்தது. கம்பெனியில் எல்லோருக்கும் ஒரே நோக்கம் இருந்தது. இது ஆசிய வியாபாரிகளுக்கும் இல்லை, முகலாயர்களுக்குப் பிறகு வந்த நவாபுகளுக்கும் இல்லை.[29]

கொக்கு மாதிரி ஒரே குறியாக இருந்ததால்தான் வங்காளம் கம்பெனியிடம் சிக்கியது. சிராஜ்-உத்-தௌளலாவைத் தூக்கி எறிவதற்காகத் தீவிர ஆலோசனைகள் நடந்தன. அப்போது அமீர் சந்த் மறுபடியும் தன் வேலையைக் காட்டிவிட்டார்: சதிக்குத் தன் ஆதரவு தொடரவேண்டும் என்றால், வங்காளத்தின் கஜானாவில் இருபதில்

ஒரு பங்கு தனக்கு வந்துசேரவேண்டும் என்று கேட்டார். இல்லாவிட்டால் சதி செய்பவர்களைக் காட்டிக் கொடுத்துவிடுவேன் என்று மிரட்டினார். 'மிஸ்டர் ஐந்து சதவிகிதம்' என்ற பட்டத்துக்கு முதன்முதலில் தகுதி பெற்றவர் அமீர்தான்!

இதற்கு 150 வருடம் கழித்து மற்றொரு கார்ப்பரேட் தரகர் வந்தார். அவர் அமீர் சந்தைவிட வெற்றிகரமாக 'மிஸ்டர் ஐந்து சதவிகிதம்' என்ற பட்டத்தைச் சுமந்தார். ஆங்கிலோ-பாரசீகக் கூட்டுறவில் ஷெல், டாயிஷ் வங்கி ஆகியவற்றுக்கு இடையில் ஒப்பந்தம் கொண்டுவர முயற்சிகள் எடுத்தார். பதிலுக்கு, துருக்கியப் பெட்ரோலியம் கம்பெனியில் ஐந்து சதவிகிதப் பங்குகளைக் கேட்டார். அவர் பெயர் குல்பெங்கியன்.

1757-ல் நடந்த கதைக்கு மறுபடி வருவோம். அமீர் சந்தின் அதிரடியைக் கண்டு மற்ற இரண்டு சதிகாரர்களும் ஆத்திரப்பட்டார்கள். அப்போது கிளைவ் செய்த சூ மந்திரக்காளி வித்தை உலகப் புகழ் பெற்றுவிட்டது!

கிளைவ், மீர் ஜாபர் குழுவினருடன் இரண்டு தனித் தனியான ஒப்பந்தங்கள் போட்டார். சிவப்புக் காகிதத்தில் ஒரு போலி ஒப்பந்தம். அதில் அமீர் சந்தின் கோரிக்கைக்கு கிளைவ் இணங்கினார். படையின் தலைவரான அட்மிரல் வாட்சனின் கையெழுத்தைப்போலவும் தானே கள்ளக் கையொப்பம் இட்டுவிட்டார்!

வெள்ளைக் காகிதத்தில் போடப்பட்டதுதான் நிஜ ஒப்பந்தம். அதில் அமீர் சந்தின் ஐந்து சதவிகிதம் பற்றிப் பேச்சு மூச்சே இல்லை. பிளாசிப் போர் நடந்து முடிந்தபிறகுதான் அமீர் சந்துக்கு இந்த மோசடி தெரியவந்தது. அந்த அதிர்ச்சியில் மயங்கி விழுந்தவர்தான்... பிறகு எழுந்திருக்கவே இல்லை!

இதற்கிடையில் சதித் திட்டம் ஏறக்குறையத் தோல்வி அடையத் தெரிந்தது. திட்டம் பற்றி சிராஜ்-உத்-தௌலாவுக்கு எப்படியோ தெரிந்துபோய்விட்டது. ஆனால் உறுதியான முடிவு எடுக்க முடியாமல் சிராஜ்-உத்-தௌலா கொஞ்சம் தயங்கிவிட்டார். அதுதான் அவருடைய விதியைத் தீர்மானித்தது. சதியை உடனடியாக நசுக்குவதற்குபதிலாக சதிகாரர்களுடன் பேச்சு வார்த்தை, சமாதானம் என்ற திசையில் நேரம் கடத்திவிட்டார்.

சிராஜ்-உத்-தௌலாவின் கவனம் இரண்டு திசைகளில் அலை பாய்ந்தது. பிகாரின் மேற்குப்புறத்தில் ஆப்கானியர்கள் தாக்குவார்கள் என்ற அச்சம் இருந்தது. அதே நேரத்தில் தெற்கே ஆங்கிலேயர்கள் போர் தொடுத்தால் என்ன செய்வது என்ற கவலை. அதனால்தான் தயங்கினார்.

1757-ம் ஆண்டு, ஜூன் 23-ம் தேதி. பிளாசியில் ஒரு மாந்தோப்பின் அருகே இரண்டு படைகளும் மோதின.

நவாபின் படை பெரியது; ஆனால் கட்டுக்கோப்பு போதாது. உள்ளுக்குள்ளேயே பிளவுகள் வேறு. கம்பெனியின் படை மிகச் சிறியதாக இருந்தாலும் கட்டுப்பாடான ராணுவம் அது. வங்காளப் படையில் 50,000 பேர் இருக்கலாம். கம்பெனியிடம் இருந்தது 3,000 துப்பாக்கி வீரர்கள் மட்டுமே. அதிலும் மூன்றில் ஒரு பங்குதான் பிரிட்டிஷ்காரர்கள்.

போரில் நவாப் தோல்வி அடைந்தார். அதிர்ஷ்டம் கொஞ்சம், வீரம் கொஞ்சம், துரோகம் கொஞ்சம் - எல்லாமே காரணம்.

நவாப் உடனடியாகப் படுகொலை செய்யப்பட்டார். கம்பெனி, மீர் ஜாபர் என்ற பொம்மையை அரியணையில் அமர்த்திவைத்துவிட்டு, தான் போட்ட ஒப்பந்தத்தை நிறைவேற்றிக்கொள்ளத் தொடங்கியது.

அதன் பலன்கள் உடனடியாகக் கிடைத்தன: வங்காளத்திலிருந்து பிரெஞ்சுத் தொழிற்சாலைகள் ஒட்டுமொத்தமாகக் காலி செய்யப் பட்டன. கம்பெனிக்கு 'நஷ்ட ஈடு' என்று ஒரு கொழுத்த தொகை கிடைத்தது. கம்பெனிக்கு மட்டுமின்றி, கல்கத்தாவில் வசித்த ஒவ்வொரு ஆங்கிலேய, இந்திய, ஆர்மீனியக் குடிமகனுக்கும் ஒரு தொகை தரப்பட்டது. கல்கத்தாவைச் சுற்றி இருந்த 24 பர்கானாக்கள் என்ற நிலப் பகுதி கம்பெனிக்குத் தாரை வார்க்கப் பட்டது.

கிளைவின் சாதனை குறிப்பிடத்தக்கது. கம்பெனிக்குக் கைமேல் 25 லட்சம் பவுண்டு கிடைத்தது. எதிர் காலத்தில் நல்ல வருமானம் வரும் என்பதற்கும் உத்தரவாதம் இருந்தது. 26 ஜூலை 1757-ல் வெற்றிக் களிப்பில் கம்பெனி இயக்குநர்களுக்கு கிளைவ் எழுதிய கடிதத்தின் கடைசியில் 'இந்த மகத்தான புரட்சி, மகிழ்வான புரட்சி, எல்லாக் கோணத்திலும் முழுமை அடைந்து விட்டது' என்று முடிக்கிறார்.[30]

நவாப் நாற்காலி

பிளாசிப் போர் நடந்து முடிந்த கையோடு, கிளைவ் கடைப் பிடித்த தந்திரங்களைப் பல பேர் அக்கக்காக அலசிவிட்டார்கள். அன்றுமுதல் இன்றுவரை சர்ச்சையைக் கிளப்பும் விஷயமாகி விட்டது இது. 'கிழக்கத்திய வழக்கப்படி' லஞ்சம், மோசடி என்று கிளைவ் தரம் தாழ்ந்துவிட்டார் என்று பலர் விமரிசித்தார்கள். வருடங்கள் பல கடந்து கிளைவின் வாழ்க்கையை அலசிய தாமஸ் பாபிங்டன் மெக்காலே, கிளைவ் ஒரு 'இந்தியச் சதிகாரராகவே' மாறிவிட்டதாகச் சொல்கிறார். அவரைப் பொருத்தவரை, 'கிளைவ் அமீர் சந்தை ஏமாற்றியது குற்றம் மட்டுமல்லாமல், மாபெரும் தவறும்கூட.'

சமீப காலத்தில் கிளைவின் வாழ்க்கை வரலாறை எழுதிய ஆங்கிலேயர் ராபர்ட் ஹார்வி, மாக்கியாவல்லியின் சீடர்போல் இருக்கிறது. 'மோசடி வித்தைகளில் கிளைவுக்கு இருந்த திறமைக்கு அவரைக் கண்டிப்பாகப் பாராட்டியே ஆகவேண்டும்' என்கிறார்![31]

அமீர் சந்தின்மீது யாருக்கும் பெரிதாக அனுதாபம் இருக்க வாய்ப்பில்லை. அவர் தன்னைவிடத் திரைமறைவு வேலையில் தேர்ந்த ஒருவரிடம் தோற்றுப் போனார்; அவ்வளவுதான். இந்தியாவில் பிரிட்டிஷ் ஆட்சி வந்ததன் ஆணிவேர் கிளைவின் மோசடிதான். பிற்காலத்தில் அந்த 'இருட்டுப் பொந்து' சம்பவத்தை ஊதிப் பெரிதாக ஆக்கி, அதனால்தான் கம்பெனி பழிக்குப் பழி வாங்க நேர்ந்தது என்று சொல்பவர்கள் உண்டு. ஆனால் பிறகு கிளைவே 'ஆங்கில ஆட்சியின் அடித்தளம், வெளிப்படையான செயல்பாடுகள்தான்' என்று சொன்னபோது கம்பெனியின் இரட்டை வேடம் கலைந்துவிட்டது.[32]

கிளைவின்மீது எழுந்த ஊழல் குற்றச்சாட்டுகள் இன்னும் தீவிரமானவை. பிளாசிப் புரட்சியினால் முன்னணிப் படையின் தலைவர்கள் அனைவருக்குமே லாபம் இருந்தாலும், கிளைவுக்குத்தான் அநியாய லாபம்! வங்காளச் சிறப்புக் குழுவின் தலைவராக இருந்ததற்காக 2 லட்ச ரூபாய். படையின் தலைமைத் தளபதியாக இருந்ததற்காக இன்னொரு 2 லட்சம். இதைத் தவிர, வங்காளத்தின் முக்கியப் புள்ளிகள் சேர்ந்து நன்கொடை என்று 16 லட்சம் திரட்டித் தந்தார்கள். கிளைவின்

பங்கு மொத்தம் 2,34,000 பவுண்டு. 2002-ம் வருட மதிப்பீட்டில் இது 2.2 கோடி பவுண்டாக இருந்திருக்கும்!

33 வயதே ஆன கிளைவ் திடீரென்று இப்போது இங்கிலாந்திலேயே பெரிய பணக்காரர்களில் ஒருவர் ஆகிவிட்டார். பல வருடம் கழித்து நாடாளுமன்ற விசாரணை நடந்தபோது கிளைவ் எல்லா வற்றையும் மறுத்தார். தான் ஒரு குற்றமும் அறியாதவன் என்றார். 'அவைத் தலைவர் அவர்களே, நான் மிகவும் நிதானமாகத்தான் செயல்பட்டேன். அதை இப்போது யோசித்துப் பார்த்தால் எனக்கே ஆச்சரியம் தாங்கவில்லை என்றால் பார்த்துக்கொள்ளுங்களேன்!' என்பது அவருடைய வார்த்தைகள்.

கேட்பதற்குக் கொஞ்சம் அசிங்கமாக இருந்தாலும், இந்தப் பணத்தை வாங்கிக்கொண்டதில் கிளைவ் எந்தச் சட்டத்தையும் மீறவில்லை. 'மற்றவர்களுக்கு அது ஒரு மோசமான முன் உதாரணமாக அமைந்துவிட்டது. அவ்வளவுதான்' என்கிறார் மெக்காலே.

இந்த 1990-களில்கூட, கார்ப்பரேஷன்கள் தங்கள் தலைமை அதிகாரி இன்னொரு கம்பெனியை வெற்றிகரமாக வளைத்து வாங்கிப் போட்டுவிட்டால், அதைப் பாராட்டி போனஸ் பரிசுகள் தருவது உண்டு. 2000-ம் ஆண்டு வோடஃபோன் நிறுவனத்தின் க்றிஸ்டோபர் ஜெண்ட், ஜெர்மனியின் மானஸ்மன் கம்பெனியைக் கையகப்படுத்திக்கொடுத்ததற்காக ஒரு கோடி பவுண்டு பரிசு பெற்றார். அப்போது ஒரு பங்குதாரர், இது 'பழங்காலக் கொள்ளையர்கள்போல் உள்ளது' என்று தூற்றினார்.[33]

கிளைவ் ஆரம்பித்துவைத்த பழக்கத்தை மற்றவர்கள் தவறாமல் பின்பற்றினார்கள். பிளாசிக்கு அடுத்து வந்த 8 வருடங்களுக்குள் வங்காளத்தின் அரியணையில் 4 நவாபுகளை மாற்றி மாற்றி உட்கார வைத்தது கம்பெனி. ஒவ்வொரு 'புரட்சி'யின் முடிவிலும் கம்பெனிக்கு மேலும் சில நிலப் பரப்புகள் கிடைக்கும். யார் நவாபாக இருந்தாலும் இப்போது கம்பெனியிடம் கழுத்துவரை கடன்பட்டிருந் தார்கள். கடனுக்குத் தவணையை நீட்டிப்பதற்காகத்தான் இந்த ஏற்பாடு. கம்பெனி அதிகாரிகளுக்குவேறு, ஆடம்பரமான பரிசுகள் தரவேண்டும். மொத்தத்தில் 22 லட்சம் பவுண்டு பரிசாகவும் இன்னொரு 38 லட்சம் நஷ்ட ஈடாகவும் கம்பெனி ஒட்டக் கறந்துவிட்டது!

1760-ல் மீர் ஜாபரை அகற்றிவிட்டு அவருடைய மருமகனான மீர் காசிமைப் பதவியில் அமர்த்தியது கம்பெனி. மூன்றே வருடத்தில் மீர் காசிமின் வேலையும் பறி போய்விட்டது. கம்பெனி வியாபாரிகளின் தனிப்பட்ட வியாபாரம் புற்று நோய் மாதிரி பரவிக்கிடந்தது. அதைக் கட்டுப்படுத்த முயற்சி செய்தது தான் மீர் காசிம் செய்த குற்றம். இதற்கு அவர் கண்டுபிடித்த வழி துணிச்சலானது: உள்நாட்டு வியாபாரத்துக்கு இனிமேல் சுங்க வரியே கிடையாது! இப்படிச் சொல்லிவிட்டால் கம்பெனி தரும் வரி விலக்குச் சீட்டுகளுக்கு அர்த்தம் இல்லாமல் போய்விடும். இவ்வளவு பெரிய சீர்திருத்தத்தை அனுமதிக்கலாமா? எனவே கம்பெனி மறுபடி ஒரு யுத்தத்தை ஆரம்பித்துவிட்டது.

வங்காளத்தில் கம்பெனிமீது ஏற்பட்ட வெறுப்புக்கு அளவே இல்லை. உதாரணமாக, 1763-ல் பாட்னாவில் பிடித்து வைக்கப் பட்டிருந்த சில ஆங்கிலக் கைதிகளை மீர் காசிமின் படை வீரர்கள் படுகொலை செய்தார்கள். ஆறு வருடம் முன்பு நடந்த இருட்டுப் பொந்து சம்பவத்தைவிட அதிகமான பழி வெறியுடன் நடந்த கொலை இது! ஜகத் சேட்டின் குடும்பம் ஒரு காலத்தில் செல்வாக்குடன் விளங்கிய குடும்பம். அவர்கள் பிரிட்டிஷ் காரர்களுடன் குலாவியதற்குத் தண்டனையாக அவ்வளவு பேரையும் பிடித்துத் தலைகளைச் சீவித் தள்ளினார்கள். இந்தக் கொந்தளிப்பில், ஆயுதம் ஏந்திய சந்நியாசிகளும் சேர்ந்து கொண்டார்கள். அவர்களின் ஒரு கோஷ்டி டாக்காவைத் தாக்கியது; பைகன்பாரியில் இருந்த கம்பெனியின் தொழிற் சாலையைச் சூறையாடியது.

அவத் நாட்டின் நவாப், முகலாய மன்னர் இரண்டாம் ஷா ஆலம் இவர்களுடன் மீர் காசிம் கூட்டணி சேர்ந்து வங்காளத்தைக் கம்பெனியிடமிருந்து விடுவிக்கப் போராடினார். அதுதான் கம்பெனிக்கும் மொகலாயர்களுக்கும் இடையே நடந்த இரண்டாவது போர்.

முதல் முகலாயப் போர்போல இல்லாமல், இந்த முறை முடிவு நேர்மாறாக அமைந்தது! அக்டோபர் 1764-ல் நடந்த பக்ஸார் போரில் பிளாசியைவிட அழுத்தமாக வெற்றி முத்திரை பதித்தது கம்பெனி.

பழைய மீர் ஜாபரையே இன்னொரு முறை பதவிக்குக் கொண்டு வந்தார்கள். ஆனால் அவர் பரிதாபகரமாகச் சில மாதங்களே

நீடித்தார். 1765-ன் ஆரம்பத்தில் மீர் ஜாபரை இறக்கிவிட்டு அவர் மகன் நஜீம்-உத்-தௌலா பதவியைப் பிடித்தார். இந்தக் கால கட்டம்தான் ஆங்கிலேய வரலாற்றிலேயே மோசமான கட்டம் என்று சொல்லப்படுகிறது. அது மிகையல்ல.[34]

கம்பெனி வங்காளத்தின்மீது புரட்சிக்குமேல் புரட்சியாகத் திணித்துக்கொண்டே இருந்தது. எல்லாவற்றுக்கும் அடிப்படை நோக்கம் மார்க்கெட்டைக் கைப்பற்றுவது; கம்பெனிக்கும் அதன் அதிகாரிகளுக்கும் லாபம் சம்பாதிப்பது. 'கிளைவ், தன்னை பிரிட்டிஷ் முடியரசின் தளபதியாகவே நினைக்க வில்லை. கம்பெனியின் தளபதியாகத்தான் எப்போதும் செயல் பட்டார்' என்கிறார் மெக்காலே.[35]

இந்தப் புரட்சியால் கம்பெனிக்குக் கிடைத்தது என்ன? நவாபின் அதிகாரத்துக்கு முதுகெலும்பு முறிந்துவிட்டது; நாட்டின் வணிகத்தை ஒழுங்குபடுத்தும் சக்தி போய்விட்டது. ஏற்றுமதி வியாபாரத்தில் கம்பெனிக்கு ஏகபோக உரிமை கிடைத்தது. கம்பெனி ஆரம்பம் முதலே எதிர்பார்த்ததும் அதைத்தான். உள்நாட்டு வணிகத்தை விரிவுபடுத்திக்கொள்ள முடிந்தது. வங்காளத்தின் பொதுப் பணத்தைத் தன்னுடைய சொந்த உபயோகத்துக்குத் திருப்பிவிட முடிந்தது.

பிளாசிக்கு அடுத்த பத்தே வருடத்தில், இந்த வணிகக் கொள்ளையினால் வங்காளத்தின் மொத்த வருவாயில் மூன்றில் இரண்டு பங்கு பறிபோய்விட்டது.[36] கிளைவின் வலது கையாக இருந்த லூக் ஸ்க்ராஃப்டன், 'பிளாசியினால் கம்பெனி ஒரு குந்துமணித் தங்கம்கூடத் தராமல் இந்திய வியாபாரத்தை (சீனா நீங்கலாக) மூன்று வருட காலம் நடத்த முடிந்தது' என்கிறார்.[37] உலக நாடுகளின் அளவில் பொருளாதார முக்கியத்துவம் வேறு பக்கம் சாய ஆரம்பித்தது.

வங்காளத்தில் நவாபின் பல்லைப் பிடுங்கியாகிவிட்டது; அனுமதிச் சீட்டுகளைக் கம்பெனி துஷ்பிரயோகம் செய்வதைத் தடுக்க அரசாங்கத்துக்கு திராணி இல்லை. இப்போது கிளைவ் தன் புதிய பலத்தை முண்டா தட்டிக் காட்டினார். கம்பெனி அதிகாரிகள் எவரும் (அவரையும் சேர்த்துத்தான்!) உள்ளூர் மார்க்கெட்டில் தாராளமாக விளையாடத் தடை ஏதும் இருக்கக்கூடாது என்றார். இதனால் ஆங்கிலேயர்கள் மார்க்கெட் முழுவதையும் விழுங்கி

விடுவார்களே என்று வங்காளிகள் கவலைப்பட்டார்கள். அது விரைவிலேயே உண்மையாகிவிட்டது.

1762-ல் நவாப் மீர் காசிம் கல்கத்தாவில் கம்பெனியிடம் புகார் செய்தார்: 'கோமஸ்தர்கள் (கம்பெனி முகவர்கள்) விவசாயிகளின் விளைபொருள்களையும் வணிகர்களிடமிருந்து விற்பனைச் சரக்கு களையும் வலுக்கட்டாயமாகப் பிடுங்கிக்கொண்டு போகிறார்கள். அதன் விலையில் நாலில் ஒரு பங்குதான் தருகிறார்கள். விவசாயி களுக்குக் கம்பெனி விற்கும் பொருள்களுக்கோ, ஒன்றுக்கு ஐந்தாக விலை சொல்கிறார்கள்.'[38]

இந்த மாதிரியெல்லாம் நடக்காமல் மார்க்கெட்டை ஒழுங்கு படுத்தவேண்டிய வங்காள அரசாங்கம் செயலிழந்து போய் விட்டது. ஐரோப்பிய, ஆசிய வியாபாரிகளின் போட்டியைக் கண்டு இனி பயப்படத் தேவையில்லை. பிளாசிக்கு முன்பாகவே சந்திரநாகூரைப் பிடித்துக்கொண்டு பிரெஞ்சுக்காரர்களைத் துரத்தியாகிவிட்டது.

ஆனால் பிறகு பிரெஞ்சுக்காரர்கள் ஒருவாறு அந்தத் துறைமுகத் துக்குத் திரும்பி வந்து 1947 வரை இருந்தார்கள். ஆனால் பிரெஞ்சுக் கம்பெனி தன் பழைய பொலிவை இழந்து வெறும் நிழல் வடிவமாகத்தான் வாழ முடிந்தது. அதுவும் 1769-ல் மூடப்பட்டுவிட்டது.

வி.ஓ.சியின் கதையும் வேறல்ல. பிளாசிக்குப்பிறகு சில மாதங் களிலேயே கம்பெனி வியாபாரிகள் வி.ஓ.சியைக் கருவறுத்து விட்டார்கள். கம்பெனி முகவர்கள் நெசவாலைகளில் திடீர் திடீரென்று நுழைவார்கள்; வி.ஓ.சிக்காக ஏதாவது துணிகள் நெய்யப்படுவது தெரிந்தால் எல்லாவற்றையும் கிழித்துப் போட்டுவிடுவார்கள்!

இப்படியே போனால் நம் வணிக வாழ்க்கைக்கே சமாதி கட்டிவிடுவார்கள் என்று டச்சுக்காரர்கள் பயந்தார்கள். வேறு வழி தெரியாததால் கடைசி முறையாக ஒரு தற்காப்பு நடவடிக்கை எடுத்தார்கள். 1759-ல் பதாவியாவிலிருந்து ஒரு கப்பல் படையை வங்காளத்துக்கு அனுப்பியது வி.ஓ.சி. ஆனால் படையெடுப்பைச் சரியாக நடத்தத் தெரியாமல் குழப்படி செய்துவிட்டார்கள். தோல்வியில் துவண்டுபோய், இனி ஒரு நாளும் வங்காளத்துக்குள் எங்கள் ராணுவம் கால் வைக்காது

என்று சத்தியம் செய்து கொடுத்துவிட்டுத் தப்பித்துப் போனார்கள்.

அதுவரையில் வங்காளத்தின் அபின் விற்பனையில் டச்சுக்காரர்கள்தான் ஆதிக்கம் செலுத்திவந்தார்கள். அபின் சொஸைட்டி என்ற தனியார் கம்பெனி மூலம் வியாபாரம் நடந்துவந்தது. அதையும் கவிழ்த்தார்கள் ஆங்கிலேயர்கள். பாட்னாவில் இருந்த ஆங்கில வியாபாரிகள் எல்லாவிதமான குறுக்கு வழிகளிலும் புகுந்து, ஏராளமாகப் பணமும் தாராளமாகக் கெட்ட பெயரும் சம்பாதித்துக் கொண்டார்கள். உதாரணமாக, கம்பெனி அதிகாரிகள் தங்களுக்குத் தேவையானபோதெல்லாம் அபின் வயல்களை உழுது அதில் நெல் விதைக்க வைப்பார்கள். அப்போதுதான் அபின் உற்பத்தி குறையும்; விலை கூடும்![39]

சரி. ஆசிய வணிகர்களின் கதி என்ன? அமீர் சந்துக்கு நடந்தது ஒரேயோர் உதாரணம்தான். அதுவரை ஆசிய வியாபாரிகளின் கையிலிருந்த முக்கியமான உள்ளூர் வர்த்தகத் தலங்கள் எல்லாம் அதிகாரப்பூர்வமாகக் கம்பெனியின் சொத்துகளாக மாற்றப் பட்டன. 1758-ல் மீர் ஜாபர் வெடி உப்பு வியாபாரத்தைக் கம்பெனிக்குத் தாரை வார்த்துக் கொடுத்தார். ஒரு காலத்தில் அமீர் சந்த் தனிக்காட்டு ராஜாவாக இருந்த தொழில் அது. கம்பெனியே கோமஸ்தர்களையும் சம்பளம் வாங்கும் ஊழியர்களாக வேலைக்கு அமர்த்திக்கொண்டுவிட்டது. இதனால் தரகு வியாபாரம் செய்துகொண்டிருந்த ஆசிய வியாபாரிகள் ஓரம் கட்டப்பட்டார்கள்.

வசூல் ராஜா, வசூல்!

பக்ஸார் போருக்குப்பிறகு வங்காளமே கம்பெனியின் தயவில்தான் இருந்தது. போட்டியாளர்களையெல்லாம் கவனிக்க வேண்டிய விதத்தில் கவனித்தாயிற்று. நவாபிடமிருந்தும் இனித் தொல்லை இல்லை. ஆனால் புரட்சியை முழுமையாக ஆக்குவதற்கு இன்னும் ஒன்றே ஒன்றுதான் பாக்கி இருந்தது: வங்காளத்தின் நிதிக் கருவூலம் முழுவதையும் கம்பெனியின் கணக்குக்கு மாற்றவேண்டும்!

பிளாசியின்போது 24 பர்கானாக்கள் கம்பெனிக்குக் கிடைத்ததால், அதிலிருந்து 58,000 பவுண்டு வரியாக வந்துகொண்டிருந்தது. அப்போதுதான் முகலாயப் பேரரசர் கம்பெனியிடம் வந்து ஒரு

வேண்டுகோள் வைத்தார்: 'வங்காளம் முழுவதற்குமான வரி வசூல் செய்யும் திவான் பொறுப்பை நீங்களே எடுத்துக்கொள் ளுங்கள். வங்காளம் தில்லிக்குச் செலுத்தவேண்டிய கப்பத்தை மறுபடி முறையாகச் செலுத்த ஆரம்பியுங்கள்.'

கிளைவ் உடனடியாக இந்த ஏற்பாட்டுக்குச் சம்மதிக்கவில்லை. 1759-ல் பிரதமர் வில்லியம் பிட்டுக்கு கிளைவ் எழுதிய கடிதத்தில் 'இப்போதைக்கு' இந்த யோசனை சரிப்படாது; எல்லாம் பிறகு பார்க்கலாம் என்கிறார்.

கிளைவ் இங்கிலாந்துக்குத் திரும்பினார். அவர் தன்னுடன் எடுத்துப்போன சம்பாத்தியம் 3 லட்சம் பவுண்டு. (இன்றைய மதிப்பில் 3.4 கோடி பவுண்டு) இதைத் தவிர மீர் ஜாபர் அவருக்கு வாழ்நாள் பரிசாக (ஜாகிர்) இன்னொரு 30,000 பவுண்டு கொடுத்திருந்தார்.[40] 1760-ல் மீர் காசிமைப் பதவியில் அமர்த்தி யதற்காக மிட்னாபுர், பர்த்துவான், சிட்டகாங் மாவட்டங்கள் கம்பெனிக்குக் கிடைத்தன. இதிலிருந்து வந்த வருவாய் ஆறரை லட்சம் பவுண்டு.

1765 மே மாதத்தில் கிளைவ் மூன்றாவது முறையாக இந்தியா வுக்குப் பயணமானார். இதுதான் அவர் கடைசியாக இந்தியா வருவது.

இந்தமுறை கிளைவ் எச்சரிக்கைகளைக் காற்றில் பறக்க விட்டார். இரண்டாம் ஷா ஆலமிடம் கறாராகப் பேசினார். ஷா ஆலம் ஏற்கெனவே பலவீனமாக இருந்த நேரம் அது. கம்பெனி யிடம் வங்காளத்தின் சாவியைத் தங்கத் தாம்பாளத்தில் வைத்துக் கொடுத்துவிட்டார்.

12 ஆகஸ்ட் 1765 அன்று பேரரசர், கம்பெனிக்கு வங்காளம், பிகார், ஒரிஸ்ஸா பகுதிகளின் திவான் உரிமையைக் கொடுத்தார். கம்பெனி செலுத்தவேண்டிய வருடாந்தரக் கப்பம் 26 லட்ச ரூபாய். அதாவது 3,25,000 பவுண்டு. வங்காளத்தில் ஒரு வருடத்தைய வரிப் பணம் 2.5 கோடி ரூபாய். இதில் நவாபின் நிர்வாகச் செலவுகள் எல்லாம் போகக் கம்பெனிக்குச் சுளையாக 1.2 கோடி ரூபாய் - 16,50,900 பவுண்டு - லாபம் நிற்கும் என்று கணக்குப் போட்டார் கிளைவ்.[41] 21-ம் நூற்றாண்டு விலைவாசி யில் இது வருடத்துக்கு 15 கோடி பவுண்டு. கம்பெனியின் லாபம் மட்டுமே 49 சதவிகிதம்!

லெடன்ஹால் தெருவில் இருந்த கம்பெனி இயக்குநர்கள், இதுவரை ஒவ்வொரு பைசாவையும் பார்த்துப் பார்த்துச் செலவு செய்தே பழக்கப்பட்டவர்கள். 150 வருடங்களாக ஆசியாவுக்குத் தங்கக் காசுகளைச் சிக்கனம் பிடித்து அனுப்புவதே அவர்களுடைய முழு நேரக் கவலையாக இருந்தது. இப்போது கிளைவ் அவர்களுக்குக் குபேரபுரியின் கதவைத் திறந்து காட்டிவிட்டார். 'திவான் பதவி கிடைத்து விட்டது; இனி நம் செலவினங்கள் எல்லாம் குறைந்துவிடும். சீனாவிலிருந்து கிடைக்கும் வருமானம் அப்படியே நமக்குத் தான். இந்தியாவில் உங்கள் குடியேற்றப் பகுதியின் செலவுகள் எல்லாம் போக உங்கள் கையில் கணிசமான பணம் மீதமாகும்' என்றார் கிளைவ்.[42]

கிளைவ் இன்னொரு ராஜ தந்திர வேலை செய்தார். அதிகாரம் எல்லாம் இன்னும் முகலாயர்களிடம்தான் உள்ளது போன்ற ஒரு தோற்றத்தை அப்படியே கலைக்காமல் வைத்திருந்தார். இதற்காக அவர், தானே நேரடியாக வரி வசூல் செய்யாமல் அந்தப் பொறுப்பை உள்ளூர் அதிகாரிகளிடமே விட்டு வைத்தார். பங்களாதேஷின் ஆசிய சொசைட்டியை சேர்ந்த சிராஜுல் இஸ்லாம் 'இதுதான் முதலீடே இல்லாமல் வருமானம் பார்ப்பது' என்கிறார்.[43]

அடுத்த ஆறு வருடங்களில் கம்பெனியின் மொத்த வசூல் 2 கோடி பவுண்டுக்குமேல். இதில் கம்பெனியின் லாபம் 40 லட்சத்தைத் தாண்டியது. கம்பெனி எதிர்பார்த்திருந்த அளவு இல்லை என்றாலும் இதுவே கொழுத்த வேட்டைதான். திவான் உரிமை கிடைப்பதற்குமுன் ஆசியாவிலிருந்து கம்பெனியின் மொத்த ஏற்றுமதியே 10 லட்சம் பவுண்டுதான்!

இவ்வாறு கார்ப்பரேட் அரசாங்கம் பிறந்தது. கிளைவ் திவான் பதவியை எடுத்துக்கொண்டது பிரிட்டிஷ் அரசை பலப்படுத்து வதற்காகத்தான் என்று பின்னால் வந்த வரலாற்று ஆய்வாளர்கள் சிலர் சப்பைக்கட்டு கட்டினார்கள். ஆனால் உண்மை அதுவல்ல; கிளைவின் நோக்கம் எளிதானது. 1817-ல் ஜேம்ஸ் மில் எழுதிய 'பிரிட்டிஷ் இந்திய வரலாறு' என்ற நூலில் அதைத் தெளிவாகச் சொல்கிறார்: 'கிளைவ் சுயநலத்தை விட்டுக்கொடுப்பவர் அல்லர்; ஆனால் அவரைச் செலுத்திய சக்தி, கம்பெனி செழிக்க வேண்டும் என்ற ஒரே எண்ணம்தான்.'[44]

இயக்குநர்களால் இந்த அதிர்ஷ்டத்தை நம்பவே முடியவில்லை! வங்காளத்தில் கிடைத்த லாபத்தில் ஒரு பகுதிக்கு உள்ளூரில் துணி வாங்கி இங்கிலாந்துக்கு அனுப்பச் சொன்னார்கள். மீதி இருப்பதை கான்ட்டனுக்கு அனுப்பித் தேயிலை வாங்கிவரச் சொன்னார்கள்.

இந்த ஒருதலைக் காதல் போன்ற வியாபாரத்தினால், வங்காளம் நாளுக்கு நாள் ஏழையாகி இளைத்துக்கொண்டே போனது என்று கவித்துவமாகச் சொல்வார்கள். சுருக்கமாக, நூற்றாண்டின் முடிவில் வங்காளத்தின் ஏற்றுமதி வர்த்தகத்தில் 85-90 சதவிகிதம் கம்பெனியின் பிடியில் இருந்தது.[45]

நெசவு நெய்யும் விரல்களுக்கு நேர்ந்த கதி

வங்காளத்தின் ஜவுளித் தொழிலின் செழிப்பை நாடித்தான் கம்பெனி முதலில் அங்கே நுழைந்தது. இப்போது அதற்குப் புதிதாகக் கிடைத்த மார்க்கெட் சக்தியின் முழு அடியும் அந்த நெசவாளர்களின் முதுகில்தான் விழுந்தது!

வங்காளத்தின் நெசவாளர்கள் என்றைக்குமே பணத்தில் புரண்டுகொண்டிருந்தார்கள் என்று சொல்ல முடியாது. ஆனால் அவர்களுடைய வாழ்க்கைத் தரம், அன்றைக்கு இங்கிலாந்தில் இருந்த ஜவுளித் தொழிலாளர்களைவிட நன்றாகவே இருந்தது. ஏனெனில் விலையையோ, மற்ற விஷயங்களையோ பேசி முடிவு செய்யும் சுதந்தரம் அவர்கள் கையில் இருந்தது. பிரசன்னா பார்த்தசாரதி, 'இந்திய நெசவாளர்களுக்கு பிரிட்டிஷ்காரர்களை விட அதிக ஊதியம், பொருளாதாரப் பாதுகாப்பு இரண்டும் இருந்தது என்பதற்கு வலுவான ஆதாரம் உள்ளது' என்கிறார்.[46]

இந்தியாவின் பாரம்பரியமான பொருளாதார அமைப்பே இதுதான். நடுவில் நுழையும் வியாபாரிகளைவிட, தொழில் செய்யும் நெசவாளருக்கே இங்கே முன்னுரிமை. பிரிட்டனிலோ, இதற்கு நேர்மாறான நிலைமை. முதலாளிக்குச் சாதகமாகத்தான் அரசாங்கமே அங்கே செயல்படும். தொழிலாளர்களின் சம்பளத்துக்கு உச்ச வரம்பு விதிக்கும்.

இந்திய நெசவாளர்கள் ஒரு கூட்டுறவு இயக்கம்போலச் செயல் பட்டார்கள். அவர்கள் ஒன்றாகச் சேர்ந்து பேரம் பேசியபோது நல்ல விலையும் கிடைத்தது. அதுதான் கூட்டுறவின் சக்தி.

இதுதவிர, ஐரோப்பிய மார்க்கெட்டில் துணிகளுக்கு அதிகத் தேவை இருந்தது. எனவே விற்பவரின் ஆட்சிதான் நடந்தது. குறைந்த செலவு, நிறைந்த வருவாய் என்று அது இந்திய நெசவாளர்களின் பொற்காலமாக இருந்தது.

பிளாசிக்குப் பிறகு அத்தனையும் நாசமாகிவிட்டது!

பொருளாதாரத்தில் சுதந்தரமாக இருந்துவந்த வங்காள நெசவுத் தொழிலாளர்கள், கிட்டத்தட்ட அடிமைகளாக மாறிவிட்டார்கள். அவர்கள் வேறு யாருக்கும் துணிகளை விற்கக்கூடாது; கோமஸ்தர்கள் கொடுப்பதை வாய் பேசாமல் வாங்கிக்கொண்டு போகவேண்டும் என்றெல்லாம் கட்டுப்பாடுகள் வந்தன.

1770-களில் பிலிப் பிரான்சிஸ் எழுதிய குறிப்பு ஒன்று உண்மைகளை ஒளிக்காமல் சொல்கிறது: 'கம்பெனி ஏதோ, தானேதான் அரசாங்கம் மாதிரி அதிகாரமாக மார்க்கெட்டில் நுழைந்தது; அதிலும் சரியான கொடுங்கோல் அரசாங்கம்!' என்கிறார் பிலிப். 'நல்ல விலை கொடுத்தால் உற்பத்தியாளர்களைக் கவரலாம். அதற்கு மாறாக, கட்டாயப்படுத்தி அவர்களை, தான் சொல்லும் வேலையைச் செய்ய வைத்தார்கள். அதிலும் கட்டுப்படி ஆகாத குறைந்த விலைதான் தந்தார்கள். மற்ற எல்லாத் தனியார் வியாபாரிகளுக்கும் தடை விதித்துவிட்டார்கள். அவர்களால், தாம் போட்ட முதலீட்டுக்கு, தங்களுக்கு வேண்டிய பலதரப்பட்ட துணிகளை வாங்க முடியாமல் போய்விட்டது.' அடுத்து வந்ததில் ஆச்சரியமில்லை. 'உடனடியாகக் கம்பெனியின் கடுமையான ஏகபோக ஆட்சி தொடங்கியது.'[47]

உற்பத்தியாளருக்குத் தரும் விலைகளை மேலும் மேலும் குறைத்துக்கொண்டே போனார்கள். இதற்காக அவர்கள் செய்யாத தகிடுதத்தமே இல்லை. அப்பழுக்கு சொல்ல முடியாத துணியாக இருக்கும்; ஆனால் அதன் தரம் சரியாக இல்லை என்று சொல்லி விலையைக் குறைப்பார்கள். இதுதான் நெசவாளர் களுக்குத் தாங்க முடியாத வருத்தமாக இருந்தது. அப்படி வாங்கிய துணியை மார்க்கெட்டில் மிக அதிக லாபம் வைத்து விற்பார்கள். கம்பெனியின் உள்ளூர் அதிகாரிக்கும் கொள்ளை. முகவருக்கும் கொள்ளையோ கொள்ளை!

விலைகள் குறைந்துபோனதால் உற்பத்திச் செலவைக்கூடத் திரும்ப எடுக்க முடியவில்லை. நெசவாளர்கள் கம்பெனியிடம்

வாங்கிய முன்பணத்தைத் திருப்பிச் செலுத்த முடியாமல் போனது. கடன், சுமை, வறுமை. பங்களாதேஷ் அறிஞர் ஹமீதா ஹுசேன், 'கார்ப்பரேஷன்தான் நெசவாளருக்கு வேலை செய்ய முதலீடு தருகிறது. அவர்கள் தயாரிப்புகளை மார்க்கெட்டுக்கும் கொண்டுபோகிறது. அந்தக் கார்ப்பரேஷனே இப்போது அவர்களை ஓட்டாண்டி ஆக்கி, தங்கள் தொழிலிலிருந்தே அவர்களை அந்நியப்படுத்திவிட்டது' என்கிறார்.[48]

இப்படிக் காட்டாட்சி நடப்பதைச் சில நெசவாளர்கள் எதிர்க்காமல் இல்லை. 1767-ல் கிர்பாலில் இருந்து ஒரு தூதுக் குழு கல்கத்தாவுக்குச் சென்றது; ஜவுளிக் கொள்முதல் விலையை அதிகரிக்கவேண்டும் என்று மனு கொடுத்தது. கம்பெனியின் உயர் அதிகாரிகளும் அதற்கு ஒப்புக்கொண்டார்கள் என்பதைக் குறிப்பிடவேண்டும். ஆனால் உள்ளூரில் இருந்த அதிகாரிகள் மேலிடத்தின் கட்டளையை லட்சியம் செய்யவில்லை. தொல்லை கொடுக்கும் நெசவாளர்களைச் சிறையில் தள்ளி விடுவோம் என்று மிரட்டி அடக்கிவிட்டார்கள்.

இந்த மாதிரி எதிர்ப்புகள் அபூர்வமாகத்தான் எழுந்தன. 1770-களின் ஆரம்பத்தில் கம்பெனி தன் அதிகாரக் கொள்முதலால் கனத்த லாபம் பார்த்துக்கொண்டிருந்தது. நெசவாளருக்கு வெளி மார்க்கெட்டில் கிடைப்பதைவிட, கம்பெனி முகவர்கள் குறைந்தது 15 சதவிகிதம் குறைவாகத்தான் கொடுத்தார்கள். சில சமயம் 40 சதவிகிதம்வரைகூடக் குறைத்துவிடுவார்கள்.[49]

விலையைக் குறைத்துக் கொடுப்பதற்கு மிருகத்தனமான அடக்குமுறைகளைக் கையாண்டார்கள். வில்லியம் போல்ட்ஸ் இது பற்றி எழுதிய ஒரு குறிப்பு பிரபலமானது: 'ஏழை நெசவாளர் களை நசுக்குவதற்குக் கம்பெனி ஏராளமான தந்திரங்களைக் கடைப்பிடித்தது. அபராதம் விதிப்பது, சிறையில் தள்ளுவது, சவுக்கடி, கட்டாயமாக அடிமை சாசனம் எழுதி வாங்குவது என்று பல வழிகள்.'[50]

இந்த வேதனை தாளாத சில நெசவாளர்கள் கையறு நிலைக்குப் போய்விட்டார்கள். 'நகாத் எனப்படும் பட்டு நூல் சுற்றும் தொழிலாளர்கள், கம்பெனியின் கட்டாய உழைப்பிலிருந்து தப்பிக்கத் தங்கள் கட்டை விரலையே வெட்டிக்கொண்ட கொடுமையும் நடந்திருக்கிறது' என்கிறார் போல்ட்ஸ்.[51]

திறமைசாலியான தொழிலாளர்கள் தம்மைத் தாமே இப்படி அங்கஹீனம் செய்துகொள்வது என்றால், பொருளாதாரக் கொடுமைகள் எந்த அளவுக்குப் போயிருக்கின்றன என்பதைப் புரிந்துகொள்ளலாம். ஆனால் போல்ட்ஸின் குறிப்புகளைத்தவிர இந்த மாதிரிச் சம்பவங்களுக்கு வேறு ஆதாரம் கிடைக்க வில்லை. இருந்தும் கம்பெனி வங்காளத்தின்மீது கட்டவிழ்த்து விட்ட உடல்-மனத் துயரங்கள், ஒரு படிமம்போலவே துணைக் கண்டம் முழுவம் பரவிவிட்டன. 1980-களில் கவிஞர் ஷகீத் அலி எழுதிய டாக்கா மஸ்லின் என்ற கவிதை இது:

தறி நெய்யும் கரங்கள்
தறிக்கப்பட்டது சரித்திரம்.
வங்காளத்தின் கட்டுத் தறிகள்
ஓய்ந்து மௌனமாயின.
பருத்தி மூட்டைகளை
சீமைக்குக் கொண்டுசெல்லும்
வெள்ளைக் கரங்கள்...
என் பாட்டிக்கு எதற்கு
சரித்திரமும் தரித்திரமும்?
அவள் கவலையெல்லாம்
இன்றைய மஸ்லின்
அன்றுபோல் மிருதுவாய்
இல்லையே என்பதே.
இலையுதிர் காலக்
காலை வேளையில்
பாட்டி எழுந்ததும்
பிரார்த்தனை இதுதான்:
இன்னொரு முறை
இறைவா என் கைகள்
அந்த மஸ்லின் மென்மையை
மெதுவாய் வருட வேண்டும்.[52]

பணத் தோட்டம் என் தோட்டம்

பிப்ரவரி 1767-ல் கிளைவ் கடைசி முறையாக இங்கிலாந்து பயணமானார். பிளாசிப் போரின் நீண்டகாலப் பின்விளைவுகள் என்னவாக இருக்கப்போகிறது என்பது அப்போது யாருக்கும் தெரியாது.

இப்போது வங்காளம் கம்பெனியின் மகுடத்தில் ஒரு மணி. ஆனால் மெட்ராஸில் நெருக்கடி அதிகரித்திருந்தது. பிரெஞ்சுக் காரர்கள் மறுபடி மூக்கை நுழைக்க ஆரம்பித்தார்கள். மராட்டியர்கள் படையெடுத்து வந்தார்கள். மைசூர் நாளுக்கு நாள் வலுவான ராஜ்ஜியமாக வளர்ந்துகொண்டுவந்தது.

தென்னிந்தியா முழுவதும் கம்பெனியின் பிடிக்குள் வருவதற்கு, அதன்பிறகு 30 வருடம் ஆனது. ஆனாலும் கிளைவுக்கு அன்றே நம்பிக்கை இருந்தது. தான் பத்து வருடமாக எடுத்த முயற்சி களால், கம்பெனிக்கு இந்தியாவில் ஈடு இணையில்லாத பணத் தோட்டம் ஒன்றை ஏற்படுத்திவிட்டதாக அவர் நம்பினார். கம்பெனிக்கு எதிராக எவ்வளவோ பொறாமை, கெட்ட எண்ணம், மனத்தாங்கல் எல்லாம் குவிந்துகொண்டிருந்தது உண்மைதான்; ஆனால் தன்னுடைய கம்பெனிதான் உலகத்தி லேயே செல்வச் செழிப்பான கம்பெனி என்று கிளைவ் நெஞ்சை நிமிர்த்திக்கொண்டார்.[53]

அந்தச் செல்வச் செழிப்பு எவ்வளவு என்று கணக்குப் போட்டுச் சொல்ல முடியும். 1757-க்கும் 1780-க்கும் இடையில் கம்பெனி காசே தராமல் இந்தியாவிலிருந்து பிரிட்டனுக்கு எடுத்துப்போன பொருள்களின் மதிப்பு சுமார் 3 கோடியே 84 லட்சம் பவுண்டு இருக்கலாம்![54] கிளைவ் தனிப்பட்ட முறையில் தனக்காக எடுத்துக்கொண்டது 4 லட்சம் பவுண்டு. கல்கத்தாவுக்கு வடக்கே நான்கு மைல் தள்ளி டம்டம் பகுதியில் இருந்த தன் பிரியமான மாளிகையை மட்டும்தான் அவரால் எடுத்துப்போக முடிய வில்லை.

தற்போது இந்த மாளிகையை இந்தியத் தொல்லியல் துறை புதுப்பித்து வருகிறது. அங்கே ஓர் அருங்காட்சியகம் அமைக்கலாம் என்று திட்டம் இருக்கிறது. ஆனால் 250 வருடம் கழிந்தும் இந்த விஷயத்தில் தீவிர சர்ச்சை நடக்கிறது. ஒரு காலத்தில் இந்த வீட்டில் குடியிருந்த குட்டி சுல்தானை எப்படிப் பதிவு செய்யவேண்டும் என்பதில்தான் விவாதம்.

கிளைவ் விடாமுயற்சி கொண்ட ஒரு மேதை என்பவர்கள் உண்டு. தர்ம நியாயம் எதற்கும் கட்டுப்படாத போக்கிரி என்பவர்களுக்கும் குறைவில்லை. உண்மையில் இந்த இரண்டு முகங்களுமே அவருக்கு உண்டு; இன்னும் வேறு பல முகங்களும் உண்டு.

கல்கத்தாவைத் திரும்பப் பிடித்தது; பிளாசியில் அவர் செய்த அதிரடி; ஒரே நேரத்தில் வங்காள அரசின் செங்கோலை முறித்துப்போட்டு, ஆசிய வியாபாரிகளை ஓரம் கட்டி, பிரான்ஸை ஓட ஓட விரட்டியது - இதற்கெல்லாம் காரணம் கிளைவின் சந்தர்ப்பவாதம். எந்த விதியையும் மீறி விளையாடிப் பார்க்கும் நெஞ்சுரம்.

வங்காளத்தின் பெரிய மனிதர்களுக்கு இடையே நடந்த போட்டியில் கம்பெனி வேறு வழியின்றி நுழையவில்லை. கிளைவும் அவருடன் வேலை செய்த அதிகாரிகளும் வேண்டு மென்றேதான், ஒவ்வொரு அடியையும் திட்டமிட்டேதான் எடுத்துவைத்தார்கள். எந்த ஒரு வாய்ப்பு கிடைத்தாலும் அதைப் பயன்படுத்திக்கொண்டு தங்கள் சுய நலத்தையும் முதலாளிகளின் நலத்தையும் நிறைவேற்றிக்கொள்ளவே முயற்சித்தார்கள்.

கிளைவ் ஒரு பெரிய 'புரட்சியாளர்'. ஆனால் அவர் ஒரு சக்தி வாய்ந்த தனி நபர் மட்டும் அல்லர்; எப்படியாவது தன் வேலையை முடித்துக்கொள்ளத் தெரிந்த கார்ப்பரேட் இயந்திரத் தின் ஒரு பிரதிநிதி அவர்.

நவாபின் ராஜ்ஜியம் செல்வத்தில் திளைத்தாலும் அதற்குப் பல விரோதிகள். அரசவைக்கு உள்ளேயே சதி வேலைகள். குறி வைத்து அடிக்கும் வெளி எதிரியை சமாளிப்பதற்குத் தேவையான அமைப்புகள் அதனிடம் இல்லை. ஒரு கார்ப்பரேட் கம்பெனிக்குத் தான், விழுந்தால் உடனே எழுந்து நிற்கிற பலம் இருக்கும்.

கம்பெனி இயக்குநர்கள் யாரும் நாடு பிடிப்பதற்காக உட்கார்ந்து பேசித் திட்டம் தீட்டவில்லை என்று சில வரலாற்று ஆய்வாளர்கள் அழுத்திச் சொல்கிறார்கள். வங்காளப் புரட்சி தற்செயலாக நடந்துவிட்ட ஒன்றுதான். ஆனால் 'வெளி நாடுகளில் உள்ள நம் சொத்துகளை ஜாக்கிரதையாகப் பார்த்துக்கொள்ளுங்கள்' என்று கம்பெனி காலம் காலமாகவே சொல்லிக்கொண்டு வந்திருக் கிறது; அதைத்தான் கிளைவ் பின்பற்றினார். திவான் உரிமை கிடைத்ததால் கம்பெனிக்குக் கூரையைப் பொத்துக்கொண்டு பண மழை பொழிந்தது. நாலாபுறமிருந்தும் கிளைவுக்குப் பாராட்டுகள் குவிந்தன.

கம்பெனியின் வங்காளப் பெரும் புரட்சியை அமெரிக்க, பிரெஞ்சு, ரஷ்யப் புரட்சிகளின் வரிசையில் வைத்துப் பார்க்க

வேண்டும். இவை எல்லாவற்றுக்குமே நவீன உலகத்தைச் செதுக்கியதில் பங்கு உண்டு. புரட்சிக்குப்பின் பத்து வருடம்கூட இல்லை; அதற்குள் கம்பெனி பொருளாதார நதியைக் கிழக்கிலிருந்து மேற்கு நோக்கி மடை திறந்துவிட்டது.

இருந்தாலும் இது அடிப்படையில் ஒரு கார்ப்பரேட் புரட்சிதான். தனி ஒரு கம்பெனியின் வசதிக்காக ஒரு நாட்டு மக்களின் செல்வத்தையே கவர்ந்துகொண்ட புரட்சி. இந்தப் புரட்சியினால் அதிகாரத்தைக் கைப்பற்றியது அமெரிக்க தேச பக்தர்களோ, குடியரசுவாதிகளோ, போல்ஷ்விக்குகளோ அல்லர். லண்டனில் இருக்கும் பங்குதாரர்களின் தொல்லையைச் சமாளிக்கும் முயற்சியில் வியாபாரிகள் குழு ஒன்று செய்த புரட்சி இது. கம்பெனியின் துணை சேர்மன் லாரன்ஸ் சல்லிவன், 'இது காரண காரியத்துக்கெல்லாம் பிடிபடாத, அசுரத்தனமான நிலைமை' என்று மலைக்கிறார்.

இந்த மாதிரி வியாபாரிகள் ஒன்று சேர்ந்து கட்டிய கட்டடம் சீக்கிரமே இடிந்துவிழுந்ததில் ஆச்சரியம் இல்லை!

5

சறுக்கியது மத யானை!

ஜாதிக்காய் கண்டேன்

இந்தியாவில் கொள்ளையடித்த ஏராளமான செல்வங்களையெல்லாம் எங்கே வைத்துக்கொள்வது என்ற கேள்வி எழுந்தது. லண்டன் முழுவதும் கம்பெனியின் சேமிப்புக் கிடங்குகள் இருந்தன. கிழக்கிலிருந்து வந்த இறக்குமதிகளை அவற்றில் தான் வைத்துக் கண்ணும் கருத்துமாகப் பாதுகாத்து வந்தது கம்பெனி.

18-ம் நூற்றாண்டில் லண்டன், பணப் பரிவர்த்தனை நடைபெறும் இடமாக மட்டுமின்றி, சரக்குகள் கைமாறும் இடமாகவும் இருந்தது. அதற்காகத்தான் கம்பெனிக்கு அத்தனை கிடங்குகள் தேவைப்பட்டன. லைம் தெரு, ஃபென்சர்ச் தெரு (இதற்குப் பக்கத்தில்தான் இப்போது ஈஸ்ட் இந்தியா ஆர்ம்ஸ் உள்ளது), சீத்திங் சந்து, ஸ்டில் யார்ட், க்ரச்ட் ஃப்ரையர்ஸ் போன்ற இடங்களில் கம்பெனியின் கிடங்குகள் இருந்தன.

ஆனால் பிளாசிக்குப் பிறகு இறக்குமதிகளின் அளவு பெரிதாக வளர்ந்துவிட்டது. கம்பெனிக்கு எத்தனை இடம் இருந்தும் போதவில்லை. வங்காளத்தின் செல்வத்தையெல்லாம் வெள்ளி நாணயங்களாக மாற்றி எடுத்து வரலாமா? அது நடைமுறைச் சாத்தியம் இல்லை. எனவே எல்லாவற்றையும் பங்குதாரர்களுக்குப் பங்கிட்டுத் தர முடிவு செய்தது கம்பெனி. அதற்கு ஒரே வழி, வங்காளத்திலிருந்து அதிகம் சரக்குகளைக் கொள்முதல் செய்வது. குறிப்பாக, ஜவுளி.

1765-ல் திவான் பதவி கிடைத்ததும் நிலைமை இன்னும் தீவிரமாகிவிட்டது. வங்காளத்தின் வரிப் பணம் அனைத்தையும்

இங்கிலாந்துக்குக் கொண்டுசெல்லவேண்டும்; அதற்கு, முதலில் அதை விற்கக்கூடிய சரக்குகளாக மாற்றவேண்டும். 1769-ல் வங்காளக் கவுன்சில், கம்பெனி இயக்குநர்களுக்கு எழுதிய கடிதம் ஒன்றில், 'இனிமேல் உங்கள் வேலை வெறும் வியாபாரம் மட்டுமல்ல. நமக்குக் கிடைக்கும் வருமானத்தையெல்லாம் பிரிட்டனுக்கு எடுத்துச் செல்வதுதான் நம் வேலை!' என்கிறது.[1]

திடீரென்று இவ்வளவு பொருள்கள் வந்து இறங்க ஆரம்பித்து விடவே, கம்பெனி பல புதிய கிடங்குகளைக் கட்டியது. லண்டன் கோபுரத்துக்கு அருகே பிரவுன்ஸ் யார்டில் ஒன்று அமைந்தது. 1771-ல் பிஷப் கேட்டில் வங்காளக் கிடங்கு என்றே ஒன்றை உருவாக்கி, அதில் மஸ்லின், காலிகோ, பட்டுத் துணிகளைச் சேகரித்தது. உள்ளே என்ன இருக்கிறது என்ற தகவல் ஊரில் பரவியதும் லண்டனில் உள்ள கொள்ளைக் கும்பல்கள் அனைத்தும் வங்காளக் கிடங்கில் கைவரிசையைக் காட்ட ஆரம்பித்தன! உதாரணமாக, ஜனவரி 1773-ல் மூன்று திருடர்கள் வழக்கு விசாரணைக்காக ஓல்ட் பெய்லிக்கு அழைத்து வரப்பட்டார்கள். அவர்கள் செய்த குற்றம், 628 பட்டுக் கைக் குட்டைகளைத் திருடியது. நாடு கடத்தப்பட்ட மூவரும் பிறகு திரும்பி வந்தார்களா என்பது தெரியவில்லை.

இருபது வருடத்துக்குப்பிறகு வங்காளக் கிடங்கு, கட்லர் தெருவில் இருந்த பெரிய கம்பெனி வளாகத்துடன் இணைந்து விட்டது. அந்த வளாகத்தின் பெரும்பாலான கட்டடங்கள் இன்னும் உள்ளன. இந்த ஆறு மாடிக் கட்டடங்கள் நல்ல வடிவமைப்புடன் அழகாகவும் இருப்பது ஓர் ஆச்சரியம்தான். அவற்றின் டோரிக் பாணி ஜன்னல்களும் பிரனேசியன் வகை மாடிப்படிகளும் இரண்டு நூற்றாண்டைக் கடந்தும் பழுதாகாமல் உள்ளன.

1833-ல் கிழக்கிந்தியக் கம்பெனியின் ஏகபோகம் முடிவுக்கு வந்தது. எல்லாக் கிடங்குகளும் விற்கப்பட்டன. பிறகு அவை அலுவலகங் களாக மாறி 1970-கள்வரைகூட உபயோகத்தில்தான் இருந்தன. நவீனப் பொருளாதாரத்தின் கிடங்குகள், அலுவலகங்கள்தாம். தங்கள் பிளாசி காலத்துச் செல்வாக்கை அவை இன்றுவரை ஏதோ ஒரு வகையில் மௌனமாகக் காட்டிக்கொண்டிருக்கின்றன.

பழைய வங்காளக் கிடங்கில் இருந்த அதே மாடிப் படிகள்தான் இன்னும். கருங்கல்லும் இரும்பும் வைத்துக் கட்டி, வளைந்து

மேலேறும் மாடிப் படிகள், கட்டுக் கட்டாகத் துணிப் பொதிகளும் பெட்டி பெட்டியாகத் தேயிலையும் மேலே எடுத்துச் செல்வதற்கு வசதியாக எட்டடி அகலத்தில் அமைந்திருக்கின்றன. இன்றைக்கு அந்தச் சரக்குகள் எவையும் காணக் கிடைக்கவில்லை; ஆனால் 20-ம் நூற்றாண்டின் ஆரம்பத்தில் இந்த வளாகத்தைச் சுற்றிப் பார்த்த கவிஞர் ஜான் மேஸ்ஃபீல்டின் மனப் படிமத்தில் இந்தக் கவிதை வரிகள் மட்டும்தான் நமக்கு மிச்சமிருக்கின்றன:

>ஜாதிக்காய் கண்டேன், உரித்த
>ஜாதிக்காய்த் தோல் கண்டேன்
>நெருப்புக் கோழி இறகும்
>யானைத் தந்தமும் கண்டேன்.
>மரப் பெட்டிகளில்
>சிங்களவர் அடைத்த
>நூறு நூறு டன்
>உயர்ந்த தேயிலை.
>நானாவித மருந்துகள்
>லவங்கம், சாம்பிராணி, ஜாதி பத்திரி.
>தங்கமயமான சொர்க்கப் பறவைகள்.
>நூறு கோடி கிராம்புகளின்
>வாசனைக் குவியல்.
>பளிச்சிடும் கண்ணாடி ஜாடியில்
>அருமையான மது.
>ஒரு மணி நேரம்
>ஆனந்தமாய்க் கழிந்தது.
>உலகின் செல்வம் கண்டேன்,
>கண்டேன் லண்டனின் வல்லமை.[2]

இந்த உறுதியான கட்டடங்கள் இன்னொரு கதையையும் சொல்கின்றன. கம்பெனி வங்காளக் கிடங்கைக் கட்டியபோது, தன் செல்வாக்கின் சிகரத்தில் இருந்தது. பிளாசிக்குப்பிறகு பத்து வருட காலம் கிழக்கிந்தியக் கம்பெனியின் பங்குகளை வைத்து மாபெரும் சூதாட்டம் நடந்தது. கிழக்கேயிருந்து ஒவ்வொரு வெற்றி அறிவிப்பு வரும்போதும் சூதாட்டம் உக்கிரமடையும்!

பிளாசி வெற்றிச் செய்தி லண்டனை அடைந்தது பிப்ரவரி 1758-ல். கம்பெனி, வங்காளக் கிடங்குக்கான நிலத்தை வாங்கியது டிசம்பர் 1768-ல். இதற்கு இடைப்பட்ட காலத்தில் கம்பெனியின்

பங்கு விலை இரண்டு மடங்காகி 276 பவுண்டில் போய் நின்றது. அதுதான் பங்கு விலை ஏற்றத்தின் உச்சகட்டம். ஐந்து மாதம் கழித்து, மே 1769-ல் கெட்ட செய்திகள் வர ஆரம்பித்தன: 'பிரெஞ்சுக் கடற்படை ஒன்று இந்தியப் பெருங்கடலில் நுழைந்து விட்டது', 'மைசூர் சுல்தான் ஹைதர் அலி தென்னிந்தியாவில் கம்பெனியின் சொத்துகளைத் தாக்க ஆரம்பித்துவிட்டார்' போன்ற செய்திகளால் ஒரே மாதத்தில் பங்கு விலை 16 சதவிகிதம் சரிந்தது. அடுத்த 15 வருடங்களுக்கு இறங்குமுகமாகவே இருந்த விலை, ஜூலை 1784-ல் 122 பவுண்டுக்கு வந்தது. அதாவது, 55 சதவிகித வீழ்ச்சி. வங்காளக் கிடங்கை மட்டும் கட்டி முடித்துவிடலாம் என்று முடிவு செய்த கம்பெனி, மற்ற எல்லாக் கட்டுமானப் பணிகளையும் நிறுத்திவைத்தது.

1790-களில் மறுபடி கம்பெனியின் அதிர்ஷ்டம் திரும்பும்வரை இதே நிலைமைதான். கடைசியாக 1824-ல்தான் கம்பெனியின் பங்குகள் 1768-ல் இருந்தது போன்ற உச்சத்துக்கு மறுபடி வந்தன. இதற்கு 40 வருடம் ஆயிற்று. நியூ யார்க் பங்குச் சந்தை 1929-ல் வீழ்ந்தபோதுகூட 30 வருடத்தில் நிமிர்ந்துவிட்டது. அதனுடன் ஒப்பிட்டால் கம்பெனி வீழ்ந்ததன் வலி புரியும்.

தினம் ஒரு பொண்ணு, ஒரு லட்சம் எண்ணு!

கம்பெனியின் அதிர்ஷ்டம் மாறியதற்குப் பல்வேறு சக்திகள் காரணம். எதிர்பாராத நிகழ்ச்சிகள், தனி மனிதர்களின் செயல்கள் என எல்லாமே இதில் உண்டு. ஆனால் நடந்த கேடுகளுக் கெல்லாம் ஆதாரம், கம்பெனியின் நிறுவன அமைப்பிலேயே பொதிந்திருந்தது.

எல்லா நிறுவனங்களுமே சந்திக்கும் அடிப்படையான பிரச்னை ஒன்று உண்டு: ஊழியர்கள் தத்தமது சுயநலத்தை மட்டுமே கவனித்துக்கொண்டிருக்காமல் கம்பெனியின் நன்மைக்காக வேலை செய்யவேண்டும்.

பொதுப் பங்குக் கம்பெனியாக இருந்தால் இன்னும் இரண்டு சிக்கல்கள் வந்துவிடும்: ஒன்று, கம்பெனியின் உடைமையாளர்கள் வேறு - நிர்வாகிகள் வேறு என்ற பிரிவினை. இரண்டாவது, வெளி மார்க்கெட்டில் கம்பெனியின் பங்குகளை வைத்து யாரும் சூதாட்டம் நடத்த முடியும்.

கிழக்கிந்தியக் கம்பெனிக்கு, தன் ஊழியர்களைக் கட்டுக்குள் வைத்திருப்பதே பெரிய சவாலாக இருந்தது. கம்பெனியின்

கவலைகள் ஒரு பக்கம், அதிகாரிகளின் சொந்த வியாபாரம் ஒரு பக்கம் என்று இரட்டைக் குதிரை சவாரி செய்வதற்கு இயக்குநர்கள் சிரமப்பட்டார்கள்.

அதிகாரிகள் செய்த தனிப்பட்ட வியாபாரம் என்பது ஒரு புழுபோலக் கம்பெனியின் தர்ம நியாயங்களை அரிக்கத் தொடங்கிவிட்டது. உள்ளூர் வியாபாரிகளிடம் அவர்கள் சகஜமாக லஞ்சம் வாங்கினார்கள். கம்பெனி கொள்முதல் செய்யும் சரக்குகளின் தரமும் விலையும், அதிகாரிகளுக்குக் கிடைக்கும் பரிசுகளைப் பொருத்தது!

கம்பெனி தன் பணியாளர்களுக்குத் தெளிவான விதிமுறைகள் பலவற்றை வகுத்திருந்தது. ஒவ்வொருவரும் அதற்கு ஒப்புதல் தெரிவித்து, பெரிய தொகைக்கு ஜாமீன் பத்திரமும் கொடுத்துத் தான் வேலைக்குச் சேர முடியும். ஆனால் 'ஊழலைக் கண்டு பிடித்தாலும் நடவடிக்கை எடுப்பதற்குக் கம்பெனிக்கு மனமும் இல்லை, மார்க்கமும் இல்லை.' தவறு செய்தவர்கள் தப்பித்துக் கொண்டே இருந்தார்கள்.[3]

இதெல்லாம் நிரந்தரமாக இருந்துவந்த பிரச்னைகள். ஆனால் இப்போது நிலைமை வேறு. முன்பெல்லாம் ஆசிய வியாபாரத்தில் பலருடன் கம்பெனி போட்டி போடவேண்டியிருந்தது. உள்ளூர் அரசர்களுக்கு, வியாபாரத்தை ஒழுங்குபடுத்தும் அதிகாரமும் இருந்தது. அதனால் கம்பெனியின் பிரச்னைகள் ஓரளவுக்கு அடங்கியே இருந்தன.

பிளாசி எல்லாவற்றையும் மாற்றிவிட்டது. நல்ல நடத்தைக்கான எல்லாக் கட்டுப்பாடுகளும் தளர்ந்துவிட்டன. அதைவிட முக்கியம், ஊழலை அதிகரித்ததே கம்பெனியின் தலைவர்கள் தாம்! கல்கத்தாவில் இருந்த கவுன்சிலும் சரி, லண்டனில் இருந்த இயக்குநரகமும் சரி, இதற்கு விதிவிலக்கில்லை. கம்பெனியின் வங்காள அதிகாரிகள் கட்டழகிகளுடன் கும்மாளம் போட்டுக் கொண்டும் உள்ளூர் அதிகாரிகளிடமும் ஆசிய வியாபாரி களிடமும் கை நிறைய லஞ்சம் வாங்கிக்கொண்டும் பெருவாழ்வு வாழ்ந்தார்கள். இதை விவரிப்பதற்கு, 'தினம் ஒரு பொண்ணு, ஒரு லட்சம் எண்ணு!' என்பது ஒரு பேச்சு வழக்காகவே ஆகிவிட்டது.

பிளாசியின் வெப்பம், லண்டனில் ஈஸ்ட் இந்தியா ஹவுஸ்வரை தகித்தது. சைல்டுக்கும் பாப்பில்லானுக்கும்

நடந்த பனிப்போருக்குப் பிறகு, இப்போதுதான் மறுபடி கம்பெனி இயக்குநர் குழு இரண்டாகப் பிரிந்து சண்டை போட்டுக்கொண்டது. இதுவரை இயக்குநர் பதவிக்கு, போட்டியின்றித் தேர்ந்தெடுப்பதுதான் வழக்கம். முதலீடு ஆரோக்கியமாக வளர்ந்து நல்ல டிவிடெண்டும் கிடைத்துக் கொண்டிருந்ததால், பங்குதாரர்கள் மகிழ்ச்சியுடன், யாரை நிறுத்தினாலும் ஆதரவு கொடுத்துவந்தார்கள்.

ஆனால் பிளாசியினால் வரப்போகும் செல்வத்தை வேட்டை யாடலாம், வேண்டியவர்களுக்கெல்லாம் சகாயம் செய்து கொடுக்கலாம் என்பதால், அவரவர்கள் கம்பெனியைத் தன் கட்டுப்பாட்டில் எடுத்துக்கொள்ளத் துடித்தார்கள். பங்குதாரர் களுக்கு இடையே உள்நாட்டுப் போர் தொடங்கிவிட்டது. போட்டிக் குழுக்கள் ஆட்சியைப் பிடிக்க முந்தின. முதலீட்டாளர்கள் கூட்டத்தில் ஒரே கும்பல், பூசல், கலவரம்! காரசாரமாகவும் அசிங்கமாகவும் விவாதங்கள் நடந்தன.[4]

ஒரு பக்கம் லாரன்ஸ் சல்லிவன். எதிர்த் தரப்பில் கிளைவ் தலைமையிலான வங்காள கோஷ்டி. சல்லிவன் பம்பாய்க்கு வந்து சம்பாதித்துக்கொண்டுபோனவர்தான். 1755-ல் இயக்குநர் ஆனபோது அவருக்கு வயது 52. சல்லிவன் அப்படி ஒன்றும் புனிதர் என்று சொல்லிவிடமுடியாது. ஆனால் அன்றைக்கு இருந்த தராதரத்தை வைத்துப் பார்த்தால் அவர் பொதுவாகத் திறமையானவர், அவ்வளவாகக் கறை படியாத கரங்களை உடையவர் என்றுதான் சொன்னார்கள். 1758 ஏப்ரலில் முதல் முறையாக சேர்மனாக ஆனவர், அடுத்த ஐந்து வருடங்களுக்கு முக்கியப் புள்ளியாக வளைய வந்தார்.

சல்லிவன் பதவி ஏற்ற உடனே கிளைவையும் அவரைப் போன்ற சாகசக் கும்பலையும் பிடித்து மூக்கணாங் கயிறு மாட்ட முயற்சித்தார். இயக்குநர் குழு கிளைவுக்கு எழுதிய கடிதம் ஒன்றில் 'என்ன இது, இப்படிப் பொழுது விடிந்தால் போர், போர் என்று அலைகிறீர்கள்? உங்கள் முதலாளிகள் எல்லோரும் வணிகர்கள். அவர்களின் முக்கிய வேலை வியாபாரத்தைக் கவனிப்பது. இந்த அடிப்படையையே மறந்துவிட்டீர்கள்போல் இருக்கிறதே' என்று கண்டித்தது.[5] முன்னாளில் அலிவர்திகான் சொன்னதும் இதையேதான்!

சல்லிவனுக்குக் குறிப்பாக, கிளைவ் வாங்கிய ஜாகிரைப் பற்றித்தான் கோபம். ஒரு படையெடுப்பின்போது கிளைவ்

வங்காளத்துக்கு உதவி செய்ததற்காக மீர் ஜாபர் இந்தப் பட்டத்தைக் கொடுத்திருந்தார். ஜாகிர் என்ற படாடோபமான முகலாயப் பட்டத்துடன், 30,000 பவுண்டு வருமானம் அளிக்கக்கூடிய நிலங்களும் வைப்பு நிதியாகக் கிளைவுக்குக் கிடைத்தன. இதற்குள்ளேயே மீர் ஜாபர் ஒரு குறும்புத்தனமான வேலையும் செய்திருந்தார்: இந்த வருமானத்தை கிளைவுக்குக் கொடுக்கப்போகும் நிலம் வேறு எதுவுமல்ல, முன்னே கிழக்கிந்தியக் கம்பெனியின் பொறுப்பில் விடப்பட்டு இருந்த 24 பர்கானாக்கள்தான். ஏற்கெனவே கிளைவ், லெடன்ஹால் தெரு இயக்குநர்கள் எல்லோரையும் விடப் பணக்காரர். இப்போது அவர் வங்காளத்தின் நட்ட நடுவே, கம்பெனியின் நிலங்களுக்கும் உரிமையாளர்!

1761-ல் கிளைவ் ஜாகிரை வாங்கிக்கொண்டது முறையல்ல என்று சல்லிவன் சொல்லவே, வெளிப்படையாக மோதல் வெடித்துவிட்டது. இரண்டு வருடம் பொறுத்துப் பார்த்த சல்லிவன் கடைசியில், கிளைவுக்குச் சேரவேண்டிய பணத்தை நிறுத்தி வைக்க உத்தரவு போட்டுவிட்டார்.

கோபத்தில் குதித்தார் கிளைவ். தன் சொந்தப் பணத்தைப் பயன்படுத்தி சல்லிவனுக்கு வெடி வைக்க முடிவு செய்தார். அதுவரை ஒரு பங்குதாரருக்கு ஒரு வாக்கு என்றுதான் இருந்து வந்தது. எவ்வளவு தொகைக்குப் பங்கு வைத்திருந்தாலும் அந்த ஒரு வாக்குதான். முதலில் இந்த விதியை உடைக்கவேண்டும்; எனவே கிளைவ் தன்னிடம் இருந்த எல்லாப் பங்குகளையும் ஐநூறு, ஐநூறு பவுண்டாகப் பிரித்துப் பலரின் பெயரில் முதலீடு செய்தார். இப்படி 220 பினாமி பங்குதாரர்களை உருவாக்கித் தனக்காக வாக்களிக்க ஏற்பாடு செய்தார்.

சல்லிவனும் இதை அப்படியே பின்பற்றினார்! தானும் ஒரு 160 பங்குதாரர்களை உருவாக்கினார். இன்னொரு பக்கம் ஷெல்பர்னேயின் அமைச்சரவையிடம் முறையிட்டு, கிளைவின் இறக்கையைக் கொஞ்சம் கத்தரிக்கச் சொன்னார். இந்த மாதிரிப் பங்குகளைப் பிரித்துப் போட்டதால் 1763 மார்ச் மாதத்தில் பங்குதாரர்களின் எண்ணிக்கை, 1758-ல் இருந்ததைப்போல மூன்று மடங்காக ஆகிவிட்டது. கம்பெனிக்கு 1,400 பங்குதாரர்கள் என்பது வரலாறு காணாத எண்ணிக்கை.

வாக்கெடுப்பில் சல்லிவன் மயிரிழையில் ஜெயித்தார். உடனடியாக, கம்பெனி நிலங்களிலிருந்து கிளைவின் ஜாகிர்

உரிமைக்காக எந்தப் பணமும் போகக்கூடாது என்று உத்தர விட்டார். ஆனால் சல்லிவனின் ஆட்சியே விரைவில் முடிவுக்கு வர இருந்தது!

பிப்ரவரியின் தொடக்கத்தில் கம்பெனி அதிகாரிகள் கண்டபடி சொந்த வியாபாரம் செய்வதை மீர் காசிம் தடுக்க முயற்சிக்கிறார் என்ற தகவல் லண்டனுக்கு வந்தது. சல்லிவன் அந்தத் தடைகளை ஆதரித்தார். அதிகாரிகள் உள் நாட்டில் உப்பு, பாக்கு, புகையிலை வியாபாரம் செய்வதை உடனே நிறுத்தவேண்டும் என்று வலியுறுத்தினார்.

வங்காள அணி வேறு திசையில் தாக்கியது. 1764-ல் நடந்த பங்குதாரர் கூட்டத்தில் சல்லிவன் பதவி இறக்கப்பட்டார். கிளைவின் ஜாகிர் திரும்பக் கிடைத்தது. பிளாசியின் கதாநாயகன், கல்கத்தா கவுன்சிலின் தலைவரானார். வங்காளத்தை ஒழுங்கு படுத்தும் பொறுப்பும் அவரிடமே ஒப்படைக்கப்பட்டது!

இருந்தாலும் கம்பெனி முதலாளிகள் ஒரு தீர்மானம் போட்டார்கள்: 'இனிமேல் கம்பெனி அதிகாரிகள் யாரும் பரிசுப் பொருள்களை வாங்கிக்கொள்ளக் கூடாது.' ஆனால் கல்கத்தா அதிகாரிகள் தடையை மீறிக் கடைசியாக ஒரு கொழுத்த பரிசை வாங்கிக்கொண்டுதான் ஓய்ந்தார்கள். 1765 பிப்ரவரியில் மீர் ஜாபரின் மகன் நஜீம்-உத்-தௌலாவை நவாப் ஆக்குவதற்காக 1,14,000 பவுண்டு அன்பளிப்பாகப் பெற்றுக்கொண்டார்கள்.

தனக்கு மட்டும் தங்கம்

கிளைவ் வங்காளத்தில் தன் நடவடிக்கைகள் எல்லாவற்றையும் ஒரு நாடகக் காட்சிபோல் திட்டமிட்டு அரங்கேற்றினார். ஊரெங்கும் ஊழல் புழுத்து நெளிவதுபோலவும், ஏதோ தான்தான் அதையெல்லாம் சுத்தம் செய்ய வந்த மகாத்மா என்பதுபோலவும் ஒரு தோற்றத்தை உருவாக்கினார். செப்டம்பர் 1765-ல் இயக்குநர்களுக்கு எழுதிய கடிதத்தில் 'இந்தியாவில் நடக்கும் கொடுங்கோல் ஆட்சியும் அடக்குமுறையும் ஆங்கிலேயர்களுக்கு இந்த நாட்டில் தீராத பழியைத் தேடித் தந்துவிடும்' என்று நல்ல பிள்ளைபோல் சொன்னார்.[6] தன்னைத் தவிர மற்ற எல்லா அதிகாரிகளும் மலை முழுங்கிகள் என்று அறிவித்தார். மே 1772-ல் நாடாளுமன்றத்தின் எதிரே நின்று, வங்காளத்துக்குப் போனதால் தனிப்பட்ட முறையில் தனக்கு ஒரு

பைசாகூட ஆதாயம் இல்லை என்றார். ஆனால் அவர் செய்தது அனைத்தும் இதற்கு நேர்மாறான வேலை!

கிளைவ் தன் பதவியைப் பயன்படுத்திச் செய்த முதல் காரியம், உள்ளுக்குள் இருந்தபடியே கம்பெனிப் பங்குகளில் விளையாடுவது. திவான் உரிமை கைக்குக் கிடைப்பதற்கு முன்னமே ஜான் வால்ஷ் என்ற தன் வக்கீலுக்குக் கடிதம் எழுதி, முடிந்த வரை கம்பெனிப் பங்குகளை வாங்கிக் குவிக்கச் சொன்னார். திவான் பதவி கிடைத்தவுடன் அவருடைய பரபரப்பு அதிகரித்து விட்டது. தன் ஏஜெண்ட்டுகள், நண்பர்கள் எல்லோருக்கும் அவசரமாகத் தகவல் சொன்னார்: ‘கொஞ்சம்கூடத் தாமதிக்காதீர்கள். எவ்வளவு முடிகிறதோ, அவ்வளவு பங்குகளை வாங்கிப் போடுங்கள். இந்தியாவிலிருந்து உபரியாக ஏகப்பட்ட வருமானம் வந்து கொட்டப்போகிறது. அடுத்த மூன்று வருடத்தில் கம்பெனிப் பங்கு விலை இரண்டு மடங்காக ஆகிவிடப்போகிறது என்று நிச்சயமாக நினைக்கிறேன்.’[7]

கிளைவ் தொடர்ந்து வற்புறுத்தவே, திவான் பதவிச் செய்தி லண்டனை அடைவதற்குள் அவருடைய ஏஜெண்டுகள் கம்பெனிப் பங்குகளை வாங்கித் தள்ளிவிட்டார்கள். அந்த சில மாதங்களுக்குள் கிளைவ் வாங்கிய பங்குகளின் விலை 51 ஆயிரம் பவுண்டு. முக மதிப்பு 30 ஆயிரம். இப்போது கிளைவிடம் மொத்தம் 75 ஆயிரம் பவுண்டு மதிப்புள்ள பங்குகள் இருந்தன.

திவான் பதவியின் முழு அர்த்தமும் மார்க்கெட்டுக்கு உறைத்த போது, கிளைவுக்கு சரியான அறுவடை! பின்னால் மே 1767-ல் சமயம் பார்த்துச் சில பங்குகளை விற்றதில் அவர் சொத்து இரண்டு மடங்காகப் பெருகியது. உள்ளூர் மார்க்கெட்டில் விளையாடக்கூடாது என்று இயக்குநர்கள் விதித்திருந்த தடையையும்மீறி கிளைவ் சொந்த வியாபாரத்தில் முழு மூச்சாக இறங்கினார். கல்கத்தாவுக்கு வந்து ஒரே மாதத்தில் வியாபாரக் கூட்டணி ஒன்று அமைத்து உப்பு வியாபாரம் செய்ய ஆரம்பித்தார். ஆறு மாதத்தில் 45 சதவிகித லாபம்.

ஆகஸ்ட் 1765-ல் நரித் தந்திரம் ஒன்று செய்தார் கிளைவ். எல்லோரும் வரைமுறை இல்லாமல் சொந்த வியாபாரம் நடத்துகிறார்களா? அதற்குபதிலாக ஒரு தனிப்பட்ட சொசைட்டியே ஆரம்பித்துவிட்டார்! அதன் பங்குதாரர்கள் அனைவரும் கல்கத்தாவில் இருந்த கம்பெனி அதிகாரிகள்தான். இந்த வர்த்தக

சொசைட்டி பாக்கு, உப்பு, புகையிலை வியாபாரத்தில் ஏகபோக உரிமை எடுத்துக்கொண்டது.

புதிய கம்பெனிக்கு மொத்தம் 56 பங்குகள் வெளியிடப்பட்டன. அதில் கிளைவ் தனக்கென முதலில் 5 பங்குகளை ஒதுக்கிக் கொண்டார். 10 சதவிகிதத்துக்கும் சற்றே குறைவு. கவுன்சிலின் பத்து உறுப்பினர்களுக்கும் தலா இரண்டு பங்குகள். எல்லோருக்கும் கொடுத்ததுபோக மீந்தது ஒரே பங்கு. அதை மூன்று பாகமாகப் பிரித்து, பாதிரியாருக்கு இரண்டு துண்டும், கிடங்குக் காவலாளிக்கு ஒரு துண்டும் போனால் போகிறது என்று தந்தார். ஆக, அறுபது அதிகாரிகள் சேர்ந்து உள் நாட்டு வர்த்தகத்தை முழுதாகச் சுருட்டிவிட்டார்கள். ஆசிய வியாபாரி கள், மற்ற ஐரோப்பியர்கள் மட்டுமின்றிக் கம்பெனியின் இரண்டாம் மட்ட அதிகாரிகளுக்கும் வாயில் கட்டைவிரல்தான்!

இந்த ஏற்பாட்டினால் கம்பெனியின் மேல்மட்டத் தலைவர் களுக்குப் போதுமான வருமானம் வரும்; எனவே அவர்கள் சொந்த வியாபாரத்தில் ஈடுபடாமல் இருப்பார்கள்; கம்பெனிக்கும் தொடர்ந்து வரி கிடைக்கும். இது, வெளிப்படையாகச் சொல்லப் பட்ட காரணம். உள்ளுக்குள்ளே நடந்தது வேறு. உப்பு விலை இரண்டு மடங்காக உயர்ந்தது. வரிப் பணத்தையும் ஒழுங்காகச் செலுத்தவில்லை. எல்லா லாபமும் ஒரு சிலருடைய சட்டைப் பையில் போய் ஒளிந்துகொண்டது. முதல் வருடத்தில் கிளைவ் மட்டுமே 21 ஆயிரம் பவுண்டு சம்பாதித்துவிட்டார்.

பணம் பண்ணுவதற்கு இப்படி ஒரு புதுமையான வழி இருப்பது பற்றிக் கம்பெனி இயக்குநர்களுக்கு 1766-ல்தான் தெரியவந்தது. 'இது கம்பெனிக்கும் நல்லதல்ல, நாட்டின் அமைதிக்கும் கெடுதல். சுய சம்பாத்தியத்துக்காக, வேண்டுமென்றே இதெல்லாம் செய்கிறீர்கள்' என்று ஆட்சேபம் எழுப்பினார்கள்.[8] அதிகாரிகள் யாரும் இந்தச் சித்து வேலையில் ஈடுபடக்கூடாது என்று தடை போட்டார்கள்.

முன்னால் ஒரு முறை பரிசு வாங்கத் தடை போட்டார்களே, அப்போது செய்ததுபோலவே இப்போதும் செய்தது கிளைவ் கோஷ்டி. இயக்குநர்களின் உத்தரவை முடிந்தவரையில் அலட்சியம் செய்து நழுவிக்கொண்டே காலம் தள்ளினார்கள். கடைசியாக 1768-ல் வேறு வழி இல்லாமல்தான் தங்கள் சொசைட்டியை இழுத்து மூடினார்கள்.

இந்த 'சொசைட்டி ஊழலை' கேட்டு லண்டனில் பொது மக்கள் நடுவே குமுறல் எழுந்தது. ஜெண்டில்மன்ஸ் இதழ், 'வாழ்க்கையின் அத்தியாவசியத் தேவைகளை கிளைவ் ஏகபோகமாகப் பிடித்து வைத்துக்கொண்டதால், இருபது லட்சம் சக மனிதர்களுக்கு மரண தண்டனை விதித்ததுபோல் ஆகிவிட்டது' என்று எழுதியது.[9]

மாக்கியாவல்லி சொன்னதுபோல் கிளைவ் வியாபாரத்தில் ஒரு கில்லாடியாக இருந்திருக்கலாம்; வங்காளத்தை வென்று கம்பெனியின் காலடியில் கொண்டுவந்து போட்டிருக்கலாம். ஆனால் ஒரு நிரந்தரமான அரசாங்க - நிர்வாக அமைப்பைக் கட்டித் தரவேண்டும் என்றால், அதற்கு கிளைவ்தான் இருப்பதிலேயே மோசமான ஆள்!

கிளைவ் தன் சுய லாபத்தில் எப்போதும் குறியாக இருந்தார். ஆனால் மற்ற அதிகாரிகள் தங்களுக்கு சம்பாதித்துக்கொள்ள முயன்றபோதெல்லாம் குறுக்கே விழுந்து தடுக்கவும் செய்தார். இதனால் கிளைவுக்கு எதிராக ஒரு கசப்பு அலை எழுந்தது; முதலாளிகளிடம் புகார் போனது.

அதைவிடவும் பெரிய குற்றச்சாட்டு ஒன்று இருந்தது: கிளைவ் கைப்பற்றிய நிலங்கள், பதவிகள் போன்றவற்றின் மதிப்பை அவர் அளவுக்கு அதிகமாகச் சொல்லிவைத்தார். எந்த நிமிஷமும் பெரிய புதையல் வெள்ளம் பாய்ந்து வந்து கம்பெனி கருவூலம் நிரம்பி வழியப்போகிறது என்ற எதிர்பார்ப்பே லண்டனில் ஏற்பட்டுவிட்டது.[10] ஸ்பிரிடியோன் தன் ஓவியத்தில் வண்டி வண்டியாக ஆசியாவின் செல்வம் வருவதாகக் காட்டியிருந்தார் என்றால் அதற்கு ஆதாரம் கிளைவ்தான்.

லண்டனுக்குப் பைத்தியம்!

தன்னுடைய சூதாட்டச் சூறாவளியில் சிக்கியவர் கிளைவ் மட்டுமல்ல. லண்டனின் முதலீட்டாளர்கள் எல்லோராலுமே சபலத்தை அடக்க முடியவில்லை. 1950-களில் கம்பெனியின் புகழ் மங்கியதால் 1757 வாக்கில் பங்கு விலை 133 பவுண்டுக்கு இறங்கிப்போயிருந்தது. பிளாசி வெற்றித் தகவலுடன் கப்பல்கள் கரைக்கு வந்தபோது விலை 7 சதவிகிதம் உயர்ந்தது. ஆனால் ஏழாண்டுப் போரினால் 1762-ல் மறுபடி 122 பவுண்டுக்கு இறங்கியது. அதற்கு அடுத்த வருடம் சமாதானம் ஏற்பட்டு,

சந்தைக்கு நம்பிக்கை பிறந்து, மெல்ல விலைகள் மேலே நகரத் தொடங்கின. 19 ஏப்ரல் 1766 அன்று திவான் பதவி கிடைத்த செய்தி லண்டனை எட்டியது. அன்றைக்குப் பங்கு விலை 165. கிளைவ் காட்டிய திசையில் பிரிட்டிஷ், வெளிநாட்டு முதலீட்டாளர்கள் கண்ணை மூடிக்கொண்டு பாய்ந்தார்கள்!

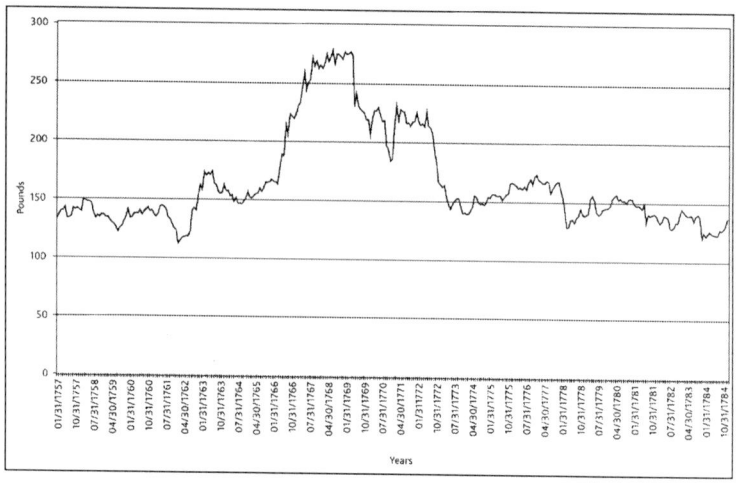

படம் 5.1: கம்பெனியின் பங்கு விலை 1757-1784

வருடத்துக்குப் பிறகு வசதியான காலக் கோபுரத்தில் அமர்ந்து கொண்டு இதையெல்லாம் பார்த்தார் மெக்காலே. 'ஜுரம் வந்ததுபோல் எல்லோரையும் உற்சாகம் தொற்றிக்கொண்டது. உடனடியாகப் பணக்காரர் ஆகும் வெறி பரவியது. அந்த நேரத்தில் யாராவது 'நிதானமாக, அளவோடு சம்பாதிக்கலாமே' என்று சொன்னால் அவர்தான் பைத்தியக்காரர் ஆகிவிடுவார்!' என்கிறார் மெக்காலே.

ஜூன் மாத நடுவில் டிவிடெண்ட் அதிகரிக்கப் போகிறது என்ற எதிர்பார்ப்பில் பங்கு விலை 187 பவுண்டாகியது. ஆனால் முதல் காலாண்டுக் கூட்டம் சூதாடிகளுக்கு ஏமாற்றமாக இருந்தது. டிவிடெண்டை 6-லிருந்து 8 சதவிகிதமாக உயர்த்தலாம் என்ற யோசனையை இயக்குநர்கள் ஏற்கவில்லை. ஆனால் பசித்த ஓநாய்க் கூட்டத்தை அடக்குவது எப்படி? கோடைக் காலம் முழுவதும் சூதாடிகள் பங்கு வாங்கிக்கொண்டே இருந்தார்கள். இந்த முறை எப்படியும் பெரும்பான்மை பெற்று, போட்ட பணத்தை எடுத்துவிடவேண்டும் என்று உறுதியாக இருந்தார்கள்.

செப்டம்பரில் அதற்குப் பலன் கிடைத்தது. உரிமையாளர்கள் ஒன்றாகச் சேர்ந்து இயக்குநர்களை ஓரம் கட்டினார்கள். டிவிடெண்டை 6-லிருந்து 10 சதவிகிதமாக உயர்த்தினார்கள். கிறிஸ்துமஸ் சமயத்தில் பங்கு விலை 223 பவுண்டு. இது 33 சதவிகித உயர்வு.

சீக்கிரமே லண்டனுக்குப் பைத்தியம் பிடித்துவிட்டது! வங்காளத்தில் கம்பெனிக்குக் கிடைத்திருக்கும் செல்வத்தினால் இங்கே ஒவ்வொருவருக்கும் என்ன வருமானம் கொட்டப் போகிறது என்பதுதான் ஊரில் ஒரே பேச்சு. இது வெளிநாடுகளிலும் ஆர்வத்தைத் தூண்டிவிட்டது. கம்பெனி பங்குதாரர்களில் ஐந்தில் ஒரு பகுதி நெதர்லாந்தில் இருப்பவர்கள்.

மே 1767-ல் பங்குதாரர்கள் கூட்டத்தில், வங்காளத்திலிருந்து இன்னும் பெரிய துண்டாக வெட்டி எடுத்து வர முடிவு செய்தார்கள்.

கம்பெனி வரலாற்றிலேயே அதிக நேரம் நடந்த கூட்டம் அதுதான். மே 18-ம் தேதி நண்பகலில் ஆரம்பித்த விவாதம் மறுநாள் மாலை 4 மணிவரை நீண்டது. விவாதிக்கப்பட்ட பொருள்: இந்த வருடம் நமக்கு டிவிடெண்ட் எவ்வளவு? கடைசியாக, தங்கள் டிவிடெண்டை 10 சதவிகிதத்தில் இருந்து 12.5 சதவிகிதமாக உயர்த்திக்கொள்வது என்று முடிவு செய்தார்கள். ஆனால் கைக்கு எட்டிய பணத்தை வாய்க்கு எட்ட விடாமல் குறுக்கே வந்தது அரசாங்கம்!

திவான் பதவியில் வரும் வருவாயில் தன்னால் முடிந்ததைப் பிடுங்கிக்கொள்ளவேண்டும் என்று அரசாங்கம் துடித்தது. போருக்காக வாங்கிய கடன் மலையாக வளர்ந்திருந்தது. கம்பெனி, வருடத்துக்கு 4 லட்சம் பவுண்ட் கட்டாயமாக அரசுக்குத் தந்தாக வேண்டும் என்று உத்தரவு போட்டது. கூடவே, நாடாளுமன்றம் வரலாறு காணாத வகையில் டிவிடெண்ட் சட்டம் என்று ஒன்றைப் போட்டது. டிவிடெண்ட் 10 சதவிகிதமாகக் குறைக்கப்பட்டது. ஆனாலும் கம்பெனியின் பங்கு விலை சற்றே சிணுங்கிவிட்டு மறுபடியும் மேல்நோக்கிப் பயணத்தைத் தொடர்ந்தது.

மார்க்கெட்டின் காளைகளும் கரடிகளும் பங்கு விலையைப் பந்தாடினார்கள். தென் கடல் குமிழியே இவர்களுடைய வேலைதான். காளையின் முயற்சி, பங்கு விலையை ஏற்றப் பார்ப்பது.

இன்றைக்குக் காளை வேடம் போடுபவர், ஒவ்வொரு சின்னத் தகவலையும் பெரிதாக்கிக் காட்டி விலையைத் தாற்காலிகமாக ஏற்றுகிறார். அடுத்த நாளே மார்க்கெட்டின் மனம் மாறினால் அதே ஆள் கரடி ஆகிவிடுவார். பங்கு விலையை முடிந்தவரை கீழே இறக்கிவிட்டு, பின்னால் அதையே சல்லிசாக வாங்குவது அவர் வேலை. இதற்காகக் கம்பெனியின் ஒவ்வொரு சறுக்கலையும் பெரிதுபடுத்தி, இருக்கும் பலங்களையெல்லாம் பேச்சிலேயே ஊதித் தள்ளிவிடுவார்.[11]

வெளியிலிருந்து மார்க்கெட்டைக் கவனிப்பவர்களுக்கு, இப்படி மார்க்கெட்டின் வானிலை திடீர் திடீரென்று மாறுவதால் பாதிப்புக்கு உள்ளாவது அப்பாவி முதலீட்டாளர்கள்தான் என்பது தெரியும். 'ஆண்களும் பெண்களுமாக ஒரு கள்ளமும் அறியாத வெள்ளை உள்ளத்து மனிதர்களை இந்தியா ஹவுசுக்குள் ஓட்டிப் போகிறார்கள். அவர்களிடம் இருக்கும் கொஞ்சநஞ்சப் பணத்தையும் அவர்கள் கை வாக்காலேயே தொலைக்கும்படிச் செய்துவிடுகிறார்கள். கசாப்புக் கடைக்கு ஆடுகளை ஓட்டிப் போவதைப் பார்த்தால்கூட இவ்வளவு பரிதாபம் ஏற்படுவதில்லை' என்றார் ஒருவர்.

ஏப்ரல் 1769-தான் இந்த வெறித்தனத்தின் உச்சகட்டம். சல்லிவன் எப்படியோ அரசாங்கத்திடம் பேசி 4 லட்சம் கொடுக்க ஒப்புக்கொண்டு, டிவிடெண்டை மறுபடி 12.5 சதவிகிதமாக உயர்த்த அனுமதி வாங்கிவிட்டார். ஏப்ரல் மாத இயக்குநர் தேர்தலும் வந்தது. இதுவரை நடக்காத அளவுக்கு எல்லோரும் தங்களிடம் இருந்த பங்குகளைத் துண்டு துண்டாகப் பிரித்து வாக்குகளாக மாற்றிக்கொண்டிருந்தார்கள். எதிர் அணிகள் இருவருமே இந்தக் குதிரைப் பந்தயத்தை மிக நுணுக்கமாகத் திட்டமிட்டு ஆடினார்கள்.[12]

1769 மே 23-ம் தேதி, செவ்வாய்க் கிழமை. வாலண்டைன் என்ற கிழக்கிந்தியக் கப்பல் பத்திரமாகக் கரைக்கு வந்து சேர்ந்தது. ஆனால் அது தாங்கி வந்த செய்தி அதிர வைத்தது: தென்னிந்தியாவில் மறுபடியும் போர் ஆரம்பித்துவிட்டது! இதன் பயனாக ஒரே மாதத்தில் பங்கு விலை 273-லிருந்து 230 பவுண்டாகக் குறைந்தது. இஸ்ரேல் பார் என்ற நிதியாளர், முன்னணி அரசியல்வாதியான ஷெல்பர்ன் பிரபுவுக்கு எழுதிய கடிதத்தில் 'தென் கடல் சம்பவத்துக்குப்பிறகு நான் இந்த மாதிரி

ஒரு மார்க்கெட் வீழ்ச்சியைப் பார்த்ததே இல்லை' என்று முடிக்கிறார்.[13]

இந்தப் பங்குச் சந்தை வீழ்ச்சியில் லண்டனின் பெரிய மனிதர்கள் பலர் ஏறக்குறைய நடுத் தெருவுக்கு வந்துவிட்டார்கள்! லாரன்ஸ் சல்லிவனும் அதில் ஒருவர். தேர்தலில் ஜெயிப்பதற்காகவே அவர் நிறையப் பங்குகளை வாங்கிக் குவித்திருந்தார். இப்போது எல்லாம் போனதும் குடும்பத்தை மறுபடி நிமிர்த்துவதற்காகத் தன் மகன் ஸ்டீபனை வங்காளத்துக்கு அனுப்பினார். அங்கே மகனைப் பார்த்துக்கொள்ளத் தன் சிஷ்யப் பிள்ளை ஒருவரிடமும் சொல்லிவைத்திருந்தார். அவர்தான் வாரன் ஹேஸ்டிங்ஸ்.

பர்க் சகோதரர்களான எட்மண்ட், ரிச்சர்ட், வில்லியம் ஆகியோருக்கும் சந்தைச் சரிவால் பயங்கர அடி! குடும்பத்தின் புரவலரான லார்ட் வெர்னி என்பவருடன் கூட்டுச் சேர்ந்து 1766-ல் கம்பெனிப் பங்குகளை விலை உயர்த்திவிட்டதே வில்லியம் பர்க்தான். பங்குச் சந்தையில் கையைச் சுட்டுக்கொண்ட வில்லியம் புதிய வாழ்க்கையைத் தேடி இந்தியாவுக்குப் புறப்பட்டார். அங்கே தஞ்சாவூர் மன்னரின் ஏஜெண்டாக ஆனார். ரிச்சர்ட், மேற்கிந்தியத் தீவுகளை நோக்கிப் பயணமானார். ஆனால் இருவராலுமே, மனச்சாட்சிக்கு விரோதமாகப் பங்குச் சந்தையில் விளையாடினார்கள் என்ற கெட்ட பெயரை மட்டும் கடைசிவரை உதற முடியவில்லை.

எட்மண்ட், விக் கட்சியின் உதய நட்சத்திரமாகி, 'கம்பீரம் அது - அழகு அது' என்ற புத்தகத்தையும் எழுதினார். தான் குற்றமே செய்யாதவர் என்று கடைசிவரை சொல்லிக்கொண்டே இருந்தார். கம்பெனியின் அதிர்ஷ்டம் மங்கியதால் அவர் பீக்கன்ஸ்ஃபீல்டில் வாங்கியிருந்த புதிய எஸ்டேட்டுக்கு ஆபத்து வந்துவிட்டது. அடுத்த சில வருடங்கள்வரை ராபர்ட் கிளைவின் பலத்த ஆதரவாளராக இருந்தார். நாடாளுமன்றம் கம்பெனியின்மீது தாக்குதல் தொடுத்தபோது, கம்பெனியின் சிறப்புச் சலுகைகளை இழந்துவிடாமல் இருக்கப் போராடியவரும் அவர்தான்.

வங்காளப் பஞ்சம்

1769-ன் கோடையில் லண்டன் நிர்வாகம் தன் பொருளாதார அக்கிரமங்களை எப்படிச் சரி செய்யலாம் என்று யோசித்த அதே வேளையில், வங்காளத்தில் எப்போதும் இல்லாத சீற்றத்துடன்

வறட்சி ஏற்பட்டுக்கொண்டிருந்தது. ஆகஸ்ட் 1769 முதல் ஜனவரி 1770 வரை ஆறு மாதத்துக்குப் பருவ மழை ஏமாற்றிவிட்டது. தண்ணீர்ப் பஞ்சத்தினால் பாதிப் பயிர்கள் அழிந்துவிட்டன. குறிப்பாக வங்காளத்தின் மேற்கிலும் வடமேற்கிலும் பாதிப்பு கடுமையாக இருந்தது.

புது வருடம் பிறந்தபோது வறட்சி, முழு அளவுப் பஞ்சமாகவே வடிவெடுக்கத் தொடங்கியது. ஜூன் 1770-ல் நல்ல மழை பெய்தது. இனிமேல் எல்லாம் சரியாகிவிடும் என்று நினைத்திருந்தபோதே நதிகள் கரை புரண்டு, கிழக்குப் பகுதி முழுவதும் வெள்ளத்தில் அமிழ்ந்தது. ஒரு பக்கம் பஞ்சம், மறு பக்கம் வெள்ளம்![14]

ஆயிரக்கணக்கான வருடங்களாகவே, பஞ்சம் என்பது இந்தியாவின் சமூக வரலாற்றில் ஒரு பகுதி. 1947-ல் சுதந்தரம் கிடைத்தபிறகுதான் கடைசியாகப் பஞ்சம் இந்தியாவிடம் புறமுதுகிட்டது. 1631-ல்கூட ஒரு பயங்கரப் பஞ்சம் தோன்றி, வர்த்தகத்தை முடக்கிப்போட்டது. அதைப் பற்றி ஆரம்பக் கால ஆங்கிலப் பயணிகள் திகிலுடன் எழுதியிருக்கிறார்கள். ஆனால் கம்பெனி ஆட்சியின் கீழும், பிறகு நேரடி பிரிட்டிஷ் ஆட்சியிலும் பஞ்சங்கள் பல மடங்கு அதிகரித்தன.

1770 பஞ்சத்தின்போதுதான் இந்தியா பிரிட்டிஷ் ஆட்சியின்கீழ் வந்தது. அந்த ஆட்சி முடிவடையும் வேளையில் 1943-லும் ஒரு பஞ்சம் ஏற்பட்டது. இடையில் 1877-ல் வந்த பஞ்சத்தில் மடிந்த உயிர்கள் ஒரு கோடி! அப்போது இந்தியாவில் பணியாற்றிய கார்னீலியஸ் வால்ஃபோர்ட் ஒரு கணக்கு போட்டுச் சொல்லியிருக்கிறார்: பிரிட்டிஷ்காரர்கள் இந்தியாவுக்கு வருவதற்குமுன் 2,000 வருடங்களில் 17 பஞ்சங்கள்தான் பதிவாகி உள்ளன. அவர்கள் கால் பட்டவுடன் 120 வருடங்களில் 34 பஞ்சங்கள்![15]

முகலாயர் ஆட்சியில் பொதுப் பிரச்னைகளைக் கையாண்ட விதமே வேறு. முதலீடுகளை ஒழுங்குபடுத்துவதற்கு அப்போது ஆட்சி அமைப்புகள் இருந்தன. கம்பெனி அதையெல்லாம் கை கழுவிவிட்டது. முகலாயர்கள், வரிப் பணத்தில் தண்ணீர் சேமிப்புத் திட்டங்களை நிறைவேற்றினார்கள். இதனால் உணவு உற்பத்தி அதிகரித்தது. ஒரு வேளை பஞ்சம் நேர்ந்துவிட்டால் உடனே உணவுப்பொருள் ஏற்றுமதியைத் தடை செய்வார்கள். விலைவாசியில் யாரும் சூதாட்டம் நடத்திவிடாமல் கண்காணித்து

விலையைக் கட்டுப்படுத்துவார்கள். பாதிக்கப்பட்டவர்களுக்கு வரிவிலக்கு அளிக்கப்படும். எங்கும் அன்னதானம் நடக்கும்.[16]

முகலாய ஆட்சியில் மிகக் கடுமையான தண்டனைகளும் தரப்படுவதுண்டு. பஞ்சத்தின்போது வியாபாரி ஒருவர் விவசாயிகளை ஏமாற்றியதாகத் தெரிந்தால், வியாபாரியின் உடம்பிலிருந்து எடைக்கு எடை சதை பிய்த்து எடுக்கப்படும்!

முன்னேயெல்லாம் பருவ மழை பொய்த்தபோது சமாளித்தது போலவே 1769-லும் வங்காளம் சமாளித்திருக்கும். அவ்வளவு உயிர்கள் போயிருக்கவேண்டியதே இல்லை. ஆனால் கம்பெனி ஆட்சிக்கு வந்தபிறகு இயற்கையின் சீற்றங்களிலிருந்து வங்காளத்துக்குப் பாதுகாப்பு இல்லாமல் போய்விட்டது.

பஞ்சத்துக்கு முந்தின பத்து வருடங்களில் கம்பெனியும் அதன் அதிகாரிகளும் சேர்ந்து வங்காளத்தை சுத்தமாக மொட்டை அடித்திருந்தார்கள். திவான் பதவியைக் கம்பெனி எடுத்துக் கொள்வதற்கு முன் வரி வசூல் 6,06,000 பவுண்டு. இது இரண்டே வருடத்தில் 25 லட்சமாக உயர்ந்துவிட்டது. வங்காளத்துக்குள் வரும் தங்க - வெள்ளி நாணயங்களின் அளவு குறைந்துகொண்டே போனது. 1764-ல் 3,45,000 பவுண்டு வந்தது. அடுத்த வருடம் 54,000 பவுண்டாகக் குறைந்தது. அதற்கு அடுத்த வருடம் சுத்தமாக நின்றே போய்விட்டது! மாறாக, கம்பெனியின் தேயிலை வியாபாரத்துக்குப் பணம் கொடுப்பதற்காக வங்காளத்தில் இருந்து வெள்ளிக் காசுகள் வெளியே போக ஆரம்பித்தன.

முர்ஷிதாபாதில் இருந்த கம்பெனியின் அலுவலர் ரிச்சர்ட் பெக்கர், 'இந்த நாட்டு மக்களின் நிலைமை முன்னைவிட மோசமாகிவிட்டதே!' என்று வெட்கத்துடன் ஒப்புக்கொள்கிறார். 'இந்த நாடு எத்தனையோ கொடுங்கோல் ஆட்சிகளையும் தான்தோன்றித் தனமான அரசர்களையும் பார்த்ததுதான். அப்போதெல்லாம்கூட நாடு நன்றாகத்தான் இருந்தது. இப்போது ஆங்கிலேயர்கள் நாமெல்லாம் ஆட்சியில் இவ்வளவு பெரிய பங்கு வகிக்கிறோம். ஆனால் நாடே நாசமாகிக்கொண்டிருக்கிறது' என்றார்.[17] 1769 முழுவதும் கம்பெனி, நிலைமையைக் கண்காணித்து வந்தது. அடுத்த வருடம் நம் வருமானம் குறைந்துவிடப் போகிறது என்று நவம்பரில் கல்கத்தா கவுன்சில் லண்டனுக்கு எழுதியது.

1771-ல் ஜெண்டில்மன்ஸ் இதழில் ஜே.சி. என்பவர் பெயரில் திகிலூட்டும் கடிதம் ஒன்று வெளியாயிற்று. வங்காளப்

பிரச்னையைக் கம்பெனி எப்படி இரக்கமில்லாமல் சுயநலமே மையமாகக் கையாண்டது என்று விவரிக்கிறது அந்தக் கடிதம். 'தானியங்களின் விலையில் சூதாட்டம் நடப்பதைக் கம்பெனி கட்டுப்படுத்த முயற்சிக்கவில்லை. மழை இல்லாமல் அடுத்த பருவத்தில் அரிசி தட்டுப்பாடு ஏற்படப்போகிறது என்பது தெரிந்தவுடனே நம் அதிகாரிகள், எவ்வளவு முடியுமோ அவ்வளவு மூட்டையை வாங்கிப் பதுக்கிவிட்டார்கள்' என்றது அந்தக் கடிதம்.[18]

விவசாயிகள் நவாபிடம் போய், 'இந்த வெள்ளைக்காரர்கள் எல்லா அரிசியையும் எடுத்துக்கொண்டு போய்விட்டார்கள்' என்று புகார் செய்தார்கள். அவர் இந்தக் குற்றச்சாட்டுகளைக் கம்பெனியின் கல்கத்தா கவுன்சிலுக்குக் கொண்டு சென்றார். கவுன்சில் அதிகாரிகளோ அதைக் கேட்டவுடன் ஊளையிட்டுச் சிரித்தார்கள்! குற்றச்சாட்டு அத்துடன் செத்தது.

கம்பெனி ஊழியர்கள் கவலையில்லாமல் மார்க்கெட்டை முழுதாகக் கைப்பற்றி, கொழுத்த லாபம் அடித்தார்கள். பஞ்சம் ஆரம்பித்தபோது ரூபாய்க்கு 120 சேர் விற்ற அரிசி, 1770-ல் ரூபாய்க்கு 3 சேர் என்று விலை உயர்ந்தது. அந்தக் காலத்தில் ஒரு சேர் என்பது சுமார் ஒரு கிலோ எடை. கம்பெனியின் இளநிலை அதிகாரி ஒருவர் மட்டுமே இதில் 60,000 பவுண்டு சம்பாதித்தார்.

நவாபும் மற்ற வங்காள அரச குடும்பத்தினரும் வழக்கமான இந்தியப் பாரம்பரியத்தின்படி, மக்களுக்கு அன்னதானம் செய்தார்கள். ஆனால் கம்பெனி அதிகாரிகள் எல்லா அரிசி மூட்டைகளையும் பதுக்கி வைத்துவிட்டதால் சீக்கிரமே அந்தப் பாத்திரமும் காலியாகிவிட்டது. பஞ்சம் தீவிரமடைந்தது. ஆயிரக்கணக்கானவர்கள் சாரி சாரியாகக் கல்கத்தாவை நோக்கி வந்தார்கள். வழியிலேயே பலர் வீதியில் விழுந்து செத்தார்கள்.

இந்த ஜே.சி. என்பவர் யாராக இருந்தாலும் அவருக்கு மனிதத் தன்மை மிச்சமிருந்தது. கல்கத்தாவில் இருந்த தன் வீட்டு வாசலில் பசியுடன் வந்து நிற்பவர்களுக்கு உணவு கொடுத்தார். ஆனால் அவரும் கொஞ்சம் அருவருப்பு அடைந்த நேரங்கள் இருந்தன. ஒரு சமயம் வேலையாளை விட்டுக் கூட்டத்தை விரட்டச் சொன்னார். அப்போது சாவின் விளிம்பில் இருந்த மனிதர்களின் ஒருவன் கூவினான்: 'பாபா! பாபா! உங்கள் ஊர்க்காரர்களால்தான் இந்த நிலைமைக்கு வந்திருக்கிறோம்.

ஆண்டவன் நினைத்தால் உங்கள் கண் எதிரிலேயே உயிரை விடப் போகிறோம்!'[19]

ஜே.சி.யின் கடிதத்தின் முடிவில், 'நல்ல வேளையாகக் கல்கத்தாவில் கழுகுகளுக்கும் நாய்களுக்கும் பஞ்சமில்லை. செத்துப் போனவர்களை அவை கவனித்துக்கொண்டு விடுகின்றன. முதலில் கண் இரண்டையும் தோண்டித் தின்று விடும். பிறகு குடலை உருவிவிடும். கடைசியில் கை கால்களைக் கொறித்துத் தின்னும்' என்று எழுதுகிறார்.

அந்தப் பஞ்சத்தின் கோரத்தை விவரிப்பதற்குப் புகைப்படம் எதுவும் இல்லை. கண்ணால் கண்டவர்கள் எழுதிவைத்துள்ள வர்ணனைகள்தான் மீதி இருக்கின்றன. உயிரோடு இருப்பவர்கள் உயிரில்லாத பிணங்களைத் தின்றார்கள். ஹூக்ளி நதி முழுவதும் ஊறி உப்பிப்போன சடலங்கள் மிதந்தன. முஸாபர்நாமாவின் ஆசிரியரான கரீம் அலி, 'இறையருள் இல்லாதவர்களின் இரக்க மற்ற நகங்களில் சிக்கி, குடும்பம் குடும்பமாகப் பலியானது' என்கிறார்.[20]

ஆனால் கம்பெனியின் முக்கியக் கவலையே வேறு: பஞ்ச காலத்தில் அவர்களின் ராணுவப் படைக்கு சோறு போட்டாக வேண்டும். அப்போதுதான் வரி வசூல் பத்திரமாக இருக்கும்!

முகலாயர்கள் செய்தமாதிரி வரிவிலக்கு அளிக்காவிட்டாலும் பரவாயில்லை; ஆனால் பஞ்ச காலம் முழுவதும் கம்பெனி தன் வரியை மட்டும் கறாராக வசூல் செய்தது. உண்மையில் வரி விகிதத்தை அதிகரிக்கவும் செய்தது. பிப்ரவரி 1771-ல் கல்கத்தாவிலிருந்து இயக்குநர்களுக்கு அனுப்பிய கடிதம் ஒன்றில் கம்பெனி அதிகாரிகள் 'பயங்கரமான பஞ்சம் வந்திருக்கிறது; நாட்டு மக்களின் எண்ணிக்கை கணிசமாகக் குறைந்துவிட்டது. இருந்தும் வரி வசூல் ஓரளவு அதிகரித்துள்ளது' என்கிறார்கள்![21]

கம்பெனியின் முக்கிய அதிகாரிகள் பலரும் தங்கள் பதவியைப் பயன்படுத்தி தானியங்களைக் கட்டாயமாக வாங்கினார்கள். அடுத்த வருடத்துக்காக விவசாயிகள் வைத்திருந்த விதை நெல்லைக்கூட விட்டு வைக்கவில்லை. பிறகு அதை கல்கத்தா, முர்ஷிதாபாத் போன்ற பெரிய நகரங்களில் பஞ்ச கால விலையில் விற்றார்கள். கடைசியாகக் கம்பெனி, பெயருக்கு 90,000 ரூபாய் நிவாரண நிதி என்று கொடுத்தது. 3 கோடி மக்கள் வசிக்கும்

நாட்டில் இது எந்த மூலைக்கு? அவர்களின் வருட வருமானமே 1.7 கோடி ரூபாய்.

பின்பு வந்த அரசாங்க வரலாற்று ஆசிரியர்களும் 'பஞ்சத்தை எதிர்கொள்வதற்குக் கம்பெனி முயற்சிகூடச் செய்யவில்லை' என்பதை ஒப்புக்கொள்கிறார்கள்.[22] முழுக்க முழுக்க மனிதனால் உருவாக்கப்பட்ட விபரீதம் இது.

பஞ்சத்தில் செத்தவர்கள் எத்தனை பேர் என்பதற்கு விரிவான ஆவணங்கள் எதுவும் இல்லை. 1772-ல் வாரன் ஹேஸ்டிங்ஸ், ஒரு கோடி வங்காள மக்கள் பட்டினியில் செத்ததாகக் கணக்கிடு கிறார். வங்காளத்தின் மொத்த மக்கள் தொகையில் மூன்றில் ஒரு பங்கு இது. மார்க்கெட்டில் தில்லுமுல்லு செய்து, செயற்கையாக உணவுப் பற்றாக்குறையை ஏற்படுத்தியதால்தான் பஞ்சம் நேர்ந்தது என்றும் ஹேஸ்டிங்ஸ் முடிவுக்கு வருகிறார். ஆனால் இதற்கு அவர் உள்ளூர் வியாபாரிகளையே குற்றம் சாட்டுகிறார்; கம்பெனி அதிகாரிகளை வசதியாக மறந்துவிடுகிறார்.

வருமானம் குறைவாக உள்ளவர்கள், கிராமத்துக் கைவினைஞர் கள், நகரத்தின் அடித்தட்டு மக்கள் போன்று உணவுப் பொருள்களை வாங்க வழி இல்லாதவர்கள் இடையேதான் இறப்பு விகிதம் அதிகமாக இருந்தது. மிக மோசமாகப் பாதிக்கப்பட்ட பகுதிகளில் ஒன்று பூர்னியா. அதன் சமவெளிகளிலும் மணல் வெளிகளிலும் இருந்த விவசாயிகளில் பாதிக்கு மேற்பட்டவர்கள் இறந்துவிட்டார்கள் என்று அந்தப் பகுதியின் கம்பெனி ஏஜெண்ட் தகவல் அனுப்பினார்.[23] மால்டாவிலும் 50 சதவிகித மரணங்கள் நேர்ந்தன. ராஜஷாஹியில் மூன்றில் ஒரு பங்கு முதல் பாதிவரை மரண விகிதம். பீர் பூமியில் நாலில் ஒரு பகுதியினர் இறந்தார்கள். சமீபத்தில் ரஜத் தத்தா எல்லா ஆவணங்களையும் ஆராய்ந்துவிட்டு, 'ஒரு கோடி பேர் சாவு என்பது அதிகமான கணக்கு; உண்மையில் 12 லட்சம் பேர்வரை செத்திருக்கலாம்' என்கிறார்.[24]

இந்த எண்ணிக்கையையே ஒப்புக்கொண்டால்கூட, பஞ்சத்தின் கொடுமையை முழுக்கப் புரிந்துகொள்வது கடினம். அந்தக் காலகட்டத்தில் லண்டனின் மொத்த ஜனத் தொகையே 10 லட்சம் பேருக்குக் குறைவுதான். பஞ்சம் மட்டும் எங்கோ தூரத்தில் இருக்கும் கல்கத்தாவைத் தாக்காமல் கம்பெனியின் சொந்த ஊரைப் பதம் பார்த்திருந்தால், லண்டனின் மொத்த ஜனத் தொகையும் அழிந்து அதற்குமேலும் பலி விழுந்திருக்கும்.

லண்டனே சுடுகாடாக மாறியிருக்கும். அதற்குப் பதிலாக வங்காளம் தன் மக்களை இழந்தது; கம்பெனி ஆட்சியின்கீழ் இருந்த நிலத்தில் மூன்றில் ஒரு பங்கு, காட்டு விலங்குகள் திரியும் வனாந்தரமாக மாறியது.[25]

1770 பஞ்சத்தின்போது கம்பெனி காட்டுமிராண்டித்தனமாகத்தான் நடந்துகொண்டது. அவர்கள் வங்காளத்துக்குக் கொஞ்சமாவது நன்றியுடன் இருந்திருந்தால், அவ்வளவு வரி கேட்டு மக்களைக் கொடுமைப்படுத்தாமல் இருந்திருந்தால், இந்த அவலம் நடந்திருக்காது. வாரன் ஹேஸ்டிங்ஸ் நவம்பர் 1772-ல் இயக்குநர்களுக்கு எழுதிய கடிதத்தில், 'இவ்வளவு பெரிய சோகம் நடந்துவிட்டது. மற்ற எல்லா நஷ்டத்தோடு நஷ்டமாக நம்முடைய வருமானமும் குறையத்தானே வேண்டும்? ஏன் குறையவில்லை என்றால், நாம் மூர்க்கத்தனமாக வரியைக் குறைக்காமலே வைத்திருந்ததுதான்' என்று ஒப்புக்கொள்கிறார்.[26]

இதற்காக எந்த அளவுக்கு வன்முறை கட்டவிழ்த்துவிடப்பட்டது என்ற விவரம், தீன் மகமது என்பவரின் சுய சரிதையில் ஒரு மூலையில் ஒளிந்திருக்கிறது. இந்த தீன் மகமது, இந்திய சமையலை இங்கிலாந்தில் கொண்டுசென்று பிரபலமாக்கியவர். மன்னர் நாலாம் ஜார்ஜுக்கு ஷாம்பூ போட்டுவிடும் மருத்துவர். மகமதும் அவர் தந்தையும் கம்பெனியின் ராணுவத்தில் பணி புரிந்தார்கள்.

புத்தகத்தின் ஆரம்பத்தில், ராஜா புத்மல் 1769-ல் கலவரம் செய்தபோது தன் தந்தை எப்படி அதை அடக்குவதில் உதவி செய்தார் என்று விவரிக்கிறார் மகமது. வறட்சி காரணமாகத் தன் வரியைச் செலுத்த முடியவில்லை என்றார் ராஜா புத்மல். கம்பெனி அவர் வேண்டுகோளை ஏற்காமல் ராஜாவைக் கைது செய்ய ஒரு படையை அனுப்பியது. ஆனால் வன்முறை கட்டுக்கு அடங்காமல் பரவி, அதில் மகமதுவின் தந்தையார் இறக்க நேர்ந்தது.[27]

அடுத்த வருடம் மகமதுவும் கம்பெனி ராணுவத்தில் சேர்ந்தார். பாகல்பூருக்கும் ராஜ்மகாலுக்கும் இடையில் நடந்த பல சண்டைகளைப் பற்றிப் புத்தகத்தில் விவரிக்கிறார். பஹாடியாக்கள் என்ற கூட்டத்தினர் கம்பெனி ஆட்சிக்குக் கட்டுப்பட மறுத்தார்கள். வழிப் பயணிகளை எல்லாம் கொள்ளை அடித்தார்கள். அவர்களை மிரட்டுவதற்காக, பிடிபட்டவர்களை மலைச்சாரல்

முழுவதும் வரிசையாகத் தூக்கு மரத்தில் கூண்டு கட்டித் தொங்கவிட்டார்கள். மகமதுவின் சிப்பாய்கள் போகும் வழியெல்லாம் உயரே தொங்கிய சடலங்களைப் பார்த்தார்கள்.[28] ரோம் நகருக்குப் போகும் வீதி முழுவதும் சிலுவையில் அறையப் பட்டு நின்ற ஸ்பார்ட்டகஸ் அடிமைகளின் விதியைப்போலவே பஹாடியாக்களின் கதியும் ஆனது.

பஞ்ச வரியை எதிர்த்து நின்றவர்கள் பஹாடியாக்கள் மட்டும் அல்ல. ஷா மஞ்சு, சந்நியாசிக் கலகத்தை ஆரம்பித்தபோது, அதில் சூஃபி புரட்சியாளர்களுடன் குடியானவர்களும் சேர்ந்து கொண்டதற்கு ஆதாரம் இருக்கிறது.[29]

கெட்டது ஆட்சி, பட்டது குடி!

கார்ப்பரேட் நிர்வாகத்தில் ஏற்படக்கூடிய வக்கிரங்களுக்கு, வங்காளப் பஞ்சம்தான் வரலாற்றிலேயே மிக மோசமான உதாரணம். இப்படி ஓர் அழிவு ஏற்படுவதற்கு உண்டான அனைத்து சூழ்நிலைகளும் பல பத்து வருடங்களாகவே கம்பெனியிடம் இருந்துவந்தன.

ஆரம்பத்தில் கம்பெனி நிர்வாகம், தான் உண்டு, தன் வியாபாரம் உண்டு, என்றுதான் இருந்துவந்தது. ஆனால் ராணுவப் புரட்சிகள், ஊழல் போன்ற வழிகளில் சுலபமாகக் கிடைத்த பணம் அவர்கள் கண்ணை மறைத்துவிட்டது. இங்கிலாந்தில் இருந்தவர்கள், கொள்ளையை எப்படிப் பங்கு போட்டுக் கொள்ளலாம் என்றே சண்டையிட்டார்கள். இந்தியாவிலோ, எல்லா நிர்வாகக் கட்டுப்பாடுகளும் தகர்ந்துவிட்டன. அத்துமீறல்கள் அதிகரித்தன. இதனால் வங்காள மக்களுக்கும் சேதம், கம்பெனிக்கும் சேதம்.

இந்த இரட்டை இடியை வில்லியம் போல்ட்ஸ் 1772-ல் கச்சிதமாகப் படம் பிடித்தார்: 'இந்த நாடு பழங்களிலேயே கண்ணாக இருக்கிறது. ஆனால் அங்கே கம்பெனியும் அதன் தொண்டர்களும் மரத்தையே வேரோடு பிடுங்கிக் கொண்டிருக்கிறார்கள்!'[30]

1756-ல் கம்பெனி அதிகாரிகள் வீட்டுக்கு அனுப்பிய பணம் வெறும் 79,000 பவுண்டுதான். பிளாசி வெற்றிக்குப் பிறகு 1784 வரை அவர்கள் அனுப்பிய தொகை வருடத்துக்கு 5 லட்சம் பவுண்டு.[31] 1770-71-ல் வங்காளப் பஞ்சத்தின்போது அதிகாரிகள்

அனுப்பியது 10,86,255 பவுண்டு. 21-ம் நூற்றாண்டின் மதிப்பில் இது 10 கோடி பவுண்டுக்குச் சமம்![32]

இந்தியாவில் இருந்த அதிகாரிகள் தங்கள் வணிக நோக்கத்தையே மறந்து போய்விட்டார்கள். லண்டனில் இருந்தவர்கள், 'இப்போதெல்லாம் வங்காளத்திலிருந்து வரும் துணிகளின் தரம் மிகவும் குறைந்துவிட்டதே' என்று புலம்ப ஆரம்பித்தார்கள். எல்லாத் துணியும் ஒரே மாதிரிதான் இருந்தது. அவற்றைத் தேர்வு செய்ததில் ரசனை தென்படவில்லை. பழைய வாடிக்கையாளர்களுக்கு வித்தியாசமாகத் தருவதற்கு ஏதுமில்லை; புதிய மார்க்கெட்டுகளைப் பிடிப்பதற்கு வேண்டிய புதுமையும் இல்லை.[33]

ஊழியர்கள் பணத்தைக் கையாடுவது அதிகரித்துவிட்டது. '1782-ல் கம்பெனி இறக்குமதி செய்த ஒவ்வொரு பொருளும் அதன் உண்மையான விலையைவிட 30, 40 அல்லது 50 சதவிகிதம்கூட அதிகம் வைத்து அனுப்பப்பட்டது' என்று வாரன் ஹேஸ்டிங்க்ஸ் பிறகு புகார் செய்தார்.[34] வாங்கும் விலைகளைக் கட்டுக்குள் வைத்திருக்கவேண்டும் என்ற எண்ணமே ஆவியாகப் போய்விட்டது. ராணுவ பலமே கம்பெனியின் முக்கிய வேலையானது. ஒருவர் ராணுவ அதிகாரியாக இருந்தால் போதும்; ஒவ்வொரு போர் வெற்றிக்குப்பிறகும் கொள்ளையில் பங்கு நிச்சயம்!

1760-களில் கம்பெனியிடம் இருந்த சிப்பாய்களின் எண்ணிக்கை 4 மடங்காகியது; அதிகாரிகளின் எண்ணிக்கை 10 மடங்காகப் பெருகியது. எல்லாம் போர்க் கொள்ளையைப் பகிர்ந்து கொள்ளத்தான்! 1770-71-ல் வங்காளத்தில் கம்பெனி செய்த ராணுவ-வர்த்தகச் செலவுகள் 31,10,000 பவுண்டாக உயர்ந்தன. இது வருமானத்தைவிட 50 சதவிகிதம் அதிகம்.

இந்த வேகம் தாங்காது; கம்பெனி தன் நிர்வாகத் திறமையை விடப் பல மடங்கு பொறுப்புகளைக் எடுத்துக்கொண்டுவிட்டது என்று தொலை நோக்கு உள்ளவர்களுக்குத் தெரிந்தது. சார்லஸ் ஜென்கின்ஸன், 'ஒரு வியாபாரிகள் குழுவினால் நிர்வாகம் செய்ய முடியாத அளவுக்கு அதன் விவகாரங்கள் பெருத்து விட்டன' என்று திவான் உரிமை கிடைப்பதற்கு முன்னாலேயே எழுதினார்.[35]

லண்டனில் இயக்குநர் கூட்டங்களில், பங்குதாரர்களின் போட்டி அணிகள் மோதின. அவர்கள் நடுவே நடந்த இழுபறியில் கம்பெனி ஒரு கந்தல் துணிமாதிரி குதறப்பட்டது. இவர்கள் உள்ளுக்குள்ளிருந்தே கம்பெனிக்கு சமாதி கட்டிவிடப் போகிறார்கள் என்பது கிழக்கே சென்றிருந்த அதிகாரிகளுக் கெல்லாம் புரிந்துபோய்விட்டது.

1766-ல் கிளைவ் எழுதிய ஒரு குறிப்பு நிலைமையை உள்ளபடி சொல்கிறது: 'நம் கவர்னர்களின் நடத்தையே நேர்மையாக உள்ளது என்று சொல்ல முடியவில்லை; அவர்களுக்குத் தங்கள் சொந்த நலன்கள்தான் பெரிதாகப் போய்விட்டது' என்கிறார் பிளாசியின் கதாநாயகன். வழக்கம்போல் தன்மீது எந்தப் பழியும் வராமல் மற்றவர் தலையில்தான் எல்லாவற்றையும் சுமத்து கிறார்.[36]

நாட்டைக் கட்டுதிட்டமாக வைத்திருக்கவேண்டும் என்றால் அதற்கு நவாபின் ஆட்சி அதிகாரம் தேவை. இப்போது அந்த அதிகாரம் இல்லாமல் போய்விட்டது; கம்பெனி அதிகாரிகள் குறுக்குவழியில் பணம் சம்பாதிக்க அவசரப்பட்டு விபரீதம் விளைவித்தார்கள். காட்டில் ஒரு மாபெரும் தேவதாரு மரம் நிழல் தருவதுபோல, வலுவான சட்டதிட்டங்கள்தாம் வணிகம் செழிக்கத் தேவையான சூழ்நிலையைக் கொடுக்கும். அதை பலவீனப்படுத்தினாலோ, நீக்கிவிட்டாலோ, அராஜகமும் அடக்குமுறையும்தான் மிஞ்சும். கம்பெனி, உள்ளூர் மார்க்கெட்டைக் கைப்பற்ற நினைத்ததற்கு பதிலாக வலுவான உள்ளூர் ஆட்சியாளர்களுடன் கூட்டணி அமைத்திருக்க வேண்டும். ஒரு வர்த்தக நிறுவனம் என்ற அளவில், கம்பெனிக்கு நீண்ட கால நோக்கில் அதுதான் நல்லது.

வங்காளத்தைக் கைப்பற்றியதால் கம்பெனிக்கு ஒரு லாபமும் இல்லை என்பதை 1760-களின் முடிவில் இயக்குநர்கள் உணர ஆரம்பித்தார்கள். அவர்கள் எதிர்பார்த்ததுபோல் மலை மலையாகப் பணம் வந்து குவிந்துவிடவில்லை. வர்த்தகத்தில் ஒழுங்காக, குறிப்பிட்ட அளவு லாபம் வந்துகொண்டிருந்தது. இப்போது நிச்சயமில்லாத வருமானம்தான் மிச்சம்.[37]

பஞ்சம் பற்றிய செய்திகளால் லண்டனில் ஒரு பதைபதைப்பு ஏற்பட்டது. மனிதாபிமானக் கவலைகள் உண்மையிலேயே மிகுந்தன. இந்தியாவில் என்ன நடந்துகொண்டிருக்கிறது

என்பதற்குக் கோடி காட்டுவதுபோல் சில தகவல்கள் 1770-ல் லண்டனை அடைந்தன. ஜெண்டில்மன்ஸ் இதழ் 'ஒரு துண்டு ரொட்டிக்காகப் பெற்றோர்கள் தங்கள் குழந்தைகளையே விற்கிறார்கள்' என்று எழுதியது.[38]

கம்பெனியின் பொறுப்பில்லாத்தனம் பற்றிய முழுத் தகவல்களும் வெளி வந்தவுடன் அதிர்ச்சி, ஆத்திரமாக மாறியது. ஹோரேஸ் வால்போல் சொன்னார்: 'நாம் கொலை செய்தோம், துரத்தினோம், கொள்ளை அடித்தோம், பிடுங்கிக்கொண்டோம். வங்காளப் பஞ்சத்தில் முப்பது லட்சம் பேர் பலியாகி இருக்கிறார்கள். உண்ணும் உணவையெல்லாம் கிழக்கிந்தியக் கம்பெனி ஊழியர்கள் ஏகபோகமாகப் பதுக்கிவைத்ததால் வந்த வினை இது.'[39]

டிவிடெண்ட் விட்டில்கள்

ஊர் என்ன சொன்னால் என்ன? பிசினஸ் என்றால், பிசினஸ் தானே? பஞ்சம் தீவிரமடைந்தபோது, அதனால் ஏற்பட்ட நஷ்டத்தையும் சரி செய்துவிடவேண்டும் என்று பங்குதாரர்கள் துடித்தார்கள். டிசம்பர் 1769-ல் சல்லிவன் அரசாங்கத்துடன் செய்துகொண்ட ஒப்பந்தத்தைப் பயன்படுத்தித் தங்கள் டிவிடெண்டை 11 சதவிகிதமாக உயர்த்திக்கொண்டார்கள். செப்டம்பர் 1770-ல் இது 12 சதவிகிதமாகி, பிறகு மார்ச் 1771-ல் 12.5 சதவிகிதமானது. ஜெண்டில்மன்ஸ் இதழ், 'மாபெரும் துயரம்: பஞ்சத்தாலும் நோய்களாலும் குடி மக்கள் அவதி' என்று செய்தி வெளியிட்டதும் இதே மார்ச் மாதம்தான்![40]

பங்கு விலை மறுபடி ஏற ஆரம்பித்தது. மே 1771-ல் 226 பவுண்டாகியது. ஆனால் இதை 'முட்டாளின் விலை ஏற்றம்' என்று சொல்வார்கள். ஏனெனில் கம்பெனியின் பொருளாதாரத்தை உள்ளிருந்தே கறையான் அரித்துத் தின்றுகொண்டிருந்தது.

வங்காளத்திலிருந்து இறக்குமதிகள் ஆரோக்கியமாகத்தான் இருந்தன. ஆனால் அதில் பலவற்றுக்குக் கடன் கொடுத்தவர்கள் வேறு யாருமல்ல, இந்தியாவில் இருந்த கம்பெனி அதிகாரிகள் தான்! அவர்களிடம்தான் சொந்த வியாபாரத்திலும் கொள்ளை யிலும் சம்பாதித்த பணம் கொழித்துக்கொண்டிருந்தது. இந்தக் கடன்கள், பணவிடைப் பத்திரங்களாக எழுதிக் கொடுக்கப் பட்டன. லண்டனில் அவற்றைப் பணமாக மாற்றிக்கொள்ளலாம்.

சாதாரண வேளையில் பத்திரத்துக்குப் பணம் தருவது பிரச்னை இல்லை. ஆனால் அப்போது கம்பெனியிடம் பணத் தட்டுப்பாடு. ஒரு காலத்தில் செழிப்பாக இருந்த தேயிலை வியாபாரத்தில் சிக்கல்; அமெரிக்கக் குடியேற்றங்கள் கம்பெனி தேயிலையைப் புறக்கணிப்பு செய்திருந்தன. 1769-ல் ஏற்பட்ட பங்கு மார்க்கெட் சரிவு, ஐரோப்பாவின் பொருளாதாரத்தை அமிலம் மாதிரி அரித்துக்கொண்டிருந்தது. பல சூதாடிகள் கடன் வாங்கி, கம்பெனியின் பங்குகளை வாங்கியிருந்தார்கள். பங்கு விலை விழுந்தபோது அனைவரும் தலையில் துண்டு போட்டுக் கொண்டார்கள்.

கம்பெனியின் அரசியல் அஸ்திவாரமும் ஆட்டம் காண ஆரம்பித்தது. கம்பெனியின் நடத்தை பற்றி லண்டன் பத்திரிகைகள் பத்தி பத்தியாக விளாசித் தள்ளின. ஜனவரி 1722-ல் வில்லியம் போல்ட்ஸ் கம்பெனியின் தலையில் ஓர் இடியையே இறக்கினார்: அவர் எழுதிய 'இந்தியா விவகாரம் - ஒரு பார்வை' என்ற புத்தகம் லண்டனில் வெளியானது.

போல்ட்ஸ் வங்காளத்தில் முன்னுக்கு வந்துகொண்டிருந்த ஒரு நட்சத்திரம். பிறகு ஆளும் மேலிடத்துடன் கருத்து வேறுபாடு வந்துவிட்டதால் கம்பெனியிலிருந்து அவரை நீக்கினார்கள். வெளியேறிய போல்ட்ஸ் இன்பமாகப் பழிக்குப் பழி வாங்கி விட்டார்! கம்பெனியின் நிர்வாக அமைப்புகளைப் பற்றிக் கூர்மையாகத் தாக்குதல் தொடுத்தார்: 'கம்பெனி ஒரு பிரம்மாண்டமான அடையாளச் சின்னம்போல நிற்கிறது. ஆனால் அதை அவசரத்தில் கட்டிவிட்டார்கள். இந்த அஸ்தி வாரம் தாங்குமா என்று ஆராயவும் இல்லை, அதைக் கெட்டிப் படுத்த முயற்சியும் எடுக்கவில்லை. இன்றைக்கு வந்து, நாளைக்குப் போகும் முதலாளிகளும் கவர்னர்களும்தான் கட்டடத்தில் வசிக்கிறார்கள். அவர்களுக்கு, எதிரும் புதிருமாக முறைத்துக்கொண்டு நிற்கும் சுயநலன்களும் விருப்பு வெறுப்புகளும் இருக்கின்றன. ஒரு கோஷ்டி மேலே மேலே கல்லை அடுக்கிக்கொண்டே போகிறது. மற்றொரு கோஷ்டி அஸ்திவாரத்தைத் தோண்டி நாசமாக்கிக் கொண்டிருக்கிறது.'[41]

போல்ட்ஸின் வெறுப்புக்கு உள்ளான 'இன்றைக்கு வந்து, நாளைக்குப் போகும் முதலாளிகள்' மார்ச்சில் இன்னொரு 12.5 சதவிகிதம் டிவிடெண்ட் எடுத்துக்கொள்வது என்று தீர்மானித் தார்கள்.

மூன்று மாதம் கழித்து அஸ்திவாரமே கலகலத்துவிட்டது!

ஜூன் 8-ம் தேதி, லண்டனில் வேலை பார்த்து வந்த அலெக்ஸாண்டர் ஃபார்டைஸ் என்ற ஸ்காட்லாந்து வங்கியாளர் திடீரென்று மாயமாக மறைந்துவிட்டார். அவர் லண்டன் மார்க்கெட்டில் ஆழமாக இறங்கியிருந்தவர். கம்பெனிப் பங்குகள் இன்னும் விலை குறையும் என்று எதிர்பார்த்து, கைவசம் இல்லாத பங்குகளை விற்பதாக ஒப்பந்தம் போட்டிருந்தார். ஆனால் பங்குகள் முட்டாள்தனமாக விலை ஏறிவிட்டதால் 5,50,000 பவுண்டு கடன்!

இதில் பெரும்பாலான தொகை, ஸ்காட்லாந்தின் டக்ளஸ் ஹெரான் அண்ட் கோ என்ற வங்கி நிறுவனத்துக்குச் சேர வேண்டியது. சுருக்கமாக இதை அயர் வங்கி என்று சொல்வார்கள். உடனே அயர் வங்கியும் வீழ்ந்தது. அதுதான் ஐரோப்பியப் பொருளாதாரத்துக்கு நேர்ந்த பேராபத்தின் ஆரம்பப் புள்ளி. அடுத்தடுத்து 30 வங்கிகள் விழுந்தன. பயங்கரமான பணத் தட்டுப்பாடு. வணிகர்களின் நம்பிக்கை குலைந்தது. வர்த்தகம் ஸ்தம்பித்து நின்றேவிட்டது!

மக்களுக்குக் கொஞ்சமாவது வாங்கும் சக்தி திரும்பட்டும் என்று கம்பெனி தன் செப்டம்பர் விற்பனையை அக்டோபருக்குத் தள்ளிப்போட்டது. கம்பெனி இப்படிச் செய்வது இதுதான் முதல் முறை.

இப்போது கம்பெனிக்கு மூன்று முனைகளில் நெருக்கடி. 15 லட்சம் பவுண்டுக்குமேல் பணவிடைப் பத்திரங்களுக்குப் பணம் தந்தாகவேண்டும். இங்கிலாந்து வங்கியிடமிருந்து குறுகிய காலக் கடனாக 3 லட்சம் பவுண்டு வாங்கி, அது வேறு தவணை தவறிவிட்டது. அரசாங்கத்துக்கும் 10 லட்சம் பவுண்டு வரி பாக்கி நிற்கிறது.

ஜூலை 15 அன்று இயக்குநர்கள் இங்கிலாந்து வங்கியிடம் போய் 4 லட்சம் பவுண்டு கடன் கேட்டார்கள். இரண்டு வாரத்தில் மறுபடி வந்து, இன்னொரு 3 லட்சம் தேவைப்படுகிறது என்றார்கள். ஆனால் வங்கியால் 2 லட்சம்தான் தர முடிந்தது. ஆகஸ்ட் மாதம் ரகசியமாக அரசாங்கத்தை அணுகி, 10 லட்சம் பவுண்டாவது கிடைத்தால்தான் கம்பெனி உயிர் பிழைக்கும் என்றார்கள்.

இத்தனை பெரிய செய்தியை எத்தனை நாள்தான் ரகசியமாக வைத்துக்கொள்ள முடியும்? கம்பெனி பணப் பிரச்னையில் இருக்கிறது என்ற தகவல் பரவி, செப்டம்பர் 18-ம் தேதி பங்கு விலை 10 சதவிகிதம் குறைந்தது.

நாலா பக்கமும் குற்றச்சாட்டுகள் பறக்க ஆரம்பித்தன. இதுவரை பங்குதாரர்களிடமிருந்து எல்லா விஷயங்களையும் மறைத்து வைத்திருந்த இயக்குநர்கள், இந்த வருடம் டிவிடெண்ட் தாமதமாகும் என்று அறிவித்தார்கள். ஆனால் பங்குதாரர்களுக்கு டிவிடெண்ட்தான் உயிர் மூச்சு!

இயக்குநர்கள், 'கம்பெனி தரவேண்டிய வரிகளை ரத்து செய்யுங்கள்' என்று அரசாங்கத்திடம் மன்றாடினார்கள். 'கணக்குப் புத்தகத்தில் பெரிய துண்டு விழுந்துவிட்டது, அதைச் சரி செய்வதற்குக் கடன் வேண்டும்' என்று கேட்டார்கள். வழக்கமாகக் கார்ப்பரேட் நிறுவனம்தான் அரசுக்குப் பணம் கொடுக்கும். இங்கே நிலைமை தலைகீழ்.

நாடாளுமன்றம் அவசரமாகக் கூடியது. அரை நூற்றாண்டுக்கு முன்பு தென் கடல் குமிழி வெடித்ததுபோல் அசம்பாவிதம் நடந்துவிடக்கூடாது. இதற்கு என்ன மாதிரியான சட்டங்கள் இயற்றலாம்? கம்பெனியைப் பழிக்குப் பழி வாங்கவும் நல்ல சந்தர்ப்பம். எல்லா இயக்குநர்களையும் ஊழியர்களையும் பிடித்துத் தூக்கில் போடவேண்டும் என்று துடித்தார்கள் நாடாளு மன்றத்தினர்.[42]

கிறிஸ்துமஸுக்கு இரண்டு நாள் முன்பு இயக்குநர்கள், பங்குதாரர்களை நேருக்கு நேர் சந்தித்தார்கள். இப்போது 6 சதவிகிதத்துக்குமேல் டிவிடெண்ட் தர முடியவில்லை என்று தலையைக் குனிந்துகொண்டு சொன்னார்கள். வந்த கோபத்தில் எல்லோரும் இயக்குநர்களைச் சாடித் தீர்த்துவிட்டார்கள்! ஆறு நாள் இப்படியே போனது. கடைசியில் கம்பெனியின் கல்லாப் பெட்டி காலி என்ற எதார்த்த நிலை புரிந்தது; வேறு வழி யில்லாமல் கொடுத்ததை வாங்கிக்கொண்டு பங்குதாரர்கள் திரும்பினார்கள்.

ஒரு காலத்தில் எப்படி வாழ்ந்த கம்பெனி! எவ்வளவு விலை விற்றன பொருள்கள்! எவ்வளவு டிவிடெண்ட் கொடுத்தார்கள்! 'உண்மையான ஏமாளி யார் என்றால், நீண்டகாலமாக விசுவாசமாக இருந்த பழைய முதலீட்டாளர்கள்தான். கம்பெனி

தரும் டிவிடெண்ட்டை வைத்துக்கொண்டு ஜீவனத்தை நடத்திவிடலாம் என்று கணக்குப் போட்டார்களே, அதுதான் அவர்கள் செய்த ஒரே தப்பு' என்றார் கசப்புடன் ஒருவர்.[43]

வழக்கமாக நிறுவனங்கள் அனுபவிக்கும் எழுச்சி-வீழ்ச்சிச் சக்கரம் முழுவதையும் கிழக்கிந்தியக் கம்பெனி பத்தே வருடங்களில் வாழ்ந்து காட்டிவிட்டது.

19-ம் நூற்றாண்டின் பொருளாதார வல்லுநர் வால்டர் பேஜிஹாட் இந்தச் சுழற்சியை அழகாகச் சொல்லியிருக்கிறார்: 'அமைதி, முன்னேற்றம், தன்னம்பிக்கை, செழிப்பு, உற்சாகம், அளவுக்கு மிஞ்சுதல், உதறல் எடுத்தல், அழுத்தம், தேக்கம், கடைசியாக மறுபடி அமைதி!'[44]

இந்தக் காலச் சக்கரத்தின் ஞாபகங்கள் எல்லாம், அடுத்த அலை வரும்போது கலைந்துபோகின்றன. அதுதான் அப்போதும், எப்போதும் சோகம். இதில் மனிதர்களின்மீது ஏற்படும் பாதிப்புகள் பின்னுக்குப் போய்விடுகின்றன.

கிழக்கிந்தியக் கம்பெனியின் வீழ்ச்சிக்குப்பிறகு வங்காள மக்களுக்குக் கிடைத்த அமைதி என்பது, மயானத்தின் அமைதி. 1990-களில் பங்குச் சந்தைக் குமிழி வெடித்து அடங்கியபோது ஆயிரக்கணக்கான வேலை வாய்ப்புக்கள், எத்தனையோ பேரின் சேமிப்புக்கள் எல்லாம் மறைந்திருந்தன. 1770-களில் நடந்த கிழக்கிந்தியக் கம்பெனியின் சரிவால் லட்சக்கணக்கானவர்கள் உயிரையே இழந்திருந்தார்கள்.

கட்லர்ஸ் தோட்டம் இப்போது மறுபடி உயிர் பெற்றிருக்கிறது. அதன் சுவர்களில் வட்ட வடிவமான கல்வெட்டுக்கள் பதிக்கப் பட்டுள்ளன. அவை இந்த இடத்தின் பழைய பெருமையைப் பேசுகின்றன. நடுவில் ஒரு பெயரில்லாத கப்பல் நிற்கிறது. அதைச் சுற்றிலும், மேஸ்ஃபீல்டை பிரமிக்க வைத்த சரக்குகளின் பெயர்கள் பொறிக்கப்பட்டுள்ளன: பட்டு, தோல், தேயிலை, தந்தம், கம்பளம், மசாலாப் பொருள்கள், இறகுகள், பருத்தி. கல்வெட்டுகள் ஆடம்பரம் காட்டாமல் கச்சிதமாக அமைக்கப் பட்டிருக்கின்றன. ஆனால் அவை இந்த அரும்பெரும் பொருள் களுக்கு விலையாகக் கொடுக்கப்பட்ட மனித உயிர்களைப்பற்றி எதுவும் சொல்வதில்லை. உலகத்தை உலுக்கிய அந்த வீழ்ச்சியை யும் பற்றிப் பேசுவதில்லை.

230 வருடங்களுக்கு முன்னால் இந்த லண்டன் கிடங்குகளில் லட்சக்கணக்கான பவுண்டு தேயிலை விற்காமல் குவிந்து கிடந்தது. பிரிட்டனின் அமெரிக்கக் காலனிகள் தேயிலையைப் புறக்கணித்ததால் ஏற்பட்ட நிலை அது.

18-ம் நூற்றாண்டின் இறுதியில் நிலவிய உலகப் பொருளாதாரத்தில் அமெரிக்க விடுதலைப் போராளிகள், இங்கிலாந்து நாடாளுமன்ற உறுப்பினர்கள், இந்தியக் குடியானவர்கள் எல்லோரையும் ஒரே நேர்கோட்டில் இணைத்த லட்சியம் ஒன்றுதான்: இந்தக் காட்டு மிருகத்தை அடக்குவதற்கு நேரம் வந்துவிட்டது!

6

கம்பெனிக்குத் தேவை, சவுக்கு!

ஆடம் ஸ்மித்

கிழக்கிந்தியக் கம்பெனியின் சரிவின் பின்னணியை ஆர்வத்துடன் ஆராய்ச்சி செய்தவர்களில் ஆடம் ஸ்மித் ஒருவர். ஃபைஃப் துறைமுக நகரமாகிய கிர்க்கால்டியில் அவர் கடுமையாக உழைத்துக்கொண்டிருந்தார். உலகப் பொருளாதாரத்தின் மர்மங்கள்தான் அவருடைய ஆராய்ச்சிப் பொருள். அயர் வங்கி எதிர்பாராதவிதமாக விழுந்தபோது ஸ்மித்துக்கும் அதிர்ச்சி, ஸ்காட்லாந்து நிர்வாகத்துக்கும் அதிர்ச்சி.

வீழ்ச்சிக்குப் பிறகு 1772-ல் ஸ்மித்தின் நண்பரான தத்துவ அறிஞர் டேவிட் ஹ்யூம் அவருக்குக் கடிதம் எழுதினார்: 'இப்படி நடந்துவிட்டதே, இது உங்கள் பொருளாதாரக் கொள்கையைப் பாதித்திருக்கிறதா? இதற்கு நீங்கள் என்ன சொல்கிறீர்கள்? கற்பனைக் குதிரையைக் கொஞ்சம் ஓட விடுங்களேன்!'[1]

அப்போது ஸ்மித் 'தேசங்களின் செல்வம்' என்ற தனது மகத்தான புத்தகத்தை எழுதி முடிக்கும் தறுவாயில் இருந்தார். ஆனால் செப்டம்பரில் பணச் சந்தையில் நடந்த குழப்பங்கள் எல்லா வற்றையும் தாமதப்படுத்திவிட்டன என்று வில்லியம் பல்ட்டனேயிடம் ஒப்புக்கொண்டார். அவருடைய நண்பர்கள் சிலரை இந்தப் பொதுப் பிரச்னையிலிருந்து விடுவிப்பதிலேயே நேரம் ஓடிவிட்டது.

ஒரு வழியாக 'தேசங்களின் செல்வம்' மார்ச் 1776-ல் வெளியானது. 18-ம் நூற்றாண்டைச் சேர்ந்த புத்தகமானாலும் இன்றுவரை நவீனச் சிந்தனைகளைப் பாதிக்கும் மிகச் சில புத்தகங்களில் அது ஒன்றாக உள்ளது. அதில் ஸ்மித், வெளிப்படையாகத் தெரியும்

ஒரு தத்துவத்தை முன்வைக்கிறார். இயற்கையான சுதந்தரம் என்பதுதான் அது. 'சுதந்தரமான சந்தை இருந்தால்தான் மனிதனின் வாழ்க்கைத் தரம் முன்னேறும். ஒவ்வொருவருக்கும் தன் சுய முன்னேற்றத்தில் விருப்பம் இருக்கும். அது நிரந்தரமாக வேலை செய்யும் ஒரு நல்ல சக்தி. இறைச்சிக் கடைக்காரர், மதுக் கடை, ரொட்டிக் கடை வைத்திருப்பவர் எல்லோரும் நம்மீது இரக்கப்பட்டா சாப்பாடு போடுகிறார்கள்? அவரவர்கள் தன் சுய நன்மைக்காகத்தானே கடை நடத்துகிறார்கள்?' என்கிறார் ஸ்மித்.[2]

ஆனால் ஸ்மித்தின் பார்வை பொருளாதாரத்துடன் நின்றுவிடுவது அல்ல; இன்னும் பரந்த பார்வை அது. அவரைப் பொருத்தவரை, நம் கொடுக்கல் வாங்கல்கள் அனைத்திலும் நீதி தேவனின் சட்டங்களை மதிப்பதுதான் முக்கியம்.[3]

க்ளாஸ்கோ பல்கலைக்கழகத்தின் அறவியல் தத்துவத் துறையில் பேராசிரியராக இருந்த ஆடம் ஸ்மித், ஸ்காட்லாந்தின் ஒளி விளக்காகக் கருதப்படுபவர். செல்வம் சேர்ப்பதன் இயற்கை விதிகளை அவர் கண்டுபிடித்தது, ஒரு தத்துவம் என்ற அளவில் முடிந்துபோகும் சிந்தனை அல்ல; நல்ல சமூகத்துக்கு அது ஒரு திறவுகோல் என்றே அவர் நினைத்தார். அவர் கற்பனை செய்த உலகத்தில், ஒவ்வொருவரும் தத்தமது சொந்த நன்மையைப் பார்த்துக்கொண்டால் போதும்; மேலே இருந்து ஒரு வழிகாட்டிக் கரம் நம்மை நடத்திச் செல்லும். மொத்தச் சமூகத்துக்கும் நன்மை விளையும்.[4]

இப்படி ஒரு கட்டுக்கோப்பான தத்துவத்தை அமைத்துக் கொடுத்துவிட்டால் போதும்; இன்றைக்கு இருக்கும் வணிக விவகாரங்களைத் தாங்கிப் பிடித்துக்கொண்டிருக்கும் தூண்களையே தகர்த்துவிடலாம் என்று ஆடம் ஸ்மித் நம்பினார். ஆனால் அதைச் செய்யவிடாமல் இரண்டு சக்திகள் குறுக்கே வந்தன: ஒன்று, அரசாங்கம். மற்றது, கார்ப்பரேட் கம்பெனி!

அளவுக்கு மீறிய அதிகாரங்களைக் குவித்துவைத்திருக்கும் அரசாங்கமும் சரி, நிறுவனமும் சரி, ஸ்மித்தின் தாக்குதலுக்குத் தப்பவில்லை. அவருடைய 'தேசங்களின் செல்வம்' கருத்து களைத் தங்களுக்குச் சாதகமாக வளைத்துக்கொண்டு கார்ப்ப ரேஷன்தான் நல்லது என்று பலர் பேசுகிறார்கள். ஆனால்

ஸ்மித்தின் பொருளாதார சுதந்தரம் என்ற கனவில் கார்ப்பரேஷன்களுக்கு இடமில்லை. அவருக்கு, ஒட்டுமொத்த வணிக சமுதாயத்தின்மீதே பெரிய அவநம்பிக்கை! 'அவர்கள் எல்லாம் பொதுமக்களுக்கு எது நல்லதோ, அதைப் பற்றிக் கவலையே படாத கூட்டம். ஏமாற்று வேலை, அடக்குமுறை இதில்தான் அவர்கள் கவனமெல்லாம். அதை அடிக்கடிச் செய்தும் காட்டிவிடுகிறார்கள்' என்றார்.[5]

லாபம் என்பது பொருளாதாரத்தின் ஓர் அவசியமான பக்கம் என்பதை ஸ்மித் ஒப்புக்கொள்கிறார். ஆனால் 'இயல்பாகவே பணக்கார நாடுகளில் லாபம் குறைவாகக் கிடைக்கும்; ஏழை நாடுகளில் அதிகம் கிடைக்கும். படு வேகமாக நாசமாகிக் கொண்டிருக்கும் நாட்டில்தான் லாபம் மிக அதிகமாக இருக்கும்' என்கிறார். லாபம் நல்லது, அதிக லாபம்-அதிகம் நல்லது என்று பேசுபவர்களுக்குச் செவிட்டில் அறைந்த மாதிரி வார்த்தைகள்![6]

ஸ்மித் கார்ப்பரேஷன்களை வெறுத்தார். அது அறிவுபூர்வமான வெறுப்பு மட்டுமல்ல; தினம் பொழுது விடிந்தால் அவர்கள் செய்யும் தில்லுமுல்லுகளைப் பார்த்தே அவர் இந்த முடிவுக்கு வந்திருந்தார். இப்போது கிழக்கிந்தியக் கம்பெனியின் வீழ்ச்சியால் ஸ்மித்தின் வழக்குக்குக் கட்டுக் கட்டாக ஆதாரம் கிடைத்தது. 'தேசங்களின் செல்வம்' எழுதப்பட்ட நேரம் அப்படி. வெளி நாடுகளில் கம்பெனி செய்த ஆக்கிரமிப்புகள், உள் நாட்டில் செய்த சூதாட்டம் எல்லாம் பிரிட்டனின் பொதுமக்கள் கருத்தை மிகவும் ஆக்கிரமித்துக்கொண்டிருந்தன. எனவே ஸ்மித்தின் புத்தகத்தில் பக்கம் பக்கமாகக் கம்பெனி புராணம் இடம்பிடித்ததில் ஆச்சரியம் இல்லை.

ஸ்மித்துக்கு லண்டனின் அரசியல் வட்டாரங்களிலும் நல்ல தொடர்பு உண்டு. 1772-ல் கம்பெனியின் வீழ்ச்சியை விசாரிக்க அமைக்கப்பட்ட குழுவுக்கு அவர் பெயரும் பரிந்துரையில் இருந்தது. கம்பெனியின் எழுச்சி-வீழ்ச்சியில் அவர் காலத்தின் மிகப் பெரிய புதிர் ஒன்றுக்கு விடை இருக்கிறது என்று ஸ்மித்துக்குத் தோன்றியது: உலகத்தின் பொருளாதாரம் நாட்டு எல்லைகளைக் கடந்து ஒன்றாக இணைந்துகொண்டிருக்கிறது. இதனால் வரும் நன்மைகள் யார் யாருக்கு, எப்படிப் பங்கு பிரிகின்றன?

'அமெரிக்காவைக் கண்டுபிடித்தது, நன்னம்பிக்கை முனையைத் தாண்டி இந்தியாவுக்குப் பயணம் செய்தது - இவை இரண்டும் தான் மனித வரலாற்றில் பதிவு செய்யப்பட்டதிலேயே மகத்தான, முக்கியமான இரண்டு நிகழ்ச்சிகள்' என்றார் ஸ்மித்.[7] 'ஆனால் இந்த எதிர்பாராத வாய்ப்பை நாம் முழுதாகப் பயன் படுத்திக்கொள்ளவில்லை. இதற்கு இரண்டு காரணம்: காலனி ஆதிக்கம், கார்ப்பரேட் கம்பெனிகள். வணிகத்தில் கிடைத்த நன்மைகளை எல்லாம் தொலைப்பதுபோல் கிழக்கிந்தியா வுக்கும் மேற்கிந்தியாவுக்கும் வரிசையாகப் பல துரதிர்ஷ்டங்கள் நேர்ந்துவிட்டன. ஆசியாவில் இந்தத் தலைவலியைக் கொண்டு வந்தவர்கள் டச்சு, பிரிட்டிஷ் கிழக்கிந்தியக் கம்பெனிகள்தாம். இந்த ஏகபோகக் கம்பெனிகள் இரண்டும் சரியான பிள்ளைப் பூச்சிகள்!'[8]

வணிகத்தில் வெற்றி அடைவது என்பது, நுகர்வோரின் தேவைகளைப் பூர்த்தி செய்வதால் மட்டும் நடந்துவிடாது. அளவுக்கு மீறி லாபம் சம்பாதிக்கவேண்டும்; மார்க்கெட் வலிமையைப் பெருக்கிக்கொள்ளவேண்டும். அதுதான் முக்கியம். இதை மற்ற எல்லோருக்கும் முன்னாலேயே உணர்ந்து கொண்டார் ஸ்மித். 'மார்க்கெட்டை விரிவுபடுத்துவது, போட்டியைக் குறுக்குவது - இது இரண்டும்தான் இடைத் தரகர் களுக்கு நல்லது' என்கிறார் அவர். போட்டியை வெட்டுவதால் லாபம் இயற்கையான அளவைவிட அதிகமாகிறது. மக்கள்மீது அபத்தமான சுமை ஏறுகிறது.[9]

கம்பெனிகள் இடையில் அநியாயக் கூட்டணிகள் உருவாவது சந்தைப் பொருளாதாரத்தில் எப்போதுமே உள்ள அபாயம். ஸ்மித்தின் சிரஞ்சீவி வார்த்தைகள் இவை: 'ஒரே தொழிலில் இருப்பவர்கள் அபூர்வமாகத்தான் சந்திப்பார்கள். அப்படிச் சந்தித்தால் அவர்கள் பேச்செல்லாம் ஒரே ஒரு விஷயத்தைப் பற்றித்தான் இருக்கும்: பொதுமக்களை இன்னும் எப்படி யெல்லாம் ஏமாற்றலாம்? விலைகளை எப்படி ஏற்றலாம்?'[10]

கிழக்கிந்தியக் கம்பெனி கப்பல்களை வாடகைக்கு எடுக்கும் லட்சணம் பற்றி ஸ்மித் சரியாகக் கணித்திருக்கிறார். கப்பல் உரிமையாளர்களின் கூட்டுச் சதியால், கம்பெனி தன் தேவைக்கு மேற்பட்ட கப்பல்களை அளவுக்கு அதிகமான வாடகையில் எடுத்துவைத்திருந்தது. இதற்குக் காரணம், கப்பல் வைத்திருந்

தவர்களில் பலர் கம்பெனியில் இயக்குநர்களாகவும் இருந்தது தான்! இப்படி இரண்டு முரண்பட்ட பாத்திரங்களை யாரும் ஏற்கக்கூடாது என்று கம்பெனியின் சட்ட விதிகள் இருந்தன. அதையெல்லாம் யார் மதிக்கிறார்கள்?[11]

கிழக்கிந்தியக் கம்பெனி மாதிரி ஏகபோகக் கம்பெனிகள் உருவானதுதான் இதைவிட அபாயகரமான விஷயம். இதனால் ஒப்புக்குக்கூடப் போட்டி என்பதே இல்லாமல் போய்விட்டது. ஏகபோகக் கார்ப்பரேஷன்கள் இருக்கும் இடத்தில் மார்க்கெட் சக்திகள் தலை தூக்க முடியாது. போட்டி இருந்தால்தான் விலைகள் குறையும். சம்பளம், லாபம் எல்லாமே குறையும். ஆனால் ஏகபோகக் கார்ப்பரேஷன்கள் இதைத் தடுத்து விடுகின்றன.[12]

ஆசிய வர்த்தகத்தில் நடு நடுவே, மார்க்கெட் சுதந்தரமாகத் திறந்து விடப்பட்ட காலங்கள் உண்டு. நெதர்லாந்தில் 1595-க்கும் 1601-க்கும் இடையே அப்படி ஒரு நிலை இருந்தது. இங்கி லாந்தில் 1694 முதல் 1702 வரை திறந்த சந்தை இருந்தது. அப்போ தெல்லாம் உற்பத்தியாளர்களுக்கு அதிக விலை கிடைத்தது; நுகர்வோருக்கும் குறைந்த விலையில் பொருள்கள் கிடைத்தன. பொதுவாகவே சுபிட்சமான நாள்கள் அவை.

கம்பெனி மார்க்கெட்டைப் பிடித்துவைத்திருந்ததில் வெளிப்படை யாகத் தெரிந்த குறைகள் பல. ஸ்மித் அவற்றைப் பட்டியல் போடுகிறார். மற்ற ஆங்கில வியாபாரிகளைக் கிழக்கே போக விடாமல் கம்பெனி தடுத்து நிறுத்தியது. ஐரோப்பாவின் நுகர்வோருக்குத்தான் இதனால் நஷ்டம். கம்பெனி தன் ஏகபோக உரிமையை வைத்துக்கொண்டு சம்பாதித்த அநியாய லாப மெல்லாம் இங்கிலாந்து மக்கள் தலையில்தான் விடிந்தது. கம்பெனி செய்த தில்லுமுல்லுகள், தவறுகளால் விளைந்த பெருத்த நஷ்டத்தைச் சுமந்தவர்களும் அவர்கள்தான். ஓரளவுக்கு மேல் பெரிய கம்பெனியாக வளர்ந்துவிட்டால் இதெல்லாம் தவிர்க்க முடியாதது.[13]

கம்பெனி செய்த தவறுகள் எல்லாம் ஏதோ தெரியாத்தனமாக நடந்துவிட்டவை அல்ல. ஒரு நிறுவனம் அமைப்பில் சரியில்லை என்றால் இது நடந்தே தீரும்! கம்பெனியில் பொருளாதார அக்கிரமங்களும் நடந்தன; நிர்வாகமும் சீர்குலைந்துவிட்டது. இதற்கெல்லாம் காரணம், அதற்குக் கிடைத்த ஏகபோக உரிமை.[14]

ஸ்மித் கனவு கண்ட சுதந்தரமான பொருளாதாரம் என்பதே வேறு. அதில் வாடிக்கையாளரைத் திருப்திப்படுத்தாவிட்டால் ஒரு கம்பெனியால் பிழைப்பு நடத்த முடியாது. அவர்கள் சுலபமாக வேறு இடம் தேடிப் போய்விடுவார்கள். கிழக்கிந்தியக் கம்பெனி போன்ற ஏகபோகக் கார்ப்பரேஷனுக்கு அந்தக் கட்டுப்பாடு இல்லை. ஒழுங்காக நடந்துகொள்ளவேண்டுமே என்ற கவலை இல்லை. முளையிலேயே கிள்ளி எறியவேண்டிய பல விஷயங்களைக் கம்பெனி வளரவிட்டுக்கொண்டே போனது.

ஒரு வணிக நிறுவனம் என்ற அளவில் மட்டும் ஸ்மித் கம்பெனியைக் குறை கூறவில்லை. பிளாசிக்குப் பிறகு கம்பெனி, அரசியலிலும் புகுந்து கொடுங்கோல் ஆட்சி நடத்த ஆரம்பித்துவிட்டது. ஒரு பொதுப் பங்குக் கம்பெனியின் கையில் முடியரசுக்கே உரிய அதிகாரங்கள் போய்ச் சேர்ந்ததால் வந்த விசித்திரமான அபத்தம் இது. சில வியாபாரிகள் ஒன்றாகச் சேர்ந்து அரசாங்கத்தை நடத்துவது என்ற கருத்தே தவறானது. அவர்களால் வங்காளத்தின் இயல்பான வளர்ச்சி பாதிக்கப்பட்டது. எப்படியாவது கம்பெனிக்கு வேண்டியதை மட்டும் சுரண்டிக்கொண்டால் போதும் என்ற நிலைக்கு வந்தாயிற்று. இதனால் விளைந்த அலட்சியத்தைக் கண்டு ஸ்மித்துக்கு வெறுப்பு தாங்கவில்லை. நாட்டையே பூகம்பம் விழுங்கிக் கொண்டிருக்கும்போது கம்பெனி அதிகாரிகள் முடிந்தமட்டும் சுருட்டிக்கொண்டு வங்காளத்தைவிட்டு ஓட முற்பட்டார்கள்.[15] வங்காளப் பஞ்சத்தின் வடிவில் அந்தப் பூகம்பம் வந்தேவிட்டது!

விலங்கா, விடுதலையா?

கம்பெனியை ஒற்றை ஆளாக ஸ்மித் மட்டும் எதிர்க்கவில்லை. கிளைவுக்கு திவான் உரிமை கிடைத்தவுடனேயே பலர் கவலை தெரிவிக்க ஆரம்பித்துவிட்டார்கள். கம்பெனியின் சூழ்நிலையே இப்படி மாறிவிட்டதே! இதன் சமூக, அரசியல், தார்மிக விளைவுகள் எப்படி இருக்கப்போகின்றன? போகப் போகக் கம்பெனியின் நிர்வாகக் கோளாறுகள் வெளியே தெரிய ஆரம்பித்த போது இந்தக் கவலைகள் உரத்து ஒலிக்க ஆரம்பித்தன. முதலில் கொஞ்ச நாளைக்குப் பரவசம். பிறகுதான் பயங்கள் எழுந்தன. கம்பெனியின் பணமும் பலமும் பெருகுவதால் என்னென்ன அரசியல் மாற்றங்கள் நிகழுமோ?

அந்த வேளை அப்படிப்பட்டது. ஜார் மன்னர் ஆட்சியின் அழுகலைக் கண்டு அதிருப்தி பரவிக்கொண்டிருந்த நேரம். அந்தப் போராட்டத்தின் முதல் நாயகன் ஜான் வில்க்ஸ். மிடில்செக்ஸ் நாடாளுமன்ற உறுப்பினர். பிறகு ஜூனியஸ், வரிசையாகப் பல கடிதங்கள் எழுதிப் போராட்டத்தை முன்னே எடுத்துச் சென்றார். கம்பெனிக்கும் ஆளும் கூட்டத்துக்கும் இடையே அப்படி ஒரு அரசியல்-பணத் தொடர்பு இருந்தது. எனவே பழைய ஊழலின் மற்றொரு வடிவமாகத்தான் கம்பெனி காட்சி அளித்தது.

அரசியல்வாதிகளுக்கும் தனிப்பட்ட முறையில் பிரசாரம் செய்தவர்களுக்கும் ரோமன் குடியரசின் வரலாறு தெரியும். ரோமாபுரி, ஆசியாவில் புகுந்து மேற்கு அனடோலியாவைக் கைப்பற்றியது. அதில் கிடைத்த பொருள்களையெல்லாம் தன் ராஜியத்தின் பல்வேறு பழங்குடிகளின் சுதந்தர வேட்கையை நசுக்குவதற்கு உபயோகித்துக்கொண்டது. அதைப்போலவே கம்பெனி வங்காளத்தைப் பிடித்தால் இங்கிலாந்தில் கொடுங் கோல் ஆட்சிக்குப் பலம் கூடிவிடும் என்று சிலர் பயந்தார்கள். பிட் (பெரியவர்) 'ஆசியாவின் செல்வ மழை நம் தலைமீது பொழிகிறது. ஆனால் ஆசியாவின் சொகுசு மட்டுமில்லாமல் அவர்களின் ஆட்சித் தத்துவங்களும் வந்து தொலைத்து விட்டன!' என்றார்.

கம்பெனி ஒரு மாபெரும் இரண்டு தலை மிருகமாகிவிட்டது. ஒரு தலை லெடன்ஹால் வியாபாரி. மற்றொன்று ஆசிய சர்வாதிகாரி. 1767 ஏப்ரலில் ஜெண்டில்மன்ஸ் இதழ் 'இப்போது பிரச்னை கம்பெனிக்குக் கிடைத்துள்ள செல்வம் மட்டுமல்ல. இந்தத் தீவில் இனி இருக்கப்போவது சுதந்தரமா, அடிமைத் தனமா என்பதுதான்' என்று எழுதியது.[16]

முடியரசுக்கும் நாடாளுமன்றத்துக்கும் இடையில் அதிகாரம் தராசு பிடித்தாற்போல் நாசூக்காகத் தொங்கிக்கொண்டிருக்கிறது. கம்பெனியும் அதன் புதிய நவாபுகளும் வந்துவிட்டதால் அந்தச் சமன் கெட்டுப்போய், கார்ப்பரேட் ராஜ்ஜியம் வந்துவிடும் என்ற பயம் எழுந்தது. அதனுடன் அறவியல் கேள்விகளும் சேர்ந்து கொண்டன. கம்பெனி ஆட்சிக்காக எவ்வளவு மனித உயிர்களை விலையாகத் தரவேண்டி இருந்தது என்பது தெரிந்ததும் உண்மையான கோபம் பரவியது.

இதில் அரசியல் தத்துவங்கள் மட்டுமின்றி, பிற திரைமறைவுச் சக்திகளும் வேலை செய்தன. ஆளும் உயர் வர்க்கத்துக்கு, ஏதோ தனக்குத்தான் கொம்பு முளைத்திருக்கிறது என்ற எண்ணம். ராபர்ட் கிளைவ் போன்ற சாதாரண வியாபாரிகள் திடீரென்று வந்த காசை வைத்துக்கொண்டு அந்தஸ்து பெறுவதா? அவர்கள் நாடாளுமன்றத்துக்குள்ளேயே நுழைந்து நம் பக்கத்தில் வந்து உட்கார்ந்துவிடுகிறார்கள். ஊரில் பெரிய மாளிகைகளை வாங்கிப் போடுகிறார்கள்...

நகரத்தில் பழம் பெரும் அடிமை வியாபாரியான மேயர் வில்லியம் பெக்ஃபோர்டின் தலைமையில், கம்பெனியை எதிர்த்த வணிகர்களெல்லாம் ஒன்றுதிரண்டார்கள். பெக்ஃபோர்டு சுதந்தரமான வியாபாரம் தேவை என்ற பழைய போர்க் கொடியை உயர்த்தினார். கம்பெனியின் உரிமைப் பத்திரத்தை ரத்து செய்து எல்லோருக்கும் இந்தியாவின் கதவுகளைத் திறந்துவிட வேண்டும் என்று வாதாடினார்.

பிரிட்டனின் கலாசாரப் படைப்புகளிலும் திருவாளர் ஊழல் நவாப் என்பவர் ஒரு முக்கிய பாத்திரமாக உலா வர ஆரம்பித்தார். யார் எழுதியது என்பது தெரியவில்லை. 'ஆசிய சபையில் ஒரு விவாதம்' என்று ஒரு நையாண்டிப் படைப்பு. சுயநலப் புலிகளான கம்பெனியின் பங்குதாரர்கள், இயக்குநர்கள் போன்றவர்களை விமரிசிக்கும் புத்தகம் இது. சர் ஜேனஸ் குண்டன், ஷைலக் எருமை, காமாலைக் கழுதை, ஜூடாஸ் விஷம் என்றெல்லாம் பெயர் சூட்டிக் கிண்டல் அடிக்கிறது. அதில் மேதகு கழுகார் என்று தாக்கப்படுவது கிளைவ்தான் என்பது ஊரறிந்த ரகசியம்![17]

ஐந்து வருடத்தில் இந்த மாதிரிக் கருத்துகள் பரவலாக ஏற்கப்பட்டுவிட்டன. 1772-ல் சாமுவேல் ஃபூடி எழுதிய நவாப் என்ற நாடகம் ஹேமார்க்கெட் தியேட்டரில் நடந்தது. 1980-களில் கரில் சர்ச்சில் 'சீரியஸ் மணி' என்று அவர் காலத்துப் பணக்கார இளைஞர்களைத் தாக்கியதுபோலவே கிழக்கிந்தியக் கொள்ளையர்களைக் கிண்டல் செய்யும் நாடகம் இது. நாடகத்தில் சர் மாத்யூ மைட்தான் நவாப். தான் கொள்ளை அடித்த பணத்தை வைத்துக்கொண்டு பாரம்பரியமான குடும்பம் ஒன்றில் பெண் எடுக்க முயற்சிக்கிறார். பணம் கொடுத்து லஞ்சப்பட்டித் தொகுதி நாடாளுமன்ற உறுப்பினர் ஆகவும் முயற்சிக்கிறார்.

ஆனால் கடைசியில் அவருக்குக் கிடைப்பது தோல்விதான். 'இந்த நாடு லஞ்ச லாவண்யத்தில் ஊறியது என்று நீ நினைக்கலாம். ஆனால் தன்மானத்தையும் நேர்மையையும் துறந்து சம்பாதித்த பெருமைகள் யாருக்கு வேண்டும்? இதையெல்லாம் வெறுத்து ஒதுக்கும் உயர்ந்த ஆத்மாக்களும் இந்த நாட்டில் உண்டு' என்று சொல்லி அவரைத் திருப்பி அனுப்புகிறார்கள்.[18]

சாசனம் கிழிந்தது!

அரசாங்கத்தின் தலையீடு இல்லாமல் கிழக்கிந்தியக் கம்பெனி யால் வாழ முடியாது. அதன் உரிமைப் பத்திரத்தை அவ்வப்போது புதுப்பிக்காவிட்டால் கம்பெனி செத்துவிடும். அரசாங்கத் துக்கோ கம்பெனியிடமிருந்து தொடர்ந்து கிடைக்கும் வரு மானம் தேவை. அப்படியே மறைமுகமாகக் கம்பெனியை உபயோகித்து ஆசியாவில் தன் செல்வாக்கை நிலைநாட்டிக் கொள்ளலாம். இரண்டு தரப்புக்கும் உபயோகமான ஏற்பாடு.

ஆனால் பிளாசி இதைக் கலைத்துவிட்டது. கிளைவ் வென்றெடுத்த புதையலை அனுபவிக்கக் கம்பெனிக்கு என்ன உரிமை இருக்கிறது? ஒரு வணிக நிறுவனம் வெளி நாட்டு நிலப் பரப்பை ஆட்சி செய்ய முடியுமா? இவைபோன்ற அடிப்படை யான கேள்விகள் எழுந்தன. கம்பெனிக்கு திவான் உரிமை கிடைத்தபோது இந்த மாதிரிக் கேள்விகள் அவசரம் பெற்று, உடனடியாக விடை தேடவேண்டிய நிலை ஏற்பட்டது.

அடுத்த நூறு வருட காலம் அரசாங்கமும் கம்பெனியும் இந்த விநோதமான நிலைக்குத் தீர்வு காணப் போராடின. இதில் பல நடைமுறைச் சிக்கல்களும் சட்டச் சிக்கல்களும் இருந்தன. அரசாங்கம் தலையிட்டால் பல முனைகளில் சிக்கலை அவிழ்க்க வேண்டியிருக்கும். உள் நாட்டிலும் வெளி நாட்டிலும் கம்பெனியின் நிர்வாக அமைப்பில் உள்ள குறைகளைக் களைய வேண்டும். இந்திய வரவுசெலவைச் சரியாகப் பகிர்ந்துகொடுக்க வேண்டும். அதன் ஏகபோக உரிமையையும் கட்டுப்பாட்டுக்குள் வைத்திருக்கவேண்டும்.

இதில் பணம், அதிகாரம், கொள்கை எல்லாமே வகையாகச் சிக்கியிருந்தன. அரசியல் சட்டப்படி பிரிட்டிஷ் குடிமக்கள் வெளி நாட்டில் எங்கே, என்ன வெற்றிகள் பெற்றாலும் அதன் மீது பிரிட்டிஷ் அரசுக்கு உரிமை உண்டு. ஆனால் திவான் பதவி

என்பது ஒரு வெற்றி அல்ல. முகலாய மன்னர் கொடுத்த கொடை. வங்காளத்தில் பெயரளவுக்கு இறையாண்மை உள்ளவர் அவர்தான். கம்பெனி தனக்கு முடியரசர் கொடுத்த சாசனம் இருப்பதால், தன் உள் விவகாரங்களில் இங்கிலாந்து அரசாங்கம் தலையிட முடியாது என்று அறிவித்தது. சட்டப்படி உருவாக்கப்பட்ட ஒரு கார்ப்பரேஷனின் சொத்துகள்மீது அதற்கு மட்டுமே உரிமை உண்டு. அதை எந்த விதத்திலும் கட்டுப் படுத்துவது என்பது ஆபத்தான சட்டமீறல் ஆகிவிடும் என்று பலர் கவலைப்பட்டார்கள்.

நடைமுறையில் அதைவிட முக்கியமான கேள்வி ஒன்றும் இருந்தது. கிழக்கில் அதிகாரிகளை நியமனம் செய்யும் அதிகாரம் யாருக்கு? நாவில் நீர் ஊறவைக்கும் முக்கியமான அதிகாரம் அது! இந்தியாவில் கம்பெனி வேலைக்குச் சேர்ந்துவிட்டால் போதும். வளமான வாழ்க்கை உறுதி. எனவே கம்பெனி அதை விடாப் பிடியாகப் பிடித்துக்கொண்டிருந்தது. முடியரசோ, நாடாளு மன்றமோ, இரண்டில் யார் கையில் அந்த அதிகாரம் போய்ச் சேர்ந்துவிட்டாலும் பிரிட்டிஷ் அரசியலில் அவர்கள் கை ஓங்கிவிடும். இதனால் இரண்டு தரப்புமே உஷாராக இருந்தன.

இந்தக் காரணங்களால் கம்பெனியைச் சீர்திருத்துவதற்கு வருடக் கணக்காக முயற்சிகள் இழுத்துக்கொண்டே போயின. இந்தியாவில் நிர்வாகத்தைச் சரி செய்வதைவிட பிரிட்டனில் அதிகாரப் போட்டியைச் சமாளித்தாகவேண்டியிருந்தது. அதன் முடிவுகள் காலத்துக்கு ஒவ்வாதவையாகவும் நீதி நியாயம் குறைவுடையதாகவும் இருந்ததில் ஆச்சரியம் இல்லை.

அரசியல் சட்ட நுணுக்கங்களையெல்லாம் பிறகு பார்த்துக் கொள்வோம், முதலில் பணத் தட்டுப்பாட்டைச் சமாளிப்போம் என்று முடிவு செய்தார்கள். 1756 முதல் 1763 வரை நடந்த ஏழாண்டுப் போரில் பிரிட்டனுக்கு வெற்றி கிடைத்தாலும் கஜானா காலியாகியிருந்தது. திவான் உரிமை கிடைத்தது, கருவூலத்தை நிரப்புவதற்காகக் கடவுளே அனுப்பிய ஒரு செயல் என்று நினைத்தார் பிரதமர் வில்லியம் பிட் (பெரியவர்). இதைத் தெரிந்துகொண்ட இயக்குநர்கள் உடனே அரசாங்கத்துக்கு எதிராகக் காய் நகர்த்தினார்கள். நவம்பர் 1766-ல் ஒரு யோசனையை முன்வைத்தார்கள்: வெளி நாடுகளிலிருந்து வரும் எல்லாப் பணமும் - செலவு போக - அப்படியே மன்னரிடம்தான் போய்ச்

சேரவேண்டும். அதற்குபதிலாக, கம்பெனியின் சாசனம் 37 வருடங்களுக்கு நீட்டிக்கப்படும். வருடா வருடம் 15 சதவிகிதம் டிவிடெண்ட் தருவதற்கும் இனி தடையே இருக்கக்கூடாது.

ஆனால் கம்பெனியின் பங்குதாரர்கள் இதற்கு ஒப்புக்கொள்ள வில்லை. கம்பெனி வருமானம் எல்லாவற்றையும் தூக்கி நாட்டுக்குத் தந்துவிடுவதா? அடுத்த மே மாதம் வாக்கெடுப்பில் 12.5 சதவிகிதம் டிவிடெண்ட் தருவதாகத் தீர்மானிக்கப்பட்டது. திவான் பதவியிலிருந்து வரப்போகும் வருவாயில் ஒரு கணிசமான பகுதிக்கு இப்போதே துண்டு விரித்து வைத்தாயிற்று!

கோபமடைந்த நாடாளுமன்றம் சட்டென்று டிவிடெண்ட் மசோதாவை நிறைவேற்றியது. பேச்சு வார்த்தை ஒரு பக்கம் நடக்கட்டும். ஆனால் 10 சதவிகிதத்துக்குமேல் இனி டிவிடெண்ட் தர முடியாது.

கடைசியாக 1769-ல் ஓர் உடன்பாட்டுக்கு வந்தார்கள். அதீத லாப வரியாக அரசாங்கத்துக்குக் கம்பெனி வருடம் 4 லட்சம் பவுண்டு கொடுத்துவிடவேண்டும். அதற்குபதிலாகப் பங்குதாரர்களுக்கு 12.5 சதவிகிதம்வரை டிவிடெண்ட் கொடுக்க அனுமதி கிடைக்கும். ஆட்சி அதிகாரம் யாருக்கு என்ற கேள்வியைப் பின்னொரு நாள் பார்த்துக்கொள்ளலாம் என்று ஒத்திப்போடப்பட்டது. இந்தியாவை ஆட்சி செய்யும் பொறுப்பு நம் தலையில் விழுந்துவிடுமோ என்று மன்னருக்குத் தயக்கம்.

பிறகுதான் வங்காளக் குமிழி வெடித்தது! நிலைமை தலைகீழாக மாறியது. கம்பெனி இந்தியாவில் முறைகேடான நிர்வாகம் செய்தது என்ற பழி வந்து சேர்ந்தது. நாடாளுமன்ற உறுப்பினர்கள் பலரும் கம்பெனிப் பங்குகளை வாங்கியிருந்தவர்கள்தான். பங்கு விலைச் சரிவால் பாதிக்கப்பட்டவர்கள் சக்திவாய்ந்த ஓர் அணியாகத் திரண்டார்கள். வங்காளத்திலிருந்து வந்த செய்திகள் வேறு அவர்கள் கோபத்தை விசிறிவிட்டன.

இவர்களுக்குக் கொஞ்சம் இடம் கொடுத்தால் நம் உள் விவகாரங்களில் தலையிட ஆரம்பித்துவிடுவார்கள் என்று கம்பெனி பயந்தது. தானே முந்திக்கொண்டு நிலைமையைச் சரி செய்துவிடுகிறேன் என்று மூன்று மேற்பார்வையாளர்களை இந்தியாவுக்கு அனுப்பி வைத்தது. ஆனால் இந்தியாவுக்குப் போகும் வழியிலேயே அவர்கள் சென்ற அரோரா என்ற கப்பல்

விபத்துக்கு உள்ளானது. ஒருவருமே பிழைக்கவில்லை. இந்தத் தகவல் லண்டனை எட்டியவுடன், கம்பெனி இயக்குநர்கள் வாரன் ஹேஸ்டிங்ஸை வங்காள கவர்னராக நியமித்தார்கள். வருடம்: 1771.

கம்பெனி வெளி நாட்டில் உள்ள தன் அதிகாரிகளை அடக்கி வைக்கவேண்டும். அவ்வளவுதானே? அதற்குக் கம்பெனிக்குச் சில கூடுதல் அதிகாரங்கள் தேவை. சில விதிமுறைகளைத் திருத்தி எழுதினால் போதும் என்று கம்பெனி வேலை செய்ய ஆரம்பித்தது. ஆனால் இந்த மாதிரிக் கடைசி நேர முயற்சிகள் பலிக்கவில்லை. கம்பெனியாவது, தன்னைத் தானே சீர்திருத்திக் கொள்வதாவது? அதெல்லாம் நடக்காது என்று நாடாளுமன்றம் 1772-ல் சல்லிவனின் நீதி பரிபாலன மசோதாவைக் குப்பைக் கூடையில் போட்டது. அதற்கு பதிலாக ஜான் பர்காயன் தலைமையில் ஒரு தேர்ந்தெடுத்த குழுவை உருவாக்கியது. ஆக, செப்டம்பரில் கம்பெனி நொறுங்கியதற்கு முன்னாலேயே நாடாளுமன்றம் அதன் விவகாரங்களைக் குடைய ஆரம்பித்து விட்டது.

பேராசை கலைந்த கதை

பர்காயனை எல்லோருக்கும் தெரியும்; பின்னாளில் அமெரிக்க விடுதலைப் போரில் சாரடோகா யுத்தத்தில் தோற்றுப்போன தளபதி அவர்தான். தேர்வுக் குழுவின் தலைவர் பொறுப்பை ஏற்றுக்கொண்ட கையோடு வரிசையாகப் பல பெரிய மனிதர்களை சாட்சிக் கூண்டில் ஏற்றி விசாரித்தார். பிளாசியில் ஆரம்பித்து, கம்பெனி செய்ததற்கெல்லாம் விளக்கம் கேட்டார்.

கிளைவ் மட்டும் விசாரணைக் குழுவை அலட்சியப்படுத்தினார்; தான் தப்பே செய்யாத அப்பாவி என்று சாதித்தார். ‘அப்படியே நான் இரண்டொரு பரிசுகளைக் கை நீட்டி வாங்கியிருந்தால்தான் அதில் தவறு என்ன? கம்பெனியின் பணியில் என் உயிரையே பணயம் வைத்திருக்கிறேனே. நேர்மையான முறையில் கொஞ்சம் பணம் சம்பாதித்துக்கொண்டால் என்ன குறைந்து போய்விடும்? அதுவும் இயக்குநர்கள் மனமுவந்து அனுமதித்தால்தானே நடக்கும்?’[19]

பிறகு கிளைவ் தனது முன்னாள் எஜமானர்கள்மீது பாய்ந்தார். ‘வங்காளத்தைக் கைப்பற்றியது எவ்வளவு சவாலான விஷயம்...

இயக்குநர்கள் யாரும் அதற்குத் தயாராகவே இல்லை. வங்காளம் ஒரு திடமான, நிச்சயமான சாதனை என்று நினைக்காமல் அதுவும் மற்றொரு தென் கடல் குமிழி என்றுதான் நினைத்தார்கள். அவர்களுக்கு இன்றைய பொழுதைப் பற்றித்தான் கவலை. நாளை என்று ஒன்று இருப்பதையே மறந்துவிட்டார்கள்' என்று சாடினார்.[20]

நாடாளுமன்றத்தின் குளிர்காலக் கூட்டத் தொடரின்போது கம்பெனி நஷ்டத்தில் ஓடிக்கொண்டிருக்கிறது என்று எல்லோருக்கும் தெரிந்துபோய்விட்டது. இயக்குநர்கள் மறு படியும் ஒரு குழுவை அனுப்பி நிலைமையைச் சமாளிக்க முயன்றார்கள். (இதற்குத்தான் ஸ்மித்தின் பெயர் பரிந்துரைக்கப் பட்டது). ஆனால் காலம் கடந்துவிட்டது. கம்பெனியின் பெயர் சுத்தமாகக் கெட்டுப்போயிருந்தது.

பிரதமர் நார்த், தானே ஒரு ரகசியக் குழுவை அமைத்தார். அது உடனே தன் பலத்தைக் காட்டியது. கம்பெனி அமைத்த குழு இந்தியாவுக்குப் புறப்படக்கூடாது என்று சட்டம் போட முற்பட்டது. இப்போது தராசு முள் முற்றிலும் அரசாங்கத்தின் பக்கம் சாய்ந்துவிட்டது. அடுத்த மார்ச் மாதம் நாடாளு மன்றத்தில் பிரதமர் நார்த், 'இந்தியக் கம்பெனியின்மீது இந்த மன்றத்துக்குத்தான் முழு அதிகாரம் இருக்கிறது' என்று அறிவித்தார்.

புது வருடம் பிறந்தபோர்து கம்பெனியைக் கரை சேர்ப்பது எப்படி என்பது பற்றி ஆலோசனைகள் ஆரம்பித்தன. இயக்குநர் கள் தரப்பு முதல் காயை நகர்த்தியது. அரசாங்கம் எங்களுக்கு 15 லட்சம் பவுண்டு கடன் கொடுத்தால் போதும்; நாங்கள் மீதத்தைப் பார்த்துக்கொள்கிறோம் என்று நம்பிக்கையுடன் சொன்னார்கள். இதில் பாதி கடனை அடைத்தவுடன், மறுபடி டிவிடெண்ட் கொடுக்க ஆரம்பித்துக்கொள்கிறோம் என்றும் கேட்டார்கள்.

நாடாளுமன்றமோ விடாக்கண்டனாக இருந்தது. 15 லட்ச மெல்லாம் தர முடியாது; டிவிடெண்டை இன்னும் குறைக்க வேண்டும்; எந்த உதவியும் தேவையானால், இனிமேல் கம்பெனி ஒழுங்காக நடந்துகொள்வதற்கு உத்தரவாதம் தர வேண்டும் என்றெல்லாம் கெடுபிடி செய்தார்கள்.[21] மே மாதத்தில் பர்காயன் தன் விசாரணையை முடித்து அறிக்கையைச்

சமர்ப்பித்தார். அதன் முடிவு: 'பிளாசியில் கிளைவ் சம்பாதித்தது அனைத்தும் சட்ட விரோதமான பணம்!'

பர்காயனின் குழு உறுப்பினர்கள் இதை ஆதரித்துப் பலமாக வாதாடினார்கள். வில்லியம் மெரிடித் வங்காளத்தில் கம்பெனி நடத்திய கொடுங்கோல் ஆட்சியைக் கிழி கிழி என்று கிழித்து விட்டார். 'இந்த மாதிரி ஊர் உலகத்தில் எங்கேயாவது கேள்விப் பட்டதுண்டா? பேராசையே கொள்கையாக, வல்லடியே வழிமுறையாக ஓர் அரசாங்கத்தை நடத்தியிருக்கிறார்கள்' என்று முழங்கினார். அவருடைய வார்த்தைகள் அருவிமாதிரி வந்து விழுந்தன.

கம்பெனி கரும் பொந்துச் சம்பவத்தைச் சொல்லி அனுதாபம் தேட முயற்சித்தது. ஆனால் மெரிடித் அதே போன்று லண்டனில் நடந்த ஒரு சம்பவத்தைக் குறிப்பிட்டு 'நம் செயின்ட் மார்ட்டின் கட்டடத்தில்கூட இதேபோல நடக்கத்தானே செய்தது' என்று அதைத் தள்ளிவிட்டார்.[22]

மே 1773-ல் பொதுச் சபையில் பேசிய பர்காயன் 'இந்தச் சபைதான் நம் தேசத்தின் மரியாதையைக் காப்பாற்றி வருகிறது. நீதி வழங்குவது அதன் கடமை. எனவே எல்லாத் தீமைகளுக்கும் ஆரம்பமாக அமைந்த 1757 புரட்சிவரை தோண்டிப் பார்த்து நீதி வழங்கவேண்டும்' என்றார்.[23]

பர்காயன் கிளைவைத் தனியாகக் கவனித்துக்கொண்டார்: 'கிளைவ்தான் முக்கியத் தற்குறி என்று சொல்லாவிட்டாலும், முதல் தற்குறி அவர்தான். கம்பெனியில் மற்ற எல்லா அதிகாரிகளுக்கும் மோசமான முன் உதாரணமாகத் திகழ்ந்தார்.'

நாடாளுமன்றத்துக்கு வெளியிலும் பர்காயனின் தாக்குதலை வழிமொழிந்து பத்திரிகைகளும் துண்டுப் பிரசுரங்களும் பறந்தன. எல்லாமே கிளைவின் ஊழலைக் கண்டிப்பவை, நையாண்டி செய்பவை. ஒரு சித்திரத்தில் மூன்று இந்திய வியாபாரிகளின் ஆவிகள் நியாயம் கேட்டு வருகின்றன. கிளைவ் பயந்து பின்னே தாவுகிறார்!

மே 21 அன்று பர்காயன் தன் தீர்மானத்தை வாக்கெடுப்புக்கு விட்டார்: 'வெளி நாட்டு பூமியில் கிடைக்கும் எல்லா வெற்றிகளும் முடியரசுக்கே சொந்தம். இந்த மாதிரி கிடைத்த பொதுச் சொத்துகளைத் தனிப்பட்ட எவரும் தனக்காக வைத்துக்கொள்வது

குற்றமாகும்.' உண்மையில் கிளைவ் செய்தது இதே குற்றத்தைத் தான்.

ஆனால் முடிவு வேறு மாதிரி போய்விட்டது. கிளைவின் நண்பர்கள் தலையிட்டுப் பல திருத்தங்களைக் கொண்டுவந்தார்கள். தீர்மானத்தின் பல்லைப் பிடுங்கியமாதிரி ஆகிவிட்டது. அதோடு நிற்காமல் கிளைவின் மகத்தான, சிறப்பான சேவைக்காக அவரைப் பாராட்டும் தீர்மானம் ஒன்றையும் அதன்கூடவே கொண்டுவந்தார்கள். முதல் நாள் பகல் 3 மணிக்கு ஆரம்பித்து மறு நாள் மாலை 5 மணிவரை விவாதம் நடந்தது. கடைசியில் கிளைவ் கண்டனத்துக்கு ஆளாகாமல் தப்பித்துவிட்டார். ஆனால் கிளைவின் கௌரவம் போனது, போனதுதான்.

இதற்கு 18 மாதம் கழித்து ராபர்ட் கிளைவ் மர்மமான சூழ்நிலையில் இறந்துகிடந்தார். அவர் தற்கொலை செய்துகொண்டார் என்று பரவலாகப் பேசப்பட்டது. டாக்டர் ஜான்சன் 'கிளைவ் குற்றங்கள் செய்து பணம் சம்பாதித்தார். அவரது மனச்சாட்சியே அவரைக் குத்தியது. அதைப் பொறுக்கமுடியாமல் தன் கழுத்தைத் தானே அறுத்துக்கொண்டார்' என்கிறார்.[24]

அடுத்ததாகக் கம்பெனியின் பக்கம் கவனம் திரும்பியது. வங்காளத்தின் உண்மையான உரிமையாளர் யார் என்ற அரசியல் சட்டச் சிக்கலுக்குள் நார்த் புக விரும்பவில்லை. கம்பெனியின் ஏகபோக உரிமையிலும் கை வைக்கவேண்டாம் என்று முடிவு செய்தார். இந்தியாவின் கப்பத்தையெல்லாம் பிரிட்டனுக்குக் கொண்டுவரும் முக்கியப் பாதையே அதுதான் என்பதை அவர் உணர்ந்துவிட்டதே காரணம்.

கம்பெனிக்கு இப்போது அடிப்படையான சீர்திருத்த வைத்தியம் எதுவும் தேவையில்லை. சின்னச் சின்னதாக மூன்று சட்டங்கள் போடுவோம். கம்பெனியின் பொருளாதாரக் கஷ்டத்தை இப்போதைக்குத் தீர்க்க முடிந்தால் போதும். அதன் நடைமுறைகளில் மட்டும் கொஞ்சம் மாறுதல்கள் தேவை.

கம்பெனிக்கு அரசாங்கம் 14 லட்சம் பவுண்டு கடன் கொடுக்கும். அதற்கு முதல் நிபந்தனை, கடனை எல்லாம் அடைக்கிறவரை 6 சதவிகிதத்துக்குமேல் டிவிடெண்ட் கொடுக்கக்கூடாது. 1773-ன் ஒழுங்குமுறைச் சட்டம் என்ற கசப்பு மாத்திரையையும் கம்பெனி விழுங்கவேண்டி இருந்தது. உள் நாட்டிலும் வெளி நாட்டிலும்

கம்பெனியின் கார்ப்பரேட் சுதந்தரத்தைக் கடுமையாகக் கட்டுப்படுத்தும் சட்டம் இது.

கம்பெனியின் குழப்பங்களுக்கெல்லாம் காரணம், அதன் ஆளும் அமைப்பில் அளவுக்கு மீறிய ஜனநாயகம் இருந்ததுதான் என்று ஒரு கருத்து எழுந்தது. 1773 சட்டம் பங்குதாரர்களின் உரிமையை வெகுவாகக் குறுக்கியது. இனிமேல் கம்பெனியில் வாக்குரிமை பெறுவதற்கு 500 பவுண்டுக்குப் பங்கு வைத்திருந்தால் போதாது; குறைந்தது 1,000 பவுண்டு தேவை.

சட்டம் வந்த நேரத்தில் கம்பெனியின் பங்குதாரர்கள் மொத்தம் 2,153 பேர். அதில் 1,246 பேர் 500-க்கும் 1,000-க்கும் நடுவில் பங்கு வைத்திருந்தவர்கள். அத்தனை பேருக்கும் ஒரே அடியில் வாக்குரிமை பறி போய்விட்டது. 3,000 பவுண்டுக்குப் பங்கு இருந்தால் இரண்டு வாக்கு; 6,000 பவுண்டு இருந்தால் மூன்று வாக்கு; 10,000 இருந்தால் நான்கு வாக்கு என்று விதிமுறை வந்தது.

தங்கள் விருப்பப்படி புகுந்து விளையாடிக்கொண்டிருக்கும் பங்குதாரர்களைக் குறைத்தாலே போதும், குழப்பமெல்லாம் தீர்ந்துவிடும் என்று நார்த் அப்பாவித்தனமாக நம்பினார்! நிறைய சொத்து சுகம் வைத்திருப்பவர்கள் நேர்மையாக இருப்பார்கள் என்பது அவருடைய எதிர்பார்ப்பு.[25] அதற்கு மாறாக, உள்ளேயே சதிக் குழுக்கள் உருவாகவும் ஊழல் பெருகவும்தான் இந்தத் திட்டம் உதவியது. இந்தியாவிலிருந்து திரும்பிய ஒரு சில பணக்கார 'நவாபு'கள் கம்பெனியைத் தங்கள் பிடிக்குள் எடுத்துக் கொண்டுவிட்டார்கள்.

இயக்குநர்கள்மீது பங்குதாரர்களுக்கு இருந்த கட்டுப்பாடும் இந்தத் திட்டத்தால் தளர்ந்துவிட்டது. அதற்குமுன்பு வருடா வருடம் மொத்த இயக்குநர் குழுவுக்கும் தேர்தல் நடக்கும். இனி 24 இயக்குநர்களில் நான்கில் ஒரு பங்கினர் மட்டும் ஒவ்வொரு வருடமும் மாறுவார்கள். கம்பெனியின் தலைமை அடிக்கடி மாறாமல் கொஞ்ச காலத்துக்குத் தொடர்ந்தால் நல்லது என்ற எண்ணத்தில் செய்யப்பட்டது இது. ஆனால் இதன்பிறகு பங்கு தாரர்களுக்குப் பதில் சொல்லவேண்டிய அவசியம் இயக்குநர் களுக்குக் குறைந்துபோய்விட்டது. அவர்களைப் பொறுப்பாளி ஆக்குவதற்கு மாற்று ஏற்பாடு எதுவும் செய்யப்படவில்லை.

இந்தியாவிலும் கம்பெனி தன் மனம் போனபடியெல்லாம் செயல்பட முடியாமல் சட்டம் நெருக்கியது. கவர்னர் ஜெனரல்

என்ற புதிய பதவி உருவாக்கப்பட்டது. கவர்னர் ஜெனரல் கல்கத்தாவில் இருப்பார்; பம்பாய், மெட்ராஸ் இரண்டு பிராந்தியங்களும் அவருடைய அதிகாரத்தின்கீழ் வரும்.

கவர்னர் ஜெனரல் பதவிக்கு நல்ல சம்பளம். ஆண்டுக்கு 25,000 பவுண்டு. கிட்டதட்ட ஒரு வருடத்தில் சொந்த வியாபாரம் செய்து கிளைவ் சம்பாதித்த தொகை இது. வங்காளத்தில் அப்போது ஆளுநராக இருந்த வாரன் ஹேஸ்டிங்க்ஸையே முதல் கவர்னர் ஜெனரலாக நியமித்தார்கள். அவர் தலைமையில் 5 பேர் கொண்ட ஒரு மேற்பார்வைக் குழு உருவானது. அதில் 3 பேர் நாடாளுமன்றத்தால் நியமிக்கப்பட்டவர்கள். இந்தியாதான் கம்பெனியின் முக்கியமான கிளை; அங்கே முடிவுகள் எடுப்பதில் அரசாங்கத்துக்கே பெரும்பான்மை இருக்கவேண்டும் என்ற நினைப்பில் செய்த ஏற்பாடு இது. கொள்கை அளவில் இது சரி. ஆனால் நடைமுறையில் கம்பெனி ஆசாமிகளுக்கும் நாடாளுமன்ற நியமன உறுப்பினர்களுக்கும் சதா பனிப் போர் நடக்கத்தான் இது வழிவகுத்தது.

இது தவிர வங்காளத்தில் உச்ச நீதிமன்றம் ஒன்றும் உருவாக்கப்பட்டது. அங்கே வசிக்கும் பிரிட்டிஷ் குடிமக்களுக்கு நீதி வழங்குவதற்காகவே ஏற்படுத்தப்பட்டது. ஆனால் அதன் அதிகார வரம்புகள் தெளிவாக இல்லை.

கம்பெனியின் வணிக ரகசியங்களைக் காக்கும் உரிமையும் பறிபோனது. இந்தியாவிலிருந்து வரும் கம்பெனிக் கடிதங்களை இனி சட்டப்படியே அரசாங்கம் பிரித்துப் பார்க்க முடியும். பிறகு இந்தச் சட்டத்தை விரிவுபடுத்தி, இங்கிலாந்திலிருந்து போகும் கடிதங்களை நிறுத்தி வைக்கவும் அரசுக்கு அதிகாரம் கிடைத்தது.

இதற்கெல்லாம் கம்பெனி பலமாக எதிர்ப்பு தெரிவித்தது. இந்த மாதிரி புதுமை புரட்சி எல்லாம் தன்னுடைய அதிகாரப் பத்திரத்துக்கே முரணானது என்று வாதாடியது. இப்படியே விட்டால் லண்டன் நகரின் சுதந்தரமே அழிந்து போய்விடும் என்று அரற்றியது. ஆனால் எந்த மாற்றத்தையும் தடுத்து நிறுத்தும் நிலையில் கம்பெனி இல்லை. ஜெண்டில்மன்ஸ் இதழின் ஆசிரியர், 'இந்தச் சட்டத்தால் விரைவிலேயே நம் உலக மகா வணிக நிறுவனத்தின் செல்வமும் செல்வாக்கும் அரசாங்கத்தின் கைக்குப் போய்விடும்' என்றார்.[26]

டீ குடிக்காதீர்கள்![27]

கம்பெனியின் சங்கடங்கள் அத்துடன் ஓயவில்லை. நார்த் இயற்றிய மூன்றாவது சட்டம், 'தேயிலைச் சட்டம்' எனப் படுவது.

வரலாற்று ஆய்வாளர்கள் அனைவரும், 'இந்த அளவுக்கு மகத்தான விளைவுகளை ஏற்படுத்திய ஒரு சட்டம் நாடாளு மன்றத்தில் நிறைவேறி, யாரும் கவனிக்காமல் போனதாகச் சரித்திரமே கிடையாது' என்று ஒருமனதாக ஒப்புக்கொள் கிறார்கள்.[28]

சீனாவிலிருந்து வரும் தேயிலை நாளுக்கு நாள் முக்கியத்துவம் பெற்றுக்கொண்டிருந்தது. ஆனால் நடு நடுவே கம்பெனியின் வங்காளப் பிரச்னைகள் அதை மேகம்போல் மறைத்து விட்டன. இந்தப் புதிய பானம் 18-ம் நூற்றாண்டின் ஆரம்பத்தில் ஒரு லட்சம் பவுண்டு இறக்குமதி ஆனது. கம்பெனியின் மொத்த வியாபாரத்தில் இது ஒரு சதவிகிதம்தான். 1740-களின் இறுதியில் இது 25 லட்சம் பவுண்டாக உயர்ந்தது. 1760 முதல் 1767 வரை வருடத்துக்கு 40 லட்சம் பவுண்டாக இருந்தது.

கம்பெனி ஒரு பவுண்ட் தேயிலை ஒரு ஷில்லிங் என்ற விலையில் கான்ட்டனில் வாங்கும். லண்டனில் அதை ஏலம் போட்டால் போக்குவரத்துச் செலவு, அநியாய வரிகள் எல்லாம் போக 4 மடங்குக்கு மேல் லாபம். தேயிலைதான் கம்பெனிக்கு அதிகபட்ச லாபம் கொண்டுவந்த சரக்கு. மேற்கிந்தியத் தீவுகளில் அடிமைகளை உழைக்கவைத்து உற்பத்தி செய்த சர்க்கரையை, ஒரு கோப்பைத் தேநீருடன் கலந்து மாலை நேரத்தில் விழுங்கினால் அருமையான பானம்! பிரிட்டனின் வளர்ந்து கொண்டுவரும் நுகர்வோர் ராஜ்ஜியத்துக்குத் தேநீர்தான் சரியான உதாரணம்.

ஜவுளி மார்க்கெட்போலவே, கம்பெனியின் முக்கியமான தேயிலை மார்க்கெட்டும் பிரிட்டனுக்கு வெளியேதான் இருந் தது. குறிப்பாக அமெரிக்கா. கம்பெனியின் உரிமை சாசனம், ஆசியாவிலிருந்து வரும் இறக்குமதிகளுக்கு மட்டும்தான். அட்லாண்டிக் கடலைக் கடந்துபோய் அமெரிக்காவில் யார் வேண்டுமானாலும் வியாபாரம் செய்யலாம். வியாபாரிகள்

கம்பெனியின் காலாண்டு ஏலத்தில் தேயிலையை வாங்கிக் கொண்டுபோய் அமெரிக்காவில் மறு விற்பனை செய்தார்கள்.

1760 பிறந்தபோது அமெரிக்கா வருடத்துக்கு 10 லட்சம் பவுண்டு தேயிலையை விழுங்கிக்கொண்டிருந்தது. இதில் நான்கில் ஒரு பங்குதான் இங்கிலாந்திலிருந்து நேர் வழியில் வந்தது; மற்றதெல்லாம் கள்ளக் கடத்தல்! ஏனென்றால் பிரிட்டனில் வரிகள் அதிகம்.

இந்த முக்கியமான வியாபாரத்தில் ஏழாண்டுப் போருக்குப்பின் ஒரு பிரச்னை எழுந்துவிட்டது. பிரிட்டனின் முடியரசு, அமெரிக்கக் காலனிகளிலும் வரி வசூலிக்கத் தனக்கு உரிமை உண்டு என்று சொல்ல ஆரம்பித்தது. போரினால் வந்த பணத் தட்டுப்பாடுதான் காரணம். முன்பு கம்பெனியின் கல்லாப் பெட்டியில் அரசாங்கம் கை வைத்ததும் இதனால்தான். ராணுவச் செலவுகளில் காலனிகளும் பங்கேற்கவேண்டும் என்று 1765-ல் பத்திரப் பதிவுக் கட்டணத்தையும் அமெரிக்காவின்மீது சுமத்தியது.

அமெரிக்காவிலிருந்து உடனடியாகப் பதில் வந்தது. ஆத்திரமான பதில்! 'அரசியல் சட்டப்படி காலனிகள்மீது வரி விதிப்பதற்கு உங்களுக்கு என்ன அதிகாரம் இருக்கிறது?' இந்தக் கேள்வியை முன்வைத்து நாடு முழுவதும் புறக்கணிப்பு, கலவரம். ஒரு வருடம் பார்த்த அரசாங்கம், பிறகு சட்டத்தைத் திரும்பப் பெற்றது.

கம்பெனி இத்தனை நாளும் அமெரிக்காவுடன் வியாபாரத்தைப் பெருக்க முடியுமா என்று பார்த்துக்கொண்டுதான் இருந்தது. இதற்காக அது ஏறி இறங்காத படி இல்லை. 1767-ல் வங்காளத்தின் வருமானத்தில் அரசாங்கத்துக்குப் பங்கு தரும் ஒப்பந்தம் போட்டபோது, சந்தடி சாக்கில் அதில் இன்னொரு விதியையும் சேர்த்துவிட்டது: அமெரிக்காவுக்கு மறு ஏற்றுமதி செய்யும் தேயிலைக்கு, பிரிட்டனில் 5 வருடத்துக்கு சுங்க வரி கொடுக்கத் தேவையில்லை.

பிரிட்டனில் நுழையும்போது தேயிலைக்கு வரி நீங்கிவிட்டதால், இப்போது ஆம்ஸ்டர்டாமின் கள்ளக் கடத்தல்காரர்களுக்கு இணையாகவே விலையைக் குறைத்து விற்க முடிந்தது. அடுத்த 18 மாதத்துக்குள் நியூ யார்க்கில் முறைப்படி வந்து இறங்கிய

தேயிலையின் அளவு 42 சதவிகிதம் அதிகரித்தது. ஃபிலடெல்ஃபியாவில் 100 சதவிகிதம் அதிகரிப்பு.

ஆனால் அரசாங்கம் இந்தக் கையால் கொடுத்ததை அந்தக் கையால் எடுத்துக்கொண்டுவிட்டது!

சுங்க வரியை நீக்கிய கையோடு, கருவூலத் தலைவர் சார்லஸ் டௌன்செண்ட் புதிய வருவாய்ச் சட்டம் ஒன்றை இயற்றினார். இனிமேல் அமெரிக்காவுக்குள் வரும் கண்ணாடி, ஈயம், காகிதம், தேயிலை எல்லாவற்றுக்கும் அங்கே இறக்குமதி வரி கட்ட வேண்டும். ஆக, இங்கிலாந்தில் வந்து இறங்கும்போது தேயிலைக்கு வரி கேட்காமல், அட்லாண்டிக்குக்கு அந்தப் பக்கம் போய் வரியை வசூலிக்க ஆரம்பித்தார். கம்பெனிக்குக் கிடைத்திருந்த சுங்க வரிச் சலுகையால் ஒரு பயனும் இல்லாமல் போய் விட்டது.

மோசம். அமெரிக்கக் காலனிகள் டௌன்செண்ட் வரிக்கு எதிர்ப்புத் தெரிவித்தன. அவர்கள் முக்கியமாகக் குறி வைத்துத் தாக்கியது தேயிலை வரியைத்தான். கிழக்குக் கடற்கரை முழுவதும் 'டீ குடிக்காதீர்கள்!' என்று போராட்டம் ஆரம்பித்து விட்டது. அதற்குப் பதிலாக ரெட்ரூட் செடியிலிருந்து தயாரிக்கும் லாப்ரடோர் டீயையே குடியுங்கள் என்று பிரசாரம் செய்தார்கள். வரியை நீக்கும்வரை நாங்கள் டீயே குடிக்கப் போவதில்லை என்று பலர் சபதம் செய்தார்கள். 1768-ல் 8,69,000 பவுண்டாக இருந்த கம்பெனி தேயிலை இறக்குமதி, 1770-ல் 1,08,000 பவுண்டாகக் குறைந்துவிட்டது.

எங்கள் வியாபாரமே கெட்டுப்போகிறதே என்று பிரிட்டிஷ் வணிகர்கள் முறையிடவே, அரசாங்கம் மனம் இரங்கியது. 1770-ல் டௌன்செண்ட் வரி நீக்கப்பட்டது. ஆனால் கம்பெனி எவ்வளவு முயற்சித்தும் பிரதமர் நார்த் தேயிலைமீது விதித்த வரியைமட்டும் நீக்கவில்லை. 1771-73-க்கு இடையில் நியூயார்க்குக்கும் ஃபிலடெல்ஃபியாவுக்கும் மொத்தமே 1,000 பவுண்டுதான் ஏற்றுமதி ஆயிற்று.

கம்பெனிக்கு அடி மேல் அடி. 1769-ல் பங்கு விலை சரிவு; வங்காளத்தில் அதிகரித்துக்கொண்டே போகும் நிர்வாகக் கேடுகள். இவற்றிலிருந்து மீண்டு வருவதற்குள் அமெரிக்கக் காலனிகள் கம்பெனித் தேயிலையைப் புறக்கணித்தன. இதனால்

மொத்தம் 1.8 கோடி பவுண்டு தேயிலை விற்பனை ஆகாமல் லண்டன் கிடங்குகளில் தேங்கிப் போய்விட்டது.

இயக்குநர்கள் மறுபடி நாடாளுமன்றத்திடம் மன்றாடினார்கள். 'அதிகப்படியாக இருக்கும் தேயிலையை அட்லாண்டிக் கடல் தாண்டி விற்க உதவி செய்யுங்கள்.' இதன் விளைவாக மற்றொரு தேயிலைச் சட்டம் பிறந்தது. அது ஒரு புத்திசாலித்தனமான வேலை: கம்பெனி நேரடியாக அமெரிக்காவில் தேயிலை விற்க வகை செய்ததுடன், இங்கிலாந்தில் இறக்குமதி ஆகும் தேயிலைக்கு வரியையும் நீக்கியது. இடைத் தரகர்களை நீக்கி வரியையும் குறைத்துவிட்டதால், கடத்தல் தேயிலையைவிடக் குறைவான விலையில் கம்பெனி விற்க முடியும்; அப்போது அமெரிக்கர்கள் சிறிது டௌன்செண்ட் வரி கொடுக்கவேண்டி இருந்தாலும் பொருட்படுத்த மாட்டார்கள் என்பது அரசாங்கத்தின் எண்ணம்.

சில நாடாளுமன்ற உறுப்பினர்கள் எச்சரிக்கை மணி அடித்தார்கள். டௌன்செண்ட் வரியினால் அமெரிக்காவே கோபத்தில் இருக்கிறது என்று எடுத்துச் சொன்னார்கள். ஆனால் அரசு, தான் பிடித்த பிடியை விடவில்லை. 1773-ன் கோடை காலத்தில் கம்பெனி 4 முக்கியத் துறைமுகங்களான பாஸ்டன், சார்லெஸ்டன், நியூயார்க், ஃபிலடெல்ஃபியா ஆகியவற்றுக்கு 2,000 பெட்டி தேயிலையை அனுப்பத் திட்டமிட்டது.

பிரதமர் நார்த்தின் வியூகம் தவறானது. பெரும்பாலான டௌன்செண்ட் வரிகள் நீக்கப்பட்டபோது அமெரிக்காவின் தேயிலை எதிர்ப்பு வலுவிழக்க ஆரம்பித்திருந்தது. அந்த நேரத்தில் புதிய தேயிலைச் சட்டத்தைக் கொண்டுவந்ததால் நாடே மறுபடி வீறுகொண்டு எழுந்துவிட்டது. அநியாய வரிகளை மட்டுமில்லாது, இப்போது கார்ப்பரேட் ஆதிக்கத்தையும் சேர்த்து அவர்கள் எதிர்க்க ஆரம்பித்துவிட்டார்கள்.

அமெரிக்க சுதந்தரப் போராட்டக்காரர்களுக்கு சில பிரிட்டிஷ் வியாபாரிகளும் நிறைய உதவி செய்தார்கள். கம்பெனிக்குக் கிடைத்த புதிய சலுகைகளால் வியாபாரம் பாதிக்கப்பட்டவர்கள் அவர்கள். எனவே இங்கிலாந்தில் உள்ள அரசு எதிர்ப்பாளர்களிடமிருந்து அமெரிக்காவுக்குக் கடிதங்கள் பறந்தன: 'விடாதீர்கள், போராடுங்கள்!'[29]

அக்டோபரில் ஆரம்பித்து, 13 காலனிகளிலும் பத்திரிகைகள், துண்டுப் பிரசுரங்கள் எல்லாவற்றிலும் சரமாரியாக அலசல், ஆவேசம். 1773 அக்டோபர் 18 அன்று பாஸ்டன் ஈவினிங் போஸ்ட் பத்திரிகையில் நார்த்தின் திட்டத்தை எதிர்த்து 'ஓராங்கணி' என்பவர் ஒரு கட்டுரை எழுதியிருக்கிறார். 'மார்க்கெட்டில் நுழைவதற்காக ஆரம்பத்தில் இப்படித்தான் விலையைக் குறைத்து விற்பார்கள். ஆனால் வியாபாரம் சூடு பிடித்தபிறகு பாருங்கள்; இந்த ஏக போகவாதிகள் 'லாபம், லாபம்' என்று ஜபிக்க ஆரம்பித்து விடுவார்கள். பிறகு கண்டபடி விலை ஏறிவிடும்.'[30]

கம்பெனி இந்தியாவில் நடத்திய திருவிளையாடல்களெல்லாம் தெரிந்திருந்ததால், அமெரிக்காவில் அவர்களைக் கால் ஊன்ற விடக்கூடாது என்ற எண்ணம் பலமாக எழுந்தது. 'அலார்ம்' செய்தி மடலில் எழுதிய 'நாட்டுப்புறம்' என்பவர் 'அவர்களுக்கு நாட்டின் சட்டதிட்டம், மனிதர்களின் உரிமை, சுதந்தரம், வாழ்க்கை எதுவுமே ஒரு பொருட்டல்ல. கடந்த பல வருடங் களாக அவர்கள் ஆசியாவில் நடந்துகொண்ட விதம் போதுமே' என்கிறார். கிளைவ் வங்காளத்தைக் கைப்பற்றியதும் அதைத் தொடர்ந்து ஏற்பட்ட பஞ்சமும் அவருடைய பேனாவுக்குத் தீனியாயின: 'யுத்தம் நடத்தினார்கள். கலகம் தூண்டினார்கள். சட்டப்படி ஆட்சியில் அமர்ந்த இளவரசர்களை இறக்கி விட்டார்கள். லாபம் ஒன்றே குறியாக, பல லட்சம் பேர்களைக் காவு வாங்கினார்கள். பஞ்சத்தினால் ஒரே வருடத்தில் 15 லட்சம் பேர் உயிரை விட்டுவிட்டார்கள் என்று தெரிகிறது. பூமித் தாய் அவர்களுக்கு உணவு தராததால் அல்ல. கம்பெனியும் அதன் ஊழியர்களும் சேர்ந்து வாழ்க்கையின் அத்தியாவசியத் தேவை களின் விலையை ஏற்றிவிட்டு, ஏழை மக்களால் வாங்கவே முடியாதபடி செய்துவிட்டார்கள்' என்கிறார் 'நாட்டுப்புறம்'.[31]

கம்பெனிக்காகத் தேயிலை வியாபாரத்தில் ஈடுபடத் துணிபவர் களை மொட்டை அடித்துக் கரும்புள்ளி செம்புள்ளி குத்துவோம் என்று மிரட்டல் வெளியானதால், நியூ யார்க்கிலும் ஃபிலடெல்ஃபியாவிலும் இருந்த கம்பெனி அதிகாரிகள் பதவியை ராஜினாமா செய்தார்கள். ஆனால் பாஸ்டனில் நங்கூரம் பாய்ச்சிய மூன்று கப்பல்கள் மட்டும் திரும்பிப் போக மறுத்தன.

16 டிசம்பர் 1773. மொஹாக் இன செவ்விந்திய மக்கள்போல் வேடம் அணிந்து அமெரிக்கப் போராளிகள் கப்பலில்

ஏறிவிட்டார்கள். 90,000 பவுண்டு எடைகொண்ட தேயிலையைக் கைப்பற்றிக் கடலில் கொட்டினார்கள். அதன் மதிப்பு 9,659 பவுண்டு. பிரிட்டிஷ் அதிகாரிகள் உடனே பாஸ்டன் துறைமுகத்தை மூடிவிட்டார்கள். ஊர் மக்கள் கம்பெனிக்கு நஷ்டமான பணத்தைத் திருப்பிக் கொடுத்தால்தான் துறைமுகத்தை மறுபடி திறப்போம் என்றார்கள். ஆனால் பணம் திரும்ப வருவதாகக் காணோம்.

பாஸ்டனில் ஆரம்பித்த கலகம் 1775-ல் லெக்ஸிங்டனில் வெளிப் படையான புரட்சியாக வெடித்தது. வங்காளத்தில் புரட்சியைத் தொடங்கிவைத்த கம்பெனி, இப்போது தன்னையே அறியாமல் அமெரிக்காவிலும் ஒரு புரட்சிக்குக் காரணமாகிவிட்டது. 21-ம் நூற்றாண்டின் ஆரம்ப வருடங்களில் நின்றுகொண்டு இதைத் திரும்பிப் பார்க்கிறார் ஜேன் ஆன் மாரிஸ். 'கார்ப்பரேட் கம்பெனி களுக்கு எதிரான போராட்டத்துக்கு அன்றே ஒரு பலத்த சங்கொலிதான் பாஸ்டன் தேநீர் விருந்து. இந்த தேசத்தை உருவாக்கிய மனிதர்கள், கிழக்கிந்தியக் கம்பெனியின் கூட்டங் களில் ஓர் ஓரத்தில் உட்கார்ந்திருப்பதற்காக அவ்வளவு போராட் டங்களை நடத்தவில்லை. அவர்கள் செய்த புரட்சி, விடுதலைக் கான புரட்சி. கார்ப்பரேட், அரசாங்கம் அல்லது வேறு எந்தச் சக்திகள் அடக்குமுறையில் ஈடுபட்டாலும் அவற்றிலிருந்து விடுதலை பெறுவதற்காகத்தான் அவர்கள் போராடினார்கள்.'[32]

ராஃபேலின் போராட்டம்

கம்பெனிக்கு எதிராக எழுந்த அருவருப்பு அலை, வீசி ஓய்கிற நேரம். இன்னும் ஒரே ஒரு கணக்குத்தான் தீர்க்கவேண்டி இருந்தது. 'இந்திய விவகாரம் - ஒரு பார்வை' என்ற புத்தகத்தை வில்லியம் போல்ட்ஸ் 1772-ல் வெளியிட்டபோது அவருடைய முக்கிய மனக் குறை ஒன்றுதான்: கம்பெனியில் இருக்கின்ற விஷமிகள் ஒருவர்கூட நீதிக் கூண்டில் நின்று தண்டனை பெறவே இல்லை. 'பெருங்கடலுக்கு இந்தப் பக்கத்தில் உள்ள நிர்வாகத்துக்கு ஆண்மையே கிடையாது. இந்தியாவில் உள்ள அயோக்கியர்களில் ஒருவனைக்கூட ஐரோப்பாவுக்குக் கொண்டு வந்து தண்டிக்க வக்கில்லை' என்றார் போல்ட்ஸ்.[33]

இந்த விஷயத்தில் போல்ட்ஸ் தனிப்பட்ட முறையிலேயே அனுபவப்பட்டவர்! சுயநலம்-பொது நலத்துக்கு இடையே நடக்கும் போட்டிகளால் தரம் தாழ்ந்துவிட்ட ஒரு நீதிமன்ற

அமைப்பு, தன்னை வங்காளத்திலிருந்து அநியாயமாக வெளியேற்றிவிட்டது என்பது அவருக்கு மனக் குறை.

கம்பெனி, போல்ட்ஸைத் தூக்கி எறிந்ததுடன் திருப்தி அடையவில்லை. நல்ல வசதியுடன் இருந்த வேறு பல ஆர்மீனிய வியாபாரிகளுடனும் பிசினஸ் உறவைத் துண்டித்துக்கொண்டது. கிளைவுக்கு அடுத்து கவர்னர் பதவி ஏற்ற ஹாரி ஃபெரெல்ஸ்ட் அடுத்தடுத்துப் பலரைத் திட்டமிட்டுத் தாக்கினார். மார்ச் 1768-ல் கிரிகோர் கோஜாமால், மெல்கோம்ப் ஃபிலிப் இருவரையும் வாரணாசியில் கைது செய்தார். சில நாள் கழித்து ஃபைசாபாதில் ஜொஹானஸ் பாத்ரே ராஃபேல், வூஸ்கான் எஸ்தஃபான் ஆகியோரைச் சிறையில் தள்ளினார். பிறகு எல்லோரும் முர்ஷிதாபாதுக்குக் கொண்டுபோகப்பட்டனர். ஐந்து மாதம் சிறையில் இருந்தபிறகு எவ்விதக் குற்றச்சாட்டோ, விளக்கமோ கூறாமல் விடுதலை செய்யப்பட்டனர்.

அவர்கள் வெளியே வந்தபோது வர்த்தகச் சூழ்நிலையே தலைகீழாக மாறி இருந்தது! வங்காளத்தின் உள்ளூர் மார்க்கெட்டில் எந்த ஆர்மீனிய, ஆங்கிலேய, போர்த்துகீசிய வணிகர்களுக்கும் வியாபாரம் செய்ய அனுமதி இல்லை.

கைதான நான்கு பேரில் இருவர் அசாதாரணமான வேலை ஒன்றைச் செய்தார்கள். கோஜாமால், ராஃபேல் இருவரும் நியாயம் கேட்டு நேராக லண்டனுக்கே போனார்கள். ஏற்கெனவே கம்பெனிக்கு எதிராகப் பரவலான குற்றச்சாட்டுகள் இருந்தன. போல்ட்ஸ் வேறு கடுமையான விமரிசனம் செய்துகொண்டிருந்தார். இருந்தும் அதிலெல்லாம் கிடைக்காத விளம்பரம் இந்த இரண்டு பணக்கார வியாபாரிகளின் வழக்கால் கிடைத்தது.

ஆனால் அவர்கள் வேலை அத்தனை சுலபமாக இல்லை. முதலில் பிரிட்டிஷ் கோர்ட்டுகளுக்கு, இந்த வழக்கை விசாரிக்கத் தங்களுக்கு அதிகாரம் உள்ளதா என்பதே சந்தேகமாக இருந்தது. இரண்டாவதாக, ஃபெரெல்ஸ்ட் இந்தியாவில் செய்த குற்றத்தை ஆயிரக்கணக்கான மைல் தள்ளி இருக்கும் ஒரு கோர்ட்டில் நிரூபிக்கவேண்டிய சிக்கல்.

அபாரமான போராட்டம் அது. தீர்வு கிடைப்பதற்கு எட்டு வருடம் பிடித்தது.

1769 செப்டம்பரில் கோஜாமாலும் ராஃபேலும் முதலில் கம்பெனி இயக்குநர்களிடம்தான் மனு கொடுத்தார்கள். ‘கம்பெனி எங்களைக் குரூரமாக, மனிதாபிமானமே இல்லாமல் நடத்தியது. ஃபெரெல்ஸ்ட் தன் மனம் போனபடி சட்டம் போட்டதால் எங்கள் சொந்த நாட்டுடனே நாங்கள் வியாபாரம் செய்யும் சுதந்தரம் மறுக்கப்பட்டது. மிக மோசமான பழைய நவாபுகள் காலத்தில்கூட இப்படி நடந்ததில்லை’ என்றார்கள்.[34] ஆனால் கம்பெனி இதைக் காதில் போட்டுக்கொள்ளவே இல்லை.

இருவரும் ஃபெரெல்ஸ்ட்டுக்கு எதிராக ஜூலை 1770-ல் வழக்குத் தொடர்ந்தார்கள். பிரிட்டிஷ் சட்டத்தின் சந்து பொந்துகள் வழியாக ஒரு நீண்ட பயணம் ஆரம்பித்தது. கடைசியாக டிசம்பர் 1774-ல் கில்டுஹாலில் நடுவர்கள்முன் வழக்கு வந்தது. ஃபெரெல்ஸ்ட், ராஃபேலை பொய்க் குற்றச்சாட்டில் சிறை செய்தார்; அதனால் அவர் வழக்குச் செலவுடன் 5,000 பவுண்டு அபராதம் செலுத்த வேண்டும் என்றும் தீர்ப்பு வந்தது.

ஃபெரெல்ஸ்ட் ஆத்திரத்துடன் மறு விசாரணை கோரினார். ஆனால் அவரால் முடிவைச் சற்று ஒத்திப்போடத்தான் முடிந்ததே தவிர, தவிர்க்க முடியவில்லை. அபராதத் தொகை மட்டும் 1,000 பவுண்டாகக் குறைக்கப்பட்டது.

கோஜாமால் தொடர்ந்த வழக்கிலும் அவருக்கே வெற்றி. அவருடைய நஷ்ட ஈடு 3,200 பவுண்டு. ஜூலை 1777-ல் ஹூஸ்கான் எஸ்தஃபானுக்கு இன்னொரு 2,500 பவுண்டு நஷ்ட ஈட்டுடன் வழக்குகள் முடிவுக்கு வந்தன. மொத்தத்தில் ஃபெரெல்ஸ்ட் 9,700 பவுண்டு அபராதம் கட்டவேண்டியிருந்தது. 2003-ம் ஆண்டு மதிப்பில் இது 8 லட்சம் பவுண்டுக்குமேலேயே இருக்கும். இது தவிர அவருடைய வழக்குச் செலவு, முரட்டுச் செலவாக இருந்தது. ஆர்மீனியர்களின் வக்கீல் செலவும் அவர் தலைமீது விழுந்தது.[35]

பிரிட்டிஷ் நீதி அமைப்பைப் பாராட்டத்தான் வேண்டும். அடுத்தடுத்து வந்த நீதிபதிகளும் சரி, நடுவர்களும் சரி, தங்கள் நாடு, இனம் போன்றவற்றை எல்லாம் ஒதுக்கி வைத்துவிட்டு ஃபெரல்ஸ்ட் குற்றவாளிதான் என்று தீர்ப்பு வழங்கினார்கள். அடக்குமுறை, பொய்யாகச் சிறை செய்தது, அளவுக்கு அதிகமான நஷ்டம் ஏற்படுத்தியது ஆகிய எல்லாக் குற்றங்களும் நிரூபிக்கப் பட்டன.[36] ஃபெரல்ஸ்ட்டின் ஆடம்பரமான கம்பெனிப் பதவி

பறிபோனது. தன் கடைசிக் காலத்தில் கடன்காரர்களிடமிருந்து தப்பி ஓடி, ஒளிந்து வாழ்ந்து முடித்தார்.[37]

கார்ப்பரேட் கம்பெனிகள் ஆயிரக்கணக்கான மைலுக்கு அப்பால் தில்லுமுல்லு செய்தாலும் அதற்கு அவர்கள் பொறுப்பு ஏற்கத்தான் வேண்டும் என்ற தத்துவம் 1770-களில் லண்டனில் நிலை நாட்டப்பட்டது. இப்போதெல்லாம் கார்ப்பரேஷன் களுக்கு எதிராகக் கடல் தாண்டி வழக்குகள் போடுவது அதிகரித் துள்ளது. இது நியாயமில்லை என்று இன்றைய தொழில் முனைவர்கள் பலர் நினைக்கிறார்கள். ஆனால் ஃபெரெல்ஸ்ட்டின் வழக்கு ஒரு சக்திவாய்ந்த முன் உதாரணம். இன்றைக்கு நாம் மனித உரிமை மீறல் என்று சொல்கிறோமே, அந்தக் குற்றத்துக் காக 200 வருடம் முன்னரே வழக்கு நடந்திருக்கிறது. உலகின் முதல் பன்னாட்டுக் கம்பெனியின் பெரிய அதிகாரி ஒருவர் விசாரிக்கப்பட்டுத் தண்டனையும் பெற்றிருக்கிறார்.

முன் உதாரணமான வழக்குதான்; ஆனால் நடைமுறையில் இதற்கு அவ்வளவாகப் பலன் இல்லை. பாதிக்கப்பட்ட பலருக்கும் இங்கிலாந்துவரை சென்று நீதி கேட்பதற்கு வசதியோ, உறுதியோ இருக்காதே?

கொஞ்ச நாளைக்கு நல்ல பையன்!

ஆடம் ஸ்மித்துக்குக் கார்ப்பரேஷன்கள்மீது இருந்த வெறுப்புக்கு சற்றும் குறையாதது, காலனி ஆதிக்கத்தின்மீது அவர் கொண்ட வெறுப்பு. 'ஆதிக்கம் செலுத்துவோருக்கும் தண்டச் செலவு, அடிமைப்பட்டோருக்கும் அடக்குமுறைதான் கண்ட பலன். இதுவரை ஒரு நாடாவது தானே முன்வந்து காலனிகளை விட்டுக் கொடுத்திருக்கிறதா? அது அவர்களுக்குக் கௌரவப் பிரச்னை' என்பார்.[38] 'அமெரிக்காவில் போர் மூண்டது ஒரு மிகப் பெரிய சந்தர்ப்பம். அதை இழந்துவிட்டோம். அங்கே எல்லோரும் பங்கு பெறும் ஓர் அரசாங்கத்தை அமைத்திருக்கலாம். அவர் களுடன் புத்திசாலித்தனமாக அட்லாண்டிக் கூட்டணி என்று ஏற்படுத்தி நேர்மையாக வியாபாரம் செய்திருந்தால், எல்லோருக்கும் நல்லதாக இருந்திருக்கும்' என்கிறார் ஸ்மித்.

'தேசங்களின் செல்வம்' வெளியானதற்கு 4 மாதம் கழித்து, 13 காலனிகள் சுதந்தரப் பிரகடனம் செய்தன. அதைத் தொடர்ந்து 7

வருடம் கடும் போர் நடந்தது. 1783-ல் அமெரிக்கப் போர் முடிவுக்கு வர ஆரம்பித்தபோது, ஸ்மித் தன்னுடைய உன்னதப் படைப்பின் மூன்றாம் பதிப்புக்காக வேலை செய்துகொண்டிருந்தார்.

சீர்திருத்தச் சட்டம் வந்து கொஞ்ச காலத்துக்கு ஒழுங்காக நடந்துகொண்ட கம்பெனி, சீக்கிரமே பெரிய துன்பத்தில் ஆழ்ந்தது. கம்பெனி விவகாரங்களில் பொதுமக்களுக்கும் அரசியல்வாதிகளுக்கும் மறுபடி சுவாரசியம் தட்ட ஆரம்பித்தது. எனவே ஸ்மித் தன் புத்தகத்தில் மற்றொரு புதிய பகுதியைச் சேர்க்கப்போகிறேன் என்று பதிப்பாளர் வில்லியம் ஸ்ட்ராஹானுக்கு மே 1783-ல் கடிதம் எழுதினார். அதன் மையக் கருத்தாக, அநேகமாக ஏகபோக சாசனம் வாங்கிய கம்பெனிகள் எல்லாமே அபத்தமான நாச வேலையைத்தான் செய்தன என்று அம்பலப்படுத்தப்போவதாகக் கூறினார்.[39]

இந்த எதிர் வேட்டு, புதிய பதிப்பின் கடைசித் தொகுதியில் இடம் பெற்றது. வணிகத்தின் ஒவ்வொரு துறையையும் ஒழுங்குபடுத்து வதற்கு என்ன மாதிரி பொதுநலப் பணிகளும் நிறுவனங்களும் தேவை என்பதை விவரிக்கிறது இந்தப் பகுதி. ஆனால் பொதுப் பங்குக் கம்பெனி என்ற அமைப்பே குறைபட்டது என்பது அவர் எண்ணம். கார்ப்பரேஷன் நிறுவனத்தில் உடைமையும் நிர்வாக மும் தனித்தனியாக இருப்பதால் ஆபத்தான சூதாட்டங்கள் நுழைந்துவிடும். ஒருவருடைய பொறுப்பு, அவர் செய்த முதலீட்டின் அளவோடு முடிந்துவிடுவதே காரணம்.

கிழக்கிந்தியக் கம்பெனியின் முதலீட்டாளர்களுக்கு நியமன விஷயத்தில் சில சலுகைகள் கிடைக்கும். நேரடியாக இந்தியா வில் கொள்ளையடிக்க முடியாவிட்டாலும் கொள்ளைக்காரர் களை நியமிக்கும் உரிமை அது.[40]

உடைமையும் பொறுப்பும் ஒருவரிடமே இருந்தால் உடம்பில் ஒரு கவலை இருக்கும்; சொத்துகள்மீது எப்போதும் ஒரு கண் வைத்திருப்பார்கள். யாரோ ஒருவருடைய சொத்து என்றால் கார்ப்பரேட் அதிகாரிகள் அதே கவனத்துடன் இருப்பார்களா என்ன? அந்த மாதிரி கம்பெனியில் அலட்சியமும் தாம்தூம் செலவும்தான் ஆட்சி செய்யும்.[41] போதாக்குறைக்கு கம்பெனிக்கு ஏகபோக உரிமை வேறு. இதனால் உற்பத்தியாளர், வாடிக்கை யாளர் இருவருக்குமே நஷ்டம்.

இந்தியாவுடன் வியாபாரம் தொடங்கிய ஆரம்ப நாள்களில் கொஞ்ச காலத்துக்கு, கம்பெனிக்கு ஏகபோக உரிமை இருந்திருக்கலாம்; அதில் தவறில்லை என்று ஸ்மித் ஒப்புக்கொள்கிறார். ஆனால் விரைவிலேயே அதன் பயன்பாடு முடிந்துபோய் விட்டது. பிறகு அதிகாரிகள் கையில் சிக்கி அலட்சியம், ஆடம்பரம், கையாடல் இவற்றுக்குத்தான் வழிவகுத்தது.[42] பங்குதாரர்கள் தாங்களாகவே கண்ணியமும் கட்டுப்பாடுமாக நடப்பார்கள் என்று எதிர்பார்க்க முடியாது.

இந்த மாதிரி பெரிய வியாதிகளுக்கு ஸ்மித்தின் வைத்தியம் ஒன்றுதான்: கம்பெனிக்கு, இந்தியாவில் உள்ள அதன் உடைமைகளை ஆள்வதற்கான தகுதியே இல்லை என்பதை ஒப்புக்கொள்வது. இந்தியா - இங்கிலாந்து வியாபாரத்தை எல்லோருக்கும் விரியத் திறந்து விட்டுவிடுவது. வங்கி, காப்பீடு போன்ற துறைகளிலோ அல்லது தண்ணீர் விநியோகம், கால்வாய் பராமரிப்பு போன்ற பொதுத் திட்டங்களுக்கு மட்டும்தான் கூட்டுப் பங்குக் கம்பெனிகள் இருக்கலாம் என்பது அவர் வாதம்.

கனவு உலகத்தின் நிஜம்

ஸ்மித் எழுதி வைத்துவிட்டுப் போயிருப்பதை இப்போது எடுத்துப் படித்தால் அதிர்ச்சி ஏற்படுகிறது. கார்ப்பரேஷன்கள் பற்றி அவ்வளவு ஆழமாக, தீவிரமாக விமரிசனம் செய்திருக்கிறார் அவர். இன்று அவ்வளவும் ஒரேயடியாக அமுக்கப்பட்டு விட்டது. இன்றைய புதிய தாராளமயவாதிகள் ஆடம் ஸ்மித்தைப் பற்றிப் பேசுவதைக் கவனியுங்கள்: ஸ்மித்துக்கு கார்ப்பரேஷன்கள்மீது இருந்த சந்தேகம், அவர்களின் ஏகபோக வெறி, கார்ப்பரேட் ஆட்சி அமைப்பில் உள்ள அடிப்படைக் கோளாறுகள் - இப்படி எதையுமே அவர்கள் பேச்சில் காண முடியாது! ஸ்மித் சொன்ன சுதந்தரமான வர்த்தகம் என்பதை மட்டுமே டமாரம் அடிக்கிறார்களே தவிர, அதற்கு ஒரே வழி கார்ப்பரேட் அதிகாரத்தைத் தலையில் தட்டி அடக்கி வைப்பது தான் என்பதை வசதியாக மறைத்துவிடுகிறார்கள்.

ஸ்மித் சுதந்தரமான மார்க்கெட்டில் நம்பிக்கை உள்ளவர்தான். ஆனால் உலகத்தை சுதந்தரமான கார்ப்பரேஷன்களின் கையில் ஒப்படைத்துவிடுவதல்ல அவர் கனவு. 1721 குமிழிச் சட்டத்தில் பங்குக் கம்பெனிகள்மீது விதிக்கப்பட்ட தடைகளை அவர்

பலமாக ஆதரித்தார். 'தேசங்களின் செல்வம்' வெளியாகி, ஏறக்குறைய ஒரு நூற்றாண்டுக்குப்பிறகுதான் பிரிட்டனில் இந்தக் கட்டுப்பாடுகள் நீங்கின.

அட்லாண்டிக்கின் அக்கரையில் என்ன நிலைமை? புதிதாகச் சுதந்தரம் வாங்கிய அமெரிக்க ஐக்கிய நாடுகளிலும் கார்ப்ப ரேஷன்களின் பங்கு மிகவும் சிறியதாகத்தான் இருந்தது. புதிய குடியரசில் கார்ப்பரேஷன்கள் திமிற முடியாமல் பல கட்டுப்பாடு கள் விதிக்கப்பட்டன. கிழக்கிந்தியக் கம்பெனியின் லீலைகள் மக்கள் மனத்தில் அந்த அளவுக்குப் பசுமையாக இருந்ததுதான் காரணம்!

அமெரிக்கக் கம்பெனிகளின் உரிமைப் பத்திரம் குறுகிய காலத்துக்குத்தான் செல்லுபடி ஆகும். ஒழுங்காக நடந்து கொள்ளவில்லை என்றால் எந்த நேரமும் பத்திரம் ரத்தாகி விடும். அதைவிட முக்கியமாகக் கவனிக்கவேண்டியது: அமெரிக்க அரசியல் அமைப்புச் சட்டத்தை எழுதியவர்கள் கார்ப்பரேஷன்களைப் பற்றி எங்குமே குறிப்பிடவில்லை. குடியரசில் அவற்றுக்கு ஒன்றும் பெரிய முக்கியத்துவம் இருக்கப்போவதில்லை என்றே அவர்கள் நினைத்திருக்க வேண்டும்.[43]

பிறகு வந்த அமெரிக்க ஜனாதிபதிகளில் தாமஸ் ஜெஃபர்சனைக் குறிப்பிட்டுச் சொல்லலாம். பொருளாதார சக்திகள் ஒரே இடத் தில் குவிந்துவிடக்கூடாது என்பதற்காக ஓயாமல் உழைத்தவர் அவர். 1816-ல் ஜெஃபர்சன் 'பணம் கொழுத்த கார்ப்பரேஷன்கள் நம்முடைய அரசாங்கத்துக்கே சவால் விட்டு ஒரு பலப் பரீட்சையில் இறங்கி இருக்கின்றன. நாட்டின் சட்டங்களை எதிர்த்து நிற்கின்றன. இந்த மாதிரி மேட்டுக்குடி ஆதிக்கத்தை முளையிலேயே கிள்ளி எறிவோம் என்ற நம்பிக்கை எனக்கு இருக்கிறது' என்றார்.

சமீபத்தில் ஜான் கென்னத் கால்ப்ரெய்த், 'ஸ்மித் மட்டும் இப்போது பூமிக்குத் திரும்பிவந்தால் அதிர்ந்து போய்விடுவார். அமெரிக்காபோலவே உலகம் முழுவதும் ஆயிரம் கார்ப்ப ரேஷன்கள். தொழில், வணிகம், நிதி எல்லாமே அவர்கள் சட்டைப் பையில். கட்டுப்பாடு முழுவதும் கூலிக்கு வேலை செய்யும் அதிகாரிகள் கையில்' என்றார்.[44]

கார்ப்பரேட் கம்பெனிகளின் அத்துமீறல்களை வேர் - விழுது வரைக்கும் ஆழமாக அலசியவர் ஸ்மித். ஆனால் ஏதோ ஒரு கண்ணுக்குத் தெரியாத சக்தி எல்லாவற்றையும் நடத்திச் செல்லும் என்று அவருக்கு ஒரு நம்பிக்கை. தன்னுடைய மார்க்கெட் சக்திகளே ஒரு நாள் அநீதிக்குக் காரணமாகிவிடும், நிலைத்தன்மையைக் கெடுத்துவிடும் என்பதை அவர் பார்க்கத் தவறிவிட்டார்.

இன்றைய பொருளாதார வல்லுநர்களைக் கேட்டால் 'கபளீகரம்' என்று ஒரு தத்துவம் சொல்வார்கள். அதாவது, சந்தைகள் எல்லோருக்கும் பொதுவாக இருக்கவேண்டிய வளங்களை உறிஞ்சிக்கொள்ளவே முற்படும். இரண்டாவதாக, சந்தைகள் அவ்வப்போது தலை நிமிரும், இடையிடையே விழுந்துவிடும். ஸ்மித்துக்கு தெய்வாதீனமான செயல்களில் நம்பிக்கை இருந்ததால் அவர் இந்த இரண்டையும் கணக்கில் எடுத்துக்கொள்ளவில்லை. வணிகப் போக்குகளை அவர் கண்டித்தாலும் அதற்காக சந்தையின் சுதந்தரத்தைக் கட்டுப்படுத்தத் தேவையில்லை என்றே நினைத்தார்.

தொழிற்புரட்சி மலர்ந்தது. சுயநலனைக் கட்டுப்படுத்துவதற்கு தார்மீக நெறிகள் மட்டும் போதும் என்று ஸ்மித் நினைத்தது தவறாகிப்போனது. பணியிடத்தில் நடக்கும் உரிமைமீறல்கள் அதிர்ச்சி அளித்தன. சுற்றுச் சூழல் ஈவு இரக்கமில்லாமல் சுரண்டப்பட்டது. 1930-களில் உலகத்தின் தாராளமயமான அமைப்பு சிதைந்தபோது கார்ல் போலான்யி 'மார்க்கெட் தன்னைத்தானே ஒழுங்குபடுத்திக்கொள்ளும் என்று ஸ்மித் நினைத்தது ஒரு கற்பனை உலகம். சமுதாயத்தின் மானுட வளம், பொருள் வளம் இரண்டையும் அழித்துவிடாமல் மார்க்கெட் சக்திகளால் சும்மா இருக்கவே முடியாது' என்றார்.[45]

ஆடம் ஸ்மித் ஜூலை 1790-ல் மறைந்தார். கிழக்கிந்தியக் கம்பெனியின் ஏகபோகம் கொஞ்சம் கொஞ்சமாகக் கரைக்கப் பட்டதையோ, அதற்குத் தன் கருத்துக்கள் எப்படி உதவி செய்தன என்பதையோ பார்க்காமலேயே போய்ச் சேர்ந்துவிட்டார். ஆனால் அதனிடத்தில் சுதந்தரம்-நியாயம் இவற்றின் அடிப்படை யில் அமைந்த பொன்னுலகம் மலரவில்லை; காலனி ஆதிக்கம் தான் வந்தது! பிரிட்டிஷ் உற்பத்தியாளர்களுக்கு வசதியாக அதிக

வரிகள், கட்டணங்கள் வந்தன. இந்தியாவின் பொருளாதாரம் முழுவதும் ஆதிக்க அரசுக்குச் சேவகம் செய்வதற்காகத் திருப்பி விடப்பட்டது.

ஸ்மித் சொன்ன 'சுதந்தரமான வணிகம்' என்பதைச் சொல்லிச் சொல்லியே அவர்கள் மனிதாபிமானமில்லாத ஆட்சிக் கொள்கைகளை நியாயப்படுத்தினார்கள். குறிப்பாக, பஞ்ச நிவாரண விஷயத்தில். 'தேசங்களின் செல்வம்' புத்தகத்தில் ஸ்மித் 'பஞ்சம் வருவதற்கு எப்போதும் ஒரே ஒரு காரணம்தான்: அரசாங்கம் பற்றாக்குறையை சமாளிக்கத் தவறான வழிகளில் முயற்சி செய்யும்; அது வன்முறையில் போய் முடியும்' என்றார்.[46] 1770-ன் வங்காளப் பஞ்சத்திலிருந்தும் இது அவருக்குப் புரிந்தது. கிழக்கிந்தியக் கம்பெனி அதிகாரிகள் அரிசி வியாபாரத்தில் தவறான கட்டுப்பாடுகளை விதித்தார்கள். அரிசிப் பற்றாக்குறை பஞ்சமாக உருவெடுத்தது.[47]

ஆனால் கார்ப்பரேஷன்கள் தங்கள் சுய லாபத்துக்காக மார்க்கெட்டைத் திரிப்பது வேறு; மனிதனின் உயிர் வாழும் உரிமையைக் காப்பாற்ற அரசாங்கம் குறுக்கிடுவது வேறு. இரண்டுக்கும் மலை-மடு வித்தியாசம் உண்டு. இருந்தும் மார்க்கெட்டில் அரசாங்கம் தலையிடக்கூடாது என்று ஸ்மித் சொன்னதை, பிரிட்டிஷ் இந்தியாவில் பஞ்சம் வந்தபோது அவர்கள் அப்படியே கடைப்பிடித்துவிட்டார்கள். விளவுகள் குரூரமாக இருந்தன.

1783-லேயே பஞ்ச நிவாரணத்துக்காக யாருக்கும் சோறு போட்டு உதவி செய்யக்கூடாது என்று கம்பெனி அதிகாரிகள் சிலர் வாதாடினார்கள். அவர்கள் மேற்கோள் காட்டியது ஸ்மித்தின் எழுத்துகளைத்தான். பிறகு அதையே தாமஸ் மால்த்தூஸ் பலமாக ஆதரித்தார். அவர் கிழக்கிந்தியக் கம்பெனியின் ஆஸ்தான அரசியல் - பொருளாதார வல்லுநர். ஹெய்லிபரியில் இருந்த கம்பெனியின் கல்லூரியில் ஆசிரியராக இருந்தார்.

மார்க்கெட்டினால் நல்லது விளையும் என்ற ஸ்மித்தின் கருத்தைப் பஞ்சம் பதம் பார்த்துவிட்டது; அதில் உள்ள குறைகளை வெளிச்சம் போட்டுக் காட்டியது. மனிதத் தேவைகளிலேயே மிக அடிப் படையான தேவையை நிறைவேற்ற மார்க்கெட்டால் முடியாது என்பதைக் கண்டுபிடித்தது.

நவீன கார்ப்பரேஷன்களுக்கு - குறிப்பாக கிழக்கிந்தியக் கம்பெனிக்கு, ஜீரணப் பாதையில் என்ன கோளாறு என்பதை ஆடம் ஸ்மித் முனைப்புடன் ஆராய்ந்தார். அவருடைய எதார்த்தப் பார்வையில் ஒரு குறை இருந்தது: அராஜகம் ஆட்சி செய்யும் உலக மார்க்கெட்டில் நீதி நெறிகளை எப்படி நிலை நாட்டுவது என்பது பற்றி அவர் கவனம் செலுத்தவில்லை. ஸ்மித்தின் நண்பரான எட்மண்ட் பர்க்கின் மனத்தை ஓயாமல் அரித்துக்கொண்டிருந்த பிரச்னையே அதுதான்.

7

இனி, நீதி கிடைக்கும்

கவர்னருடன் ஒரு துப்பாக்கிச் சண்டை!

மத்திய கொல்கத்தாவின் தெற்கில் அலிப்பூர் என்ற பசுமையான புறநகர் உள்ளது. காலனி காலத்தின் பிரத்தியேக கிளப்புகள், பழைய மாளிகைகள் நிறைந்த பணக்காரப் பகுதி. அதில் நம் கவனத்தைக் கவரும் கட்டடம், பெல்வடார் ஹவுஸ் மாளிகை. ஆரம்பத்தில் வங்காள நவாபின் கோடை மாளிகையாக இருந்தது. இப்போது இதில்தான் இந்திய தேசிய நூலகம் இருக்கிறது. 1763-ல் மீர் ஜாபர் இதை வாரன் ஹேஸ்டிங்ஸுக்கு அன்பளிப்பாகத் தந்தார்.

இதே இடத்தில்தான் 1780 ஆகஸ்ட் 17-ம் தேதி, கம்பெனியின் இரண்டு மிக மூத்த அதிகாரிகள் பயங்கரமான ஒற்றைக்கு ஒற்றை சண்டையில் இறங்கினார்கள். கார்ப்பரேட் வரலாற்றிலேயே நடக்காத வாழ்வா சாவா போட்டி அது!

ஒரு பக்கம் வாரன் ஹேஸ்டிங்க்ஸ். வங்காளத்தின் கவர்னர் ஜெனரல். ஜமக்காளத்தில் வடிகட்டின கம்பெனி ஆசாமி. 1749-ல் அவர் கம்பெனியில் சேர்ந்தபோது அவருக்கு வயது 17. இந்தியாவில் பழுத்த பல்லாண்டு அனுபவம் உள்ளவராக வளர்ந்தார். பிளாசிக்கு முன்னால் சிராஜ்-உத்-தௌலாவின் ஆட்சியில் கைது செய்யப்பட்டு சிறையில் இருந்திருக்கிறார். தன் திறமையாலும் கடமை உணர்ச்சியாலும் அதிகார ஏணியில் மேலே ஏறினார்.

வங்காளத்தில் எங்கு பார்த்தாலும் கொள்ளை நடந்து கொண்டிருந்தபோது விலகி நின்ற நேர்மையாளர் என்று பெயர் வாங்கியவர் வாரன் ஹேஸ்டிங்க்ஸ். 1760-களில் கம்பெனி

அதிகாரிகள் கட்டுக்கடங்காமல் தனிப்பட்ட வியாபாரத்தில் பேயாட்டம் போட்டபோது அதை நிறுத்த முயன்ற மிகச் சிலரில் ஒருவர். பிரிட்டிஷ் வணிகம் இன்னும் தர்ம நியாயத்துடன் நடக்கவேண்டும் என்று சொன்னார் ஹேஸ்டிங்ஸ். 'நம் ஊழியர்கள் ஆண்டான்-அடிமை புத்தியைக் கைவிட்டுவிட்டு, நாட்டை நசுக்குவதை நிறுத்தவேண்டும். நேர்மையான வியாபாரத்தை மட்டுமே செய்யவேண்டும். அப்போதுதான் போகிற இடமெல்லாம் நமக்கு மரியாதை கிடைக்கும். ஆங்கிலேயன் என்ற பெயரைக் கேட்டாலே திட்டுவதற்கு பதிலாக வணக்கம் போடுவார்கள்' என்று நாடாளுமன்றத்திடம் சொல்லியிருந்தார்.[1]

1780 பிறந்தபோது ஹேஸ்டிங்ஸ் வங்காளத்தின் தலைமைப் பதவியை ஏற்று 8 வருடம் முடிந்திருந்தது. வியாபாரம், நிதி, நீதி, பாதுகாப்பு எல்லாம் வெவ்வேறு திசையில் இழுத்துப் பறித்துக்கொண்டு நின்றன. சில சமயம் எதார்த்தத்தை உணர்ந்து கொள்கையைக் கொஞ்சம் தளர்த்திக்கொள்ள வேண்டியிருந்தது. இதையெல்லாம் வைத்து அம்மானை ஆடிக்கொண்டிருக்கும் போதே, நாடாளுமன்றம் அனுப்பிவைத்திருக்கும் பெரும் பான்மைக் குழுவுடன் முடிவில்லாத போராட்டங்கள் வேறு தொடர்ந்தன.

ஹேஸ்டிங்ஸை எதிர்த்து நின்ற அணியின் தலைவர் பிலிப் பிரான்சிஸ். அவர் காலத்தின் தலைசிறந்த பிரசார பீரங்கி! ஜுனியஸ் என்ற புனைப்பெயரில் எழுதப்பட்ட கடிதங்க ளெல்லாம் அவருடைய கை வண்ணம்தான் என்பது பின்பு தெரியவந்தது. 1768 முதல் 1771 வரை எழுதப்பட்ட அந்தக் கடிதங்களின் கூர்மையான விமரினங்கள் மூன்றாம் ஜார்ஜின் ஊழல் அரசாங்கத்தை உலுக்கி எடுத்தன.

பிரான்சிஸ் 1773-ல் கவுன்சிலுக்கு நியமிக்கப்படுவதற்கு முன்பு போர் அலுவலகத்தில் ஒரு சாதாரண இளநிலை அதிகாரியாகத் தான் வேலை செய்துகொண்டிருந்தார். இப்படிப்பட்டவரை வருடம் 10,000 பவுண்டு சம்பளம் கொடுத்து வங்காளக் கவுன்சிலுக்கு எப்படி அனுப்பினார்கள் என்பதற்கு ஒரு விளக்கம் தான் தோன்றுகிறது: ஜுனியஸின் கணைகளைத் தாங்க முடியாத அரசாங்கம் ஆசாமியை நாட்டை விட்டுக் கண் காணாமல் அனுப்ப முடிவு செய்துவிட்டது! வங்காளத்துக்கு

அனுப்பினால் அவர் திரும்பியே வராமல் போகவும் நல்ல வாய்ப்பு இருக்கிறது. அங்கே போன எத்தனையோ கம்பெனி ஊழியர்கள் நோயில் நிரந்தரமாகப் படுத்துவிட்டார்கள்.

சர்வாதிகாரத்தை எதிர்த்துப் போராடுவதில்தான் பிரான்சிஸின் சுய அடையாளமே இருந்தது. அவரும் உடனே அரசவையின் ஊழலை விட்டுவிட்டுக் கம்பெனி விவகாரங்களைத் துருவ ஆரம்பித்தார். வங்காளத்தில் வந்து இறங்கிய ஒரே மாதத்தில் அவர், தன் நண்பர் ஜான் பூர்க்குக்கு எழுதினார்: 'ஊழல் என்பது இப்போது அடி மரத்தில் மட்டுமல்ல, பெரிய கிளைகளில் மட்டுமல்ல. ஒவ்வொரு கிளையும் ஒவ்வோர் இலையும் அழுகிப்போய்க் கிடக்கிறது.'[2]

மோதியவர்கள் இருவரும் தங்கள் பக்கம்தான் நியாயம் இருக்கிறது என்று நினைத்தார்கள். 'பிரான்சிஸின் விமரிசனங்கள் சகிக்க முடியாத அளவுக்குப் போய்விட்டன. கவர்னர் என்ற முறையில் என்னுடைய அதிகாரத்துக்கே விடப்படும் சவால் இது' என்று ஹேஸ்டிங்ஸ் நினைத்தார். கம்பெனியின் அமைப்பு முழுவதுமே பரவிவிட்ட ஊழல் ஒரு மனித வடிவெடுத்து ஹேஸ்டிங்க்ஸ் என்ற பெயரில் வந்திருப்பதாக பிரான்சிஸ் கண்ணுக்குத் தோன்றியது.

ஹேஸ்டிங்ஸிடம் இருந்த குறை, அதிகார மமதை. பிரான்சிஸுக்கோ தற்பெருமை கண்ணை மறைத்தது. பழி வாங்கும் நடவடிக்கைகள் எல்லாம் பொதுநலப் புண்ணிய காரியம் என்று தோன்றின. அவருடைய நண்பர்களேகூட, 'தலைக்கனம் பிடித்தவன் என்று உன்னுடைய பெயர் கெட்டுப் போய்க்கொண்டிருக்கிறது' என்று எச்சரித்தார்கள். கல்கத்தாவில் அவரை பிரான்சிஸ் மாமன்னர் என்றே கூப்பிட ஆரம்பித்தார்கள்.

14 ஆகஸ்ட் 1780. ஆறு வருட காலம் நிறுத்தாமல் சேறு வாரித் தூற்றியபிறகு, அன்று ஹேஸ்டிங்ஸ் வரம்பு மீறிப் போய்விட்டார். எதிரியின் நடத்தையையே சகட்டுமேனிக்குத் தாக்கி, 'உண்மையும் கௌரவமும் அற்றுப் போன ஆள்' என்று பேசிவிட்டார்.

பிரான்சிஸுக்கு வேறு வழி தோன்றவில்லை. 'சரி வா, ஒண்டிக்கு ஒண்டி சண்டை போட்டுப் பார்த்து விடுவோம்!' என்று சவால் விட்டார். கொள்கைக்கும் நடைமுறைக்கும் இடையில் நீண்ட காலமாக நடந்து வந்த போராட்டம் அன்று உச்சத்தை அடைந்தது.

காலை 5.30-க்கும் 6 மணிக்கும் இடையில், இரு எதிரிகளும் பெல்வடார் மாளிகையின் மேற்குக் கோடியில் இருந்த மரங்களின் அடியில் நேருக்கு நேர் சந்தித்தார்கள். அந்த மரக் கூட்டத்துக்கே அழிவு மரங்கள் என்று பெயர்.

இரண்டு பேருமே அதற்கு முன்பு இப்படி ஒரு சண்டை போட்டதில்லை. அநேகமாக பிரான்சிஸ் துப்பாக்கி பிடித்தே பழக்கமில்லாதவர். இருவரும் 14 தப்படி தூரத்தில் நின்றார்கள். ஆரம்ப சர்ச்சைகளுக்குப் பிறகு பிரான்சிஸ் முதலில் சுட்டார். குறி தவறியது. சில விநாடிகளில் ஹேஸ்டிங்ஸ் சுட்டார். பிரான்சிஸின் தோளில் குண்டு பாய்ந்தது.

'செத்தேனே!' என்று கதறிக்கொண்டே பிரான்சிஸ் கீழே விழுந்தார். 'ஐயையோ! வேண்டாமே!' என்று கூவினார் ஹேஸ்டிங்ஸ்.

நல்ல வேளையாக உயிருக்கு ஆபத்தான காயம் இல்லை. ஆனால் இந்தச் சண்டையால் ஹேஸ்டிங்ஸ் - பிரான்சிஸ் இடையில் நடந்த போராட்டம் முடிவுக்கு வந்தது. அடுத்த வருடம் பிரான்சிஸ் கசப்புடன் இங்கிலாந்து திரும்பினார். பழிக்குப் பழி வாங்கியே தீருவேன் என்ற சபதத்துடன்.

பெல்வடார் சண்டை என்பது சமாதானப்படுத்த முடியாமல் போய்விட்ட இரண்டு எதிரிகளுக்கு இடையே நடந்த சண்டை மட்டுமல்ல. கம்பெனியைக் கட்டுப்படுத்துவது யார் என்ற பெரிய போராட்டத்தின் ஒரு சின்னம்தான் அது. அந்தப் போராட்டத்தில் ஒரு பக்கம் பொதுப்பங்குக் கம்பெனி ஒன்றின் வணிகத் தேவைகள். மறு பக்கம், பிரிட்டிஷ் முடியரசின் அதிகரித்து வரும் ஆசை.

இதில் நார்த் கொண்டுவந்த ஒழுங்குமுறைச் சட்டத்துக்குத்தான் படு தோல்வி! சரியான கையில் பொறுப்பை ஒப்படைத்தால் அலை பாயும் கம்பெனியை அமைதிப்படுத்தலாம் என்ற நினைப்பில் கொண்டுவரப்பட்ட சட்டம் அது. அடுத்த 15 வருடத்துக்கு அரசுக்கும் கம்பெனிக்கும் இடையே புதிய சமரச ஒப்பந்தம் ஒன்று ஏற்பட்டது. அது முன்னெப்போதும் காணாத வகையில் கம்பெனியின் சக்தியையும் சுதந்தரத்தையும் குறுக்கிக் கத்தரிக்க வகை செய்தது.

இவ்வளவு போராட்டத்துக்கு இடையிலும் தார்மிக நெறிகளைக் காப்பாற்றவேண்டும் என்ற ஆவல் மட்டும் அணையாமல்

இருந்தது. அதுதான் 1770-களில் கம்பெனியின்மீது விசாரணை நடத்தத் தூண்டியது. கடைசியாக எட்மண்ட் பர்க், ஹேஸ்டிங்ஸ் மீது அதிரடியாகக் குற்றச்சாட்டுகளை எழுப்பியபோது உலகத்தின் முன்னே வைத்த கேள்வி இதுதான்: கம்பெனியையும் அதன் அதிகாரிகளையும் நீதிதேவனின் முன்னால் நிறுத்த முடியுமா?

பணம் அனுப்புங்கள் - போதவில்லை!

1772-ல் ஹேஸ்டிங்ஸ் வங்காள கவர்னராகப் பதவி ஏற்றபோது அவருடைய முதல் கவலை, ஒழுங்குமுறையை நிலைநாட்டுவது; கம்பெனியை மறுபடி லாபப் பாதைக்குத் திருப்புவது.

ஊழலும் கட்டுக்கடங்காமல் போன ராணுவச் செலவுகளும் சேர்ந்துகொண்டதால் திவான் உரிமை என்பது, பண மூட்டையாக இல்லாமல் சுமை மூட்டையாகிப்போனது. திவான் பதவியில் வரும் முக்கிய வருவாய் நில வரிதான். கிளைவ் ஏற்படுத்தியிருந்த இரட்டை ஆட்சிமுறையை ஒழித்துக்கட்டினார் ஹேஸ்டிங்ஸ். அது ஒரு கானல் நீர்தான் என்று அவருக்குத் தெரியும். நிதி நிர்வாகத்தையும் முர்ஷிதாபாதிலிருந்து கல்கத்தாவுக்கு மாற்றினார்.

வருமானத்தை அதிகரிப்பதற்காக, முதலில் ஐந்தாண்டு வரி வசூல் திட்டம் ஒன்றைத் தீட்டினார். பிறகு ஒவ்வொரு வருடமாக வரி வசூல் உரிமையை ஏலம் விட ஆரம்பித்தார். இந்த ஏலத்துக்கு ஆரம்பத்தில் பலன் இருந்தது. 1772-க்கும் 1776-க்கும் இடையில் வருவாய் 20 சதவிகிதம் அதிகரித்தது.[3] ஆனால் அதன்பிறகு வசூல் குறைய ஆரம்பித்தது. கசக்கிப் பிழிந்து வரி வசூல் செய்கிறார்கள் என்ற புகார்கள் வலுக்க ஆரம்பித்தன.

கம்பெனி அதிகாரிகள் சொந்த வியாபாரம் செய்வதற்கு இருந்த தடையை ஹேஸ்டிங்ஸ் வலியுறுத்த ஆரம்பித்தார். இதற்கு முன்னால் கிளைவ், வர்த்தக சொஸைட்டி என்று ஆரம்பித்து வீணாகப்போனதை மனத்தில் கொண்டு, இனிமேல் தனி நபர் ஏகபோகம் கூடாது என்று ஆணையிட்டார். கார்ப்பரேட் ஏகபோகம் மட்டும்தான் இருக்கவேண்டும். குறிப்பாக அபின், உப்பு, வெடி உப்பு ஆகிய சரக்குகளில்.

அபினைப் பொருத்தவரை 'இது ஆபத்தான போகப் பொருள். இதைக் கவனமாகக் கட்டுப்படுத்தவேண்டும். வெளிநாட்டு வியாபாரத்துக்கு மட்டுமே அனுமதி உண்டு' என்றார்

ஹேஸ்டிங்ஸ். 1773-ல் கம்பெனியின் பாட்னா கிளைக்கு அபின் வியாபாரத்தில் இருந்த சலுகைகள் அனைத்தையும் பிடுங்கி விட்டார். விளைகிற அபின் முழுவதையும் கொள்முதல் செய்யும் உரிமை கம்பெனிக்கு மட்டுமே உண்டு என்று அறிவித்தார். அபின் வாங்கும் வேலையைப் பல ஒப்பந்தக்காரர்களுக்குப் பிரித்துக் கொடுத்தார்.

'குடியானவர்களை அவர்கள் விருப்பத்துக்கு மாறாக அபின் விளைவிக்கச் சொல்லி எத்தனை துன்பம் உண்டோ, அத்தனையும் கொடுத்தார்கள். அதற்கும் சரியான விலை தராமல் மனம் போனபடி குறைத்துக்கொடுத்தார்கள்' என்கிறார் சந்திர பிரகாஷ் சின்ஹா.[4] கம்பெனி ஆதிக்கம் செலுத்துவதற்கு முன்பு ஒரு சேர் அபின் 3 ரூபாய்க்கு விற்றது. குடியானவர்கள் கம்பெனியின் ஒப்பந்தக்காரர்களுக்குத்தான் விற்கவேண்டும் என்று கட்டாயப்படுத்தியதால் ஒன்றிலிருந்து இரண்டு ரூபாய்க்குள்ளாக விலை சரிந்தது. அதைக் கம்பெனி ஏலத்தில் விற்ற விலையோ 6 ரூபாய். கை நிறைய லாபம்!

இதைக் கண்ட பிரான்சிஸ், 'கம்பெனியின் ஏகபோகத்தினால் பிகாரில் வறுமை அதிகரிக்கிறது; ஜனத்தொகை குறைகிறது' என்று புகார் செய்தார். ஹேஸ்டிங்ஸ் அவர் வாயை அடைப்பதற்காக, அபின் காண்ட்ராக்டையே பிரான்சிஸின் நண்பரான ஜான் மெக்கன்ஸிக்குத் தூக்கிக் கொடுத்துவிட்டார். ஆனால் மெக்கன்ஸியும் முறையாக நடக்கவில்லை. 1777-ல் விவசாயிகள் கூட்டமாக வந்து, சோளப் பயிரையெல்லாம் வேண்டுமென்றே வெட்டிப் போட்டுவிட்டு அபின் விளைவிக்கச் சொல்கிறார்கள் என்று புகார் செய்தார்கள்.[5]

உப்பு வியாபாரத்திலும் ஹேஸ்டிங்ஸ் இதையே செய்தார். இனிமேல் கம்பெனி மட்டுமே உப்பு வியாபாரம் செய்யலாம் என்று ஆணை பிறப்பித்த கையோடு, கொள்முதல் செய்ய ஒப்பந்தக்காரர்களை நியமித்தார். ஆனால் நிர்வாகம் சரியில்லாததால் கம்பெனியின் வருமானம் குறைந்துவிட்டது.

1780-ல் ஹேஸ்டிங்ஸ் உப்பு வியாபாரத்தைக் கம்பெனியே நேரடியாக நடத்தும் என்று அறிவித்தார். எல்லா உப்பும் கம்பெனியின் முகவர்களுக்குத்தான் விற்கப்பட வேண்டும். அதற்கு ஒரு குறிப்பிட்ட விலை தரப்படும். பிறகு முகவர்கள் அதை மொத்த வியாபாரிகளுக்கு விற்பார்கள்.

உப்பு உற்பத்தி செய்பவர்களுக்கு மிகக் குறைந்த விலையைக் கொடுத்துவிட்டு, மொத்த விலையை அதிகமாக வைத்து விற்றது கம்பெனி. முதல் வருடத்தில் மட்டும் இதனால் 30 லட்ச ரூபாய் வருமானம். 1784-ல் இது 60 லட்சமாக உயர்ந்தது.[6] இந்த அமைப்பு அதிகம் மாறாமல் 1947-ல் பிரிட்டிஷ் ஆட்சி முடியும்வரை அப்படியே தொடர்ந்தது.

கம்பெனி இயக்குநர்களைத் திருப்தி செய்வதற்காக, ஹேஸ்டிங்ஸ் வங்காளத்துக்கு வெளியே பணம் சம்பாதிக்க முடியுமா என்று பார்த்தார். இதற்கு அவர் உபயோகித்த கருவி, கம்பெனியின் ராணுவப் படை!

முதலில் முகலாயப் பேரரசருக்கு வருடா வருடம் 26 லட்ச ரூபாய் கப்பம் செலுத்திவந்ததை நிறுத்தினார். அடுத்து, வங்காளத்துக்கு மேற்கே இருந்த அவத் ராஜ்ஜியத்துடன் பல ஒப்பந்தங்கள் போட்டார். அலகாபாத், கோரா என்ற இரண்டு மாநிலங்களை அவதுக்குக் கொடுத்து 50 லட்ச ரூபாய் சம்பாதித்தார். அவத் நாட்டுக்கு, பக்கத்தில் இருந்த ரோஹில்கண்டைப் பிடித்துக் கொள்ள ஆசை. ஹேஸ்டிங்ஸ் தன் படையை வாடகைக்கு அனுப்பி உதவினார். இதற்கு அவர் வசூலித்த தொகை 5 கோடி ரூபாய். மொத்தத்தில் நிலம் விற்றது, கூலிப் படை உதவி எல்லாவற்றுக்கும் சேர்த்து ஹேஸ்டிங்ஸ் சம்பாதித்தது 55 லட்சம் பவுண்டு.

1775-ல் ஹேஸ்டிங்ஸ் வாரணாசியைக் கைப்பற்றினார். 'இது கம்பெனிக்கு முக்கியமான வரவு. வாரணாசியில் இருந்து வருடத்துக்கு 2.5 லட்சம் பவுண்டு வருமானம் வரும்' என்று கம்பெனி இயக்குநர்களுக்கு எழுதினார். 1778-ல் அமெரிக்க சுதந்தரப் போர் நடந்தபோது பிரான்சுடன் மறுபடி போர் மூண்டது. அப்போது ஹேஸ்டிங்ஸ் இன்னும் பணம் வேண்டும் என்று கேட்டு வாரணாசியைச் சக்கையாகப் பிழிந்தார்.

ஹேஸ்டிங்ஸ் ஓயாமல் பணம், பணம் என்று அலைந்ததன் மானுட விலை பயங்கரமாக இருந்தது. அவர்மீது குற்றச்சாட்டு வந்தபோது இவற்றைத்தான் சாட்சிகளாகக் காட்டினார்கள்.

ஹேஸ்டிங்ஸ் அப்படி ஒன்றும் குரூரமான ஆட்சியாளர் என்று சொல்ல முடியாது. அவர் இருதலைக் கொள்ளி எறும்பின் நிலையில்தான் இருந்தார். மெக்காலே 1840-ல் எழுதிய கட்டுரை

ஒன்றில் இதை அழகாக விவரிக்கிறார். கம்பெனி இயக்குநர்கள் வங்காளத்திலிருந்து வருமானத்தை அதிகரிக்கவேண்டும் என்று நச்சரித்தார்கள். அதே நேரத்தில் தர்ம நியாயங்களையும் விட்டுவிடக்கூடாது என்று எச்சரித்தார்கள்.

'மென்மையாக ஆட்சி செய்யுங்கள். இன்னும் பணம் அனுப்பவும்.'

'நீதி தவறாமல் ஆட்சி நடத்துங்கள். பக்கத்து நாடுகளுடன் மிதமாகப் பழகுங்கள். இன்னும் பணம் அனுப்புங்கள்...'[7]

இப்படி வந்தன கட்டளைகள்.

ஹேஸ்டிங்ஸ் எதார்த்தம் தெரிந்த நிர்வாகி. ஒன்று, நீதி போதனையைக் கடைப்பிடிக்கலாம். அல்லது பணம் சேகரித்து அனுப்பலாம். இரண்டில் ஒன்றுதான் முடியும். பாதுகாப்பாக விளையாடுவது என்று முடிவு செய்தார் ஹேஸ்டிங்ஸ். அறவுரைகளைப் புறக்கணித்தார்; பணம் திரட்டுவதில் முழு மூச்சாக இறங்கினார்.[8]

பீரங்கி வணக்கம்

ஹேஸ்டிங்ஸ் நிதி நிர்வாகத்தை நடத்திய விதத்தைப் பார்த்தால் அவர் வேறு வழியில்லாத நிலைக்குப் போய்விட்டார் என்று தான் தோன்றுகிறது. ஏற்கெனவே பிரச்னைகள், அழுத்தங்கள். ஒழுங்குமுறைச் சட்டம்வேறு, கம்பெனியின் ஆட்சி அமைப்பையே மாற்றிவிட்டது. அந்த அழுத்தம்தான் பெல்வடாரில் துப்பாக்கிச் சண்டையாக வெடித்தது.

வழக்கமாக ஒவ்வொரு ராஜதானியிலும் உள்ள கம்பெனி கவர்னருக்குத்தான் முழு அதிகாரமும் இருக்கும். அவருடைய ஆலோசனைக் கவுன்சில் என்பது, ஆமாம் போடுவதற்கு மட்டும்தான். புதிய சட்டம் இதைப் புரட்டிப் போட்டுவிட்டது. கவுன்சிலில் இப்போது 5 உறுப்பினர்கள். எல்லா முடிவுகளும் பெரும்பான்மைப்படிதான் எடுக்கப்படவேண்டும். உறுப்பினர் களில் மூன்று பேர் நாடாளுமன்றத்தால் நியமிக்கப்படுபவர்கள். அவர்கள்தான் பொதுமக்களின் பிரதிநிதிகள் என்பது எண்ணம்.

அக்டோபர் 1774-ல் மூன்று நாடாளுமன்ற நியமன உறுப்பினர் களும் கல்கத்தாவில் வந்து இறங்கினார்கள். அவர்கள் ஜெனரல் ஜான் க்ளாவரிங், பிலிப் பிரான்சிஸ், ஜார்ஜ் மான்சன் ஆகியோர்.

மூவரும் கல்கத்தாவில் கால் வைத்த விநாடியிலிருந்தே உரசல் ஆரம்பித்துவிட்டது! தங்களை வரவேற்க 21 பீரங்கிகள் வெடித்து மரியாதை செய்யப்படும் என்று அவர்கள் எதிர்பார்த்திருக்க, ஹேஸ்டிங்ஸ் 17 பீரங்கி வேட்டுப் போட்டாலே போதும் என்று முடிவு செய்திருந்தார். அவர்களை நேரில் வரவேற்கப் போகவும் இல்லை; பிறகுதான் சென்று சந்தித்தார். அப்போதும் தன் சீருடை மிடுக்குடன் காட்சி அளிக்கவில்லை. புதிய கவுன்சிலர் பிலிப் பிரான்சிஸின் செயலரான அலெக்ஸாண்டர் மக்ராபி, 'திரு ஹேஸ்டிங்ஸ் ஒரு கசங்கிய சட்டையைப் போட்டுக்கொண்டு வந்து நின்றார்' என்று புகார் சொல்கிறார்.

இந்த மாதிரி சில்லறைச் சம்பிரதாயங்களுக்குப் பின்னால், வங்காளத்தில் கம்பெனியின் அதிகாரம் யாரிடம் என்ற மிகப் பெரிய போராட்டமே இருந்தது. பிரான்சிஸ், ஆரம்பத்திலிருந்தே க்ளாவரிங், மான்சன் ஆகியோருடன் சேர்ந்து ஹேஸ்டிங்ஸைத் தூக்கி எறிய முயற்சி செய்தார். ஹேஸ்டிங்ஸ், திருத்தவே முடியாத ஓர் ஊழல்வாதி என்றும், விசாரணையிலிருந்து தப்பிக்கப் புது உறுப்பினர்களுக்கு லஞ்சம் தரக்கூடத் தயங்க மாட்டார் என்றும் அவர் நம்பினார்.

1775-ல் இவர்களின் முதல் மோதல் நடந்தது. ராஜா நந்தகுமார் என்பவர் ஹேஸ்டிங்ஸ்மீது சில ஊழல் புகார்களை எழுப்பி இருந்தார். அதை பிரான்சிஸ், க்ளாவரிங், மான்சன் மூவரும் முழுக்க முழுக்க ஆதரித்தார்கள். நந்தகுமார் நவாபுகளின் ஆட்சியின்போது ஹூக்ளியில் கவர்னராக இருந்தவர். 1770-களில் சக்திவாய்ந்த பிரபுக்களில் ஒருவர். அவருக்கு ஹேஸ்டிங்ஸைக் கண்டாலே ஆகாது!

ஆனால் ஹேஸ்டிங்ஸ் தற்காப்பில் எவ்வளவு கெட்டி என்பதை பிரான்சிஸ் கோஷ்டி உணர்ந்திருக்கவில்லை. பல வருடங்களுக்கு முன் நந்தகுமார்மீது மோசடி வழக்கு ஒன்று பதிவாகியிருந்தது. ஹேஸ்டிங்ஸ் அதைத் தூசி தட்டி எடுத்தார்; புதிதாக அமைக்கப் பட்ட உச்ச நீதிமன்றத்துக்கு அனுப்பினார். பிரிட்டிஷ் சட்டத்தின் படி வழக்கு நடந்தது.

உச்ச நீதிமன்றத்தில் நீதிபதியாக இருந்த எலிஜா இம்ப்பி, ஹேஸ்டிங்ஸின் பரம நண்பர். அவர் நந்தகுமார் குற்றவாளிதான் என்று தீர்ப்பளித்து மரண தண்டனை விதித்தார்!

சமீபத்தில் ஹேஸ்டிங்ஸின் வாழ்க்கை வரலாறை எழுதிய ஜெரமி பெர்ன்ஸ்டைன், 'நந்தகுமார் தூக்கிலிடப்பட்டது, சட்டம் செய்த படுகொலை என்பதில் சந்தேகமே இல்லை' என்கிறார்.[9] அது காட்டுமிராண்டித்தனமான கொலை மட்டுமல்ல; கிளைவ் முன்பு செய்த கள்ளக் கையெழுத்து மோசடியுடன் இதை ஒப்பிட்டுப் பார்க்கவேண்டும். 1757-ல் கிளைவ் அமீர் சந்தை இதேபோலத்தான் மோசடி செய்தார். அதற்காக அவருக்குப் பாராட்டு மழைகள் பொழிந்தன. இன்று அதே குற்றத்துக்காக நந்தகுமாருக்குத் தூக்கு மேடை!

நாடாளுமன்ற கோஷ்டி முதலில் பயந்துவிட்டது. பிறகு 1777-ல் ஹேஸ்டிங்ஸை இறக்குவதற்கு மற்றொரு வாய்ப்பு வந்தது. லண்டனில் இருந்த ஹேஸ்டிங்ஸின் பிரதிநிதி, அவர் சார்பில் ராஜினாமாக் கடிதம் கொடுத்துவிட்டார் என்று ஒரு செய்தி இந்தியாவை எட்டியது. க்ளாவரிங் சற்றும் தாமதிக்காமல் தன்னைத்தானே புதிய கவர்னர் ஜெனரல் என்று அறிவித்துக் கொண்டார்.

ஹேஸ்டிங்ஸ் அசைந்துகொடுக்கவில்லை. தான் ராஜினாமா செய்யவே இல்லை என்று மறுத்தவர், மறுபடியும் உச்ச நீதிமன்றத்தின் உதவியை நாடினார். உச்ச நீதிமன்றம் அவர் பக்கம்தான் நின்றது. ஹேஸ்டிங்ஸுக்கு மறுபடி வெற்றி.

இதன்பிறகு க்ளாவரிங் சீக்கிரமே இறந்துவிட, பிரான்சிஸ் தன்னந்தனி ஆளானார். நொந்துபோய் அவர் செப்டம்பர் 1777-ல் பிரதமர் நார்த்துக்கு எழுதிய கடிதத்தில் கம்பெனியின் வங்காள ஆட்சியைச் சபிக்கிறார்: 'கம்பெனியின் அடிப்படையான தத்துவத்திலேயே குற்றம் இருக்கிறது. மன்னருக்கே உரிய ஆட்சி அதிகாரத்தை வியாபாரியின் கையில் ஒப்படைத்தது தவறு. அவர்கள் ஆட்சியைப் பயன்படுத்தி வியாபாரத்தை வளர்த்தது அதைவிடத் தவறு.'[10]

பிரான்சிஸைப் பொருத்தவரை இதற்கு ஒரே ஒரு தீர்வுதான். வியாபார நிறுவனத்திடமிருந்து அரசாங்க அதிகாரத்தைப் பிடுங்கவேண்டும்! ஆனால் வங்காளக் கவுன்சிலில் இப்போது பிரான்சிஸுக்குப் பெரும்பான்மை இல்லை. தன் கட்சி பலவீனம் அடைந்துவிட்டது என்பதை உணர்ந்து ஹேஸ்டிங்ஸுடன் சமாதானம் பேச இறங்கி வந்தார். அப்போது மராட்டியர் களுடன் போர் மேகங்கள் சூழ்ந்துகொண்டிருந்த நேரம்.

ஆனால் இரண்டு ஆத்மாக்களுக்கும் ஏழாம் பொருத்தம். எனவே நீண்ட நாளைக்கு அமைதி நீடிக்கவில்லை. அதன் விளைவுதான் 1780-ன் கோடையில் நடந்த பெல்வடார் மாளிகை சண்டை.

பிரான்சிஸ் இங்கிலாந்துக்குத் திரும்பிப்போனதால் ஹேஸ்டிங்ஸுக்கு வெற்றுக் காசோலை கிடைத்ததுபோல் ஆகிவிட்டது. கம்பெனியைத் தன் மனம் போனபடி நடத்த ஆரம்பித்தார். மார்ச் 1781-ல் அபின் வியாபாரக் குத்தகையை ஸ்டீபன் சல்லிவனுக்கு அடிமாட்டு விலையில் கொடுத்தார். இந்த ஸ்டீபன், கம்பெனி தலைவராக இருந்த லாரன்ஸ் சல்லிவனின் மகன். லாரன்ஸ்தான் ஹேஸ்டிங்ஸின் குரு.

இளைய சல்லிவன் உடனடியாக அந்த காண்ட்ராக்டை ஜான் பென் என்பவருக்கு 3,50,000 ரூபாய்க்கு (40,000 பவுண்டு) விற்றார். ஜான் பென் அதை வில்லியம் யங் என்பவருக்கு விற்று 1,50,000 ரூபாய் லாபம் பார்த்தார்.[11]

அபின் தயாரிப்பிலிருந்து எப்படியெல்லாம் லாபம் சம்பாதிக்கலாம் என்பதைக் கற்றுக்கொண்டாயிற்று; இனி சீனாவில் அதிக அளவில் அபின் விற்க முடியுமா என்று ஆராய்ந்தார் ஹேஸ்டிங்ஸ். நான்ஸச், பெட்ஸி என்ற இரு கப்பல்களில் 3,450 பெட்டி அபின் ஏற்றித் திருட்டுத்தனமாக சீனாவுக்கு அனுப்பிவைத்தார்.

இந்த விஷயம் லண்டன் இயக்குநர்கள் காதுக்கு எட்டியபோது அவர்கள் அரண்டுபோனார்கள். 'இப்படிப்பட்ட ரகசிய வியாபாரங்களை நடத்துவது கம்பெனியின் கௌரவத்துக்கே இழுக்கு. இனிமேல் கண்டிப்பாக சீனாவுக்கு கம்பெனி சார்பில் அபின் அனுப்புவது கூடாது' என்றார்கள்.[12]

1782 ஜனவரியில் ஹேஸ்டிங்ஸ் தன் முன்னாள் தோழன் அவத் நாட்டுக்கு எதிராகத் திரும்பினார். அப்போதுதான் பதவிக்கு வந்திருந்த நவாப் பலவீனமானவர். ஹேஸ்டிங்ஸ் அதைப் பயன்படுத்திக்கொண்டு ராணிகளிடம் இருந்த 20 லட்சம் பவுண்டு சொத்தை அபகரிக்க முயன்றார். அவருடைய படை வீரர்கள் ராணிகளை ஒரு வருட காலம் சிறையில் வைத்து அந்தப்புரத்தின் அலிகளையும் சித்திரவதை செய்ததாகத் தெரிகிறது. ஆனால் அவர்கள் கைக்குக் கிடத்தது வெறும் 5,500 பவுண்டுதான்.

கம்பெனி மறுபடி ஊழல், பூசல், வெறுமை இவை மட்டுமே நிறைந்த கிணற்றுக்குள் ஆழ்ந்துகொண்டிருந்தது.

1769-ல் சுல்தான் ஹைதர் அலி மெட்ராஸைத் தாக்கினார். அந்தச் செய்தியைக் கேட்டதும் வங்காளக் குமிழி வெடித்தது! ஜூலை 1780-ல் ஹைதர் அலி கர்நாடகத்தில் புகுந்து பொழிலூரில் இருந்த கம்பெனிப் படைகளைச் சின்னாபின்னமாக்கினார்.

1781-82-ல் வங்காளத்தை வறட்சி பீடித்தது. நில வரி வசூலிப்பதில் கம்பெனி செய்த அட்டகாசங்களை எதிர்த்துக் கலகம் எழுந்தது. தினாஜ்புரில் கம்பெனியின் ஏஜெண்ட்டாக இருந்தவர் தேபி சிங். அவருடைய அடக்குமுறைக்கு எதிராக விவசாயிகள் திரண்டார்கள். ஜூன் 1782-ல் மனு ஒன்றை எடுத்துக்கொண்டு கல்கத்தாவுக்குச் சென்றார்கள். 'கட்டுப்படி ஆகாத அளவுக்கு வரி விதிக்கிறீர்கள்; அதைக் குறைக்கவேண்டும். அதிகாரபூர்வமான வரிகளைத் தவிர மற்றவற்றை ரத்து செய்யவேண்டும். வரியைச் செலுத்த முடியாதவர்களின் நிலங்களை வலுக்கட்டாயமாக விற்பனை செய்வதைத் தடுக்கவேண்டும். கம்பெனி ஏஜெண்டுகளின் வன்முறைக்கு நிவாரணம் வேண்டும்.' இவையே அவர்களுடைய கோரிக்கைகள். ஆனால் கம்பெனி இதெல்லாம் இட்டுக்கட்டிய புகார்கள் என்று சொல்லி நிராகரித்துவிட்டது.

நவம்பர் மாதம் விவசாயிகள் வாடகை கொடுக்க மறுத்தார்கள். ஜனவரியில் தினாஜ்புர், ரங்க்புர் ஆகிய இடங்களில் கலவரம் ஆரம்பித்துவிட்டது.[13] அதே சமயம் ஷா மஞ்சு, ஷா மூசா என்ற சன்னியாசிகள் தலைமையில் புனிதப் போர் ஒன்று உருவாகியிருந்தது. விவசாயிகள் போராட்டமும் அதனுடன் கலந்துகொண்டது. ஆனால் கம்பெனிப் படைகள் விரைவிலேயே இந்தக் கலகத்தை நசுக்கிவிட்டன.

பிறகு பக்கத்து நாடான அவத், கலகக் கொடி உயர்த்தியது. ஹேஸ்டிங்ஸின் கப்பம் வசூல் கெடுபிடிகள் நாளுக்கு நாள் அதிகரித்துக்கொண்டே போனதுதான் காரணம். கொடுக்க முடியாதவர்களைத் திறந்த கூண்டில் அடைத்துத் தொங்கவிட்டார்கள். இந்த எழுச்சியையும் ஹேஸ்டிங்ஸ் சுலபமாகவே அடக்கிவிட்டார். அதை அடுத்து 1784-ல் ஒரு கொடிய பஞ்சம் ஏற்பட்டது. நல்ல வேளையாக 1770 பஞ்சத்தில் ஆனதுபோல் பேரழிவு நேரவில்லை.

பின்னொரு நாளில் பங்கிம் சந்திர சட்டோபாத்தியாயா, 'ஆனந்த மடம்' என்ற புரட்சிகரமான நாவலை எழுதினார். ஹேஸ்டிங்ஸ் காலத்தில் கம்பெனியை எதிர்த்து சன்னியாசிகள் கிளர்ச்சி செய்த கதை அது. மகாத்மா சத்யா, மகேந்திரா, பவன் கல்யாணி ஆகியோர் முக்கியக் கதை மாந்தர்கள். அதில்தான் வந்தே மாதரம் (தாயை வணங்குவோம்) என்ற பாடல் புரட்சிக்காரர் களின் தேசிய கீதமாகியது.

கதாநாயகர்கள் பிரிட்டிஷ் ஆட்சியிலிருந்து இந்தியாவை விடுவிக்க ஆயுதப் போராட்டத்தையே நம்புகிறார்கள் என்பது தான் நாவலின் மையக் கருத்து. பின்பு 20-ம் நூற்றாண்டின் ஆரம்பத்தில் வங்காளப் புரட்சி இயக்கம் இதை அப்படியே பின்பற்றியது. நாவலில் வரும் பவன், அடிப்படைவாதம் பேசுபவன். புரட்சிக்கான காரணங்களை எடுத்துக் கூறி மகேந்திராவைத் தன் வழிக்குத் திருப்ப முயற்சிக்கிறான். 'பிரிட்டிஷ்காரர்கள் நம் செல்வத்தையெல்லாம் கல்கத்தாவில் உள்ள தங்கள் கருவூலத்துக்குக் கொண்டுபோகிறார்கள். அங்கிருந்து அத்தனையும் இங்கிலாந்துக்குப் போய்விடுகிறது. இந்த பிரிட்டிஷ்காரர்களை விரட்டாவிட்டால் நமக்கு விடிவு காலமே இல்லை. ஆயுத பலத்தினால் மட்டுமே அதைச் சாதிக்க முடியும்.'[14]

ஹேஸ்டிங்ஸ் பிப்ரவரி 1785-ல் கல்கத்தாவை விட்டுப் புறப்பட்டு நாடு திரும்பினார். இதற்குள்ளாக மாராட்டியர்களுடன் சமாதானம் ஆகியிருந்தது; ஹைதர் அலி இறந்துபோயிருந்தார்; மெட்ராஸையும் மீட்டாயிற்று.

ஆனால் இங்கிலாந்தில் ஹேஸ்டிங்ஸின் பெயர் கெட்டுப் போயிருந்தது. வில்லியம் கௌப்பர் 1782-ல் எழுதிய ஒரு கவிதையில் இதை அழகாகப் படம் பிடிக்கிறார். கௌப்பர், ஹேஸ்டிங்ஸின் பள்ளித் தோழர். அந்த உரிமையில் நண்பரைத் தனிப்பட்ட முறையில் கண்டிக்கிறார்:

> நீ உறிஞ்சி வளர்ந்தது
> சுதந்தர அன்னையின் நெஞ்சு
> கிழக்கை வென்று நீ புகட்டியதோ
> அடிமை வாழ்வு எனும் நஞ்சு.
> இந்தியா நடுங்கிய கொடுங்கோலர்
> பலரைப் பதவி இறக்கினாய்

அங்கே நீயே கொலு அமர்ந்தாய்
அவரிலும் பெரிய அரக்கனாய்.
ஆயுதம் ஏந்திப்
பசியுடன் விரைந்தாய்
செழித்த முகலாயர் உதிரம்
குடித்து வயிறு நிறைத்தாய்.
பணத்தால் வாங்கிய அதிகாரம்
அதனால் வந்த அகங்காரம்
கள்ளத்தனமும் பேராசை
கற்றதுதான் உன் அவதாரம்.
இதயம் முழுதும் ஆசியனின்
இழிவை மட்டும் மொண்டு வந்தாய்
அவர்கள் பெருமை, உன் நேர்மை
இரண்டும் எங்கே கொண்டு வந்தாய்?
கோட்டை விட்டாய் ஆன்மாவை
மூட்டை நிறையக் காசுக்காய்
ஆசையில் வீழ்த்தி ஏழையரை
மோசம் செய்யவும் முனைந்தாயோ?[15]

அதிகாரம் கரைகிறது

1772 வீழ்ச்சிக்குப் பிறகு லண்டனில் இருந்த கம்பெனி இயக்குநர்களுக்கெல்லாம் மிகப் பெரிய கவலை இதுதான்: அரசாங்கத் திடம் கடன் வாங்கிய 14 லட்சம் பவுண்டை எப்படியாவது திருப்பிக் கொடுத்துவிடவேண்டும்; இழந்த பொருளாதாரச் சுதந்தரத்தை மீட்டுக்கொள்ளவேண்டும்.

இதற்குத் தடையாக, வங்காளக் கவுன்சிலில் நடக்கும் உள் நாட்டுப் போர் பற்றிய வதந்திகள் அரசல்புரசலாக வர ஆரம்பித்தன. சட்டமே நடத்தி வைத்த நந்தகுமார் கொலை, கவுன்சிலுக்குள் இருக்கும் உரசல்களை வெட்டவெளிச்சமாக்கியது. 1776-ன் கோடை காலத்தில் இயக்குநர்கள் ஹேஸ்டிங்ஸைத் இங்கிலாந்துக்குத் திரும்ப வரச் சொல்லிவிடலாம் என்று தீர்மானம் போட்டார்கள். ஆனால் பங்குதாரர்கள் கூட்டத்தில் இதற்கு ஆதரவு கிடைக்கவில்லை.

சந்தடி சாக்கில் லண்டனில் இருந்த ஹேஸ்டிங்ஸின் பிரதிநிதி, ஹேஸ்டிங்ஸின் சார்பில் பதவி விலகல் கடிதம் கொடுத்தார். எல்லாம் இயக்குநர்களின் கடைக்கண் பார்வைக்காகத்தான்!

இயக்குநர்களும் அதையே ஹேஸ்டிங்ஸின் ராஜினாமாவாக ஏற்றுக்கொண்டார்கள்.

தான் பதவி விலகிய செய்தி ஒரு வருடம் கழித்து ஹேஸ்டிங்ஸுக்குத் தெரிய வந்தது. ஆனால் அவர் நாற்காலியை விட்டு இறங்க மறுத்துவிட்டார். இந்தப் பிடிவாதத்தைக் கண்டு லண்டனில் உள்ளவர்கள் கொதித்தார்கள். ஒழுங்குமுறைச் சட்டத்தில் கவர்னர் ஜெனரலைத் திரும்பக் கூப்பிடுவதற்கு அதிகாரம் இருந்தாலும், அந்தச் சட்டத்தால் ஆகக் கூடியது எதுவுமில்லை என்பது புரிந்தது. மூன்றாம் ஜார்ஜ் மன்னரே ஹேஸ்டிங்ஸைப் பதவி நீக்கவேண்டும் என்று கோரினார். ஹேஸ்டிங்ஸ்மீது நாடாளுமன்றத்தில் குற்றச்சாட்டுத் தீர்மானம் கொண்டுவரவேண்டும் என்றும் சிலர் கூறினார்கள். அதற்குள் அமெரிக்காவில் மூண்ட போரில் எல்லோரும் மூழ்கிவிடவே, இந்தியா விஷயம் அப்படியே கிடக்கட்டும் என்று விட்டு விட்டார்கள்.

இதற்கிடையில் 1776-ல் கம்பெனி தன் அரசுக் கடனையெல்லாம் அடைத்துவிட்டது. மற்ற கடன்களையும் வெகுவாகக் குறைத்து, டிவிடெண்டை வெற்றிகரமாக ஆறிலிருந்து எட்டு சதவிகிதமாக உயர்த்திக்கொண்டது.

1781 ஏப்ரலில் ஹைதர் அலி கர்நாடகத்தில் புகுந்த செய்தியைக் கேட்டவுடன் எல்லாக் கொண்டாட்டமும் திண்டாட்டமாக மாறி விட்டது. கம்பெனி அந்த நேரத்தில்தான் தன்னுடைய சாசனத்தை நீட்டிக்கச் சொல்லி பிரதமர் நார்த்தின் அரசாங்கத்துடன் பேச்சு வார்த்தை நடத்திக்கொண்டிருந்தது. இப்போது கம்பெனியின் திறமைக் குறைவுக்கு சாட்சி கூறுவதுபோல் இந்தச் சம்பவம் நடந்துவிட்டதால், அரசாங்கத்துக்கு வசதியாகப் போய்விட்டது. 8 சதவிகித டிவிடெண்ட் கொடுத்தபிறகு மீதி இருக்கும் லாபத்தில் முக்கால் பங்குக்கு மேல் அரசாங்கத்துக்குத் தந்துவிடவேண்டும் என்று நார்த் பேரம் பேசினார். இது வருடத்துக்கு 6 லட்சம் பவுண்டுவரை போய்விடும்.

இந்த நேரத்தில் எட்மண்ட் பர்க், கம்பெனியின் உதவிக்கு வந்தார். எதிர்க் கட்சியான விக்குகளின் சார்பில் குரல் எழுப்பிய அவர் 'அராஜகம். வெட்கக் கேடு. இந்த அரசாங்கம் கம்பெனி யிடம் திருடி, அதி ஊதாரித்தனமாகச் செலவழித்து ஊழலில்தான் போய் முடியப் போகிறது' என்றார்.[16] ஆனால் கம்பெனிக்கு

வேறு வழியில்லை. உரிமைப் பத்திரம் அதன் உயிர் நாடி. அதைப் புதுப்பிக்கக் கை மேல் 4 லட்சம் பவுண்டு கொடுத்து, உபரி லாபத்தில் முக்கால் பங்கு தரவும் ஒப்புக்கொண்டது.

இத்துடன் விவகாரம் முடியவில்லை. வங்காளத்தில் நீதி நிர்வாகம் நடக்கும் விதம்பற்றி விசாரணை செய்வதற்கு ஃபிப்ரவரி மாதம் ஒரு நாடாளுமன்றத் தேர்வுக் குழு அமைக்கப் பட்டது. அதில் பர்க்கும் ஓர் உறுப்பினர். இரண்டு மாதத்துக்குப் பிறகு ஹென்றி டூண்டாஸ் என்பவர் கர்நாடக விவகாரத்தை விசாரிக்க ரகசியமாக இன்னொரு கமிட்டியை நடத்திக் கொண்டிருப்பதாகத் தெரிந்தது. 39 வயதான டூண்டாஸ் ஸ்காட்லாந்தின் உயர் குலத்தைச் சேர்ந்தவர். முன்னுக்கு வந்துகொண்டிருக்கும் நட்சத்திரம்.

1773-ல் நடந்ததுபோலவே மறுபடியும் இப்போது கம்பெனிக்கு இரு முனைத் தாக்குதல். அடுத்த இரண்டு வருடத்தில் இரண்டு விசாரணைக் குழுக்களும் மொத்தம் 17 அறிக்கைகளை நாடாளு மன்றத்தில் வைத்தன. கம்பெனியின் உள் விவகாரம் அனைத்தை யும் அவை தோண்டிப் போட்டுவிட்டன! கம்பெனியையே தேசிய உடைமை ஆக்குவதற்கு அவைதான் வழி செய்தன.

பர்க்கும் டூண்டாஸும் அரசியலில் எதிர் துருவங்கள். இருந்தும் பிரச்னையின் வேர்களைப் பற்றி அவர்கள் கண்டறிந்த முடிவுகள் ஒரே மாதிரிதான் இருந்தன. இப்போது சவுக்கைச் சொடுக்க வேண்டியது யார் பொறுப்பு என்பதில்தான் அவர்களுக்குக் கருத்து வேற்றுமை. முடி மன்னர்தான் இதைச் செய்ய உரிமை உள்ளவர் என்பது டூண்டாஸின் கருத்து. கம்பெனி, நாடாளுமன்றத்துக்கே பதில் சொல்லக் கடமைப்பட்டது என்பது பர்க்கின் கட்சி.

அமெரிக்கா கையை விட்டுப் போனதால் வெஸ்ட்மின்ஸ்டரில் ஒரே அரசியல் அல்லோல கல்லோலமாக இருந்தது. பிரிட்டிஷ் அரசாங்க இயந்திரம் அதைச் சமாளிக்கத் திணறியது. கடைசியாக மார்ச் 1782-ல் நார்த் வீழ்ந்தபிறகு மூன்று அல்பாயுசு அரசுகள் வந்தன, போயின. முடிவில் பிட் (இளையவர்) தலைமையில் 1784-ல் அரசு அமைந்தது. டூண்டாஸின் சீர்திருத்தங்களுக்கு ஒரு பிடிமானம் கிடைத்தது.

டூண்டாஸைப் பொருத்தவரை கம்பெனியின் பிரச்னை இதுதான்: அதனால், தான் உண்டு, தன் வியாபாரம் உண்டு என்று இருக்க

முடியவில்லை. ராணுவ வெற்றிகளில் ருசி கண்டுவிட்டதால் தோள் தினவு எடுத்துக்கொண்டே இருந்தது. 'ஒவ்வொரு கம்பெனி ஊழியரும், கம்பெனிக்கு விசுவாசமான வேலைக்கார னாக இருப்பது மட்டுமே தன் வாழ்க்கை லட்சியம் என்று நினைத்தால் நன்றாக இருக்கும். வணிக வியாபாரத்தைக் கவனிப்பதை விட்டுவிட்டு, அவரவர்கள் தன்னை ஓர் அலெக்ஸாண்டராகவோ ஔரங்கசீபாகவோ கற்பனை செய்துகொண்டு போர்க்களத்துக்குக் கிளம்பிவிடுகிறார்கள்' என்று டூண்டாஸ் நாடாளுமன்றத்தில் பேசினார்.[17]

கம்பெனியின் குடுமி நாடாளுமன்றத்தின் கையில்தான் இருக்கிறது என்று காட்ட விரும்பினார் டூண்டாஸ். இந்தியாவில் இருந்த கம்பெனியின் மூன்று கவர்னர்களையும் அடக்கி வைக்க முனைந்தார். மெட்ராஸில் ரம்போல்ட். பம்பாயில் ஹார்ன்பி. கல்கத்தாவில் ஹேஸ்டிங்ஸ்.

இதில் ரம்போல்டின் ஊழல் உலகப் புகழ் பெற்றது. மெட்ராஸ் ஹைதர் அலியின் தாக்குதல்களை எதிர்த்து நிற்க முடியாமல் போனதே அந்த ஊழலால்தான் என்று பலர் குற்றம் சாட்டினார்கள். 1778-க்கும் 1780-க்கும் இடையில் அவர் வீட்டுக்கு அனுப்பி வைத்த தொகை 1,60,000 பவுண்டு. இது அவருடைய சம்பளத்தைப்போல் மூன்று மடங்கு!

ஆனால் டூண்டாஸின் முக்கிய இலக்கு ஹேஸ்டிங்ஸ்தான். அவர் 1782-ல், 'ஹேஸ்டிங்ஸ் இந்த நாட்டின் கௌரவத்தையும் கொள்கைகளையும் குலைக்கும் வகையில் செயல்பட்டார். அதனால் இந்தியாவுக்கு மிகப் பெரிய துயரங்களும் கிழக்கிந்தியக் கம்பெனிக்கு நஷ்டமும் ஏற்பட்டன' என்ற தீர்மானத்தைக் கொண்டுவந்தார். நாடாளுமன்றமும் இதை ஆதரித்து வாக்களித்தது. ஹேஸ்டிங்ஸைத் திரும்ப வரச்சொல்லி விடுவது என்று முடிவாயிற்று.

ஆனால் கம்பெனியின் பங்குதாரர்கள் இதை ஒப்புக் கொள்ளவில்லை. 428-க்கு 75 என்ற பெரும்பான்மையில் இந்தத் தீர்மானத்தைத் தோற்கடித்தார்கள். முன்னே 1776-ல் இயக்குநர்களின் முடிவைப் புறம் தள்ளியதுபோலவே மறுபடியும் நடந்தது. ஒரு பங்குதாரர், 'இதெல்லாம் திரை மறைவில் நடக்கிற சதிக்கு உதாரணம். முறைப்படி சாசனம் வாங்கிய ஒரு கம்பெனியின் உரிமைகளைக் கொஞ்சம்

கொஞ்சமாக அரித்துத் தின்ன நடக்கும் ஒரு சதி' என்று குறிப்பிட்டார்.[18]

பங்குதாரர்கள் கையைக் கட்டிப் போட்டுவிட்டார்கள். ஆனால் டூண்டாஸ் விடவில்லை. அடுத்த வசந்த காலத்தில் மற்றொரு முழு நீள மசோதாவைத் தயாரித்தார். 'கம்பெனி பங்குதாரர்கள் நாடாளுமன்றத்தின் விருப்பங்களை மதிக்கவேண்டும்' என்று வலியுறுத்தியது அது.

தீர்மானம் நிறைவேறுவதற்கு ஒன்பதே நாள்கள் இருந்தபோது அரசியல் காய்கள் மறுபடி நகர்ந்தன. டூண்டாஸ் பங்கு பெற்ற ஷெல்பர்னியின் கூட்டணி அரசு கவிந்தது.

இதற்குப்பிறகு நார்த்தும் சார்லஸ் ஜேம்ஸ் ஃபாக்ஸும் இணைந்த கூட்டணி அரசு எழுந்தது. நெருங்கிவரவே முடியாத இந்த இரண்டு எதிரிகளும் சேர்ந்து நடத்திய விநோத அரசு ஒன்பது மாதம்வரை தாக்குப்பிடித்தது. இப்போது நாடாளு மன்றத்தில் கம்பெனியை ஆட்டிப் படைக்கும் பொறுப்பு மறுபடி டூண்டாஸிடமிருந்து பர்க்கின் வசம் சென்றது.

ஊழல் ஒரு தொடர் கதை

எட்மண்ட் பர்க் 1729-ல் டப்ளினில் பிறந்தவர். பிரெஞ்சுப் புரட்சியின்போது அவர் பழமையான முடியாட்சியை ஆதரித்து உணர்ச்சிகரமாகப் பிரசாரம் செய்ததால், நவீன சம்பிரதாய வாதத்தின் தந்தை என்று மதிக்கப்படுபவர். அவர் எழுதிய 'பிரெஞ்சுப் புரட்சி - சில சிந்தனைகள்' என்ற புத்தகத்தை ஐரோப்பா முழுவதும் இருந்த எதிர் வினைஞர்கள் ஆவலுடன் வரவேற்றார்கள். தனி மனிதனின் உரிமைக்கும் சொத்துரிமைக் கும் இடையே நடந்த போராட்டத்துக்கு பர்க்கின் புத்தகம்தான் பாட நூல்.

ஆனால் முடி மன்னர்களுக்கு வரைமுறை இல்லாத அதிகாரங்கள் உண்டு என்ற கருத்தையும் பர்க் ஆதரிப்பவர் அல்ல. உண்மையில் விக் கட்சியில் சேர்ந்து வாழ்நாள் முழுவதும் அவர் வேலை செய்ததெல்லாம் கொடுங்கோல் ஆட்சியைக் கட்டுப்படுத்து வதற்குத்தான். மகாப் புரட்சின்போது நாடாளுமன்றத்துக்கும் முடியாட்சிக்கும் இடையே ஏற்பட்ட அதிகாரப் பகிர்வை அப்படியே பாதுகாக்க உழைத்தவர் அவர். பொதுப் பணத்தில் அரசவை ஊழல் செய்வதைத் தடுக்கப் பொருளாதாரச்

சீர்திருத்தம் வேண்டும் என்று 1779-80-ல் பிரசாரம் செய்தார். 13 அமெரிக்கக் காலனிகளுடன் பிரிட்டன் போராட்டம் நடத்திய வேளையில் முழுக்க முழுக்க அமெரிக்காவுக்கு ஆதரவாகவே வாதாடினார் பர்க். அவருடைய சொந்த நாடான அயர்லாந்தில் கத்தோலிக்க மதத்தின்பால் நமக்கு சகிப்புத் தன்மை வேண்டும் என்று முழங்கினார்.

கடமை, கண்ணியம் இவற்றை வலியுறுத்தியவர் பர்க். கிழக்கிந்தியக் கம்பெனி பற்றிய அவருடைய பார்வையும் அதை ஒட்டியே இருந்தது. கம்பெனி தன் உரிமைப் பத்திரத்தின் நிபந்தனைகளைப் பின்பற்றும்வரை அதன் சுதந்தரத்தை ஆதரிப்பார். ஆனால் அதே கம்பெனி அடக்குமுறைக் கருவியாக மாறிவிட்டது என்று தெரிந்தால், அடி முதல் முடி வரை இதைப் பழுது பார்த்துவிடவேண்டும் என்று முனைபவரும் அவர்தான்.

படம் 7.1: ஈஸ்ட் இந்தியா ஹவுஸ், வரைந்தவர் தெரியாது, 18-ம் நூற்றாண்டின் இறுதி

பிரதமர் நார்த் கம்பெனியை ஒழுங்குபடுத்த முற்பட்டபோது முதலில் பர்க் அதை எதிர்த்தார். முடியரசின் சாசனம் வைத்திருக்கும் ஒரு கம்பெனியின் உள் விவகாரங்களில் தேவையில்லாமல் தலையிடுவது தவறு என்று நினைத்தார். அவர் நார்த்தின் நடவடிக்கைகளை எதிர்ப்பது விக்குகளின் எதிர்க் கட்சி அரசியலுக்கும் வசதியாகத்தான் இருந்தது.

ஆனால் 1782-ல் நார்த்தின் ஆட்சி கலைந்தவுடன் எல்லாம் மாறிவிட்டது. இவ்வளவு நாள் இந்திய விவகாரங்களை முழு மூச்சாக ஆராய்ந்து வந்ததால் பர்க்குக்கும் சில விஷயங்கள் புரிந்துவிட்டன; கம்பெனி பற்றிய அவர் பார்வையும் மாற ஆரம்பித்தது.

முதலில் தென்னிந்தியாவை எடுத்துக்கொண்டார். மெட்ராஸில் இருந்த முக்கியக் கம்பெனி அதிகாரிகள் தங்கள் பதவியைத் தவறாகப் பயன்படுத்தி உள்ளூர் அரசர்களுக்குத் தங்கள் சொந்தக் கணக்கில் நிறையக் கடன் கொடுத்திருந்தார்கள். முக்கியமாக ஆற்காட்டு நவாபுக்கும் தஞ்சாவூர் மன்னருக்கும்.

அதிர்ஷ்டவசமாக, பர்க்குக்குத் தஞ்சாவூரிலேயே நம்பிக்கையான ஆள் ஒருவர் இருந்தார். அவருடைய நெருங்கிய நண்பர் ஒருவர் 1778-ல் தஞ்சை மன்னரின் முகவராக வேலைக்குச் சேர்ந்தார். அந்த நண்பர் பெயர் வில்லியம் பர்க். இரண்டு பர்க்குகளும் கூட்டாகத் துப்பறிந்து 1779-ல் ஒரு பிரசுரத்தை வெளியிட்டார்கள். 30 லட்சம் பவுண்டுக்கு மேல் கம்பெனி பணம் கடனாகக் கை மாறியிருக்கும் ஊழலை அது அம்பலப்படுத்தியது.

இந்த நேரத்தில்தான் பிலிப் பிரான்சிஸ் கல்கத்தாவிலிருந்து திரும்பிவந்தார். வந்தவர் நேராக பர்க்குடன் சேர்ந்துகொண்டார். கிழக்கே வங்காளத்தில் என்ன நடக்கிறது என்பதைப் பிட்டுப் பிட்டு வைத்துவிட்டார்.

1783-ன் கோடையில் இந்த இரண்டு ஓடைகளும் ஒன்று கலந்தன. தேர்வுக் குழுவின் ஒன்பதாவது அறிக்கை வெளியானது. அறிக்கை பெரும்பாலும் பர்க்கின் கைவண்ணம்தான். அரசியல் பொருளாதாரத்தில் ஓர் உன்னதப் படைப்பு அது!

ஒழுங்குமுறைச் சட்டம் ஒரேயடியாகத் தோற்றுப்போனது ஏன் என்று விளக்கினார் பர்க்: முறைகேடுகளைக் கண்டுபிடித்தபிறகு அவற்றை விரட்டிப் பிடித்து மருந்து புகட்டிச் சரி செய்திருக்க வேண்டும். சட்டத்தால் இதைச் செய்ய முடியவில்லை.[19] வங்காளப் புரட்சியால் இந்தியா - பிரிட்டன் இடையே இருந்த வணிக வளையம் உடைந்துவிட்டது. அந்த வளையத்தினால் தான் இரு தரப்புக்கும் நன்மை கிடைத்துவந்தது.

பர்க் எச்சரிக்கையாகப் பேசுகிறார். 'இரு நாடுகளுக்கும் இடையே நடக்க ஆரம்பித்தது வர்த்தகம் அல்ல - வல்லுறவு.

இந்தியாவின் உற்பத்தியாளர்களும் உற்பத்தியும் சூறையாடப் பட்டார்கள். வருடத்துக்கு 12 லட்சம் பவுண்டு கொள்ளை போனது.'

கம்பெனியின் புரட்சியால் இந்திய வியாபாரிகள், உற்பத்தியாளர் கள் ஆகியோரின் வழி வழியாக வந்த உரிமைகள் சிதைந்தன. இதனால் கார்ப்பரேஷனுக்கும் நீண்ட காலப் பயன் எதுவும் கிடைக்கவில்லை. இப்படி ஒரு ஏற்றத் தாழ்வான வியாபாரத் துக்கு உள்ளானதால் வங்காளத்தின் உற்பத்தித் திறன் குறைந்து போய்விட்டது.

கம்பெனி பணம் சம்பாதிப்பதற்காக இலக்கே இல்லாமல் விபரீத நடவடிக்கைகளில் இறங்கியது. இன்னொரு பக்கம், முடிவில்லாமல் போர்களில் ஈடுபட்டதால் செலவுகள் கட்டுக்குள் அடங்கவில்லை. வியாபாரமோ, வரி விதிப்போ, எதையாவது செய்து இன்னும் பணம் திரட்டவேண்டிய கட்டாயம் வாரன் ஹேஸ்டிங்ஸுக்கு ஏற்பட்டது.

டிசம்பர் 1780-ல் ஹேஸ்டிங்ஸ் இயக்குநர்களுக்கு அனுப்பிய ரகசியச் செய்தியில், 'துண்டு விழும் பட்ஜெட் இனி சரிக்கட்ட முடியாத அளவுக்குப் போய்விட்டது. எனவே அடுத்த வருடம் தொழிலில் முதலீடு செய்வதையே நிறுத்தவேண்டியதுதான்' என்றார். கம்பெனியின் வணிகம் சுக்கு நூறாகிக் கிடந்தது. 'அடுத்த காலாண்டு ஏலத்துக்கு இந்தியாவிலிருந்து சரக்குகள் ஏதாவது அனுப்பவேண்டும் என்றால் அதற்கு ஒரே வழிதான்: கம்பெனி அதிகாரிகளுக்கு நம் கப்பல்களில் இடத்தை வாடகைக்குக் கொடுங்கள். அவர்கள் சொந்தக் காசில் வங்காளத்திலிருந்து சரக்குகளை வாங்கி அனுப்பி, தனிப்பட்ட முறையில் வியாபாரம் செய்வார்கள்.'

இது ஒரு வியாபாரக் கானல் நீர். செலவையெல்லாம் கழித்து விட்டுப் பார்த்தால் கம்பெனிக்குக் கால் காசுகூடத் தேறாது.

பர்க் இதைப் பற்றி எழுதியது: 'இது அசாதாரணமான யோசனை. கம்பெனியைக் கவிழ்த்துப் போட்டுவிட்டார்கள். ஒரு கம்பெனிக்கும் அதன் ஊழியர்களுக்கும் இருக்கவேண்டிய தொடர்பே தலைகீழ் ஆகிவிட்டது. கம்பெனிகள்தான் பணி யாளர்களை வைத்து வேலை வாங்கி வியாபாரத்தை நடத்தும். இங்கேயோ, பணியாளர்கள் ஒரேயடியாக வியாபாரத்தையே

தங்கள் கையில் எடுத்துக்கொண்டுவிட்டார்கள். முதலீடு அவர்களுடையது; அபாயங்களையும் அவர்கள்தான் ஏற்கவேண்டும். தங்கள் சரக்குகளை விற்றுத் தாங்களே லாபத்தை எடுத்துக் கொள்வார்கள். கம்பெனி அவர்களுடைய ஏஜெண்ட்டாக மாறிச் சேவை செய்கிறது.'[20]

இந்தப் பிரச்னைக்கு ஒரே தீர்வு, கம்பெனியின் அஸ்திவாரத்தையே மாற்றுவது. அதை முழுக்க முழுக்க ஒரு வணிக நிறுவனமாகத் திரும்பக் கட்டுவது.[21] கம்பெனியால் பொதுநலப் பொறுப்புகளை எல்லாம் தலை மேல் போட்டுக்கொண்டு செய்யமுடியும் என்பது வெறும் பாசாங்கு. கம்பெனியின் நிர்வாக அமைப்பில் அடிப்படையான மாற்றம் கொண்டுவரவேண்டும். ஒழுங்குமுறைச் சட்டம்போல அவ்வப்போது ஒட்டுப் போட்டு சரி செய்வதால் பயனில்லை. 'இயக்குநர் குழுவினர் இந்தியாவில் நடந்ததையெல்லாம் கண்டித்தார்களே, அதற்கு முக்கியக் காரணமே அவர்கள்தான். வங்காள அதிகாரிகளின் அத்துமீறல்களை இழுத்துப் பிடித்து நிறுத்துவதற்கு பதிலாக அசட்டையாக இருந்துவிட்டார்கள். அதனால்தான் அத்தகைய போக்குகள் வேகமாக வளர்ந்துவிட்டன.'[22]

ஃபாக்ஸ் - நார்த் இடையே கூட்டணி அரசு அமைந்த சூழ்நிலை பர்க்குக்கு வலு சேர்த்தது. தன் கருத்துகளைக் கம்பெனியில் செயல்படுத்திப் பார்க்க சந்தர்ப்பம் கிடைத்தது. கம்பெனியின் பொருளாதார நிலை கத்தி முனையில் தொங்கிக்கொண்டிருந்ததும் அவருக்குச் சாதகமாகிவிட்டது. 1783 மார்ச்சில் இயக்குநர்கள், நாடாளுமன்றத்திடம் பரிதாபமாக மனு கொடுத்தார்கள். அரசாங்கம்தான் எங்களுக்கு உதவி செய்து காப்பாற்றவேண்டும் என்று கெஞ்சினார்கள். இலையுதிர் காலம் தொடங்கியபோது, கம்பெனி கடன்களைத் திருப்பித் தரும் நிலையில் இல்லை என்பது புரிந்துவிட்டது.

கம்பெனியிடம் காசும் இல்லை, கட்டுக்கோப்பும் இல்லை. ஜார்ஜ் மன்னர் லைசென்ஸ் கொடுத்தபோது உள்ளூடாக விதித்திருந்த பணிகளை இனிமேல் கம்பெனியால் தொடர முடியாது. முடி மன்னர்கள்போலவே கார்ப்பரேஷன்களுக்கும் பொதுநலக் கடமைகள் உண்டு என்று வாதாடினார் சார்லஸ் ஜேம்ஸ் ஃபாக்ஸ். விக் கட்சியினரின் பாரம்பரிய வழக்கமே, கொடுங்கோல் ஆட்சிகளை எதிர்த்து நியாயமாகப் போராடுவது

தான். கம்பெனிக்கு வழங்கப்பட்ட சாசனம் என்பது, ஏதோ மீற முடியாத புனிதமான உரிமைகள் அல்ல; கம்பெனிக்கும் குடிமக்களுக்கும் இடையே பரஸ்பர நம்பிக்கையின் அடிப் படையில் அமைந்த ஒப்பந்தம் அது. 'அந்த நம்பிக்கையைப் பாழாக்கினால் - அதுவும் வேண்டுமென்றே செய்தாலோ, அறியாமையால் அல்லது நிர்வாகத் தவறுகளால் நேர்ந்தாலோ - அந்த ஒப்பந்தத்தைப் பிடுங்கி வேறொருவர் கையில் கொடுப்பதில் யார் தவறு காண முடியும்?' என்று வாதாடினார் ஃபாக்ஸ்.[23]

பர்க் இதே நூலைப் பிடித்துக்கொண்டு முன்னேறினார்: 'வணிகத்தில் யாருக்கு எந்தச் சலுகை கொடுத்தாலும், அது அடிப்படையில் ஒரு நம்பிக்கை ஒப்பந்தம்தான். நம்பிக்கை என்றால் கடமை; பொறுப்பு ஏற்பது. யாருக்குப் பொறுப்பு? நாடாளுமன்றத்தைத் தவிர வேறு யாருக்கு?' சொற் சிலம்பம் ஆடினார் பர்க்.

ஃபாக்ஸ் கொண்டுவந்த கிழக்கிந்திய மசோதாவின்படி, இந்தப் பொறுப்பை மேற்பார்வை செய்வதற்கு நாடாளுமன்றம் 7 கமிஷனர்களை நியமிக்கும். கம்பெனி இயக்குநர் குழுவே இருக்காது. அதாவது, கம்பெனியின் தலை வெட்டப்படும்! பிறகு பங்குதாரர்கள் அனைவரும் ஏட்டளவில்தான் முதலாளிகள். ஓட்டளவில் அல்ல. வாக்குப் போட உரிமை இல்லை என்றால், தங்கள் பணத்தை நிர்வாகம் செய்வதில் அவர்கள் கருத்துச் சொல்ல வழியில்லை.

வில்லியம் ஜேம்ஸ், கம்பெனியின் மிக மூத்த இயக்குநர்களில் ஒருவர். அவர் இந்த மசோதாவைப் படித்துப் பார்த்த அதிர்ச்சி தாங்காமல்தான் மரணம் அடைந்தார் என்று சொல்லப்பட்டது. கம்பெனியின் பங்குகளும் அடி வாங்கின. மசோதா பற்றிய செய்தி வந்தவுடன் பங்கு விலை 13 சதவிகிதம் குறைந்தது. நவம்பர் மாத இறுதியில் 120 பவுண்டுக்கு இறங்கிவிட்டது.

1783-ல் பர்க் மக்களவையில் இந்த மசோதாவை வைத்தார். 'இந்த வைத்தியம் இப்போது மிகவும் தேவைப்படுகிறது. அதுதான் நியாயம். அதுதான் மனிதத்தன்மை. உண்மையான கொள்கை என்றால் அதன் ஒவ்வொரு நரம்பும் இப்படித்தான் இருக்க வேண்டும்' என்றார். மசோதாவுக்கு உடனடியாக நல்ல பெரும் பான்மை கிடைத்தது. கம்பெனிமீது எல்லோருக்கும் அவ்வளவு கோபம்!

ஆனால் கம்பெனி பணிவதாக இல்லை. ஒரு பெரிய பிரசார யுத்தமே ஆரம்பித்தது. இது தன்னுடைய புனிதமான சாசன உரிமையை மீறுவதாகும் என்றது. எல்லா நியமன அதிகாரங் களையும் ஃபாக்ஸின் கையில் கொடுப்பதற்காகத்தான் இந்த மசோதா ஏற்பட்டது என்று நாட்டை எச்சரித்தது. மன்னருக்கு ஃபாக்ஸைக் கண்டாலே பிடிக்காது. அந்த வெறுப்பையும் ஊதிப் பெரிதாக்க முயன்றது கம்பெனி.

நாடாளுமன்றத்தில் ஃபாக்ஸை ஒருவராலும் எதிர்த்து நிற்க முடியவில்லை. எனவே வேறு வழி யோசித்தார்கள். ஜேம்ஸ் சேயர்ஸ், ஃபாக்ஸை விமரிசித்து வரிசையாகப் பல கேலிச் சித்திரங்கள் தயாரித்தார். டிசம்பர் 5-ம் தேதி பிரசுரமான ஒரு கார்ட்டூன் புகழ் பெற்றுவிட்டது. அதன் தலைப்பு: 'கார்லோ கான் வெற்றிகரமாக லெடன்ஹால் தெருவில் நுழைகிறார்.' அதில் ஃபாக்ஸ் பெரிய முகலாய அரசர் போல் யானைமீது உட்கார்ந் திருக்கிறார். யானைக்கு பிரதமர் நார்த்தின் முகம்! எட்மண்ட் பர்க் யானையின் முன்னால் 'பராக் பராக்' என்று நடக்கிறார். அவருடைய ஊது குழலிலிருந்து வங்காளத்தின் வரைபடம் தொங்குகிறது. ஃபாக்ஸ் கையில் பிடித்துள்ள பதாகையில் 'மன்னாதி மன்னன்' என்று எழுதியிருப்பதுதான் முக்கியம். ஃபாக்ஸ் இனியும் மக்கள் நாயகர் அல்ல; சர்வாதிகாரியாக மாறிவிட்டார் என்பது இதன் பொருள்.

இதனால் கதையே மாறிவிட்டது. பின்னால் இதுபற்றி நார்த் பேசும்போது 'இதெல்லாம் வெட்டிக் கூச்சல். இருந்தும், விஷயம் தெரியாத மக்களின் ஒரு பகுதியினர் எப்படியோ மனம் மாறிவிட்டார்கள்' என்றார்.[24]

பொதுமக்கள் கருத்து மாறியது, ஜார்ஜ் மன்னருக்கு வசதியாகப் போய்விட்டது. கூட்டணியுடன் மோதிப் பார்க்க முடிவு செய்தார். தன்னுடைய வீட்டு விவகாரங்களில் தலையிட்டதால் ஃபாக்ஸ்மீது மன்னருக்குக் கோபம். இந்தியா மசோதாவைப் பயன்படுத்தி, தனக்குப் பிடிக்காத அரசாங்கத்தைக் கவிழ்க்க முனைந்தார்.

பிரபுக்கள் அவையில், தீர்மானத்துக்கு ஆதரவாக வாக்குப் போடுபவர்கள் தனக்கு எதிரியாகக் கருதப்படுவார்கள் என்று மன்னர் வெளிப்படையாகவே அறிவித்தார். அரசியல் சட்டப்படி

நாடாளுமன்றத்தின் நடவடிக்கைகளில் மன்னர் தலையிடக் கூடாது என்ற தத்துவத்துக்கே எதிரானது இது.

மன்னரின் தந்திரம் கச்சிதமாக வேலை செய்தது. மசோதா தோற்றது.

ஃபாக்ஸும் நார்த்தும் தொடர்ந்து முரண்டுபிடிக்கவே, அவர்கள் இருவரையும் பதவி விலகச் சொல்லி வற்புறுத்தல் எழுந்தது. மக்களவையில் மிகப் பெரிய வெற்றி பெற்ற சில நாள்களிலேயே இப்படி ஒரு திருப்பம். வில்லியம் பிட் (இளையவர்) பிரதமராகப் பதவி ஏற்றார். பர்க்கைப் பொருத்தவரை, பிறகு அவர் கடைசி வரை அரசாங்கப் பதவி எதற்கும் வரவில்லை.

கடன் தீர்ப்புத் திருவிழா

பர்க், கம்பெனியின் தலையையே வெட்டிவிடுவது என்று முயன்றார். பிட் வேறு அணுகுமுறையைக் கொண்டுவந்தார். நாசூக்காகக் கம்பெனியின் மூக்கணாங் கயிறைப் பிடிக்கும் முயற்சியில் ஈடுபட்டார். மார்ச் 1784-ல் நாடாளுமன்றம் கலைக்கப்பட்டது. புதிய நாடாளுமன்றம் பிட்டின் யோசனைக்கு ஆதரவாக இருந்தது.

விக்குகளுக்கு முழுத் தோல்வி. ‘கம்பெனியின் நவாபுகள் பிட்டுக்கு ஆதரவாகப் பெரிய அளவில் லஞ்சம் கொடுத்த தால்தான் தாங்கள் தோற்றோம்’ என்று விக்குகள் அரற்றினார்கள். அடுத்த வருடமே அவர்கள் சந்தேகப்பட்டதுபோல நிகழ்ச்சிகள் நடக்க ஆரம்பித்தன. ஆற்காட்டு நவாபுக்குக் கம்பெனி அதிகாரிகள் சொந்த முறையில் கொடுத்த கடன் தொகையை, கம்பெனி அவர்களுக்குத் திருப்பிக் கொடுத்துவிடும் என்று பிட் அறிவித்தார். கடன்கள் உண்மையா, இல்லையா என்றுகூடப் பார்க்கவில்லை.

1784-க்கும் 1804-க்கும் இடையில் வருடம் ஒன்றுக்கு சராசரியாக 4,80,000 பவுண்டு இப்படி விநியோகிக்கப்பட்டது. இதற்குள் மலை மலையாகப் புதிய கடன்களும் வெளியே வந்தன. மொத்தம் 3 கோடி பவுண்டுக்குக் கடன் நிவாரணம்! இதில் இருபதில் ஒரு பங்குதான் உண்மையானது என்பது பின்னர் தெரிய வந்தது. கம்பெனி நவாபுகளின் பொய்க் கடன்களுக்கு இந்தியாவின் வருமானத்தை அள்ளிக் கொடுத்தார்கள். 18-ம்

நூற்றாண்டில் பிரிட்டிஷ் அரசாங்கம் அரசியல் ஆதாயத்துக்காகச் செய்த ஊழல் கடன் விழா இது.

பிட்டின் முதல் வேலை, கம்பெனியின் பொருளாதாரத்தை கெட்டிப்படுத்துவது. மார்ச்சில் தேர்தல் அறிவிப்பு வந்த சில தினங்களிலேயே ஈஸ்ட் இந்தியா ஹவுஸ் கட்டடத்தில் அமீனாக்கள் நுழைந்துவிட்டார்கள். அரசாங்கத்துக்கு கம்பெனி தரவேண்டிய 1 லட்சம் பவுண்டுக்கு ஈடாக சொத்துகளைப் பறிமுதல் செய்ய முற்பட்டார்கள்.

வியாபாரத்தில் வருமானத்தைப் பெருக்கவேண்டும். சந்தையின் நம்பிக்கையைத் திரும்பப் பெறவேண்டும். அதற்குப் புதிய வழி ஏதாவது இருக்கிறதா? கம்பெனி 1773-ல் செய்ததுபோலவே மறுபடி தேயிலையின் பக்கம் திரும்பியது.

கடந்த முறை அநியாய வரி விதிக்கும் தேயிலைச் சட்டம் போட்டுக் கையைச் சுட்டுக்கொண்டது மறக்கவில்லை. எனவே பிட் இப்போது தேயிலை வரியை 119 சதவிகிதத்திலிருந்து 12.5 சதவிகிதமாகக் குறைத்தார். வருமானத்தை ஈடுகட்ட, விநோதமான ஜன்னல் வரி என்று ஒன்றைப் போட்டார்.

புத்திசாலித்தனமான யோசனை! சட்டப்படி ஏற்றுமதி ஆகும் தேயிலையின் விலை குறைந்தது. கள்ளக் கடத்தல்காரர்கள் காணாமல் போனார்கள். 1784-ல் 50 லட்சம் பவுண்டு தேயிலை இறக்குமதி செய்த கம்பெனி, அடுத்த வருடமே 130 லட்சம் பவுண்டுக்குப் போயிற்று.

அடுத்து பிட் மார்க்கெட்மீது கவனம் செலுத்தினார். டிவிடெண்ட் கொடுக்கமுடியாமல் கம்பெனிக்கு மறுபடி தலை குனிவு ஏற்பட்டு இருந்தது. ஜூன் 1784-ல் கம்பெனி தலைவர் நதானியல் ஸ்மித் நாடாளுமன்றத்திடம் உதவி கேட்டு மன்றாடினார். குறுகிய காலக் கடனாகவேனும் ஏதாவது கொடுத்துக் கை தூக்கி விடவில்லை என்றால் ஐரோப்பா முழுவதும் பொருளாதாரப் புயல் வீசும் என்று எச்சரிக்கை செய்தார்: 'பங்குதாரர்கள் கூட்டத்தில் போய் நின்று டிவிடெண்ட் கொடுக்க இயலவில்லை என்று அறிவித்தால், அதனால் வரும் விளைவுகளுக்கு நான் பொறுப்பு அல்ல. விஷயம் உடனே ஹாலந்துக்குப் பரவிவிடும். அடுத்து என்ன நடக்கும் என்பது, அரசாங்கத்துக்கு நான் சொல்லித் தெரியவேண்டியது இல்லை!'[25]

பங்கு விலை சரிவதைத் தடுக்க பிட் ஒரு சட்டம் போட்டார். கம்பெனி இன்னும் கொஞ்சம் கடன் வாங்க வகை செய்து, அதிலிருந்து 8 சதவிகித டிவிடெண்ட் கொடுக்கலாம். கடன் வாங்கி டிவிடெண்ட் தருவது என்பது பொருளாதார நோக்கில் அபத்தம். ஆனால் அது நிலைமையக் கட்டுக்குள் வைக்க உதவியது.

1784 ஜுலை 6-ம் தேதி பிட் கொண்டு வந்த சட்டம்தான் அவருடைய சிகரத்தில் மணி மகுடம். 'இந்தியாவில் ஆட்சியை ஒழுங்குமுறைப் படுத்தும் சட்டம்' என்ற அதை எழுதியவர் பிட்டின் நம்பிக்கையான கூட்டாளியான ஹென்றி டூண்டாஸ். இந்த மசோதா, கம்பெனியின் உரிமைப் பத்திரத்துக்கு அங்கீ காரம் கொடுத்தது. ஆனால் ஒயிட்ஹாலில் புதிய இயக்குநர்கள் குழு ஒன்று அமைக்கப்படும். ஐந்து பேர் கொண்ட இந்தக் குழுவை மன்னரே நியமிப்பார். கம்பெனிக்கு எந்த இடத்தில் சொத்து இருந்தாலும் அதன் சிவில், ராணுவ விவகாரங்கள் முழுவதும் இந்தக் குழுவின் அதிகாரத்தின்கீழ் வரும். மேற் பார்வை, வழி காட்டுவது, கட்டுப்படுத்துவது எல்லாமே இந்தக் குழுவின் வேலைகள்.

இயக்குநர்கள் எடுக்கும் முடிவைப் பங்குதாரர்கள் மாற்ற முடியாது. இந்தியாவில் உள்ள எந்த ஒரு அதிகாரியையும் திரும்ப வரவழைக்கும் உரிமையும் மன்னருக்கு உண்டு. பத்து வருடமாக ஹேஸ்டிங்ஸ் கொடுத்துவந்த தலைவலி இதனால் தீர்ந்தது.

'இது ஒரு புத்திசாலித்தனமான, ஆனால் நேர்மைக் குறைவான மசோதா. கம்பெனி இயக்குநர்களின் பல்லைப் பிடுங்கிவிட வேண்டும் என்று அமைச்சரவை முடிவு செய்துவிட்டது; ஆனால் அது தெரியாதபடி மசோதாவை வடிவமைத்திருந்தது' என்று ஒரு வரலாற்று ஆசிரியர் சொல்கிறார்.[26]

கம்பெனியின் முக்கியப் பிரச்னையே பணம்தான். அரசியல் அதிகாரம் அல்ல. பிட் இதை உணர்ந்துகொண்டு, கம்பெனியின் கட்டுப்பாட்டைத் தன் கையில் எடுத்துக்கொண்டார். இயக்குநர் களின் நியமன உரிமை அப்படியே இருக்கும். டிவிடெண்டும் கொடுத்தாயிற்று. இதனால் கம்பெனி ஏமாந்துபோய் அரசாங்கத் தின் வலையில் விழுந்துவிட்டது!

சட்டம் நிறைவேறியபிறகு அரசு அதிகாரி ஒருவர் 'ஒரு வழியாக இயக்குநர்களை எல்லாம் வெறும் கிளர்க்குகளாக மாற்றி உட்கார வைத்தாயிற்று' என்று திருப்தியாகச் சொன்னார்.[27]

ஒரு கையில் குண்டாந்தடி, மறு கையால் ஜேப்படி!

எட்மண்ட் பர்க், ஒரு தேர்தலில் தோற்றதால் மனம் உடைந்து போய்விடுபவர் அல்ல. நியாயத்துக்காகப் போராடுவதை நிறுத்துபவரும் அல்ல. அவர் மனம் குமைந்த விஷயம் ஒன்று தான்: கம்பெனியும் அதன் பணியாளர்களும் கிழக்கே இவ்வளவு கொடுங்கோல் ஆட்சி நடத்துகிறார்கள். கொள்ளை அடிக்கிறார்கள். மனித குலத்தை அழிக்கிறார்கள். ஆனால் இந்த நாட்டுக்கு இதெல்லாம் தவறாகத் தோன்றவில்லையே? மாறாக, இவர்கள் எல்லாம் அதில் ஒருவித ஆனந்தம் அடைகிறார்களே![28]

பர்க்கின் நெருங்கின நண்பர்களுக்குக்கூட இது புரியவில்லை. 'எங்கோ இந்தியாவில் இருக்கும் கறுப்புக் குரங்கு மனிதர்களிடம் உனக்கு எதற்காக இத்தனை கரிசனம்?' என்றுதான் கேட்டார்கள்.[29]

பிட்டின் கை இவ்வளவு தூரம் ஓங்கி இருக்கும்போது இந்தியாவின் சார்பில் போராடுவது வீண் என்பது பர்க்குக்கும் தெரிந்தே இருந்தது. இருந்தும் பிப்ரவரி 1785-ல் பிட், ஆற்காடு கடன் நிவாரணம் செய்ததை பர்க் மூர்க்கமாகத் தாக்கினார். பால் பென்ஃபீல்டும் அவர் கும்பலும் 'இந்தியாவின் குடலை அரித்துத் தின்னும் நாடாப் புழுக்கள்' என்றார். ஆனால் நான்கு மணி நேரம் அவர் கரடியாகக் கத்தியது எதுவும் பிட், டூண்டாஸ் ஆகியோர் காதில் ஏறவில்லை. ஆற்காடு கடன் விவகாரத்தில் சம்பந்தப் பட்டிருந்தவர்கள் தேர்தலில் உதவி செய்ததும் இதற்கு ஒரு காரணம்!

நான்கு மாதம் கழித்து ஹேஸ்டிங்ஸ் ப்ளைமவுத் துறைமுகத்தில் வந்து இறங்கியபோது பர்க் மறுபடி பிரச்னையை எழுப்பினார். அன்று அவர் ஆரம்பித்து வைத்த குற்றச்சாட்டு வழக்கு, அடுத்த பத்து வருடத்துக்குத் தொடர்ந்து நடந்தது.

கம்பெனி அதிகாரிகளை நீதிமன்றத்தில் நிறுத்துவதற்குச் சரியான சட்ட திட்டங்கள் இல்லை. இதுதான் பர்க்கின் கையைக் கட்டிப்போட்டது. 1773-ல் பர்காயன் செய்ததுபோல் கண்டனத் தீர்மானம் ஒன்று எழுப்பி வாக்கெடுப்புக்கு விடலாம். அல்லது புராதன வழியான குற்றச்சாட்டுத் தீர்மானம் - இம்பீச்மெண்ட் - நிறைவேற்ற முயற்சிக்கலாம். இரண்டுமே பயனுள்ள சட்ட வழிமுறைகள் என்று சொல்ல முடியாது.

குற்றச்சாட்டுத் தீர்மானம் என்றால் முதலில் மக்களவை கூடி, எந்தெந்தப் புகார்களை எடுத்துக்கொள்வது என்று வாக்களிக்க வேண்டும். பிறகு அது பிரபுக்கள் அவைக்குப் போகும். அங்கே சட்டமன்றம்போல அல்லாது, நீதிமன்றம்போலவே புகார் விசாரிக்கப்படும்.

இதில் இருக்கும் குறைபாடுகள் வெளிப்படை. வழக்கின் ஆதாரங்களுக்குப் பதிலாகப் பெரும்பான்மை வாக்கினாலேயே தீர்ப்பு வரும். வழக்கை விட்டுவிட்டு, கட்சி விசுவாசங்கள்தான் பெரிதாகிவிடும். இன்னொரு குறை - நீதிமன்றத்தின் குற்ற விசாரணை என்றால் அதில் சாக்குப் போக்குகள் சொல்லித் தப்பிக்க முடியாது; பாலைவனத்தில் மாட்டிக்கொண்டாலும் தண்ணீர் திருடினால் தப்புதான்.[30] மெக்காலே இதைப் பல வருடங்கள் கழித்து எடுத்துக் காட்டினார். ஆனால் கிளைவின்மீது பர்காயன் தொடுத்த வழக்கிலும் சரி, ஹேஸ்டிங்ஸ்மீது பர்க் கொண்டுவந்த குற்றச்சாட்டிலும் சரி, இப்படி சாக்கு சொல்லித் தப்பிப்பதுதான் நடந்த கதை.

தான் நிரபராதி என்று ஹேஸ்டிங்ஸ் வாதாடவில்லை. 'கம்பெனி மூழ்கிப் போய்விடாமல் தடுப்பதற்காகவே சில அசாதாரணமான நடவடிக்கைகள் எடுக்க நேர்ந்தது; அதை நிறைவேற்றுவதற்கு சற்றுக் கடுமையாகவும் நடக்கவேண்டி இருந்தது' என்றுதான் கூறினார்.[31] இந்த மாதிரிச் சூழ்நிலையில் இரண்டு தரப்புக்குமே நியாயமாக விசாரணை நடத்துவது முடியாத காரியம்.

குற்றச்சாட்டுத் தீர்மானத்தை விட்டால் பர்க்குக்கு வேறு வழியும் இல்லை. 'என்ன செய்தால் ஹேஸ்டிங்ஸுக்கு தண்டனை வாங்கித் தரலாம் என்று பார்ப்பது என் வேலை அல்ல. (அது நடக்காத காரியம் என்று நம் எல்லோருக்கும் தெரியும்.) என்றைக்காவது ஒரு நாள் இதையெல்லாம் திரும்ப எடுத்துப் பார்க்கப்போகிறார்களே, அந்த எதிர்கால மனிதர்கள் கண்ணில் நான் நேர்மையாகத் தென்படு வேனா, என் கடமையைச் செய்தேனா என்பதுதான் முக்கியம்' என்று நண்பர் பிலிப் பிரான்சிஸுக்கு எழுதிய கடிதம் ஒன்றில் பர்க் குறிப்பிடுகிறார்.[32]

பர்க்கின் வாதத் திறமை அபாரமானது. மக்களவை முழுவதை யும் தன் கருத்துகளை ஒப்புக்கொள்ள வைத்துவிட்டார். அது மட்டுமல்ல; மற்ற அனைவரும் நம்பிக்கை இழந்து விலகிவிட்ட பிறகும் நீண்ட நாள்வரை வழக்கை விடாமல் நடத்தினார்.

பிட் நினைத்திருந்தால் எல்லா விவாதங்களையும் தடுத்திருக்க முடியும். உண்மையில் ஹேஸ்டிங்ஸ்மீது பர்க் வைத்த முதல் குற்றச்சாட்டு, ரோஹில்லாக்களை அடக்குவதற்காகக் கம்பெனி படைகளை வாடகைக்குக் கொடுத்தது. பிட்டுக்கு மிருகப் பெரும்பான்மை பலம் இருந்ததால் அதை அப்படியே அமுத்தி விட்டார்.

ஆனால் அரசாங்கத் தரப்பின் முக்கியப் புள்ளிகளின் இதயத்துக்குத் தெரியும் - சாட்சியங்கள் மிக வலுவாக இருக்கின்றன; என்றாவது ஒரு நாள் ஹேஸ்டிங்ஸ் நீதியைச் சந்தித்தே ஆக வேண்டும்.[33]

1782-ல் ஹேஸ்டிங்ஸைத் திரும்பக் கூப்பிடவேண்டும் என்று நாடாளுமன்றத்தில் போராடியவரே டூண்டாஸ்தான். இப்போது பர்க்கின் குற்றச்சாட்டுத் தீர்மானத்தை ஆதரித்தால், நவாப்களின் கைக் கூலி என்ற பட்டத்திலிருந்து தப்பிக்கலாம்.

எனவே பிட் இறங்கி வந்தார். அடுத்ததாக வாரணாசியில் ஹேஸ்டிங்ஸ் செய்த கொடுமைகள் பற்றிய குற்றச்சாட்டு 1786-ல் வாக்கெடுப்புக்கு வந்தபோது, அதை ஆதரிக்கத் தடையில்லை என்று பிட் கண் ஜாடை காட்டிவிட்டார். மொத்தத்தில் 20 குற்றச்சாட்டுகள் மக்களவையில் நிறைவேறின.

1788, பிப்ரவரி 13 அன்று வெஸ்ட்மின்ஸ்டர் கூடத்தில் முழு விசாரணை ஆரம்பித்தது. பிரிட்டிஷ் அரசாங்கத்தின் முக்கியப் பட்டவர்கள் அனைவரும் வந்திருந்தார்கள். பர்க்கும் அவரது சகாவான ரிச்சர்ட் ப்ரின்ஸ்லி ஷெரிடனும் பேசுகிறார்கள். ஷெரிடன் ஒரு நாடக ஆசிரியர், அரசியல்வாதி. அவர்களுடைய அற்புதமான அறிவொளி இயக்கத்து ஆங்கிலத்தினாலும், பரபரப்பான வழக்கு என்பதாலும், ஹேஸ்டிங்ஸ் வழக்குக்கு 18-ம் நூற்றாண்டு ஆங்கில வரலாற்றில் ஒரு முக்கிய இடம் உண்டு.

அவத் ராணிகளை ஹேஸ்டிங்ஸ் நடத்திய விதத்தைப்பற்றிப் பேசும்போது ஷெரிடன் அவரை ‘நெளியும் வஞ்சகப் பாம்பு’ என்கிறார். அவருடைய நடத்தை ‘நிலையற்ற, தெளிவற்ற, இருண்ட, நின்று கொல்லும், அற்ப குணம்’ என்று கண்டிக்கிறார். கம்பெனியோ ‘சிறு வியாபாரியின் சில்லறைத்தனமும், கடற் கொள்ளைக்காரனின் டாம்பீகமும் ஒன்றாகக் கலந்த கலவை.

ஒரு கையில் குண்டாந்தடி, மறு கையால் ஜேப்படி' என்று தாக்கினார்.[34]

இதெல்லாம் சிரிப்பூட்டுவதற்கு வேண்டுமானால் பயன் படலாம். ஆனால் இந்த வழக்கின் முக்கியத்துவமே வேறு; கார்ப்பரேஷன்களின் பொறுப்பு பற்றிய வழக்கு இது. பர்க் தன் வாதங்களுக்கு அடிப்படையாக அமைத்திருந்த தத்துவங்கள் முக்கியமானவை: இயற்கையின் விதியில் எல்லா மனிதர் களுக்கும் சமமான நீதி பெற உரிமை உண்டு; அவர்கள் எங்கே இருந்தாலும் சரி.

மூன்றாவது நாள் விசாரணையின்போது அவர் 'நன்னடத்தை விதிகள் உலகெங்கும் பொதுவானவை. இங்கிலாந்தில் பணம் பறிப்பு, சூதாட்டம், லஞ்சம், அடக்குமுறை என்று சொல்லப் படுவது ஐரோப்பா, ஆசியா, ஆப்பிரிக்கா அல்லது உலகத்தின் எந்த மூலையில் போனாலும் அதே பணம் பறிப்புதான், சூதாட்டம்தான், லஞ்சம்தான், அடக்குமுறைதான்' என்றார்.[35]

அந்தக் காலத்தில் இந்தியா ஒரு தாழ்ந்த நாடு என்றும், அங்கே நீதியின் விதிகள் இதே மாதிரி இருக்கவேண்டியது இல்லை என்றும் ஒரு கருத்து அமிலம் மாதிரி பரவிக்கொண்டிருந்தது. அப்போது பர்க் 'ஒரே அறம், ஒரே நெறி' என்ற கொடியை உயர்த்திப் பிடித்தார். 'கிழக்குக்கு நீதி கிடைக்கச் செய்வது என் பொறுப்பு. அவர்களின் தர்மம் வேறு, நம் தர்மம் வேறு அல்ல' என்று அறிவித்தார்.

ஹேஸ்டிங்ஸின் 'ஒவ்வொரு நாட்டுக்கு ஒவ்வொரு நீதி' என்ற கருத்தை பர்க் அறவே வெறுத்தார். 'மனிதர்களின் கடமைகளைத் தீர்மானிப்பது, நமக்கும் நம்மைப் படைத்தவனுக்கும் இடையே உள்ள உறவு; நமக்கும் நம் சக மனிதர்களுக்கும் இடையே உள்ள உறவு. பருவ நிலையோ, அட்ச ரேகை, தீர்க்க ரேகைகளோ அல்ல' என்றார். 'கடக ரேகையைக் கடந்து போனால் பாவ புண்ணியங்கள் மாறிவிடுமா?' என்று ஒரு அருமையான படிமானத்தைக் காட்டுகிறார்.

விநோதம்தான். பிரெஞ்சுப் புரட்சியின்போது டாம் பெய்ன் எழுதிய 'மனிதனின் உரிமைகள்' என்ற புத்தகத்தை முழு மூச்சாக எதிர்த்தவரும் பர்க்தான். ஹேஸ்டிங்ஸுடன் நடந்த

போராட்டத்தில் உலகளாவிய மனித உரிமைகள் என்ற கருத்தை முன்வைத்தவரும் அவர்தான்.

‘குற்றம் சாட்டுகிறேன்!’

மெல்ல வளர்ந்து பக்குவப்பட்ட ஓர் ஆட்சி முறைதான் நீதி நெறிகளை நிலைநாட்ட முடியும் என்பது பர்க்கின் கருத்து. வேர் ஊன்றிய அமைப்புகள்மீது அவருக்கு எப்போதுமே ஒரு பக்தி உண்டு. ஆனால் கம்பெனியோ இந்தியாவில் புரட்சி செய்து அத்தகைய அமைப்பையே கவிழ்த்துவிட்டது. தன் ஒன்பதாவது அறிக்கையில் பர்க் வங்காளத்து ஜமீன்தார்களை பிரான்சில் உள்ள நிலப்பிரபுக்களுடன் ஒப்பிடுகிறார். பின்பு பாஸ்டில் சிறை வீழ்ந்தபோது அதே நிலப் பிரபுக்களை பர்க் தீவிரமாக ஆதரித்தார்.[36]

‘பழமையான, நிலையான அமைப்புகள்மீது பர்க்குக்கு மிகுந்த மரியாதை உண்டு. தத்துவ அடிப்படையில் சீர் தூக்கி ஆராய்ந்த பிறகு எழுந்த மரியாதை அது. பிரிட்டனின் சுதந்தரமான நாடாளுமன்றமோ, வெர்சேல்ஸில் உள்ளதுபோன்று வழி வழியாக வந்த முடியாட்சியோ, அவத் நாட்டின் கோலாகலமான மதச் சார்பில்லாத ஆட்சியோ - எல்லாமே அவருக்குச் சம்மதம் தான்’ என்கிறார் 19-ம் நூற்றாண்டு லிபரல் அரசியல்வாதியான ஜான் மார்லே.[37]

அடுத்த தலைமுறைகளைச் சேர்ந்த பல அடிப்படைவாதிகளும் இந்தியாவில் பிரிட்டிஷ் ராஜ்ஜியத்தை எதிர்த்திருக்கிறார்கள். பர்க் ஒரு பழமைவாதி. அவர் ஏன் கம்பெனியால் ஓரம் கட்டப்பட்ட மக்கள்மீது அவ்வளவு பரிவு காட்டினார் என்பது அவர்களுக்கெல்லாம் புரியாத புதிர். ஆனால் பர்க்தான் இந்தியாவின் அடையாளத்தையே உலகுக்கு அறிவித்த சாதனையாளர் என்பதை உணர்ந்தவர்களும் இருந்தார்கள். புதுமைவாதிகளான ஜான் ஸ்டூவார்ட் மில், ஜேம்ஸ் ஸ்டூவார்ட் மில் (இவர்கள் தந்தை-மகன்) அல்லது கார்ல் மார்க்ஸ் போன்ற பொதுவுடைமைவாதிகள்தான் அவர்கள்.

வரலாறு என்றால் பிற்போக்கு நாடுகளுக்கும் முற்போக்கு நாடுகளுக்கும் இடையே நடக்கும் கலாசாரப் போட்டி அல்ல. ஒவ்வொரு சமுதாயத்துக்கும் உள்ளார்ந்த மதிப்பு உண்டு. பணம் பதவிக்காக அதைப் பலியிட்டுவிடக்கூடாது என்று பர்க்

நம்பினார்.[38] பிப்ரவரி 1788-ல் ஹேஸ்டிங்ஸ்மீது தாக்குதலை ஆரம்பித்துவைத்த பர்க் 'வல்லரசுகளை உருவாக்குவதற்கு முதல் படி, புரட்சிதான்' என்றார். கம்பெனியின் தன்மை, புரட்சி செய்வது. மார்க்கெட்டில் ஆதிக்கம் செலுத்துவது. அதற்காக வேந்தனையும் விவசாயியையும் ஒரு சேர வீழ்த்திவிட்டதுதான் கம்பெனி செய்த பெரிய தவறு.

இங்கிலாந்துக்கு மமதை அதிகம். கிழக்கே பார்த்தபோது கிழக்கத்திய சர்வாதிகாரம் மட்டும்தான் அதன் கண்ணுக்குத் தெரிந்தது. ஆனால் அவர்களுடைய சமுதாய அமைப்பு எவ்வளவு சிக்கலானது என்பதைக் காட்சிக்கு வைத்தார் பர்க். 'அந்தச் சமுதாயத்தில் கடமைகளும் உரிமைகளும் பின்னிப் பிணைந்திருக்கின்றன. அவர்களிடம் இருப்பதுபோல் படித்த, பண்பட்ட, ஞானம் ததும்பும் நீதி அமைப்பு உலகத்தில் வேறு எங்கும், எப்போதும் இருந்ததில்லை' என்றார்.[39] இந்த விசாரணையிலிருந்து வெளிப்பட்ட முக்கியக் கருத்து, ஆசியாவுக்கும் உரிமைகள் உண்டு, ஐரோப்பாவுக்கும் கடமைகள் உண்டு என்பதுதான்.[40]

பர்க்கும் ஷெரிடனும் நா வன்மை கைவரப் பெற்றவர்கள். பர்க்கின் தொடக்க உரை நான்கு நாட்கள் நீடித்தது. ஹேஸ்டிங்ஸை வார்த்தைச் சவுக்கால் விளாசிவிட்டார்!

> மக்களவையின் உத்தரவின் பேரில் நான் பேச எழுந்தேன். திருவாளர் வாரன் ஹேஸ்டிங்ஸ் அவர்கள் மாபெரும் குற்றங்களும் முறைகேடுகளும் புரிந்திருக்கிறார் என்று நான் உறுதியுடன் குற்றம் சாட்டுகிறேன்.
>
> இந்திய மக்களின் சார்பில் நான் திரு ஹேஸ்டிங்ஸ்மீது குற்றம் சாட்டுகிறேன். அந்த மக்களின் சட்டங்களையும் உரிமைகளையும் சுதந்தரத்தையும் திசை திருப்பினார் என்றும், அவர்களின் உடைமைகளை அழித்தார் என்றும், அவர்களின் நாட்டையே பாழாக்கித் தரிசாக்கினார் என்றும் குற்றம் சாட்டுகிறேன்.
>
> நிரந்தரமான தர்ம நியாய விதிகளின் பெயரால், அந்த விதிகளை மீறினார் என்று குற்றம் சாட்டுகிறேன்.
>
> மனிதப் பண்பின் பெயரால் குற்றம் சாட்டுகிறேன். ஆண் பெண், வயது, தராதரம், சூழ்நிலை, வாழ்நிலை

வித்தியாசம் இல்லாமல் அந்தப் பண்புகளைக் குரூரமாகச் சிதைத்தார் என்றும், காயப்படுத்தினார் என்றும், நசுக்கினார் என்றும் குற்றம் சாட்டுகிறேன்.

சபையில் சில பெண்கள் மயங்கி விழுந்தார்கள். அவர்களைத் தூக்கிக்கொண்டு போகவேண்டி இருந்தது. சபாநாயகருக்குப் பேச்சே எழவில்லை. ஷெரிடன், அவத் ராணிகளின் குற்றச்சாட்டை எழுப்பியபோது ஒரு வாரம் தொடர்ந்து வாதம் செய்தார். 50 பவுண்டு கட்டணம் செலுத்தி அவருடைய வார்த்தை வர்ண ஜாலங்களைக் கேட்பதற்காகக் கூட்டம் அலை மோதியது. நீண்ட தொடர் வழக்கு ஏப்ரல் 1795-ல் முடிவுக்கு வந்தபோது, வாதி தரப்பில் பர்க் ஒன்பது நாள் முடிவுரை நிகழ்த்தினார்.

அவர்களுடைய அலசல்கள் உயர்தரமாகத்தான் இருந்தன. அவர்கள் வாக்கு வன்மை ஆழமாகத்தான் இருந்தது. ஆனாலும் அவர்கள் வழக்கு, குட்டையைக் குழப்பத்தான் உதவியது. ஷெரிடனின் நாடகத்தில் வரும் திருமதி உளறுமதி பேசுவது போல் வலிக்காமல் அடிக்கும் மென்மையான குற்றச்சாட்டாக முடிந்துவிட்டது.[41] குற்றப் பட்டியல் சரியாகத் தயாரிக்கப்பட வில்லை; சட்ட நுணுக்கங்கள் போதிய அளவு இல்லை.

வழக்கு விசாரணையும் நிறைய இடைவெளிகள் விட்டு விட்டுத்தான் நடந்தது. மூன்றாம் ஜார்ஜ் மன்னரின் மன நிலை பாதிக்கப்பட்டது, பிரெஞ்சுப் புரட்சி என்று பல காரணங்கள். வழக்கு ஏழு வருடம் நடந்தாலும் அதில் மொத்தம் 149 நாள்கள்தான் பிரபுக்கள் அவை கூடியது. ஒவ்வொரு முறையும் சில மணி நேரங்களே விசாரணை நடந்தது.

ஏப்ரல் 1795-ல் ஹேஸ்டிங்ஸ் எல்லாக் குற்றச்சாட்டுகளிலிருந்தும் விடுதலை செய்யப்பட்டதில் ஆச்சரியமே இல்லை!

இந்த அநீதியான தீர்ப்புக்கு பதில் சொல்லியே ஆகவேண்டும். கவர்னர் ஜெனரல் என்ற முறையில் கம்பெனிக்கு ஆதாயம் வருவதற்காக ஹேஸ்டிங்ஸ் செய்த பல செயல்கள் சந்தேகத்துக்கு இடமானவை. ரோஹில்லா போர், நந்தகுமார் கொலை இரண்டுமே குற்றச்சாட்டு வழக்கில் இடம் பெறவில்லை. 18-ம் நூற்றாண்டு வெளியுறவுக் கொள்கைகளின்படியே பார்த்தால் கூட, வாரணாசி மன்னரையும் அவத் ராணிகளையும் அவர் நடத்திய விதத்தில் பல ஆழமான கேள்விகள் எழுகின்றன.

ஹேஸ்டிங்ஸின் பொருளாதாரக் கொள்கை, வங்காளத்திலும் அவத்திலும் நிஜமாகவே அடக்குமுறைக்கு வழிவகுத்தது. தவறான முடிவுகளை எடுத்ததற்காகவும், அதனால் விளைந்த துயரங்களுக்காகவும் நிச்சயம் அவரைக் கண்டிக்கத்தான் வேண்டும்.

ஆனால் இம்பீச்மெண்ட் என்பது இந்த மாதிரி கொள்கை துஷ்பிரயோகங்களைக் கட்டுப்படுத்தும் அளவுக்குக் கூர்மையான ஆயுதம் அல்ல. ஹேஸ்டிங்ஸ் சில கார்ப்பரேட் விதிகளை மீறினார் என்பது தெளிவாக இருந்தும் அதற்காகத் தண்டனை பெறாமல் தப்பித்துவிட்டார். பர்க் பொத்தாம்பொதுவில் பல குற்றச் சாட்டுகளை ஒன்றாகக் கொண்டுவந்ததால்தான் இப்படி நேர்ந்தது. ஹேஸ்டிங்ஸ் தொடர்ந்து பல 'பரிசுப் பொருள்'களைக் கை நீட்டி வாங்கியிருக்கிறார் என்பது மறுக்க முடியாத உண்மை. அபின் காண்ட்ராக்டை கம்பெனி தலைவரின் மகனுக்கே கொடுத்ததும் பதில் சொல்ல முடியாத ஊழல்.[42] சிக்கலான இம்பீச்மெண்ட் வழக்கிலிருந்து இவற்றைத் தனியே பிரித்து சாதாரணக் குற்ற நீதிமன்றத்தில் நடத்தியிருந்தால் ஒரு நல்ல தீர்ப்பு கிடைத்திருக்கும்.

மறைந்து தாக்கிய மாமன்றம்

பர்க் லட்சியம், கொள்கை என்று பேசிக்கொண்டிருந்த அதே வேளையில் டோரி கட்சியின் இரட்டையர்களான பிட், டூண்டாஸ் இருவருக்கும் ஒரே குறிதான்: கம்பெனியின் அதிகாரத்தைக் கைப்பற்றுவது எப்படி?

இதற்காக அவர்கள் 1784-ல் கொண்டுவந்ததுதான் இரட்டை அடுக்குத் திட்டம். முன்னாலிருந்து பார்த்தால் கம்பெனியே அதிகாரம் செலுத்துவதுபோல் தோன்றும்; பின்னணியிலிருந்து இயக்குவது அரசாங்கம்தான்.

வெளிப் பார்வைக்கு கம்பெனி சீரும் சிறப்புமாகத்தான் இருந்தது. 18-ம் நூற்றாண்டின் பின் பாதியில் ஆசிய வியாபாரம் 20 கோடி பவுண்டைத் தாண்டிவிட்டது. வருடா வருடம் சராசரியாக 17 சதவிகித லாபம் வந்தது. 1784-ல் கம்பெனியிடம் 70 கப்பல்கள் இருந்தன. நெப்போலியனுடன் போர் முடிந்த போது நூற்றுக்கும் மேற்பட்ட கப்பல்கள் வந்துவிட்டன. அவை

500 முதல் 1,200 டன் எடை ஏற்றக்கூடியவை. கம்பெனிக்குள் அமீனா நுழைந்தது, பங்கு விலைகள் சரிந்தது எல்லாம் பழைய கனவாகத் தோன்றின. 1780-களிலும் 1790-களிலும் கம்பெனியின் பொருளாதாரம் ஆரோக்கியமாகத் திரும்பிவிட்டது.

1709-க்குப் பிறகு முதல் முறையாகக் கம்பெனியின் பங்கு முதலீடு அதிகரித்தது. முதலில் 155 பவுண்டு விலையில் 8 லட்சம் பவுண்டு மதிப்புள்ள பங்குகள் வெளியிடப்பட்டன. இது நடந்தது 1786-ம் வருடம். பிறகு 1789-ல் 174 பவுண்டு விலையில் 10 லட்சம் பவுண்டு திரட்டப்பட்டது. கம்பெனியின் மொத்த முதலீடு 50 லட்சம் பவுண்டாக உயர்ந்தது. பிப்ரவரி 1792-ல் கம்பெனி பங்கு விலை 200 பவுண்டைத் தொட்டது. 1770-க்குப் பிறகு முதல் தடவையாக இப்போதுதான் இந்த அளவுக்கு வந்து நிற்கிறது.

இந்தியாவில் கம்பெனி நிர்வாகம் முழுவதும் ஆணைக் குழுவிடம் வந்துவிட்டது. அதிகாரம் கை மாறியதற்கு முதல் அறிகுறி 1785-ல் தெரிந்தது: வங்காளத்தின் கவர்னர் ஜெனரலாக சார்லஸ் கார்ன்வாலிஸ் பிரபுவை நியமித்தார் டூண்டாஸ்.

கார்ன்வாலிஸுக்கும் அவருக்கு முன்னால் இருந்த ஹேஸ்டிங்ஸுக்கும் நிறையவே வித்தியாசம். கார்ன்வாலிஸ் ராணுவத்தில் சிப்பாயாக இருந்து யார்க் டவுன் சண்டையில் தோற்றவர். சஃபோக்கில் நிலம் வைத்திருந்த மிராசுதார். கறை படியாத கரங்கள் உடையவர்.

இந்தியாவில் நடக்கும் வியாபாரம் எல்லாம் ஒரே அழுக்காக இருக்கிறது என்ற முடிவுக்கு வந்தார் கார்ன்வாலிஸ்.[43] கார்ப்பரேட் பணம் கொள்ளை போவதைத் தடுக்கும் நோக்கத்தில் கம்பெனியின் சிவில் - வர்த்தகப் பிரிவுகளைத் தனித் தனியே பிரித்தார். கம்பெனியின் ஆட்சி இயந்திரத்தை இந்தியாவின் நிழலே படாமல் வளர்க்கவேண்டும் என்பதற்காக எல்லா உயர் பதவிகளுக்கும் ஐரோப்பியர்களையே நியமித்தார்.

அதுவரை காலம் காலமாகக் கம்பெனி வியாபாரிகள் உள்ளூர் மக்களுடன் சகஜமாகவே பழகி வந்தார்கள். கார்ன்வாலிஸுக்கோ வர்த்தகம் என்றாலே பிடிக்காது. அதுவும் இந்தியர்களுடன் வியாபாரம் செய்வதற்கு அறவே பிடிக்கவில்லை. 'இந்தியாவில் பிறந்த ஒவ்வொருவனும் ஊழலில் ஊறியவன். இதை என்னால்

அடித்துச் சொல்ல முடியும்' என்று அவர் உதிர்த்த பொன்மொழி பிரபலமானது.[44]

கம்பெனியின் வரி வசூல் தாறுமாறாக நடந்துகொண்டிருந்தது. அதைச் சரி செய்வதுதான் கார்ன்வாலிஸின் முதல் வேலை.

வங்காளத்தில் கம்பெனி ஆட்சியின்கீழ் வரிகள் வானளாவ உயர்ந்திருந்தன. 1760-களின் ஆரம்பத்தில் மீர் காசிம் ஆட்சியில் வருடத்துக்கு 6,46,000 பவுண்டு வரி வசூலானது என்று கணக்கிடப்படுகிறது. கம்பெனியிடம் திவான் உரிமை கிடைத்த முதல் வருடமே இது 14,70,000 பவுண்டாக உயர்ந்தது. 1770-களில் 25,77,000 பவுண்டாகவும் பிறகு 1790-91-ல் 26,80,000 ஆகவும் அதிகரித்தது. 30 வருடங்களில் 4 மடங்கு வரி![45]

இருந்தும் வரி வசூல் முழுவதும் எப்போதுமே தாற்காலிக ஏற்பாடுகளை நம்பியே இருந்தது. வரி விகிதங்கள், வசூலிக்கும் முறை எல்லாம் அடிக்கடி மாறிக்கொண்டிருந்தன. பிலிப் பிரான்சிஸில் ஆரம்பித்துப் பலர் வரி வசூலை நிரந்தரமாகச் சரி செய்யாவிட்டால் நிதி நிலைமை சீராகாது என்றார்கள்.

இந்த இடத்தில் கம்பெனியின் சிந்தனையாளர்கள் ஒரு சோகமான தவறு செய்துவிட்டார்கள். முகலாய அரசில் இருந்த ஜமீன்தாரி முறையை, இங்கிலாந்தின் நிலச்சுவான்தார் அமைப்புடன் ஒப்பிட்டுக் குழப்பிவிட்டார்கள். ரயத்துவாரி விவசாயிகளை அவர்களுடைய குடிக்கூலிகள் என்று தவறாக நினைத்துவிட்டார்கள்.

இதில் சுயநலமும் கலந்திருந்தது: நில உடைமையாளர் கூட்டம் ஒன்றை உருவாக்கி வைத்தால், அவர்கள் தங்கள் ஆட்சிக்கு ஆதரவு தருவார்கள் என்ற எதிர்பார்ப்பு.

இந்தியாவில் இருந்துவந்த நில உடைமை அமைப்பு சிக்கலானது. அதில் எல்லோருக்கும் உரிமைகளும் உண்டு, கடமைகளும் உண்டு. அதை நீக்கிவிட்டு ஆங்கிலேய நிலப்பிரபுத்துவ முறையைக் கொண்டுவந்தது கம்பெனி. கார்ன்வாலிஸைப் பொருத்தவரை நிலச்சுவான்தார்களுக்கே நிலத்தை உடைமை யாக்கிவிட்டால், பொது நலம் கருதி அவர்களே அதை ஆட்சி செய்வார்கள். வரி வசூல் பிரச்னையும் தீர்ந்துவிடும்![46]

22 மார்ச் 1793 அன்று ஜும்மா (நில வரி) இனி நிரந்தரமாக 30 லட்சம் பவுண்டு என்று முடிவு செய்யப்பட்டது. இங்கிலாந்தில் 'வேலி இயக்கம்' என்ற பெயரில் சாதாரண மக்களின் உரிமைகள் நசுக்கப்பட்டதுபோலவே வங்காள விவசாயிகளின் உரிமைகளும் பலியாயின. ஜமீன்தார்களுக்கு நிலத்தின்மீது ஏகபோக உரிமை கொடுக்கப்பட்டது.[47] ரணஜித் குஹா சொன்னதுபோல 'பெருந் தனக்காரர்களின் ஆட்சி' உருவானது. அதுவரை இருந்த நில உடைமை முறையும் ஆட்சி முறையும் சிதைக்கப்பட்டு, 2 கோடி சிறு விவசாயிகளின் உரிமைகள் பறி போயின.[48] 'அவர்களைக் கையையும் காலையும் கட்டி ஒரு சில கெடுபிடி நிலச்சுவான் தார்களிடம் ஒப்படைத்துவிட்டார்கள்' என்று 1850-களில் ஜான் கேப்பர் எழுதினார்.[49]

முடியாட்சியின் கோணத்திலிருந்து பார்த்தால், இதுதான் கார்ன்வாலிஸின் மிகப் பெரிய சாதனை: வங்காளத்தில் பிரிட்டிஷ் ஆட்சியின் வசதிக்கு ஏற்ப ஒரு சட்ட அமைப்பையும் ஆட்சி முறையையும் ஏற்படுத்தி, கம்பெனி பிரதேசங்கள் முழுவதையும் அதன்கீழ் கொண்டுவந்துவிட்டார். கார்ன்வாலிஸ் இங்கிலாந்து திரும்பியபோது லண்டன் வியாபாரிகள் நன்றியுடன் அவருக்கு மண்ணின் மைந்தர் பட்டம் கொடுத்து, தங்க முலாம் பூசிய பெட்டியில் தங்கப் பதக்கமும் பரிசளித்தார்கள்.

ஆனால் வங்காளத்தில் ஏராளமான ஜமீன்தார்களால் புதிய வரிகளைச் செலுத்த முடியவில்லை. அவர்களுடைய நிலங் களைப் பறிமுதல் செய்து ஏலம் விட்டார்கள். 1796-ம் வருடம் தொடங்கியபோது வங்காளம், பிகார், ஒரிஸ்ஸாவின் மொத்தப் பரப்பளவில் அனேகமாகப் பத்தில் ஒரு பங்கு விற்பனைக்கு வந்துவிட்டது! 1812-ல்கூட வரி பாக்கிக்காக 1,63,000 வழக்குகள் நிலுவையில் இருந்தன.

டூண்டாஸின் பேராசை இத்துடன் முடியவில்லை. 1793-ல் கம்பெனியின் சாசனம் புதுப்பிப்பதற்காக வந்தபோது அதன் வணிகத்திலும் கை வைத்தார். பிரிட்டனின் எல்லாத் துறைமுகங் களுமே கம்பெனியின் ஏகபோக உரிமையை நினைத்துப் பொருமிக்கொண்டிருந்தன. இப்போது இங்கிலாந்தின் வளர்ந்து வரும் தொழில் துறையும் அதை எதிர்க்க ஆரம்பித்தது. கம்பெனி யால்தான் தங்களால் ஆசியாவுக்கு ஏற்றுமதி செய்ய முடிய வில்லை என்பது அவர்கள் புகார்.

டூண்டாஸ் ஓர் எதார்த்தவாதி. இறக்குமதிகளைப் பொருத்தவரை கம்பெனிக்கு ஏகபோக உரிமை இருந்தால்தான் இந்தியாவிலிருந்து கப்பம் ஒழுங்காக வந்து சேரும் என்பது அவருக்குப் புரிந்தது. ஆனால் ஏற்றுமதியிலும் ஏகபோகம் இருப்பது நாட்டுக்கு நல்லதல்ல. எனவே கம்பெனி வருடத்துக்குக் குறைந்தபட்சம் 3,000 டன் சரக்குகளைத் தனியார் ஏற்றுமதிக்கு ஒதுக்கவேண்டும் என்று ஆணையிட்டார். இது கம்பெனியின் மொத்த ஏற்றுமதியில் மூன்றில் ஒரு பங்கு. அதற்கு பதிலாக, கம்பெனிக்கும் அதன் பங்குதாரர்களுக்கும் ஓர் இனிப்பு மிட்டாயும் கொடுத்தார்: குறைந்தபட்ச டிவிடெண்டை அவர்கள் 8-லிருந்து 10 சதவிகிதமாக உயர்த்திக்கொள்ளலாம்.

'கம்பெனிக்கு இப்போது இருக்கும் சலுகைகளுடன் சேர்த்து சுதந்தரமான வர்த்தகத்தையும் ஊக்குவிப்பதுதான் என் திட்டம்' என்று மக்களவையில் அறிவித்தார் டூண்டாஸ்.[50]

அந்த நேரத்தில்தான் பிரான்சுடன் போர் மூண்டது. அந்தச் சூழ்நிலையில் 1793-ல் வந்த உரிமை சாசனச் சட்டத்தை யாரும் கவனிக்கவில்லை. கம்பெனி தன் பங்கு முதலீட்டை இன்னொரு 10 லட்சம் பவுண்டுக்கு அதிகரித்துக்கொண்டு 60 லட்சம் பவுண்டு கம்பெனியாக ஆனது. இவ்வளவு காலமும் திரைமறைவில் இருந்து இயக்கிக்கொண்டிருந்த டூண்டாஸ், ஆட்சிக் குழுவின் தலைவர் பதவி ஒன்றை உருவாக்கிக்கொண்டு அதிகாரபூர்வமாக அமர்ந்தார்.

அவையில் மசோதா விவாதத்துக்கு வந்தபோது அதன் முக்கியத்துவத்தைப் புரிந்துகொண்டவர்கள் வெகு சிலர்தான். அதில் பிலிப் பிரான்சிஸ் ஒருவர். தன் பழைய எதிரியான டூண்டாஸ்மீது தாக்குதல் தொடுத்த பிரான்சிஸ், 'கம்பெனியை ஒரு முகமூடி மாதிரி உபயோகித்துக்கொண்டு பின்னால் ஒளிந்திருந்து ஆதிக்கம் செலுத்துகிறீர்கள்' என்று கண்டனம் செய்தார்.[51]

போகாத ஊருக்கு வழி

1790-களின் மத்தியிலேயே முடிவு தெரிந்துபோய்விட்டது. கொள்கைக்கும் அதிகார போதைக்கும் இடையில் நடந்த போரில் தோற்றுப்போனது நீதிதான். ஃபாக்ஸுக்கு ஏற்கெனவே

அரசவையில் நல்ல பெயர் இல்லை. கம்பெனியின் நியமன உரிமைகளை எல்லாம் கைப்பற்ற முயன்றவர் என்ற எண்ணமும் பரவிவிட்டது. இதனால் 1783-ல் விக்குகள் செய்த கார்ப்பரேட் சீர்திருத்த முயற்சி தோற்றது.

ஆனால் பிட்டும் டூண்டாஸுூம் இந்த ஆட்டத்தைத் திறமையாக விளையாடினார்கள். முக்கியமான எல்லா விஷயங்களிலும் அதிகாரத்தை மட்டும் எடுத்துக்கொண்டு பொறுப்பைத் தட்டிக் கழித்துவிட்டார்கள். ஆனால் ஹேஸ்டிங்ஸ்மீது பர்க் உணர்ச்சிகரமாகத் தாக்குதல் தொடுத்தபோது இந்த இருவரும் அதை ஆதரித்தார்கள். இதில் பலருக்கு ஆச்சரியம்.

உண்மை என்னவென்றால், பிட்டுக்கும் டூண்டாஸுூக்கும் இதில் எந்த நஷ்டமும் இல்லை. குற்ற விசாரணையை நடக்க அனுமதித்தால் கம்பெனியின் பழைய வண்டவாளங்கள் எல்லாம் வெளியே வரும். அதைவிட முக்கியம், பர்க் ஒருபோதும் வெற்றி அடைய மாட்டார் என்பதும் இவர்களுக்கு நன்றாகத் தெரியும்.

ஏப்ரல் 1795-ல் இம்பீச்மெண்ட் வழக்கில் தீர்ப்பு வந்தபோது பிரிட்டனில் அரசியல் மனநிலையே மாறி இருந்தது. நாட்டின் பெருமையை இந்தியாவில் நிலை நாட்டுவதை எல்லாம் பிறகு பார்த்துக்கொள்ளலாம். பிரான்ஸின் புரட்சிப் பேராசைகளைத் தடுத்து நிறுத்துவதுதான் இப்போது அவசரத் தேவை. எனவே ஒவ்வொரு ஊருக்கு ஒவ்வொரு நீதி கூடாது என்று பர்க் செய்த முயற்சி தோற்றது. ‘தன்மானம், தேச பக்தி இரண்டும் சேரும் போது தர்ம நியாயங்கள் பின்னுக்குப் போய்விடும்’ என்று ஆடம் ஸ்மித் அமெரிக்க சுதந்தரப் போரின் போதே எச்சரித்திருந்தார்.

கம்பெனியின் செயல்களைக் கண்டித்தவர்களில் ஒருவர்கூட இந்தியாவில் பிரிட்டிஷ் ஆட்சி நடக்கலாமா என்ற கேள்வியை எழுப்பவில்லை. பர்க்கேகூட, வங்காளத்து ஆட்சி பிரிட்டனுக்குக் கடவுள் கொடுத்த பரிசு என்றுதான் குறிப்பிட்டார். பர்க், பிரான்சிஸ் இருவரும் கம்பெனியின் திறைமைக் குறைவினால் நீதி நெறிகள் பலியாகிவிட்டதாக மட்டும் பார்க்கவில்லை. இந்தியாவில் இத்தனை கஷ்டப்பட்டு நாம் சேர்த்த சொத்தெல்லாம் வீணாகிவிடுமோ என்பதுதான் அவர்கள் கவலை.

அந்தக் காலகட்டத்தில் பிரிட்டன் இந்தியாவை ஆட்சி செய்யக் கூடாது என்று சொன்னவர் அநேகமாக ஒரே ஒருவர்தான்.

அவர்தான் ஜார்ஜ் டெம்ஸ்டர் (1732-1818). கவிஞர் ராபர்ட் பர்ன்ஸின் நண்பர். 1763-ல் கம்பெனியின் பங்குதாரர் ஆனார். 1769-க்கும் 1772-க்கும் இடையே இருண்ட காலத்தின்போது கம்பெனி இயக்குநராகப் பதவி வகித்தார்.

டெம்ஸ்டருக்குக் கம்பெனி போன போக்கு பிடிக்கவில்லை. தான் பிடித்துக்கொண்ட மண்ணையெல்லாம் விட்டுவிட்டு வியாபாரத்துக்குத் திரும்பவேண்டும் என்று பேச ஆரம்பித்தார். மற்ற இயக்குநர்களெல்லாம் இதைக் கேட்டுக் கோபப் பட்டார்கள். கம்பெனிக்கு உள்ளேயே இருந்துகொண்டு எதுவும் செய்ய முடியாது என்பதை உணர்ந்து டெம்ஸ்டர் பதவி விலகினார். நாடாளுமன்ற உறுப்பினராகி, கார்ப்பரேஷனுக்கும் அரசாங்கத்துக்கும் எதிராகப் போராட ஆரம்பித்தார்.

1783 நவம்பரில் ஃபாக்ஸ் இந்தியா சட்டத்தைக் கொண்டு வந்தபோது டெம்ஸ்டர் அதைத் தீவிரமாக விமரிசனம் செய்தார். 'கம்பெனி செய்யும் அத்துமீறல்கள் அளவுக்குமீறிப் போய் விட்டன. இனி இந்த நாட்டையும், இந்தியாவையும், மனிதப் பண்பையும் காப்பாற்றவேண்டும் என்றால் கம்பெனியின் உரிமை சாசனத்தைக் கிழித்துக் குப்பையில் போடவேண்டியதுதான்' என்றார்.[52]

ஆனால் அவரைப் பொருத்தவரை கம்பெனியை மட்டும் அடக்கினால் பயனில்லை. பிரிட்டனே தன் அதிகாரத்தை முழுவதாகக் கைவிடவேண்டும். 'இந்தியாவுக்கு ஏன் கடல் வழி கண்டுபிடித்தோம் என்றே வருத்தமாக இருக்கிறது. உலகத்தின் அந்தப் பக்கத்தில் போய் அரசாட்சி செய்யவேண்டும் என்ற எண்ணத்தை நம் அமைச்சர்கள் அனைவரும் விட்டுவிட வேண்டும். யாராவது உள்ளூர் ராஜா ஒருவர் கையில் பொறுப்பை ஒப்படைத்துவிட்டு இந்தியாவை விட்டு விலகவேண்டும்' என்றார்.

டெம்ஸ்டர் சொன்னது எதுவும் செவிட்டுக் காதுகளில் விழவில்லை. அவர்களுக்கு, கம்பெனியின் வணிகம் முக்கியம்; ஆட்சி அதிகாரம் அதைவிட முக்கியத் தேவையாக இருந்தது. அப்போதுதான் புரட்சிக்கார பிரான்ஸை எதிர்த்து உலக அரங்கில் தாக்குப்பிடிக்க முடியும். இந்த நேரம் பார்த்து அமெரிக்காவும் கையை விட்டுப் போய்விட்டது. இந்தியாவை விடாமல்

பிடித்துக்கொண்டிருப்பது எப்போதையும்விட இப்போது மிக அவசியம்.

கம்பெனியின் நடத்தையைப் பற்றி எல்லோரும் நீட்டி முழக்கிக் கண்டனம் தெரிவித்தது என்னவோ உண்மை; ஆனால் கடைசியாகத் தீர்வு என்று வந்தபோது சர்வ சாதுவாகவும் மேல்பூச்சாகவும் தான் முடிந்துபோனது. அறிவொளி இயக்கத்தில் பிறந்த தீர்வு மாதிரியே தோன்றவில்லை!

இந்தியாவும் அமெரிக்காபோலவே பிரச்னை பூமிதான். அமெரிக்கப் புரட்சியில் கற்றுக்கொண்ட நல்ல பாடங்களை எல்லாம் இந்தியாவில் செயல்படுத்தியிருந்தால் நன்றாக இருந்திருக்கும். ஆனால் சரித்திரத்தில் இப்படிப் பல 'நன்றாக இருந்திருக்கும்' நிகழ்ச்சிகள் நடக்காமலே போனது உண்டு. ஆனால், இந்தியா ஒரு நவீனமடைந்த நாடு அல்லவே. ஐரோப்பிய நாடோ, கிறிஸ்தவ நாடோ அல்ல. ஆகவே அதை ஒரு இரண்டாம் தரக் குடிமகனாக நடத்தினால் போதும்.

அவர்கள் இந்தியாவைக் காணி நிலமாகத்தான் பார்த்தார்களே தவிர, வாழும் மக்கள் சமுதாயமாக நினைக்கவே இல்லை. லண்டனின் தேசிய ஓவிய அரங்கத்தில் இந்தப் போராட்டத்துக்கு சாட்சி இருக்கிறது. படி ஏறி இரண்டாவது மாடிக்குப் போனால், 18-ம் நூற்றாண்டு பிரிட்டிஷ் பேரரசின் எழுச்சிக் கதை கண்காட்சியாக இருக்கிறது. அறையின் ஒரு பக்கத்தில் ஜோஷுவா ரெயினால்ட்ஸின் குதூகலமான ஓவியம் ஒன்று. 1766-68 வாக்கில் வாரன் ஹேஸ்டிங்ஸ், கம்பெனியின் இளம் அதிகாரியாகக் காட்சி அளிக்கிறார். அவர் கவர்னர் ஜெனரல் ஆவதற்கு இன்னும் சில வருடங்கள் உள்ளன.

எதிர்ப் பக்கச் சுவரில் பிலிப் பிரான்சிஸ் கண்ணைத் தழைத்துப் பார்க்கிறார். அவர் முகத்தில் ஏமாற்றம் அப்பியிருக்கிறது. இதை வரைந்தவர் ஜேம்ஸ் லான்ஸ்டேல். வருடம் 1806-லிருந்து 1810-க்குள் இருக்கலாம். பிரான்சிஸ், ஹேஸ்டிங்ஸைப் பதவி இறக்க முயன்றார்; முடியவில்லை. தானே கவர்னர் ஜெனரல் ஆக முயற்சித்தார்; நடக்கவில்லை. ஆறுதல் பரிசாக பாத் விருது மட்டும்தான் கிடைத்தது.

இந்த இரு ஓவியங்களுக்கும் இடையே கிட்டத்தட்ட 14 தப்படி இடைவெளி இருக்கிறது - பெல்வடாரில் இருவருக்கும்

இடையே நடந்த சண்டையை நினைவுபடுத்தவில்லை? தற்செயல்தான்; ஆனால் ஆகஸ்ட் 1780 இதே தூரத்தில் நின்றுதான் அவர்கள் சண்டை போட்டார்கள்.

ஆனால் ஓவியங்களின் அடியில் எழுதியுள்ள குறிப்புகள் எதிலும் உலகத்தின் மிகப் பெரிய கார்ப்பரேஷன் ஒன்றின் எதிர்காலம் குறித்து இவர்கள் போட்ட சண்டையைப் பற்றி ஒரு வரிகூட இல்லை. சூடான சர்ச்சைக்கு இடையில் கம்பெனி முதல் இடத்தைப் பிடித்த கதையும் மறைக்கப்பட்டுவிட்டது.

8

வல்லடி வல்லரசு

போதை விற்பனைக்காக ஒரு போர்

பாங்க் தெருவில் உள்ள நாற்சந்திதான் லண்டனின் பொருளாதார உலகின் நடு மையம். அதற்கு வடக்கே இங்கிலாந்து வங்கி. 18-ம் நூற்றாண்டின் செல்வாக்கான கார்ப்பரேஷன் என்ற பட்டத்துக்காக ஒரு காலத்தில் கிழக்கிந்தியக் கம்பெனியுடன் போட்டி போட்டது.

கிழக்குக் கோடியில் ராயல் எக்ஸ்சேஞ்ச். இதன் நிலவறைகளில் கம்பெனி மிளகு மூட்டைகளைச் சேமித்து வைப்பது வழக்கம். தெருவைக் கடந்தால் சேஞ்ச் சந்து. அங்கேதான் வங்கிப் பங்குகளும் கம்பெனிப் பங்குகளும் உற்சாகமாக விற்பனை ஆயின. கார்ன்ஹில் வழியாகக் கிழக்குப் பக்கம் சென்றால் ஈஸ்ட் இந்தியா ஹவுஸ் இருந்த இடம். சர்வ சாதாரணமான வரவேற்பு வளைவு ஒன்றின்கீழ் நுழைந்துபோகிறோம். தெற்குப் பக்கம் நம்பர் 3, லம்பார்ட் தெரு. இங்கேதான் மாத்தீஸன் அண்ட் கம்பெனி இருக்கிறது. இது ஹாங்காங்கில் உள்ள மாபெரும் ஜார்டைன் மாத்தீஸன் குழுமத்தின் லண்டன் கிளை. 1832-ல் ஆரம்பிக்கப்பட்டது.

ஆசிய வியாபாரத்தில் கிழக்கிந்தியக் கம்பெனியை ஓரம் கட்டுவது என்ற ஒரே குறிக்கோளுடன் பல புதிய தலைமுறை நிறுவனங்களை நடத்தியது ஜார்டைன் மாத்தீஸன். வில்லியம் ஜார்டைன், கம்பெனியின் கப்பல்களில் மருத்துவராகக் கடலோடியவர். 1817-ல் பிசினஸ் துறையில் இறங்குவதற்காகத் தன் வேலையைத் துறந்தார். அப்போது அவருக்கு வயது 33. ஜேம்ஸ் மாத்தீஸன் அவருக்கு எட்டு வயது இளையவர். அவரும் ஸ்காட்லாந்துக்காரர்தான். 1815-ல் நேரடியாகத் தனியார் வணிகத்தில் நுழைந்தார்.

இந்த இருவரும் சேர்ந்தபோது, பொருளாதார ஞானமும் அரசியல் ஆர்வமும் சேர்ந்த அருமையான கூட்டணி உருவானது. அதைத் திறமையாகப் பயன்படுத்திக்கொண்டார்கள். கிழக் கிந்தியக் கம்பெனி அப்போது டைனோசர் மாதிரி அழிவை நோக்கிப் போய்க்கொண்டிருந்தது.

மாத்தீஸன்தான் நிறுவனத்தின் கொள்கை பரப்புச் செயலாளர். தங்களுடைய சுதந்தர வர்த்தகக் கொள்கையை வலியுறுத்துவதற் காக, 'கான்ட்டன் ரெஜிஸ்டர்' என்ற பத்திரிகையை ஆரம்பித்தார். கம்பெனியின் ஏகபோகத்தை முடிவுக்குக் கொண்டுவர வேண்டும் என்று பத்திரிகை பிரசாரம் செய்தது.

கடைசியாக 1833-ல் நாடாளுமன்றம் சீன வியாபாரத்தைத் திறந்து விட்டது. ஜார்டைன் மாத்தீஸன் அதற்குத் தயாராக இருந்தது. அடுத்த வருடமே பிரிட்டனுக்கு முதல் தனியார் தேயிலை ஏற்று மதியை ஆரம்பித்து வைத்தது. விரைவில் அதிகபட்ச மார்க் கெட்டைப் பிடித்தும் விட்டது. புயல் வேகத்தில் வளர்ந்து கொண்டிருக்கும் மார்க்கெட். இந்தத் தொழிலில் முதலீடு செய்ய விரும்பிய ஒரு நண்பரிடம் 'இதுபோல், நாகரிகமானவர்கள் கலந்து கொள்ளக்கூடிய, பாதுகாப்பான சூதாட்டம் வேறு எதுவும் கிடையாது' என்றார் ஜார்டைன்.[1]

அடுத்த பத்தாண்டில் நிறுவனத்துக்கு சீனக் கடற்கரையில் ஒரு டஜன் கப்பல்கள் திரிந்தன. அவை தேயிலை, பட்டு இரண்டையும் ஏற்றுமதி செய்தன. பதிலுக்கு ஆயிரக்கணக்கான பெட்டி அபினை இறக்குமதி செய்தன.

இந்த விஷயம் பற்றி நிறுவனத்துக்கு ஒளிவு மறைவே இல்லை. 1831-ல் வர்த்தகக் கூட்டணி ஒன்று அமைப்பதற்குப் பேச்சு வார்த்தை நடைபெற்றுக்கொண்டிருந்தது. அப்போது ஜார்டைன் 'வெளிப்படையாகவே சொல்கிறோம்: எங்கள் பிசினஸ் முழுக்க முழுக்க அபினை நம்பித்தான் இருக்கிறது' என்றார்.[2] சீனா வுக்குள் அபினை எடுத்துப்போவது சட்ட விரோதம் என்று நிறுவனத்துக்கு நன்றாகவே தெரியும். ஆனால் சீனாவின் எல்லைகள் கேட்பாரில்லாமல் திறந்துகிடந்தன. நீங்காமல் நிறைந்த லஞ்சம் வேறு. எனவே 1820-கள் முழுவதும் விதேசி போதைப் பொருள் சீனாவுக்குள் வெள்ளமாகப் பாய்ந்து கொண்டே இருந்தது.

நிறுவனத்தின் ஆரம்பகால பிசினஸ் அணுகுமுறை இது. இதன் நியாயங்களைக் குறை சொல்வது சுலபம். உண்மையில் இந்த விஷ விருட்சத்தை அரை நூற்றாண்டு காலமாக வளர்த்துவிட்டது கிழக்கிந்தியக் கம்பெனிதான். ஜார்டைன் மாத்தீஸனும் மற்ற உதிரி வியாபாரிகளும் அதற்குக் கொஞ்சம் தண்ணீர் ஊற்றி னார்கள். அவ்வளவுதான். தனி வியாபாரிகளுக்கு இது நல்ல லாபம் தரும் தொழிலாக இருந்தது. கம்பெனியைப் பொருத்த வரை, பிகாரில் ஏகபோக உரிமையுடன் பயிரிடும் அபினுக்கு சீனா ஒரு முக்கியமான மார்க்கெட். பிரிட்டிஷ் அரசுக்கோ, தேயிலை இறக்குமதியில் வரும் வரி முழுவதும் கஜானாவுக்குத் தேவை யாக இருக்கிறது. நாட்டுக்கே தேநீர் தாகம். அந்தத் தேயிலையை வாங்குவதற்குப் பணத்துக்கு எங்கே போவது? அபின் விற்பதுதான் ஒரே வழி!

'சட்டவிரோதமான இந்த வியாபாரம் இப்போது நம் வணிகத்திலும் நம் இந்தியப் பொருளாதாரத்திலும் நீக்கமறக் கலந்துவிட்டது. இதன் முக்கியத்துவம் தேயிலை விற்பனையில் கிடைக்கும் வரியைவிடக் கொஞ்சமும் குறைந்ததல்ல' என்று ஒரு பிரிட்டிஷ் வணிகர் கூறினாராம்.[3] அநேகமாக அந்த வணிகர் ஜார்டைன் அல்லது மாத்தீஸனாகத்தான் இருக்கும்!

இப்படி அவர்கள் சட்டத்தை சரளமாக மீறியதைக்கண்டு பொறுக்காதவர்களும் இருந்தார்கள். அப்போதுதான் முன்னுக்கு வந்துகொண்டிருந்த பெஞ்சமின் டிஸ்ரேலி 1837-ல் வந்த சிபில் என்ற தன் நாவலில் டாக்டர் ஜார்டைனைக் கிழி கிழியென்று கிழிக்கிறார். 'பயங்கரமான ஆள்! ஸ்காட்லாந்துக்காரன். பணக் காரன். இப்போதுதான் கான்ட்டனிலிருந்து திரும்பிவந்திருக் கிறான். ஒவ்வொரு பையிலும் அபின் விற்று லட்சக்கணக்கில் பணம் அடைத்துக்கொண்டிருப்பான். ஆனால் ஊழலை எதிர்ப்பான்; சுதந்தரமான வர்த்தகம் வேண்டும் என்று தொண்டை கிழியக் கூவுவான்.'[4]

இந்தக் கூச்சலில், சுதந்தரமான வர்த்தகத்தைக் காப்பாற்றுவதற் காக பிரிட்டிஷ் அரசு சீனாவுடன் சண்டைக்குப் போகவேண்டும் என்ற கூச்சலும் அடக்கம். அறிவொளி இயக்கத்தின்படி, எல்லாப் பொருள்களிலும் சுதந்தர வியாபாரம் என்பதை சீனா ஒப்புக்கொண்டாகவேண்டும் - அபின் உள்பட.

இதற்காக இரண்டு போர்கள் நடந்தன. முடிவில் சீனாவின் துறைமுகங்களைக் கடப்பாறை வைத்துத் திறந்துவிட்டார்கள்.

ஹாங்காங் பிரிட்டனின் கைக்கு மாறியது. அபின் வியாபாரம் சட்டபூர்வமாக ஆனது.

நிறுவனம், தான் நினைத்ததைச் சாதித்துவிட்டது. நன்றாகப் பணம் பண்ணிக்கொண்டபிறகு, 1870-களில் புத்திசாலித்தனமாக அபினை விட்டுவிட்டு வேறு சரக்குகளை விற்க ஆரம்பித்தது. இந்த நேரத்தில் வில்லியம் ஜார்டைன் இறந்துவிட்டார். மாத்தீஸன் மட்டும் 1887 வரை உயிர் வாழ்ந்தார். முந்தைய நவாபுகள்போலவே, மாத்தீஸன் ஆசியாவில் கிடைத்த புதையலை உபயோகித்து பிரிட்டிஷ் நிலச்சுவான்தார் கூட்டத்தில் சேர்ந்துகொண்டார். 1844-ல் 5 லட்சம் பவுண்டுக்கு மேல் செலவழித்து ஹெப்ரிடெஸ் தீவுக் கூட்டத்தில் உள்ள லூயிஸ் தீவை வாங்கினார்.

அங்கே சீனாவிலோ அபின் பழக்கம் தொற்று வியாதிபோல் பரவிக்கொண்டிருந்தது. 19-ம் நூற்றாண்டில் லட்சக்கணக்கான சீனர்கள் அதனால் மாண்டார்கள். இந்தப் பேரழிவு, முழுக்க முழுக்க மனிதனால் உருவாக்கப்பட்டது என்பதை இப்போது பேச்சளவில்கூட யாரும் ஒப்புக்கொள்வதில்லை.[5] இன்றைய ஜார்டைன் நிறுவனத்தின் இணையத்தளத்தைப் பார்த்தால் அதில் அபின் வியாபாரம் பற்றி மூச்சே விடமாட்டார்கள்! இருந்தும் ஆரம்பக் காலத்தில் தேயிலைக்கு இணையாக அதுவும் ஒரு முக்கியமான விற்பனைச் சரக்காக இருந்தது.

நிறுவனர்களின் சந்ததியான கேஸ்விக் குடும்பம்தான் இன்று வரை பிசினஸை நடத்திவருகிறது. இது பிரிட்டனின் மிகப் பெரும் பணக்காரக் குடும்பங்களில் ஒன்று.[6] இன்று அவர்கள் வீடு-மனை வியாபாரம், இன்ஷ்யூரன்ஸ், ஹோட்டல்கள், சில்லறை விற்பனை என்று பல துறைகளில் இருக்கிறார்கள். ஜார்டைன் மாத்தீஸனின் தற்போதைய சித்திரத்திலிருந்து அபின் அழிக்கப்பட்டுவிட்டது. ஆனால் இந்த நிறுவனம்தான் கிழக்கிந்தியக் கம்பெனியின் கடைசி நாட்களுடன் நமக்கு மிச்சமிருக்கும் நேரடியான தொடர்புச் சங்கிலி.

ஒரு வணிக நிறுவனம் என்று பார்த்தால், 19-ம் நூற்றாண்டு ஆரம்பித்த சமயத்திலேயே கிழக்கிந்தியக் கம்பெனி நலிந்து போய்விட்டது. 1770, 1780, 1790-களில் நடந்த சீர்திருத்தங்களால் கம்பெனியின் சுதந்தரம் பிடுங்கப்பட்டு, ஆசியாவில் அதன் ஏக போகமும் முடிவுக்கு வந்தது. தூண்டிலில் மீன் மாட்டியாயிற்று;

அடுத்தடுத்து வந்த வைட்ஹால் அமைச்சர்கள் கம்பெனியின் மிச்சம் மீதி இருந்த உரிமைகளையும் ஒவ்வொன்றாகப் பறித்தார்கள். கடைசியாக, கார்ப்பரேட் பதர் மாதிரி கம்பெனிக்கு மேல்தோல் மட்டும்தான் பாக்கி இருந்தது. இனி சுலபமாக மூடு விழா நடத்திவிடலாம்.

கம்பெனியை மூடும் சடங்குகள் பல பத்து வருடங்கள்வரை தொடர்ந்தன. அதில் வெளிப்படையாக ஒன்றும் வாண வேடிக்கைகள் தெரியவில்லை. சொல்லப்போனால் எப்போதையும்விட இப்போது கம்பெனி வலுவாக இருப்ப தாகவே தோன்றியது. வரலாறு காணாத வியாபாரம், வருமானம். ராணுவ பலம்.

இருந்தும் சுதந்தரமான கார்ப்பரேஷன் என்ற கோணத்தில் கம்பெனி சரிவில் உருண்டு உருண்டு போய்க்கொண்டிருந்தது. முடியரசை விரிவுபடுத்தும் முயற்சியில் கம்பெனி ஒரு கருவி. அவ்வளவுதான். அதன் வணிக நடவடிக்கைகள் வர வரச் சுருங்கிக்கொண்டே வந்து, கடைசியில் கம்பெனி கையாண்ட ஒரே சரக்கு அரசாங்கக் காகிதங்கள் மட்டும்தான் என்றானது!

மலபார் சொறி

இந்தியாவில் கம்பெனியின் ராணுவ நடவடிக்கைகள் செழிப்பாகத் துளிர்த்து வளர்ந்தன. அதை விரைவாக்குவதுபோல், வியாபாரி களுக்கு பதிலாக ராணுவத்தினரும் உயர் குலத்தினரும் கம்பெனியை ஆட்சி செய்ய ஆரம்பித்தார்கள்.

கம்பெனியின் தனிப்பட்ட ராணுவத்தைச் சரியானபடி உபயோகித்தால், கார்ப்பரேஷனுக்கும் அதன் அதிகாரிகளுக்கும் என்னென்ன பயன்கள் விளையும் என்பதை கிளைவும் ஹேஸ்டிங்ஸும் காட்டிவிட்டார்கள். கம்பெனிக்கு வரி ஆதாரம்; அதிகாரிகளுக்கோ போரில் சுருட்டியது அனைத்தும் ஆதாயம்.

1763-க்கும் 1805-க்கும் இடையில் கம்பெனியின் ராணுவப் படை ஏறக்குறைய 10 மடங்கு வளர்ந்துவிட்டது. 18,000-லிருந்து 1,54,000 ஆக வளர்ச்சி. தற்காப்புத் தேவைகளுக்கு அவசியமானதைவிட எங்கோ போய்விட்ட வளர்ச்சி. இதனால் இன்னும் பலத்தைக் காட்டுவதற்கு வசதியாகவும் வாய்ப்பாகவும் ஆகிவிட்டது.

அதிகாரிகளின் தனிப்பட்ட வியாபாரம் நின்றுபோய்விட்டது. இந்தியாவில் போய் நன்றாகச் சம்பாதித்துவிட்டு வரவேண்டும் என்ற துடிப்புடன் வரும் இளைஞர்களுக்கெல்லாம், ராணுவ வித்தைகள் செய்து பார்ப்பதுதான் ஒரே வழியாக ஆகிவிட்டது.

ஏட்டளவில், இதெல்லாம் 1784-ம் வருடத்தின் கிழக்கிந்தியச் சட்டத்துக்கு விரோதமானது. 'இந்தியாவில் நாடு பிடிப்பது, விரிவாக்குவது எல்லாம் இந்த நாட்டின் எண்ணங்களுக்கும், கௌரவத்துக்கும், கொள்கைகளுக்கும் எதிரான செயல்' என்று சொல்கிறது அந்தச் சட்டம். கார்ன்வாலிஸ் ஓரளவு கட்டுப் பாட்டுடன் ஆட்சி செய்தார். ஆனால் அதன் பிறகு பிரான்ஸுடன் போர் தொடங்கிவிட்டதால், இந்தியாவில் இன்னும் முரட்டுத்தனம் காட்ட ஒரு சாக்காகி விட்டது. இந்தக் காட்சியின் நாயகன் கவர்னர் ஜெனரல் ரிச்சர்ட் வெல்லெஸ்லி. அவருடைய ஆட்சிக் காலம் 1798 முதல் 1805 வரை.

தென் மேற்கு இந்தியாவில் 30 வருடமாக மைசூருடன் நடந்துகொண்டிருந்த சண்டையை அதிரடியாக முடிவுக்குக் கொண்டுவந்தார் வெல்லெஸ்லி. மைசூர் சின்ன ராஜ்ஜியம்தான்; ஆனால் லெடன்ஹால் தெருவின் பயங்கரம் என்று பெயர் பெற்றுவிட்டது. முதலில் ஹைதர் அலியும் பிறகு அவர் மகனான 'மைசூர் புலி' திப்பு சுல்தானும் மெட்ராஸ் ராஜதானியை வருடக் கணக்கில் பயமுறுத்தி வைத்திருந்தார்கள்.

திப்பு சுல்தான் இந்தியாவை நவீனமாக்கிய ஆட்சியாளர் என்று தேசியவாதிகள் பரிவுடன் சொல்வார்கள். கம்பெனியின் அமைப்புரீதியான பலத்தையும் தொழில்நுட்ப வல்லமையையும் பார்த்துவிட்டு அவர், நாமும் அதற்கு இணையாக வளர வேண்டும் என்று நினைத்தார். விவசாயத்தை முன்னேற்றுவதற்கும் கப்பல் படையை விரிவாக்குவதற்கும் நிறைய முதலீடு செய்தார்.

திப்பு பிரிட்டிஷாருக்கு எதிராக ராஜதந்திர வலையையும் விரித்தார். புரட்சியில் ஈடுபட்டிருந்த பிரான்சுடன் நிச்சயம் அவருக்கு வலுவான தொடர்புகள் இருந்திருக்கின்றன. அவருக்கு பிரெஞ்சுக் குடிமகன் என்ற பட்டத்தையே கொடுத்தார்கள்.

திப்பு திரும்பத் திரும்பக் கம்பெனியுடன் மோதினார். அதற்கு ஆதரவு திரட்ட, தான் ஈடுபட்டிருப்பது இஸ்லாமின் புனிதப் போர்

(கஸ்வா) என்று அறிவித்தார். ஆனால் கம்பெனி திப்புவைச் சுற்றி வளைத்தபோது பிரான்ஸ்-ஒட்டோமான் கூட்டணியாலும் அவரைக் காப்பாற்ற முடியவில்லை. 1792-ல் கார்ன்வாலிஸிடம் தோற்றுப்போய் திப்பு, மலபாரை விட்டுக்கொடுக்க வேண்டியதாயிற்று. ஏழு வருடம் கழித்து ஏப்ரல் 1799-ல் கடைசியாக ஸ்ரீரங்கப்பட்டணம் வீழ்ந்தது. திப்பு கொல்லப்பட்டார்.

வெற்றிக் கனி பறித்த வெல்லெஸ்லி, போர்டு தலைவரான டூண்டாஸுக்கு எழுதினார்: 'இந்த வெற்றியால் தீராத உங்கள் நிலப் பசியையும் கோட்டைப் பசியையும் தீர்க்க முடியும் என்று நம்புகிறேன்.'[7]

இந்தப் போரில் கம்பெனிக்குக் கிடைத்த கொள்ளைப் பொருள்களின் மதிப்பு ஏராளம். ஸ்ரீரங்கப்பட்டணத்தின் புதையல்கள் இங்கிலாந்து முழுவதும் உள்ள காட்சியகங்களிலும் பண்ணை வீடுகளிலும் சிதறிக் கிடந்தன. அவற்றில் திப்புவின் புகழ் பெற்ற புலி பொம்மையும் இருந்தது. நிஜ அளவிலான அந்த பொம்மையில் ஒரு புலி கம்பெனி சிப்பாய் ஒருவனின் தொண்டையைக் குதறிக்கொண்டிருக்கிறது. சாவி கொடுத்தால் புலியின் உறுமலையும் கேட்கலாம். இதை லெடன்ஹால் தெருவில் இருந்த கம்பெனியின் 'கிழக்கத்திய விநோதங்கள்' மியூசியத்துக்குக் கொண்டுபோனார்கள். பிறகு லண்டனில் உள்ள விக்டோரியா ஆல்பர்ட் மியூசியத்துக்கு மாற்றப்பட்டு இன்றும் அங்கே உள்ளது.

வெற்றி பெற்ற பகுதிகளில் தன் ஏகபோகத்தை நிலைநாட்டும் கலையில் கம்பெனி கைதேர்ந்ததாயிற்றே. கம்பெனி ஆட்சியின் கீழ் வருவதன் பொருளாதார வேதனையை மலபாரும் அனுபவித்தது. நில வரி வசூல் தீவிரமானது. உப்பு, புகையிலை, மரம் ஆகியவற்றை அறுவடை செய்வதில் ஏகபோக உரிமை கொண்டுவரப்பட்டது. மர வியாபாரம் எதற்கு என்றால், நெப்போலியனுடன் நடந்த போரில், இங்கிலாந்தின் கப்பல் படைக்கு மிகவும் தேவைப்பட்ட தேக்கு மரத்துக்காக.[8]

லவங்கம், காப்பி, மிளகு, ஜாதிக்காய் இவற்றைப் பயிரிடுவதற்காக, அஞ்சரக்கண்டியில் 1,000 ஏக்கரில் ஒரு மாபெரும் பண்ணைத் தோட்டத்தை அமைத்தது கம்பெனி. தோட்டத்துக்கு நிலத்தை அபகரித்துக்கொண்டது மட்டுமின்றி, அவற்றில்

இருந்த தொழிலாளர்களைக் கடத்திப் போய் கிட்டத்தட்ட அடிமைகளாக வேலை வாங்கினார்கள். நடு நிசியில் குழந்தைகளின் வாயில் துணியை அடைத்து வீட்டிலிருந்து தூக்கிப் போய்விடுவார்கள். அவர்களின் ஜாதி மத அடையாளங்கள் யாவும் அழிக்கப்படும்.[9]

உள்ளூர் மக்களிடையே இதற்குக் கடும் எதிர்ப்பு எழுந்தது. புதிய தோட்ட மேலாளர் மர்டாக் ப்ரௌன் தன் பண்ணையில் நடுவதற்காக மிளகுக் கொடிகள் வாங்க முயன்றபோது தருவதற்கு யாரும் முன்வரவில்லை.

அது ஆரம்பம்தான். கம்பெனி ஆட்சியின் முதல் பத்து வருடத்துக்குள் மலபார் இரண்டு முறை கலகம் செய்துவிட்டது. எழுச்சிக்குத் தலைமை தாங்கியவர் உள்ளூர் அரச குலத்தவரான பழசி ராஜா. கலகக்காரர்களின் கோபம் முழுவதும் அஞ்சரக் கண்டி தோட்டத்தின்மீது திரும்ப, தோட்டம் துவம்சம் செய்யப் பட்டது. பழசி ராஜா கம்பெனி படைகளுடன் நேரடியாக மோதாமல் காடுகளில் மறைந்திருந்து கெரில்லாத் தாக்குதல் தொடுத்தார்.

கம்பெனிப் படைகளை நடத்திவந்தவர் ஆர்தர் வெல்லெஸ்லி. கவர்னர் ஜெனரலின் தம்பி. அவருடைய பதிலடி பயங்கரமாக இருந்தது. தன் அதிகாரிகளுக்கு எழுதிய கடிதத்தில் 'நீங்கள் எத்தனை ஆளில்லாத கிராமங்களைக் கொளுத்தினாலும் நல்லது. எவ்வளவு ஆடு மாடு, மற்ற சொத்துகளைக் கொள்ளை அடிக் கிறீர்களோ, அவ்வளவுக்கு நல்லது' என்றார். மற்றொரு அதிகாரியிடம் 'மலபார் மக்கள் சொன்ன பேச்சைக் கேட்கிற வர்கள் இல்லை. அவர்கள் மனத்தில் பயத்தை ஊட்டினால்தான் ஆயுதத்தைக் கீழே போடுவார்கள்' என்றார்.[10]

இரக்கமில்லாத இந்த நடவடிக்கைகளுக்குப் பலன் இருந்தது. 1805-ல் கம்பெனிப் படைகள் மலைப் பிரதேசத்தில் பழசி ராஜாவைச் சூழ்ந்துகொண்டன. நாடோடிக் கதைகளின்படி, அவர் ஒரு பெரிய வைரத்தை விழுங்கித் தற்கொலை செய்து கொண்டார்.

கம்பெனி ஆட்சி நன்றாக நிலை பெற்றவுடன் உள்ளூர் மக்களின் நிலை மிகவும் மோசமாகிவிட்டது. 1819-ல் கடத்தநாடு பகுதியைச் சேர்ந்தவர்கள் வரியைக் குறைக்கவேண்டும், அடக்கு

முறைகளைக் கைவிடவேண்டும் என்று கம்பெனிக்கு மனு அனுப்பினார்கள்: 'மரியாதைக்கு உரிய பலர், தன்னுடைய குழந்தை கண் எதிரே செத்துக்கொண்டிருப்பதைக் காணப் பொறுக்காமல் உயிரையே மாய்த்துக்கொண்டார்கள். இதற்கு முன்பு ராஜாக்கள் ஆட்சியிலோ, திப்புவின் ஆட்சியிலோ நாங்கள் இந்த மாதிரிக் கொடுமைகளை அனுபவித்ததே இல்லை. இனி எங்களால் இதைத் தாங்க முடியாது' என்று எழுதினார்கள்.[11]

மலைகளில் குறிச்சியர் இன மக்கள் பயிர் சுழற்சி செய்வதைக் கம்பெனி தடுத்தது. இதனால் சின்னச் சின்ன சண்டைகள் வருடக்கணக்காகத் தொடர் கதை ஆயின.

இதன் இடையில் வெல்லெஸ்லிக்கும் ஒரு துன்பம்: மலபார் சொறி என்ற பயங்கரமான தோல் நோய் அவரைப் பீடித்தது. வழக்கமான எண்ணெய், கந்தக மருந்துகளில் குணமாகவில்லை. அடிக்கடி நைட்ரிக் அமிலத்தை நீர்க்கக் கரைத்து அதில் முங்கி எழுந்திருப்பார்; கொஞ்சம் மட்டுப்படும்![12]

வெல்லெஸ்லிக்கு அவரது இந்திய வெற்றிகளுக்காக 'சிப்பாய் ஜெனரல்' என்ற பட்டம் கொடுக்கப்பட்டது. 200 வருடம் கழித்து இன்றும் அஞ்சரக்கண்டி பயிர்த் தோட்டம் இருக்கிறது. அதை முன்மாதிரியாகக் கொண்டுதான் 19-20ம் நூற்றாண்டுகளில் கேரளத்து மலைப் பிரதேசங்களில் எஸ்டேட்டுகளும் அதைச் சார்ந்த பொருளாதாரமும் வளர்ந்தன.

கவர்னர் ஜெனரல் வெல்லெஸ்லி அடுத்ததாக மராட்டியர்கள் பக்கம் திரும்பினார். 1803-ல் ஆக்ரா, தில்லி, குஜராத்தை அடுத்தடுத்து வென்றார். மராட்டியக் கூட்டணியுடன் நடந்த போரில் இறுதி வெற்றி என்ற ஒன்று 1818-ல்தான் கிடைத்தது. அதற்குள் வியாபாரத்துக்காகக் கம்பெனி இந்தியாவுக்கு அனுப்பி யிருந்த 25 லட்சம் பவுண்டு மதிப்புள்ள தங்கத்தையும் தீர்த்துக் கட்டிவிட்டு, தீராத கடனாளி ஆகிவிட்டார் வெல்லெஸ்லி! 1792-ல் 90 லட்சம் பவுண்டு கடன் இருந்தது. 1809-ல் 3 கோடி பவுண்டு ஆகிவிட்டது. இருந்த வரிச் சுமையுடன் இந்த வட்டிச் சுமையும் இந்தியாவின் தலையில்தான் விழுந்தது.

கடைசியாக வெல்லெஸ்லியை இங்கிலாந்துக்குத் திரும்ப அழைத்துக்கொண்டார்கள். ஆனால் கம்பெனியின் நாடு பிடிக்கும் வெறி மட்டும் இந்தியாவிலேயே தங்கிவிட்டது.

ராணுவ நடவடிக்கைகள் வியாபாரத்துக்குத் துணை செய்த காலம்போய், இப்போது அதுவே எஜமானனாக மாறிவிட்டது.[13]

1784 சட்டத்துக்கு இது முற்றிலும் விரோதம். இந்திய அரசர்களுடன் செய்துகொண்ட எல்லா ஒப்பந்தங்களுக்கும் விரோதம். இதனால் மக்களுக்கு விளைந்த துயரங்களும் அனேகம். கம்பெனி இயக்குநர்களுக்கு இந்த வீழ்ச்சியைத் தடுக்க மனமும் இல்லை, அது அவர்களால் முடிகிற காரியமாகவும் இல்லை. 'அவர்கள் நாடு பிடிப்பது பற்றிப் புலம்புவதோடு நிறுத்திக்கொள்கிறார்கள். கடந்த 30, 40 வருடமாக இதே கதைதான். ஆழ்ந்த வருத்தம் தெரிவித்துக்கொண்டே வருமானத்தை வாங்கிப் பையில் போட்டுக்கொள்கிறார்கள்' என்று பிப்ரவரி 1819-ல் ராண்டில் ஜாக்ஸனும் ஜோசப் ஹ்யூமும் எழுதினார்கள்.[14]

அடுத்த 40 வருடங்களுக்கு, சின்னதும் பெரிதுமாகப் பல போர்கள். அதுவே கம்பெனிக்கு முக்கிய வேலையாகப் போயிற்று. மேற்கே ஆப்கனிஸ்தான், பஞ்சாப், சிந்த். வடக்கே நேபாளம், கிழக்கே பர்மா என்று திரும்பின பக்கமெல்லாம் சண்டை!

டாக்கா பூகம்பம்

1793-ல் கம்பெனிக்கு சாசனம் கிடைத்த கையோடு, பிரான்சுடன் போர் மூண்டது. பத்து வருட காலம் தொடர்ந்த போரினால் கம்பெனியின் வியாபாரம் வெகுவாகப் பாதிக்கப்பட்டது. பொருளாதாரம் உருத் தெரியாமல் நசுங்கிப் போனது. வாட்டர்லூ போரில் இறுதி வெற்றி கிடைத்தபிறகும், நீண்ட காலம்வரை கம்பெனி பங்கு விலை படுத்தே கிடந்தது. 1817-க்குப் பிறகுதான் ஒரு வழியாக 200 பவுண்டுக்குமேல் நிமிர்ந்தது.

இதற்குள் இந்திய வியாபாரத்தில் கம்பெனிக்கு 200 வருடமாக இருந்த ஏகபோகம் உடைக்கப்பட்டுவிட்டது. தொழில் துறையைச் சேர்ந்தவர்கள் 1793-ல் முதல் கல்லை வீசினார்கள். 1813-ல் கம்பெனியின் 20 வருட உரிமை சாசனம் பரிசீலனைக்கு வந்தபோது, அவர்களுக்குப் போதுமான பலம் சேர்ந்து விட்டிருந்தது. இந்தியா வியாபாரத்தை எல்லோருக்கும் திறந்து விடச் சொல்லி, அதில் வெற்றியும் பெற்றுவிட்டார்கள்.

இந்தியாவிலிருந்து இறக்குமதி ஆகும் தரமான ஜவுளி வகைகள் விலையும் குறைவாக இருந்ததால், இங்கிலாந்தின் உள்ளூர்த் தயாரிப்பாளர்களைப் பாதுகாக்க வேண்டியிருந்தது. 18-ம் நூற்றாண்டு முழுவதும் இங்கிலாந்தில் ஜவுளி இறக்குமதி செய்ய ஏகப்பட்ட தடைகள். இந்தத் தடுப்புச் சுவர்களுக்குப் பின்னால்தான் இங்கிலாந்தின் பச்சிளம் ஜவுளித் தொழில் வளர முடிந்தது.

இந்தியாவில் தொழிலாளர் கூலிகள் மிகக் குறைவாக இருந்தது அவர்களுக்குப் பெரிய பலம். அந்தச் சவாலைச் சந்திப்பதற்காக இங்கிலாந்து தன் ஜவுளித் தயாரிப்பை இயந்திரமயமாக்கியது. அதுதான் நவீனத் தொழிலின் முன்னோடி. அந்த முயற்சிக்கு மிகப் பெரிய வெற்றி கிடைத்தது. 1770-களிலிருந்தே பிரிட்டனில் காலிகோ துணியின் நகல்கள் தயார். 1781-ல் பெரிய அளவில் 'மஸ்லின்' துணியின் உற்பத்தியும் தொடங்கியது.

ஐந்தே வருடங்களில் முதல் பேல் லங்காஷயர் பருத்தி இந்தியாவுக்கு ஏற்றுமதி ஆயிற்று. வருடத்துக்கு 5 லட்சம் பேல் தயாரான மில் மஸ்லின் துணியுடன் ஒப்பிட்டால் இது அளவில் கொஞ்சம்தான். ஆனால் இயந்திர வலிமைக்குத்தான் கடைசியில் வெற்றி. 1793-வாக்கில் ஒற்றை லங்காஷயர் மில் தொழிலாளியே 400 இந்திய நெசவாளர்களுக்கு இணையாகத் துணி உற்பத்தி செய்ய முடிந்தது.

1793-ல் கம்பெனியின் சாசனத்தைப் புதுப்பிக்க முயற்சி நடந்து கொண்டிருந்தபோது மான்செஸ்டர் பருத்தி மில் முதலாளிகள் அரசாங்கத்திடம் மனு கொடுத்தார்கள்: 'எங்கள் தயாரிப்புகள் இந்தியாவில் இறக்குமதி வரி இல்லாமல் விற்பனை ஆகவேண்டும். பிரிட்டனில் யாரும் இந்தியப் பருத்தித் துணிகள் அணிவதைத் தடை செய்யவேண்டும்.'

சுயநலத்தில் ஊறிய அபத்தம்! அரசாங்கம் இந்தக் கோரிக்கையை நிராகரித்தது. ஆனால் திரைக்குப் பின்னால் கம்பெனியின் ஏற்றுமதி இறக்குமதி பிசினஸ் செல்லரித்துப் போய்க் கொண்டிருந்தது. பிரிட்டனிலும் கம்பெனியின் முக்கிய மார்க் கெட்டான அமெரிக்காவிலும் கொஞ்சம் கொஞ்சமாகக் கம்பெனியின் வியாபாரத்தை மில் துணிகள் தின்றன. அதே நேரம், நெப்போலியனின் 'ஒன்றுபட்ட கண்டம்' என்ற முயற்சி

யால் ஐரோப்பாவுக்கு உள்ளேயே ஏற்றுமதி செய்து சம்பாதிக்கவும் முடியாமல் போய்விட்டது.

1798-ல் இந்தியாவிலிருந்து இங்கிலாந்துக்கு 30 லட்சம் பவுண்டு மதிப்புள்ள துணிகள் வந்தன. 1807-ல் இது 4,33,000 பவுண்டாகக் குறைந்துவிட்டது. அதைவிட மோசம், கொண்டுவந்த துணியைக் கூட லாபத்துக்கு விற்க முடியவில்லை. லண்டன் கிடங்குகளில் 70 லட்சம் பவுண்டுக்கு மேல் வங்காளப் பருத்தித் துணிகள் தேங்கிக்கிடந்தன.

கம்பெனியின் ஏகபோகத்தை நிறுத்தியே ஆகவேண்டும் என்று வெஸ்ட்மின்ஸ்டருக்கு மனு மேல் மனுவாக வந்து குவிந்தது. இந்த முறை அரசாங்கத்தால் அதைப் புறக்கணிக்க முடியவில்லை. இந்தியக் கடன்கள் அதிகரித்துக்கொண்டே போனதால் 1812-ல் கம்பெனி அரசாங்கத்திடம் வந்து 25 லட்சம் கடன் கேட்டது.

வெளியே தொழில்துறையிலிருந்து நெருக்கடி. கையிலோ பணமில்லை. எனவே கம்பெனியால் மேலும் பல சீர்திருத்தங்கள் வருவதைத் தடுக்க முடியவில்லை. அதன் ஏகபோக உரிமைகள் அநேகமாக ஒழிக்கப்பட்டு, சீன வியாபாரத்தில் மட்டுமே 20 வருடத்துக்கு நீட்டிக்கப்பட்டது.

மதப் பிரசாரகர் வில்பர்ஃபோர்ஸ் போன்ற பலர் இப்போது வேறொரு பிரச்னையை எழுப்பினார்கள். 'இனி கம்பெனியின் முக்கிய வேலை வர்த்தகம் அல்ல, கிறிஸ்தவ மதத்தைப் பரப்புவது தான்' என்றார்கள். அவர்கள் இதற்காகப் பல வருடமாகவே பிரசாரம் செய்து வந்தவர்கள். கடைசியாக 1813-ம் வருட சாசனத்தில் அதையும் எப்படியோ நுழைத்துவிட்டார்கள். அதுவரை கம்பெனி மதப் பிரச்சாரம் கூடாது என்ற கொள்கையைக் கடைப்பிடித்து வந்தது. இப்போது அது நீக்கப்பட்டு, இங்கிலாந்து சர்ச்சின் பிஷப் பீடம் ஒன்று இந்தியாவில் நிறுவப்பட்டது.

ஸ்மித் நினைத்தபடியே, புதிய தொழில்முனைவோரின் போட்டியைக் கம்பெனியால் சமாளிக்க முடியவில்லை. 1824-ல் கம்பெனி இந்தியாவுக்கு சரக்குகள் ஏற்றுமதி செய்வதை அடியோடு நிறுத்திவிட்டது. ஏனெனில், பதிலுக்கு இந்தியாவிலிருந்து வாங்கிப் போய் பிரிட்டனில் விற்கக்கூடிய பொருள் எதுவுமே இல்லாமல் போய்விட்டது!

இந்தியாவில் சுதந்தரமான வர்த்தகம் ஏற்பட்டுவிட்டது. ஆனால் இந்திய உற்பத்தியாளர்களைப் பொருத்தவரை அவர்களுக்கு இதனால் எந்தப் பயனும் விளையவில்லை. வங்காளப் புரட்சியின்போதே கம்பெனி தன் அரசியல் செல்வாக்கினால், நெசவாளர்களையெல்லாம் செல்லாக் காசாக்கிவிட்டது. மேலும் மேலும் ஜவுளி ஏற்றுமதி செய்து, அதன் வழியே வங்காளத்தின் செல்வங்களை எல்லாம் பிரிட்டனுக்கு அனுப்பிவிட வேண்டும் என்று துடித்தது கம்பெனி. வங்காள நெசவாளர்களை மிகக் குரூரமாகக் கசக்கிப் பிழிய ஆரம்பித்தது. பல நெசவாளர்கள் ஓட்டாண்டியாகி ஊரைக் காலி செய்து கொண்டு போனார்கள்.

வேடிக்கை என்னவென்றால், கம்பெனியின் ஏகபோகம் 1813-ல் முடிவுக்கு வந்ததுதான் இந்த மோசமான நிலையை முற்றிலும் அவலமாக்கியது. பிரிட்டிஷ் தயாரிப்பாளர்களுடன் யாரும் போட்டிக்கு வந்துவிடக்கூடாது என்பதற்காக, 1813-ல் இந்தியப் பொருள்கள்மீது 20 சதவிகிதம் இறக்குமதி வரி விதிக்கப்பட்டது. இப்போது காலிகோ துணிமீது மொத்த வரி 78 சதவிகிதம். மஸ்லினுக்கு 31 சதவிகிதம். கடக்க முடியாத தடை!

'இப்படியெல்லாம் கடுமையான வரியும் விதியும் போட்டிருக்கா விட்டால், பெய்ஸ்லியிலும் மான்செஸ்டரிலும் உள்ள துணி மில்கள் இயங்காமலே போயிருக்கும். எந்த நீராவி எஞ்சினாலும் அவற்றைச் சுழல வைத்திருக்க முடியாது' என்று ஹென்றி வில்சன் 1858-ல் எழுதினார்.[15]

இதுவரை கம்பெனி இந்தியத் துணிகளைக் கொள்முதல் செய்வதில் ஏகபோக உரிமை வைத்திருந்ததும் அவர்களுக்கு வசதியாகப் போய்விட்டது. வேறு இறக்குமதியாளர் யாரும் போட்டிக்கு வந்து விலையைக் குறைத்துவிடாமல் இருக்க அதுவே இப்போது உதவியது.

1812-ல் டாக்காவில் நிலநடுக்கம் ஏற்பட்டது. தேஜ்காமில் இருந்த கம்பெனியின் கட்டடம் இடிந்து விழுந்தது. அடுத்து வரவிருக்கும் பொருளாதார பூகம்பத்துக்கு அதுவே கட்டியம் கூறியது.

பிளாசிக்கு முன்பு 1753-ல் டாக்கா பிரிட்டனுக்கு ஏற்றுமதி செய்த துணிகளின் மதிப்பு 28,50,000 ரூபாய். நூற்றாண்டின் இறுதியில்

இது 13,62,000 ஆகக் குறைந்தது. கம்பெனியின் ஏகபோகம் நீங்கிய நான்கே வருடங்களில் ஜவுளி ஏற்றுமதி அடியோடு நின்றுவிட்டது. 1812-ல் டாக்காவில் இருந்த கம்பெனித் தொழிற் சாலை மூடப்பட்டது.

டாக்கா நகரம் உள்ளுக்குள்ளேயே நொறுங்கிப் போனது. ஒரு காலத்தில் 1,50,000 பேர் வசித்த நகரம். 1840-ல் அதன் மக்கள் தொகை 20,000 ஆகக் குறைந்தது. ஊர் முழுவதும் காடு மண்டியது; மலேரியா பீடித்தது. இந்தப் புரட்சி போதாது என்று மறுபடி மனிதர்கள் அங்கம் சிதைக்கப்பட்டார்கள்.

இயந்திரத்தில் தயாரான நூல் இழைகள் 1821-ல் முதல் முறையாக டாக்காவில் வந்து இறங்கின. 'வேறு யாரும் அதைவிடச் சன்னமான நூல் இழையை நூற்றுவிடக்கூடாது என்பதற்காக, புகழ் பெற்ற கைவினைக் கலைஞர்களின் கட்டை விரலையும் சுட்டு விரலையும் வெட்டி எறிய ஆரம்பித்தார்கள்' என்கிறார் சையத் முகம்மத் தைஃபூர்.[16] இடைத் தரகர்களின் கொடுமையைத் தாங்க முடியாமல் சில கைவினைஞர்கள் தங்கள் விரலைத் தாங்களே வெட்டிக்கொண்டதும் உண்டு.

1813 வரை வணிகத் தராசில் இந்தியாவின் தட்டுதான் கனமாக இருந்தது. நூற்றாண்டுகளாக இந்தியாதான் உலகத்துக்கே பருத்தி உற்பத்தியாளர்.[17] அடுத்த இருபதே வருடத்தில் நிலைமை தலைகீழாக மாறியது. இந்தியாவுக்கு வரும் பிரிட்டிஷ் பருத்தி 50 மடங்குக்குமேல் அதிகரித்தது. இந்தியாவிலிருந்து ஏற்றுமதி ஆவது முக்கால்வாசிக்குமேல் குறைந்துவிட்டது.

வணிக விதிமுறைகளையும் தொழில்துறைக் கொள்கைகளையும் வேண்டுமென்றே மாற்றி அமைத்ததால், இந்தியாவின் கைத்தறி நெசவுத் தொழில் அழிந்தது. இரக்கமில்லாத இதே சக்திகள் பிறகு இங்கிலாந்தின் நெசவாளர்களையும் ஒழித்தன.

இந்தியாவில் கம்பெனியின் வேலை, எதுவும் செய்யாமல் சும்மா வேடிக்கை பார்ப்பது. 'வணிக வரலாற்றிலேயே இந்த மாதிரி சோகம் நடந்ததில்லை. இந்தியாவின் சமவெளிகள் எல்லாம் பருத்தி நெசவாளர்களின் எலும்புகளால் வெள்ளை ஆகிக்கொண்டிருக்கின்றன' என்று 1834-ல் கவர்னர் ஜெனரல் வில்லியம் பென்ட்டிங்க் அறிக்கை அனுப்பினார்.[18]

ஆடம் ஸ்மித் கேட்ட சுதந்தரமான வர்த்தகம் என்பது இதுவல்ல. இருந்தும் இந்திய மார்க்கெட்டை ஆள விரும்பிய மில் முதலாளிகள், திரும்பத் திரும்ப ஆடம் ஸ்மித்தின் பெயரைத்தான் உச்சரித்தார்கள். ஜெர்மனியின் பொருளாதார வல்லுநர் ஃப்ரெடரிக் லிஸ்ட், 'ஒரு நாட்டின் தொழில் வலிமையை அதிகரிப்பதற்காக வணிகத் தடைகளை அமைத்து வெற்றி பெறுவது எப்படி என்பதற்குச் சரியான உதாரணம், பிரிட்டனின் பருத்தி வியாபாரம்தான்' என்றார். அவர், பிரிட்டிஷ் தத்துவ வாதிகள் என்ன எழுதிக்கொண்டிருந்தார்கள் என்பதைக் கவனிக்க வில்லை; பிரிட்டன் உண்மையில் என்ன செய்துகொண்டிருந்தது என்பதைத்தான் கவனித்தார்.[19]

போதைச் சரக்கு

1814-ல் கம்பெனியின் வர்த்தகம் உச்சத்தில் இருந்தது. அப்போது வருடாந்தர ஏலம் 80 லட்சம் பவுண்டுவரை போகும். இது 1757-ல் இருந்ததைப்போல் 4 மடங்கு. அந்த நேரத்தில்தான் இந்திய வணிகம் கை நழுவிப் போனது. அதன் பிறகு இறங்குமுகம்தான். 1833-ல் விற்பனை 40 லட்சத்தைவிடக் குறைந்துவிட்டது.[20]

ஆனால் ஒரே ஒரு சரக்கு விற்பனை மட்டும் தளராமல் நின்றது: தேயிலை.

18-ம் நூற்றாண்டின் நடுவிலேயே தேயிலை வர்த்தகம் இந்திய வியாபாரத்தையும் பின்னுக்குத் தள்ளி முந்த ஆரம்பித்துவிட்டது. 1784-ல் பிட் வரி விகிதங்களில் செய்த சீர்திருத்தமும் மிக உதவியாக இருந்தது. கடத்தல்காரர்களைவிடக் கம்பெனியால் குறைவான விலையில் விற்க முடிந்ததால் தேநீர் உபயோகம் அதிகரித்தது. அடுத்த அரை நூற்றாண்டு காலத்துக்குள் கம்பெனியின் தேநீர் விற்பனை இரண்டு மடங்காகியது.

1786-ல் 1,59,31,193 பவுண்டு விற்பனை ஆயிற்று. 1833-ல் 3,29,13,840 பவுண்டாகியது. வருடத்துக்கு 1.5 சதவிகிதம் என்ற கணக்கில் தேயிலை வியாபாரம் நிதானமாக, ஆனால் உத்தரவாதமாக வளர்ந்தது. ஆண்டு ஒன்றுக்குக் கம்பெனிக்குக் கிடைத்த லாபம் 10 லட்சம் பவுண்டு.

பல வருடங்களாக, கம்பெனியின் காலாண்டு ஏலத்தில் நான்கு கருப்பு டீ வகைகள் பிரபலமாக இருந்தன: பொஹியா, காங்கோ,

ஸௌசான், பெகோ என்பவை. இதைத் தவிர சிங்க்ளோ, ஹேசன், பிங் என்ற மூன்று பச்சை டீ வகைகளும் முக்கியமாக விற்பனை ஆயின. 1798 செப்டம்பர் ஏலத்தின்போது தேயிலை ரகங்களின் பட்டியல் மட்டும் 635 பக்கங்களுக்கு இருந்தது!

ஏலம் 6 நாட்களுக்கு நடந்தது. ஒவ்வொரு பெட்டியும் அதன் தரத்துக்கு ஏற்ப நுட்பமாக வகைப்படுத்தப்பட்டிருந்தது: 'சாதாரண நல்ல தரத்துக்கும் சுமாரை விடக் கொஞ்சம் உயர் தரத்துக்கும் நடுவே', 'சுமாரை விடக் கொஞ்சம் உயர் தரத்துக்கும் சுமாருக்கும் நடுவே', 'நல்ல சுமாரான தரத்துக்கும் சுமாரான நல்ல தரத்துக்கும் நடுவே' என்பதுபோல வகைப்பாடுகள்!

தரகர்களுடன் தவிர்க்க முடியாமல் அவ்வப்போது சண்டை மூண்டுவிடும். இருந்தாலும் கம்பெனி தேயிலை என்றால் எப்போதுமே நல்ல தரமாக இருக்கும் என்று பெயர் பெற்றிருந்தது. இந்தியாவில்தான் வன்முறையும் மோசடியும் கம்பெனியின் வர்த்தக நோக்கத்தையே பாழாக்கிவிட்டன. ஆனால் தேயிலை வியாபாரத்தைப் பொருத்தவரை கம்பெனியின்மீது புகார் எழுவது மிக அரிதாகத்தான் இருந்தது.

கம்பெனி எப்படி இவ்வளவு நல்ல பிள்ளையாக நடந்து கொண்டது என்பதைப் புரிந்துகொள்வதற்கு, தேயிலை வியாபாரத்தின் சூழ்நிலையைப் பார்க்க வேண்டும்.

சீனாவின் சிங் வம்சத்துப் பேரரசர்கள் கடவுளின் வழித் தோன்றல்கள். அவர்களுக்கு வெளி நாடுகளுடன் கொடுக்கல் வாங்கல் வைத்துக்கொள்ளவே பிடிக்காது. வேண்டா வெறுப்பாகத்தான் வியாபாரத்துக்கே இணங்குவார்கள். கம்பெனியுடனோ அல்லது வேறு எந்த ஐரோப்பிய அரசுடனோ, ராஜதந்திர உறவு எதுவும் வைத்துக்கொள்ள சீனப் பேரரசு மறுத்துவிட்டது. அவர்களுக்கெல்லாம் நமக்குச் சமதையான அந்தஸ்து தருவதா என்ற எண்ணம்.

முத்து நதியில் இருந்த கான்ட்டன் துறைமுகம் ஒன்றின் வழியாகத்தான் கம்பெனிக் கப்பல்களுக்கு அனுமதி. அதுவும் வருடத்தில் சில மாதங்கள் மட்டும்தான் தாற்காலிகக் கொட்டகை அமைத்து வர்த்தகம் செய்ய முடியும். அது மட்டுமின்றி, சீன வியாபாரிகளின் கோ-ஹாங் என்ற கூட்டணி அமைப்பின் வழியாகத்தான் எதுவும் நடந்தாகவேண்டும். இதையும் மற்ற

பல எரிச்சல்களையும் கம்பெனி சகித்துக்கொண்டதற்குக் காரணம், உலகத்திலேயே தேயிலை கிடைக்கும் ஒரே இடம் சீனா மட்டும்தான்!

ஒரு ஏகபோகமும் மற்றொரு ஏகபோகமும் நேருக்கு நேராகச் சந்தித்தபோது, அனுசரித்துத்தான் வாழவேண்டி வந்தது. பரஸ்பர நம்பிக்கையே முக்கியமாக ஆனது. ஒவ்வொரு வருடமும் லண்டனில் தரப் பரிசோதனையில் தேறாத பெட்டிகள் எத்தனை என்று கம்பெனி கணக்குக் கொடுக்கும். கோ-ஹாங் அதை அப்படியே ஏற்றுக்கொள்ளும். கம்பெனி, தரம் குறைந்த தேயிலையை தேம்ஸ் நதியில் கொட்டிவிட்டு அதற்கான விலையை கோ-ஹாங்கிடமிருந்து கழித்துக்கொள்ளும். அபூர்வ மாகச் சில சமயம் கான்ட்டனுக்குத் திருப்பி அனுப்புவதும் உண்டு.

அதேபோல் கம்பெனி முகவர்கள் ஏதாவது சரக்கை விலை குறைவாக மதிப்பீடு செய்துவிட்டால், சீன வியாபாரிக்கு நஷ்ட ஈடு கொடுக்கவும் கம்பெனி இயக்குநர்கள் தயங்கவில்லை. 'அவர்கள் உடனடி லாபத்தைவிட நீண்ட காலப் பலன்கள்தான் முக்கியம் என்று நினைத்தார்கள்' என்று தேயிலை வியாபார வல்லுநர்கள் இருவர் சொல்லியிருக்கிறார்கள்.[21]

வியாபாரம் ஆரோக்கியமாக நடப்பதாகத் தோன்றினாலும், அதன் பின்னால் ஓர் அசிங்கமான பிரச்னையும் உறுத்திக் கொண்டிருந்தது: கம்பெனி இந்தியாவில் முகலாயர்களிடம் சந்தித்த அதே பிரச்னை; தேயிலைக்கு பதிலாக பிரிட்டனில் தயாரான எந்தப் பொருளையும் வாங்கிக்கொள்ள சீனா தயாராக இல்லை! வியாபாரக் கணக்கைத் தீர்ப்பதற்கு ஏராளமான வெள்ளியை சீனாவுக்கு அனுப்ப வேண்டியிருந்தது.

வெள்ளிக் காசுகளை மிச்சம் பிடிக்க, கம்பெனி இந்தியாவில் செய்ததுபோலவே குற்றப் பாதைக்குத் திரும்பியது. இந்தியாவில் அவர்கள் கண்டுபிடித்த வழி, நாடு பிடிப்பது. சீனாவிலோ, அபின் கடத்தல்!

பிகாரில் பாட்னாவைச் சுற்றியுள்ள பிரதேசங்களில் விளைந்த உயர் தர அபினுக்கு கிழக்கத்திய நாடுகள் முழுவதும் நல்ல வரவேற்பு இருந்தது. அபினின் மருத்துவ குணங்கள் பல காலமாகவே தெரிந்தவைதான். முகலாய அரசவையில் அது போதைப்

பொருளாகவும் பயன்பட்டது. பிரிட்டனில் அபினை மதுவுடன் கலந்து லாடனம் என்ற பெயரில் பயன்படுத்துவது வழக்கம்.

ஆனால் கிழக்கத்திய அபினுக்கு சீனாவில்தான் அமோக வரவேற்பு உருவாயிற்று. 1729-ல் சீன ஆட்சியாளர்கள் அபின் இறக்குமதியைத் தடை செய்தார்கள். மருத்துவ உபயோகத்துக்கு மட்டும்தான் அனுமதி உண்டு.

கான்ட்டனில் இருந்த கம்பெனி வியாபாரிகள் ஆரம்பத்தில் அரசாணையை அப்படியே மதித்து நடந்துகொண்டார்கள். கம்பெனி அடக்க ஒடுக்கமாக இருந்த நேரம் அது. சீனத்து மார்க்கெட்டில் நுழைவதே கஷ்டம். எப்போது வேண்டுமானாலும் கதவு மூடிவிடலாம். அதனால் நம் முக்கிய வியாபாரத்துக்கு ஆபத்து ஏற்பட்டுவிடக்கூடாது. கான்ட்டனில் இப்போது கம்பெனி ஒரு முக்கிய இடத்தில் இருக்கிறது. தேயிலை வியாபாரத்தில் நல்ல செல்வாக்கு இருக்கிறது. அதை எப்படியாவது தக்க வைத்துக்கொள்ளவேண்டும்.

வங்காளத்து மார்க்கெட்டைப் பிடித்துப் போட்டாயிற்று; அடுத்து கம்பெனி ஒரு படி மேலே போனது. அபின் விளையும் இடத்துக்கே போய், உற்பத்தி முழுவதையும் அமுக்கியது. 1781-லேயே வாரன் ஹேஸ்டிங்ஸ் சீனாவுக்கு அபின் கடத்துவதற்காக நான்ஸச், பெட்ஸி என்ற இரண்டு கப்பல்களை அனுப்பினார் என்று பார்த்தோம். ஹேஸ்டிங்ஸின் அந்த வீர விளையாட்டு தோல்வி அடைந்தது. ஆனால் பிறகு அபின்தான் கம்பெனியின் வணிக வியூகத்துக்கே முக்கியத் தூணாகிவிட்டது. கம்பெனி தன் மார்க்கெட் வலிமையால் வங்காள விவசாயிகளை அபின் பயிரிடச் சொல்லிக் கட்டாயப்படுத்தியது. அவர்களுக்குக் கொடுத்த விலையோ உற்பத்திச் செலவைவிடக் குறைவு. 63 கிலோ கொண்ட ஒரு பெட்டியை சீனாவில் விற்றால் கம்பெனிக்கு 2,000 சதவிகிதம் லாபம்!

சீனத்து சுங்க அதிகாரிகளுக்கு ஹொப்போ என்று பெயர். போதைப் பொருள் கடத்தலை அவர்கள் அனுமதிப்பதற்காக ஒரு லஞ்ச ராஜ்ஜியத்தையே உருவாக்கியது கம்பெனி. பெய்ஜிங்கில் உள்ள அரசவை அதிகாரிகள் அவ்வப்போது சட்டத்தை நிலைநாட்ட முயன்றார்கள். 1811-ல் அதிகாரிகள், 'இந்த அபின் எல்லாம் பிரிட்டிஷ் இந்தியாவிலிருந்துதான் வருகிறது என்பது

எங்களுக்குத் தெரியும். எனவே கம்பெனி இதில் முழுவதுமாக ஒத்துழைக்கவேண்டும்' என்று சொன்னார்கள்.

ஆனால் இந்த முறை கம்பெனி ஏஜெண்ட்டுகள் நம்பிக்கையோடு இருந்தார்கள். இயக்குநர்களுக்கு எழுதிய கடிதம் ஒன்றில், 'அவர்கள் ஒப்புக்குதான் இப்படிக் கேட்கிறார்கள். நம் வியாபாரத்தைத் தடுக்கும் எண்ணம் அவர்களுக்கு அறவே கிடையாது. ஏனென்றால் அரசாங்க அதிகாரிகள் காலம் காலமாக இதைக் கண்டுகொள்ளாமல் விட்டுவிடுவதுதான் வழக்கம். தங்களுக்கு ஆதாயம் எது என்பது அவர்களுக்குத் தெரியும்' என்று எழுதினார்கள்.[22]

கம்பெனி சீனாவுக்குக் கப்பல் கப்பலாக போதை மருந்து அனுப்பியது உண்மை; ஆனால் இதில் நேரடியாக எந்தப் பொறுப்பும் எடுத்துக்கொள்ளாமல் சாமர்த்தியமாகத் தட்டிக் கழித்தது. சுதந்தரமான வெளி ஏஜெண்ட்டுகளிடம் அபினை விற்று அவர்கள் மூலம்தான் அனுப்புவது வழக்கம். ஆனால் கம்பெனிக்கு இந்த விவகாரத்தில் அடிப்படையான பங்கு இருக்கிறது என்பது எல்லோருக்கும் தெரியும்: கம்பெனியின் ஏகபோக உரிமையின்கீழ்தான் இந்தியாவில் அபின் பயிராகிறது. கம்பெனியின் ஏலத்தில்தான் விற்பனை ஆகிறது. ஒவ்வொரு பெட்டியிலும் தரத்துக்கு அடையாளமாகக் கம்பெனியின் சின்னமும் பொறிக்கப்பட்டிருக்கிறது!

அபின் வியாபாரத்தில் தன் தலைமையை நிலைநாட்டுவதற்காக, கம்பெனி போருக்குப் போகவும் தயங்கவில்லை. 19-ம் நூற்றாண்டின் ஆரம்பத்தில் மராட்டா பிரதேசங்களிலிருந்து வரும் மால்வா என்ற அபின் மக்காவ் பகுதிக்கு ஏற்றுமதி செய்யப்பட்டதால், போட்டி அதிகரித்தது. இதனால் வங்காள அபின் விலை குறைய ஆரம்பித்தது. 1803-ல் கவர்னர் ஜெனரல் வெல்லெஸ்லி 'இதைத் தடுத்து நிறுத்திப் பூண்டோடு அழிக்க வேண்டும்' என்று உறுமினார்.[23] மராட்டியர்களுடன் கம்பெனி ஓயாமல் சண்டை போட்டதற்குப் பல காரணங்கள். அதில் அபின் வியாபாரத்தைக் கட்டுப்படுத்துவது யார் என்ற போட்டியும் ஒரு காரணம். அபின் போர்களைப் பற்றி எழுதிய ப்ரையன் இங்க்லிஸ், 'வங்காள அபினிலிருந்து கிடைக்கும் வருமானத்தில், மால்வா அபினை ஒழிக்கப் போர் நடத்தினார்கள்' என்று குறிப்பிடுகிறார்.[24]

ஆனால் மால்வா தயாரிப்பு ஆங்காங்கே கண்டபடி பரவலாக நடந்ததால் கம்பெனியால் அதை முழுவதும் தடுக்க முடியவில்லை. வேறு வழி இல்லாமல் மால்வா அபின் முழுவதையும் தானே காசு கொடுத்து வாங்கியாவது தன் கட்டுப்பாட்டுக்குள் கொண்டுவர முடிவு செய்தது. இதனால் அபின் சப்ளை அபரிமிதமாக அதிகரித்து, வங்காளச் சரக்கின் விலை மேலும் குறைந்தது.

கம்பெனி எப்போதுமே அபின் உற்பத்தியைக் குறைந்த அளவிலேயே வைத்திருப்பது வழக்கம். அப்போதுதான் விலையை உயரத்திலேயே நிறுத்தி வைத்திருக்க முடியும். ஆனால் இப்போது வருமானம் சுழலில் சிக்கிக் கீழே போய்க் கொண்டிருந்தது. அதை ஈடுகட்ட, வங்காள அபின் உற்பத்தியை அதிகரிப்பது என்று கம்பெனி முடிவு செய்தது. மிக முக்கியமான முடிவு இது. இதன் நேரடி விளைவாக அபின் ஏற்றுமதி திடீரென்று அதிகரித்தது. 1820-ல் 5,000 பெட்டிதான் ஏற்றுமதி ஆனது. 1824-ல் 12,000 பெட்டியாக உயர்ந்தது. 1831-ல் 19,000 பெட்டியாகிவிட்டது.

பிறகு 1832-ல் நாடாளுமன்றத்தில் சீன கவுன்சில் உறுப்பினர் ஒருவரை விசாரணை செய்தார்கள். அபின் வியாபாரத்தில் கம்பெனி என்ன செய்தது என்ற கேள்விக்கு அவர் சட்டத்தின் இடுக்குகளில் புகுந்துகொண்டு எளிமையாகப் பதில் சொன்னார்: 'அபின் இந்தியாவை விட்டு வெளியே சென்றபிறகு அது எங்களுக்குச் சொந்தமான சரக்கே அல்ல; எனவே கம்பெனி சீனாவில் அபின் வியாபாரம் செய்தது என்று எப்படிச் சொல்ல முடியும்?'[25]

சீனாவுடன் கம்பெனி வியாபாரம் நடத்திக்கொண்டிருந்த கடைசி சில வருடங்களில் அதன் போலி வேஷம் அழுகி நாற்றமடித்தது. ஏட்டளவில் சட்டத்தை மீறாத வியாபாரம். ஆனால் போதைக் கடத்தல் கும்பலுடன் அமைப்புரீதியான கூட்டுக் கொள்ளை. இதற்கெல்லாம் காரணம் இந்த வியாபாரத்தில் இருந்த ஏராளமான பணம். கம்பெனிக்கு இந்தியாவில் கிடைத்த வரிப் பணத்தில் ஏழில் ஒரு பங்கு அபின் விற்பனையில் கிடைத்தது.

19-ம் நூற்றாண்டின் முதல் முப்பது வருடத்தில் சீனாவுக்கு ஏற்றுமதி ஆகும் அபின் பத்து மடங்காக அதிகரித்தது. இதே

சமயம், தேயிலையின் உபயோகமும் இதற்கு இணையான அளவு அதிகரித்தது. (அட்டவணை 8.1)

அட்டவணை 8.1

சீனாவுடன் அபின் வர்த்தகம் (1800-1879)

வருடம்	பெட்டிகள் (63.5 கிலோ)
1800	2,000
1820	5,000
1824	12,000
1831	19,000
1833	24,000
1839	40,000
1844	48,000
1859	58,000
1879	1,05,000

ஆதாரம்: Robert Blake, Jardine Matheson, London: Weidenfeld & Nicolson, 1999; Brian Inglis, The Opium War, London: Hodder & Stoughton, 1976; W. Travis Hanes and Frank Sanello, The Opium Wars, London: Robson Books, 2003.

இதன் விளைவு? சீனாவுக்கு நஷ்டம்! 1800-க்கும் 1810-க்கும் இடையில் சீனாவுக்கு வணிகத்தில் உபரியாக 2.6 கோடி டாலர் இருந்தது. அங்கிருந்து சறுக்கி, 1828-க்கும் 1836-க்கும் இடையில் 3.8 கோடி டாலர் துண்டு விழும் நிலைக்குப் போய்விட்டது. 1828-ல் கல்கத்தா ஏலத்தில் அபின் விற்றுச் சம்பாதித்த பணத்திலேயே சீனாவிலிருந்து தனக்குத் தேவையான தேயிலை முழுவதையும் வாங்க முடிந்தது. காசே கொடுக்காமல், முற்றிலும் ஒருதலைப்பட்சமான வியாபாரம்!

பிரிட்டனில், அரசாங்க வருமானத்தில் பத்தில் ஒரு பங்கு தேயிலை வரியின் மூலம் வந்தது. அதாவது, பிரிட்டிஷ் முடியரசின் கோட்டையே அபின் மலையின்மீது எழுப்பப்பட்டதுதான்.

கம்பெனியின் தேயிலை, அபின் வியாபாரம் இரண்டுமே சக்கைப்போடு போட்டன. ஆனால் சுதந்தரமான வியாபாரம்

வேண்டும் என்ற கூச்சலை அடக்குவதற்கு அந்த வெற்றி மட்டுமே போதவில்லை. 1830-களின் ஆரம்பத்தில் நாடாளு மன்றம் சீன வியாபாரத்தைக் குறித்து நீண்ட நெடிய விசாரணைகள் நடத்தியது. ஆனால் கம்பெனியின் நடத்தையில் அப்படி ஒன்றும் தவறுகள் கண்டுபிடிக்கப்படவில்லை! அபின் வியாபாரம் சந்தேகமில்லாமல் சட்ட விரோதம்தான்; இருந்தும் அதனால் முடியரசுக்கு வரும் லாபங்களை நினைத்துப் பார்த்தால் அந்த வியாபாரமும் நியாயம்தான் என்றே பெரும்பாலானவர்கள் ஒப்புக்கொண்டார்கள்.

ஆனால் கம்பெனியின் ஏகபோகத்துக்கு மட்டும் சாவு மணி அடிப்பது என்று ஆரம்பத்திலேயே முடிவாகிவிட்டது. 1829-30ல் சுதந்தரமான வியாபாரம் கோரி நாடாளுமன்றத்துக்கு 257 மனுக்கள் வந்தன. 1813-ன் உரிமை சாசன விவாதத்தின்போது வந்ததைவிட இது ஏறக்குறைய இரண்டு மடங்கு. கம்பெனிக்கே தன் முடிவு நெருங்கிவிட்டது என்பது தெரிந்தது; 1825-ல் இனி குறுகிய காலத்துக்கே கப்பல்களை ஒப்பந்தம் பேசுவது என்று முடிவு செய்தது.

கம்பெனி அரசாங்க லைசென்ஸ் பெற்று இந்தியாவை ஆட்சி செய்து வருகிறது; இதை நீடிக்கலாமா, கூடாதா என்பதுதான் உண்மையான பிரச்னை. வர வரக் கம்பெனியின் நிலை காலத்துக்கு ஒவ்வாததாக ஆகிக்கொண்டு வருகிறது என்ற கருத்து பரவியது.

இதில் கம்பெனி மற்றொரு தவறும் செய்துவிட்டது: 1832-ல் சீர்திருத்தச் சட்டம் ஒன்று கொண்டுவந்து வாக்களிக்கும் உரிமையை இன்னும் பரவலாக்க முயன்றார்கள். இந்தச் சட்டத்தைப் பல வியாபாரிகள், வங்கியாளர்கள் எதிர்க்க, கம்பெனியும் அவர்கள் பக்கம் நின்று குரல் கொடுத்தது. இதனால் கம்பெனி ஒரு காலாவதியான பஞ்சாங்கம் என்ற அவப் பெயர் நிலைத்துவிட்டது.

டிசம்பர் 1832-ல் முதன்முறையாகப் புதிய விதிகளின்படி பொதுத் தேர்தல் நடந்தது. அதன் முடிவில், மக்களவையில் கம்பெனிக்கு ஆதரவாகப் பேசுபவர்களின் எண்ணிக்கை பாதியாகக் குறைந்து விட்டது. கம்பெனி ஆதரவாளர்கள் வழக்கமாகக் காசு கொடுத்துப் பதவி வாங்குபவர்கள்; அழுக்குச் சந்துபொந்துகள் வழியாக நாடாளுமன்றத்துக்குள் நுழைபவர்கள். புதிய

சீர்திருத்தங்களுக்குப்பிறகு இந்த வாசல்கள் பெரும்பாலும் அடைபட்டுவிட்டன.

பிரச்னைக்கு நேரடியான தீர்வு என்றால், சீன வர்த்தகத்தை எல்லோருக்கும் திறந்துவிட்டிருக்க வேண்டும். கம்பெனி உண்மையான போட்டியைச் சந்திக்கட்டும்; மிதக்குமோ, முழுகுமோ, அதன் பாடு. இந்திய நிர்வாகத்தை மன்னர் நேரடியாக எடுத்துக்கொள்ளலாம். கட்டுப்பாட்டுச் சபையின் செயலரான மெக்காலே, இது ஒரு விநோதமான நிலைமை என்று ஒப்புக்கொண்டார்: 'ஒரு வணிக நிறுவனம், மற்றொரு நாட்டு மக்களின்மீது அரசாட்சி செலுத்துகிறது. அது பிரிட்டனைவிட அதிக வருமானம் சம்பாதிக்கிறது; பிரிட்டனைவிடப் பெரிய ராணுவம் வைத்திருக்கிறது!'[26] கம்பெனி ஒரு வக்கிரம் என்பதில் அவருக்குச் சந்தேகமே இருக்கவில்லை. 'அடிமுதல் முடிவரை அனைத்தும் கோணலாக இருக்கும் இந்த அமைப்பில் கம்பெனியும் ஒரு பகுதி.'

நாடாளுமன்ற உறுப்பினரான ஜேம்ஸ் சில்க் பக்கிங்ஹாம் இன்னும் ஒரு படி மேலே போனார். 'கம்பெனி பங்குதாரர்களின் கூட்டம் ஒன்று, ஒரு நாட்டு மக்களின்மீதே முழு அதிகாரம் செலுத்துவதா? அபத்தம்' என்றார். 'அந்தப் பங்குதாரர்கள் கூட்டம் எப்படிப்பட்டது? அது தினம் தினம் மாறிக்கொண்டே இருப்பது. தொடர்ச்சியாக இரண்டு நாள் ஒரே மாதிரி இருக்காது. வாரத்தில் ஒவ்வொரு நாளும் சிலர் தங்கள் பங்குகளை விற்பார்கள், வேறு சிலர் வாங்குவார்கள். ஆட்சி உரிமை பெறுவதற்கு இப்படி ஒரு பங்குதாரராக இருந்தால் போதும். வேறு எந்தத் தகுதியும் தேவையில்லை!'[27]

கம்பெனியின் எதிர்காலமே கேள்விக்குறியாக இருந்தது. பங்குதாரர்களின் பார்வையில் அதன் மதிப்பு ஒரேயடியாகச் சரிந்துவிட்டது. ஏப்ரல் 1824-ல் 300 பவுண்டுக்கு அருகில் விற்பனை ஆகிக்கொண்டிருந்த பங்கு, 1832 தொடங்கியபோது 194 பவுண்டாகிவிட்டது. வேறு எதற்காக இல்லாவிட்டாலும், மார்க்கெட்டை அமைதிப்படுத்துவதற்காகவேனும் இதற்கு ஒரு தீர்வு கண்டாக வேண்டும்.

ஆனால் மெக்காலே, டூண்டாஸின் வழியையே பின்பற்ற முடிவு செய்தார். அரசாங்கத்துக்கு அதிகாரம் இருக்கும்; ஆனால்

பொறுப்பு ஏற்கத் தேவையில்லை. அரசாங்கத்தின் சார்பில் கம்பெனியே இந்தியாவை ஆளட்டும். வருகிற கெட்ட பெயரை எல்லாம் வாங்கிக்கொள்ளட்டும்.

இனி குறைந்தபட்ச டிவிடெண்ட் 10-லிருந்து 10.5 சதவிகிதமாக உயர்த்தப்படுகிறது என்று அறிவித்தது அரசாங்கம். உடனே பங்குதாரர்களுக்குப் பரம திருப்தி! கம்பெனியின் வணிக உரிமைகளை எல்லாம் விட்டுக்கொடுப்பதாக ஏக மனதாக வாக்களித்துவிட்டார்கள். 1833, மே 3-ம் தேதி நடந்த வாக்கெடுப்பில் தீர்மானத்தை ஆதரித்து மிகப் பெருவாரியாக 477 வாக்குகளும் எதிர்த்து 52 வாக்குகளும் விழுந்தன. இதில் முக்கியமாகக் கவனிக்கவேண்டியது, வருடாந்தர டிவிடெண்டும் கடனுக்கு வட்டியும் இந்தியாவில் கிடைக்கும் வரி வசூலிலிருந்தே கொடுக்கப்படவேண்டும். அந்தக் கடனோ, பெரும் கடன்!

கம்பெனி தன்னுடைய அகண்ட சொத்துபத்துகளையெல்லாம் அரசாங்கத்திடம் ஒப்படைத்துவிடும். பதிலுக்கு கம்பெனியின் சாசனத்தை 20 வருடத்துக்கு நீட்டிக்க நாடாளுமன்றம் உறுதி அளித்தது. அதன் பிறகும் 20 வருடத்துக்கு டிவிடெண்ட் கொடுப்பது தொடரும். பிறகு கம்பெனி பங்குகளில் ஒவ்வொரு 100 பவுண்டுக்கும் அரசாங்கம் 200 பவுண்டு கொடுத்து வாங்கிக்கொள்ளும்.

ஆகஸ்டில் பத்திரச் சட்டம் இயற்றப்பட்டது. இந்தச் சட்டத்தில் 'மேற்படி கம்பெனி இயன்றவரை விரைவாகத் தன் வணிகத் தொழிலை நிறுத்திக்கொள்ளும். உள் நாட்டிலும் வெளி நாட்டிலும் உள்ள தன் வர்த்தகச் சரக்குகள், அங்காடிகள், மற்ற எல்லா சொத்துகளையும் விற்பனை செய்துவிடும்' என்று சுற்றி வளைக்காமல் நேரடியாகவே சொல்லப்பட்டிருந்தது.

ப்ளாக்வெல் துறைமுகம் விற்கப்பட்டது. கம்பெனி கிடங்குகள் ஏலம் விடப்பட்டன. வணிகத்தை ஆரம்பித்து 230 வருடம் கழித்து, கம்பெனி, மாலைத் தொடுவானத்துக்கு அப்பால் மறைந்து வாழத் தொடங்கியது. இனி கம்பெனி இந்தியாவில் பிரிட்டிஷ் அரசாங்கத்துக்கு லாபம் சம்பாதித்துக்கொடுக்கும் ஓர் ஏஜண்ட் மட்டுமே. பொதுத் துறை - தனியார் துறையின் கூட்டு முயற்சிக்கு ஆரம்ப கால உதாரணம் இது.

பங்குதாரர்களைப் பொருத்தவரை, கம்பெனியின் வணிக இதயத்தை விலையாகக் கொடுத்துவிட்டு அரசாங்கத்திடம் ஓய்வூதியம் வாங்கிக்கொள்ள முடிவு செய்தார்கள். நல்ல முடிவு தான்; 1833-ன் ஆரம்பத்துக்கும் 1834-ன் முடிவுக்கும் இடையில் கம்பெனி பங்கு விலை 30 சதவிகிதம் அதிகரித்தது.

பேரரசுக்குப் பெருமையா இது?

கம்பெனிக்கு ஒரு வகையில் அதிர்ஷ்டம்தான்: நாடாளுமன்றத்தில் அதன் விவாதத்தை ஏற்று நடத்தியவர், புகழ் பெற்ற அறிவுஜீவியான ஜேம்ஸ் ஸ்டுவார்ட் மில். இவர் ஸ்காட்லாந்தைச் சேர்ந்தவர். பயன்பாட்டுச் சித்தாந்தப் போராளி. 1819-ல் உதவிப் பரிசோதகராகக் கம்பெனியில் வேலைக்குச் சேர்ந்தார். இந்தியா வுக்கு அனுப்பவேண்டிய உத்தரவுகளைத் தயாரிப்பது அவர் வேலை.

மில் அதற்கு முந்தின வருடம்தான், 'பிரிட்டிஷ் இந்தியாவின் வரலாறு' என்ற தன் மாபெரும் புத்தகத்தை வெளியிட்டிருந்தார். அவருடைய வாதங்கள் கம்பெனியின் சிந்தனைப் போக்கையே செதுக்க ஆரம்பித்தன. கம்பெனி தன் பணியாளர்களுக்காக ஹெய்லிபரியில் நடத்திவந்த பயிற்சிக் கல்லூரியில் அவருடைய எழுத்துகளே பாடமாக வைக்கப்பட்டன.

மில், இந்தியாவுக்குப் போனதே இல்லை. விலகி நின்று விருப்பு வெறுப்பில்லாமல் ஆராய்கிறோம் என்று இதில் அவருக்குப் பெருமைதான். கருத்துகளைச் சொல்வதில் அவர் யாரைப் பற்றியும் கவலைப்படவில்லை. கிளைவ் முதல் வெல்லெஸ்லி காலம்வரை கம்பெனியின் அடிநாதமாக இருந்த ஊழலையும் குற்றப்போக்குகளையும் கிழித்துத் தோரணம் கட்டிவிட்டார்! கம்பெனியின் ஏகபோக உரிமைகளை மூர்க்கமாகத் தாக்கி, உடனடியாக சுதந்தரமான வர்த்தகம் வரவேண்டும் என்றும் வலியுறுத்தினார். நிரந்தரக் குடியிருப்புகள் அமைத்ததால் விளைந்த ஏற்றத்தாழ்வுகளை விமரித்தார். இந்தியாவில் கம்பெனிக்கு மிஞ்சியதெல்லாம் நிரந்தரப் பற்றாக்குறைதான் என்றார்.

மில், ஹிந்து கலாசாரத்தின்மீதும் முழு மூச்சாகத் தாக்குதல் தொடுத்தார். முன்பு வில்லியம் ஜோன்ஸ் போன்றவர்கள், பண்டைய கிரேக்க-ரோமானியக் கலாசாரங்கள்போலவே

இந்தியாவின் பாரம்பரியத்துக்கும் மதிப்பு உண்டு என்று சொல்லியிருந்தார்கள். மில் அதைக் கண்டனம் செய்தார். அவர் நவீனக் கண்ணாடி அணிந்து இதைப் பார்த்தார்: ஒரு சமுதாயத்தை அளவிடுவதற்கு, அவர்களின் சமூக முன்னேற்றம்தான் அடிப் படையாக இருக்கவேண்டும் என்றார். அவரைப் பொருத்தவரை ஹிந்து சமூகம் என்பது காட்டுமிராண்டித்தனத்தில் ஊறியது; அதன் வரலாறு என்பது வெறும் கட்டுக்கதைகள்; அதன் மதம், மூட நம்பிக்கை. அதன் ஜாதி அமைப்பு, அடிப்படையிலேயே கீழ்த்தரமானது.

மில்லின் எண்ணத்தில் 'மனித இனத்திலேயே மிகவும் அடிமைப் பட்ட மக்கள் ஹிந்துக்கள்தான். அவர்கள் பொதுவாகவே மோசடிக்காரர்கள், நன்றி விசுவாசம் இல்லாதவர்கள்.'[28] மில்லின் முற்போக்கு வரலாற்றுப் பார்வையில் 'இந்துக்களின் ஆட்சியை அகற்றிவிட்டு அவர்களைவிட முன்னேறிய முஸ்லிம் ஆட்சி வந்தது. அதன்பிறகு நவீனமான பிரிட்டிஷ் ஆட்சி வந்தது. எல்லாவற்றையும்விட முக்கியமாக ஹிந்து சமுதாயத்துக்கு, தானாகவே முன்னேற்றம் அடையத் திறமை கிடையாது. பெரும் பான்மையான மக்களுக்கு அதிகபட்ச இன்பம் கிடைக்கவேண்டும் என்றால், அதற்கு பிரிட்டிஷ் முடியாட்சியின் ஆதரவுக் கரம் தேவை.'

1810-லேயே எடின்பரோ ரிவ்யூ பத்திரிகையில் மில் எழுதிய ஒரு கட்டுரையில் தன் எண்ணத்தை சந்தேகத்துக்கு இடமில்லாமல் தெரிவித்திருந்தார்: 'தவறான அனுமானங்களின் அடிப்படையில் இந்தியாவில் ஆட்சி அமைத்துவிட்டு, இப்போது சிரமப்படு கிறோம். ஆனால் இப்போது அந்த மக்களைத் தன் போக்கில் விட்டுவிட்டு நாம் விலகிவிடக்கூடாது. அவர்களுடைய நன்மைக்காகவாவது நாம் இதைச் செய்தே ஆகவேண்டும்.'[29]

ஆனால் 19-ம் நூற்றாண்டு ஆரம்பித்தபோது இருந்த நிலை பற்றிய மில்லின் கருத்துகள் கம்பெனிக்கு சாதகமாகவே இருந் தன. தன்னை அறியாமலே கம்பெனி வேலைக்கு அடி போட்டுக் கொண்டிருந்தார்போல் இருக்கிறது! 'கடந்த காலத்திலும் சரி, நிகழ் காலத்திலும் சரி, கிழக்கிந்தியக் கம்பெனிக்கு இணையாக மதிக்கத்தக்க அரசாங்கம் எனக்குத் தெரிந்தவரை வேறு இல்லை. கம்பெனி மிகப் பெரிய பாராட்டுக்கு உரியது' என்று முடிக்கிறார் மில்.[30]

1830-களின் ஆரம்பத்தில் கம்பெனிக்கு எத்தனையோ சோதனைகள். அதன் சார்பில் வாதாடுவதற்காக மில் பல முறை நாடாளுமன்றத்தின் படி ஏறினார். கம்பெனி இயக்குநர்கள் அவர்மீது வைத்த நம்பிக்கையை முழுக்க முழுக்கக் காப்பாற்றினார்.

அபின் வியாபாரத்தில் வங்காளத்தில் கம்பெனியின் ஏகபோகம் அப்படியே தொடர வேண்டும் என்று மில் போராடினார். இதற்காகத் தன் 'சுதந்தர வர்த்தகம்' என்ற கொள்கைகளை எல்லாம்கூட ஓரமாக வைத்துவிட்டார். 'அபின் வியாபாரத்தின் பொருளாதாரச் சுமை முழுவதும் ஒரு வெளி நாட்டின் (சீனா) நுகர்வோர்மீதுதான் விழுகிறது. ஒரு பொருளை வாங்குபவர் தான் தன்னைப் பாதுகாத்துக்கொள்ளவேண்டுமே தவிர, அது விற்பவரின் வேலை அல்ல' என்று வாதாடினார்!

சீர்திருத்தம் செய்யப்பட்ட நாடாளுமன்றத்தின் புதிய உறுப்பினர்கள் சிலர் 'இந்தியாவுக்கும் ஏதாவது ஓரளவுக்காவது ஜனநாயகம் வேண்டுமா, வேண்டாமா?' என்று மில்லின் கருத்தைக் கேட்டார்கள். 'கூடவே கூடாது!' என்று அழுத்தம் திருத்தமாகச் சொன்னார் மில். 'ஏனென்றால் அந்த நாட்டில் தர்மம், நியாயம் போன்ற உணர்வுகளே கிடையாது.'[31]

மில் தன் வரலாற்றுப் புத்தகத்தாலும் ஈஸ்ட் இந்தியா ஹவுசில் செய்த பணிகளாலும் இந்தியாவைப் பற்றிய பிரிட்டிஷ் கருத்துகளை ஆழமாகச் செதுக்கினார். கம்பெனியே அதிகார மமதையுடன்தான் இந்தியாவை ஆட்சி செய்தது. அதற்கு ஏற்ப மில்லும் மேற்கத்திய நவீன நாகரிகம் எவ்வளவு உயர்வானது என்பதை அறிவுஜீவித்தனமாக வலியுறுத்தினார்.

கம்பெனி இந்தியாவில் மிகக் கீழ் நிலை அலுவல்களுக்கு மட்டும்தான் இந்தியர்களை அமர்த்தியது. கம்பெனியின் முக்கிய அதிகாரிகளில் ஒருவரான தாமஸ் மன்றோ 1871-லேயே இதை தீர்க்கதரிசனத்துடன் எதிர்த்தார். 'உள்ளூர் மக்களை ஆட்சியிலிருந்து முற்றிலுமாக ஒதுக்கிவைப்பது என்பது, உலகத்திலேயே பிரிட்டிஷ் இந்தியாவில் மட்டும்தான் நடக்கிறது. இந்தியாவை பிரிட்டிஷ் ஆயுதங்கள் வென்றிருக்கலாம். ஆனால் இது அந்த மக்களை உயர்த்துவதற்கு பதிலாக, தாழ்த்தவே துணை புரியும்' என்றார்.[32] ஆனால் ஆங்கிலோ-சாக்ஸன் நெறிகளும் அமைப்புகளும்தான் ஆட்சி செய்யவேண்டும் என்று

பிடிவாதம் பிடித்தவர்கள், மன்றோவின் கருத்துகளை ஒதுக்கி விட்டார்கள். முன்னே பர்க்குக்கும் இதுவேதான் நடந்தது.

இந்திய சமுதாயத்தில் மாறவேண்டிய பல விஷயங்கள் இருந்தது என்னவோ உண்மைதான். ராஜா ராம்மோகன் ராய் போன்ற உள்ளூர் சீர்திருத்தவாதிகளும் ஜாதி, சதி (விதவை எரிப்பு) போன்றவற்றுக்கு எதிராகப் போராடிக்கொண்டிருந்தார்கள். ஆனால் சில பிரிட்டிஷ் அதிகாரிகளுக்கு, தாங்கள் மேலான பிறவிகள் என்பதில் சந்தேகமே இருக்கவில்லை. தங்களுடைய இந்திய வெறுப்பை அவர்கள் ரசித்துப் போற்றாத குறை. இந்தப் போக்கை, மெக்காலே மாதிரி அழுத்தமாகப் பதிவு செய்தவர்கள் யாரும் கிடையாது. 1835-ல் கல்வி முறை பற்றி அவர் எழுதிய குறிப்பில் 'இந்தியா மற்றும் அரேபியாவின் மொத்த இலக்கியத்தையும் சேர்த்துவைத்தாலும் ஒரு நல்ல ஐரோப்பிய நூலகத்தின் ஒரே ஒரு அலமாரியில் உள்ள புத்தகங்களுக்கு ஈடாகாது' என்றார்.[33]

மனத்தில் இருந்த வெறுப்பு, தினசரி வாழ்க்கையிலும் புகுந்தது. கம்பெனிக்கும் இந்தியாவுக்கும் இடையே இருந்த இடைவெளி அதிகரித்தது. 1830-ல் கவர்னர் ஜெனரல் வில்லியம் பென்ட்டிங், 'இந்த மண்ணில் நாம் அந்நியர்களாக நிற்கிறோம்' என்று வெளிப்படையாக ஒப்புக்கொண்டார்.[34] இகழ்ச்சிப் பேச்சுக்கள் அதிகரித்தன. 1840-களிலும் 1850-களிலும் இந்தியர்களைக் குறிப்பிடுவதற்கு 'கருப்பன்' என்ற சொல் சர்வசாதாரணம் ஆகிவிட்டது.

கம்பெனி இந்தியாவில் தொடர்ந்து கூடாரம் அடித்திருப்பதற்குக் காரணம் 'இந்தச் சமூகத்தை முன்னேற்றுவதற்காகத்தான்' என்று சால்ஜாப்பு சொல்லிக்கொண்டே இருந்தார்கள். ஆனால் கம்பெனியின் கடந்த காலத் தூண்கள் இரண்டும் அப்படியேதான் நின்றிருந்தன: ஒன்று, பொருளாதார-ராணுவ ஆதிக்கம். மற்றொன்று, தொழில் நுட்ப-வர்த்தகத் தடைகள். இரண்டும் சேர்ந்து பிரிட்டனின் தொழிற்சாலையில் உற்பத்தியாகும் பொருள்களுக்கு இந்தியாவை முக்கியச் சந்தையாக மாற்றி விட்டன.

1850-ல் பிரிட்டனின் பருத்தி ஏற்றுமதியில் 23 சதவிகிதம் இந்தியாவுக்குச் சென்றது. இதுதான் இருப்பதிலேயே அதிக மார்க்கெட் பங்கு. இந்தியாவின் தொழில் துறை முடக்கப்பட்டு

விட்டது. இப்போது இந்தியாவே முடியரசின் பொருளாதாரத்துக்கு மூலப் பொருள்களை உற்பத்தி செய்யும் விவசாயக் களமாக மாறியது.

1811-ல் வர்த்தகத்தைத் திறந்துவிடுவதற்குமுன் இந்தியாவின் ஏற்றுமதியில் பெரும்பகுதி ஜவுளிதான் - 33%. அதை அடுத்தது அபின் - 24%. அவுரி 19%, பட்டு நூல் 8%, பருத்தி 5%.

1850-ல் நிலைமை என்ன? ஜவுளி ஏற்றுமதி அடியோடு நின்று விட்டது. அபின் 30% ஆக உயர்ந்தது. பருத்தி 19%. அவுரி 11%, சர்க்கரை 10% ஏற்றுமதி ஆனது.[35]

இது போதாது என்று கம்பெனிக்கு நிரந்தரமாக பணப் பற்றாக் குறை; அரசாங்கத்திடம் வாங்கிய கடனுக்கு அதிகரித்துக் கொண்டே போகும் வட்டி. இந்தியக் கடனுக்கு வட்டி கட்டு வதற்காக வரிப் பணம் திருப்பிவிடப்பட்டது. பிரிட்டிஷ் முடியரசுக்கு வருமானத்துக்கு இன்னொரு வழி கிடைத்தது. 1836-ல் கடன் 2.7 கோடி பவுண்டாக இருந்தது. 1857-ல் 5.1 கோடி பவுண்டாகப் பெருத்துப் போய் மிரட்டியது.

கம்பெனியின் ராணுவப் படையும் செலவுக்குத் தன் கைங்கரியத்தை செய்தது. 1784-ல் கிழக்கிந்தியச் சட்டம் வந்த போது, துணைக் கண்டத்தின் பரப்பளவில் 7 சதவிகிதம் பிரிட்டிஷ் ஆட்சியின்கீழ் இருந்தது. அந்தச் சட்டத்தில் நாடு பிடிப்பது கூடாது என்று எழுதி இருந்ததெல்லாம் ஏட்டோடு நின்றது. 1856-ல் 62 சதவிகிதப் பரப்பளவுக்கு பிரிட்டிஷ் ஆட்சி விரிவாகியது. கம்பெனி பிடித்த புதிய பகுதிகளில் ஜான்சி, நாக்பூர், ஹைதராபாத், அவத் போன்றவை அடங்கும்.

விற்பது விஷம்

கான்ட்டனில் இருந்த தன் தொழிற்சாலையை கம்பெனி மூடி ஐந்து வருடம்கூட ஆகவில்லை. பிரிட்டனுக்கும் சீனாவுக்கும் இடையே முழு அளவு போர் வெடித்துவிட்டது. 1834-ல் முடியரசின் கடற்படை கான்ட்டன் துறைமுக வாயிலைக் காத்து நின்ற கோட்டைகளின்மீது குண்டு வீசித் தாக்கியது.

புதிய தலைமுறையைச் சேர்ந்த ‘சுதந்தர வியாபாரிகள்’, ஜார்டைன் மாத்தீஸன் தலைமையில் சீன அதிகாரிகளை நேருக்கு நேராக எதிர்த்தார்கள். பிரிட்டனிலும் இந்தக் கருத்துக்கு

ஆதரவாகப் பிரசாரம் செய்வதில் நிறுவனம்தான் முன்னால் நின்றது. அரசாங்கம் இதில் தலையிட்டு சீனாமீது போர் தொடுக்க வேண்டும் என்று அவர்கள் வலியுறுத்தினார்கள். 1839-ல் சீன ஆட்சியாளர்கள் அபின் வியாபாரத்தை நிறுத்துவதற்காக கமிஷனர் லின் சே சூ என்பவரை அனுப்பிவைத்தார்கள். அது தான் கடைசித் துரும்பாக முடிந்தது!

இதற்குள் சீனாவில் மொத்தம் 1.25 கோடி பேர் அபின் புகைக்க ஆரம்பித்திருந்தார்கள். நாட்டின் செல்வமும் உடல் நலமும் வீணாகிக்கொண்டிருந்தது. கமிஷனர் லின் முதலில் தன் நடவடிக்கைகளை விளக்கி விக்டோரியா அரசிக்கு ஒரு கடிதம் எழுதினார். அதில் தர்ம நியாயம் என்பதையே வலியுறுத்தினார். 'இந்தக் காட்டுமிராண்டிகள் வேண்டுமென்றே நமக்குத் தீங்கு செய்யாமல் இருக்கலாம். ஆனால் அளவுக்கு மீறிய லாபம் சம்பாதிக்கும் பேராசையால் மற்றவர்களுக்கு என்ன பாதிப்பு ஏற்படுகிறது என்பதையே அவர்கள் நினைத்துப் பார்ப்பதில்லை. உங்கள் மனச்சாட்சி எங்கே போனது?' என்றார் லின்.

லின்னின் கருத்துடன் ஒத்துப்போனவர்கள் பிரிட்டனிலும் பலர் இருந்தார்கள். அதில் வில்லியம் ஸ்டார் ஃப்ரை என்ற கோக்கோ அதிபரும் ஒருவர். க்வேக்கர் இயக்கத்தில் முன்னணியில் இருந்தவர். பிரிட்டிஷ் மக்களுக்குப் புரிகிற வகையில் நிலைமையை விளக்க ஓர் உதாரணம் கொடுத்தார்: 'பிரிட்டனின் ஆரோக்கியம் பாழாகிறதே என்று மது இறக்குமதியைத் தடை செய்கிறோம் என்று வைத்துக்கொள்ளுங்கள். இந்த பிரெஞ்சுக் காரர்கள் சுங்க அதிகாரிகளுக்கு லஞ்சம் கொடுத்து மதுவைக் கடத்தி வருகிறார்கள். தடுத்து நிறுத்த முயன்றால், யுத்தக் கப்பல் களைக் கொண்டுவந்து சண்டை போட்டு உள்ளே நுழைந்து விடுகிறார்கள். எப்படி இருக்கும் நமக்கு?'[36]

சோகம் என்னவென்றால், லின்னின் கடிதம் விக்டோரியாவின் கைக்குப் போய்ச் சேரவே இல்லை. கான்ட்டனில் இருந்த வெளி நாட்டு வணிக வளாகத்தை லின் சுற்றி வளைத்தார். 20,000 பெட்டி அபினைக் கைப்பற்றி அழித்தார். அதில் 7,000 பெட்டி நிறுவனத்துக்கு சொந்தமானது.

சுதந்தர வியாபாரிகள் கோபத்தை வரவழைத்துக்கொண்டு குதித்தார்கள். 'எங்கள் சொத்தெல்லாம் அழிந்துவிட்டதே' என்று அரற்றினார்கள். அபின், தடை செய்யப்பட்ட பொருள் என்று

ஊருக்கே தெரியும். ஆனால் சீனாவிடமிருந்து நஷ்ட ஈடு கறந்து விடவேண்டும் என்று ஜார்டைன் வாதாடியதை அரசாங்கம் சுலபமாக ஏற்றுக் கொண்டுவிட்டது.

எதிர்காலப் பிரதமர் வில்லியம் எவர்ட் க்ளாட்ஸ்டோன், அபின் வியாபாரமே அநியாயமானது என்று நாடாளுமன்றத்தில் கண்டனம் செய்தார். இந்தக் குற்றத்தைச் செய்தால் பிரிட்டனுக்குத் தீராத பழி வந்து சேரும் என்றார்.

ஆனால் போர் நடந்தது. இரண்டு வருடம் கடற்கரையில் குண்டு வீசியபிறகு சீனா அடி பணிந்தது. 1842 ஆகஸ்டில் நான்கிங்கில் உடன்படிக்கை ஏற்பட்டது. வியாபாரிகளுக்கு சீனா 2.1 கோடி டாலர் நஷ்ட ஈடு கொடுக்க வேண்டியிருந்தது. அமாய், கான்ட்டன், ஃபூஷோ, நிங்போ, ஷாங்காய் ஆகிய துறைமுகங்களை அந்நிய வியாபாரத்துக்குத் திறந்துவிடவும் சீனா ஒப்புக்கொண்டது. முன்னே அபின் கடத்தல்காரர்களின் தளமாக இருந்த ஹாங்காங், பிரிட்டிஷ் காலனியாகக் கை மாறியது.

இத்தனை விவகாரத்திலும் கம்பெனியின் கை, நிழலாகப் பின்னணியில் இருந்தது. இந்தியாவில் அபின் உற்பத்தியில் ஏகபோக உரிமை. போருக்கு ராணுவ உதவி. நான்கு ஆயுதக் கப்பல்கள், வங்காளத்திலிருந்து 49-வது படைப் பிரிவு, வங்காளப் பொறியியல் அணி, மெட்ராஸ் களப் பணிகள் பிரிவு ஒன்று எல்லாம் பிரிட்டிஷ் படைகளுக்கு உதவச் சென்றன.

சட்டப்படிப் பார்த்தால் அபின் இன்னும் தடை செய்யப்பட்ட சரக்குதான். பிரிட்டிஷ் அதிகாரிகள் கொஞ்ச காலத்துக்கு ஹாங்காங் வழியாக அபின் போவதை நிறுத்தச் சொல்லி உத்தரவிட்டார்கள். ஆனால் மாத்தீஸன் மசியவில்லை. 'இந்த மாதிரி அறிவிப்புக்கெல்லாம் அர்த்தமே இல்லை' என்றார். இந்தியாவில் கம்பெனி கவர்னர் ஜெனரலாக இருந்த எல்லன்பரோ, 'மாட்சிமை தங்கிய மகாராணியாரின் அரசாங்கம், அபின் வருமானத்துக்குப் பாதகமாக எதுவும் செய்துவிடக் கூடாது' என்றார்.[37] அரசு விரைவில் பின்வாங்கியது. அபின் வியாபாரம் மறுபடியும் பீடு நடை போட ஆரம்பித்தது.

அபின் விஷயத்தில் கம்பெனி கடைசிவரை பேராசையைக் கைவிடவில்லை. இப்போது மராட்டியப் பகுதிகள்மீது கம்பெனிக்கு ஆதிக்கம் இருந்தாலும் சிந்துவின் துறைமுகங்கள்

வழியாக வெளியார் விற்கும் அபின் சீனாவுக்குப் போய்க் கொண்டுதான் இருந்தது. 1841-ல் ஆப்கனிஸ்தானிலிருந்து தோற்றுத் தலை குனிந்து வந்ததற்குப் பழி வாங்கவேண்டும்; கம்பெனியின் வீரத்தை நிலை நாட்டவேண்டும் என்று நினைத்தார் எல்லன்பரோ. 1843-ல் கம்பெனி ஏதோ அற்பக் காரணம் சொல்லி சிந்துமீது படையெடுத்து வென்றது.

'இந்த ஆக்கிரமிப்பு, நாட்டின் பெருமைக்கே ஓர் அசிங்கமான கறை' என்று சமூக சீர்திருத்தவாதியான ஆஷ்லி துரை சொன்னார்.[38] பஞ்ச் பத்திரிகை இதைக் கேலிச் சித்திரமாக்கியது. படைத் தலைவர் மேஜர் ஜெனரல் சர் சார்லஸ் நேப்பியர் 'பெக்காவி!' என்று கூவுவதுபோல் சித்திரம் வெளியிட்டது. லத்தீனில் பெக்காவி என்றால் 'நான் பாவம் செய்துவிட்டேன்.'

இன்றும்கூட நேப்பியரின் வெற்றிச் சிலை லண்டனின் ட்ரஃபால்கர் சதுக்கத்தில் நிற்கிறது. சிந்துவும் கைவசப்பட்ட வுடன், இந்தியாவின் அபின் ஏற்றுமதியாகும் வழிகள் அனைத்தும் கம்பெனியின் கட்டுப்பாட்டில் வந்துவிட்டன. அப்போதாவது கம்பெனி அபின் தயாரிப்பைக் குறைத்திருக்க முடியும். ஆனால் அபின் வருமானம் என்ற போதைக்கு கம்பெனி ஏற்கெனவே அடிமையாகி இருந்தது.

இறுதி சாசனம்

ஜுன் 1853-ல் கம்பெனியின் உரிமை சாசனம் மறுபடி புதுப்பிப்ப தற்காக வந்தது. அப்போது நடந்துகொண்டிருந்தது வில்லியம் க்ளாட்ஸ்டோன், ஜான் ரஸ்ஸல் கூட்டணி ஆட்சி. கம்பெனியில் எல்லாம் திருப்தியாகத்தான் நடந்துகொண்டிருக்கிறது; எனவே ஒரு சில நிர்வாக மாறுதல்கள் மட்டும் செய்துவிட்டு, சாசனத்தை இன்னும் 20 வருடத்துக்கு நீடிக்கலாம் என்று நினைத்தார்கள். கட்டுப்பாட்டுக் குழுவின் தலைவரான சார்லஸ் வுட், பிரிட்டனுக்கு இருந்த பிரச்னைகளை நாடாளுமன்றம் புரிந்து கொள்ளவேண்டும் என்றார்.

'இந்தியாவில் இருக்கிறதே ஒரு கூட்டம் - அது அவ்வளவு சுலபத்தில் மாறாது. அதற்கு எத்தனையோ மதப் பிடிவாதங்கள், பழமையில் ஊறிய சம்பிரதாயங்கள். சீக்கிரமாக முன்னேறு வதற்கு இவை மிகப் பெரிய தடை' என்றார் வுட்.[39] இந்தத் தடை களை விலக்குவதற்கு அவர் தெரிவித்த யோசனை: இயக்குநர் களின் எண்ணிக்கையை 24-லிருந்து 18-ஆகக் குறைப்பது; அதே

சமயம் அவர்கள் சம்பளத்தை 300 பவுண்டிலிருந்து 500 பவுண்டாக உயர்த்துவது.

ஆனால் ரிச்சர்ட் காப்டென், ஜான் ப்ரைட் ஆகியோர் 'இளம் இந்தியா' என்று ஒரு பிரசாரத்தை மேற்கொண்டிருந்தார்கள். அவர்கள் 'கம்பெனி, காலத்துக்கு ஒவ்வாததாக இருக்கிறது; இதைச் சரி செய்தே ஆகவேண்டும்' என்றார்கள். 'கம்பெனியைக் கை கழுவிவிட நேரம் வந்துவிட்டது. பிரிட்டிஷ் ஆட்சியைக் கொள்ளைத் தொழிலிலிருந்து திருப்பி, பொதுச் சேவைகளில் ஈடுபடுத்த வேண்டும்' என்றார்கள்.

நாடாளுமன்றத்துக்கு வெளியே ஒருவர் இந்த உரிமை சாசன விவாதங்களைக் கவனித்து வந்தார். நியூயார்க் டெய்லி டிரிப்யூன் பத்திரிகையின் ஐரோப்பிய நிருபர் அவர். அப்போது இருந்த செய்தித்தாள்களில், உலகிலேயே அதிகம் விற்பனை ஆகும் பத்திரிகை டிரிப்யூன்தான். 1851-ன் இலையுதிர் காலத்தில், உலகத்தை ஆளும் பேரரசின் தலைநகருக்கு டிரிப்யூன் தன் நிருபரை அனுப்பி வைத்தது; வாரம் இரண்டு முறை செய்தி அனுப்பப் பணித்தது. ஜெர்மனியிலிருந்து வெளியேற்றப்பட்ட அந்த கம்யூனிஸ்ட் நிருபரின் பெயர், கார்ல் மார்க்ஸ்.

கண்டம் முழுவதும் 1848 புரட்சி, தோல்வி அடைந்துவிட்டது. 1849-ல் மார்க்ஸ் லண்டனுக்குத் தப்பித்துப் போனார். வருமானம் தேவையாக இருந்தது; பத்திரிகைத் தொழில்தான் கை கொடுத்தது. தொடங்கிய ஆசிரியரான ஹொரேஸ் க்ரீலியின் மேற்பார்வையில் ட்ரிப்யூன் சீர்திருத்தங்களைப் பலமாக ஆதரித்தது. மார்க்ஸின் முதலாளித்துவ எதிர்ப்பு மலர்ந்து கொண்டிருந்த நேரத்தில் இது அவருக்கு வசதியான மேடையாக அமைந்தது. 1853-ன் கோடை காலம் முழுவதும் மார்க்ஸ் தன் அமெரிக்க வாசகர்களுக்காக வரிசையாகப் பல கட்டுரைகளை எழுதினார். அவை கம்பெனியின் விவகாரங்களை அக்கு வேறு ஆணி வேறாக அலசின.

கார்ல் மார்க்ஸின் பார்வையில் கம்பெனியின் பிரச்னைக்கு ஐந்து சுலபமான படிக்கட்டுகள்தான்: 'ஒருபோதும் தேவையான பணம் கிடையாது; ஓயாமல் தேவைக்கு மேலேயே போர்கள்; பொதுப் பணிகள் என்பது அறவே இல்லை; சகிக்க முடியாத வரி விதிப்பு; அதைவிடச் சகிக்க முடியாத சட்டம்-நீதி.'[40] கம்பெனி ஆட்சி என்ற முகமூடியை விலக்கிப் பார்த்துவிட்டு 'கம்பெனி ஏதோ

பெயரளவில், போனால் போகிறது என்றுதான் உயிர் வாழ்கிறது' என்றார் மார்க்ஸ். கம்பெனி இயக்குநர்களை ஏளனம் செய்தார். அதில் ஒரே ஒருவர்தான் இந்தியாவுக்குப் போய் வந்தவர்; அதுவும் தற்செயலாக நடந்தது.

மார்க்ஸ் கம்பெனியின் புகழ் வாய்ந்த நிர்வாக இயந்திரத்தை நையாண்டி செய்தார். 'இதைப்போலக் காகிதத்தில் மலை மலையாக எழுதிக் குவித்துவிட்டு, செயலில் ஒன்றுமே இல்லாத அரசாங்கம் வேறு உண்டோ? மாபெரும் பேரரசை ஆட்சி செய்கிறது; ஆனால் வெனீஸில் உள்ளதுபோல் மதிப்புக்குரிய பெரிய மனிதர்களால் ஆன ஆட்சி அல்ல. திருத்த முடியாத கிழ கிளர்க்குகளும் பிற சில்லுண்டிகளும் செய்யும் ஆட்சி இது' என்றார் மார்க்ஸ்.[41]

ஆனால் கம்பெனியின்மீது மார்க்ஸுக்கு இருந்த ஆர்வம், கடுமையான விமரிசனத்துடன் நிற்கவில்லை. தன் வர்க்க சமுதாயத்தை விளக்கும் விதமாக, பிரிட்டனின் மேட்டுக்குடி மக்களின் நன்மைக்காக இந்தியாவில் இருக்கும் கருவிதான் கம்பெனி என்றார். ஆளும் வர்க்கத்தினர் இந்தியாவைக் கைப் பற்ற விரும்பினார்கள்; காசு உள்ளவர்கள் கொள்ளையடிக்க விரும்பினார்கள்; மில் முதலாளிகள் அடிமாட்டு விலைக்கு விற்க விரும்பினார்கள்' என்றார்.[42]

பர்க் சொன்னதுபோலவே மார்க்ஸும் கம்பெனி இந்தியாவில் ஒரு புரட்சி செய்திருக்கிறது என்றார். ஆனால் பர்க், இந்தியக் கலாசாரம் அழிகிறதே என்று ஆட்சேபித்தார். மார்க்ஸின் பார்வை, வரலாற்று நியாயத்தை ஏறக்குறைய ஆன்மிகப் பார்வையில் அலசுவது. இப்படி அழிவதெல்லாம் மறுபடி ஆக்குவதற்கே என்பது அவர் நம்பிக்கை.

முன்னேற்றத்துக்கு என்ன வழி என்பதில் ஜேம்ஸ் மில்லின் பல கருத்துகளுடன் அவருக்கு உடன்பாடு உண்டு. கிழக்கத்திய சர்வாதிகார ஆட்சிகள்தான் மாற மறுத்து அடம் பிடிக்கின்றன. இதனால் இந்தியா தேங்கிப் போய், மரத்துப் போய், ஜாதியும் மூட நம்பிக்கைகளும் நிரம்பி, ஒரு காட்டுமிராண்டி நாடாக இருக்கிறது.

கம்பெனி இந்தியாவைக் கொள்ளை அடித்தது, பிறகு அதன் பொருளாதாரத்தையே உதிர்த்துப் போட்டது, அதன் ஜவுளித்

தொழிலை அழித்தது - இவை எல்லாவற்றையும் பார்த்து மார்க்ஸுக்கு நிச்சயம் அருவருப்பு இருந்தது. இந்துஸ்தானத்தின் மீது பிரிட்டிஷ்காரர்கள் சுமத்திய துயரங்கள், வித்தியாச மானவை; மிக மிகத் தீவிரமானவை. அதற்கு முன்னால் இந்துஸ்தானம் அனுபவித்ததை எல்லாம் கூட்டினாலும் இதற்கு உறைபோடக் காணாது என்பதில் அவருக்கு சந்தேகம் இருக்கவில்லை.[43] இருந்தும் இந்தியா புத்துயிர் பெறவேண்டும் என்றால், மேற்கத்தியத் தலையீடு அவசியம் தேவை என்றும் அவர் நம்பினார்.

பிரிட்டிஷ் ஆதிக்கம் நடப்பது என்னவோ கெட்ட நோக்கத்துடன் தான்; ஆனால் அதன் காரணமாக இந்தியா நவீனமாவதற்கு வேண்டிய எல்லாச் சூழ்நிலைகளும் ஏற்பட்டுவிட்டன: அரசியல்ரீதியாக நாடு ஒன்றிணைந்தது; நல்ல ராணுவ வசதிகள்; சுதந்தரமான பத்திரிகைகள்; வேகமான தகவல் தொடர்பு; இதனுடன் ஐரோப்பிய அறிவியலைக் குடித்து வளர்ந்த ஒரு புதிய தலைமுறை.[44]

மார்க்ஸ் கம்பெனியை அலசியதில் இரண்டு விஷயங்களைக் கவனிக்க முடிகிறது: முதலில், அவர் கம்பெனியை ஒரு கார்ப்பரேஷனாகவே பொருட்படுத்தவில்லை. ஒரு சில கூட்டாளிகள்தான் கம்பெனியை நடத்தவேண்டுமா, பொதுப் பங்குக் கம்பெனியாக நடத்தினால் நல்லதா என்ற கேள்விகளுக்குள் ஸ்மித்தைப்போல மார்க்ஸ் புகவில்லை. பெரிய அளவில் நடக்கும் தொழிற்சாலை உற்பத்திதான் அவரை வசீகரித்தது. எனவே ‘மூலதனம்’ புத்தகத்தின் முதல் பகுதியில் ‘தொடக்ககாலத்தில் மூலதனம் எப்படிக் குவிந்தது’ என்ற பொதுத் தலைப்பின்கீழ் மிகப் பெரிய வணிகக் கம்பெனிகளை எல்லாம் பற்றிக் குறிப்பிட்டதோடு நிறுத்திவிட்டார். பங்குக் கம்பெனியின் சூதாட்டங்களையோ, கார்ப்பரேட் கம்பெனிகள் ஏகபோகத்தை அடைய முயற்சிப்பதால் எப்படி மூலதனம் ஓரிடத்தில் குவிகிறது என்பதைப் பற்றியோ மார்க்ஸின் ஆழ்ந்த பார்வையைத் தேடுபவர்கள் ஏமாந்துபோவார்கள்.

இரண்டாவதாக, இந்தியாவைப் பற்றிய பார்வையில் மார்க்ஸுக்கும் ஜேம்ஸ் ஸ்டூவார்ட் மில்லுக்கும் நிறைய அடிப் படை ஒற்றுமைகள் இருக்கின்றன. ‘விடுதலையைப் பற்றி’, ‘பெண் அடிமைத்தனம்’ என்ற மில்லின் இரண்டு முக்கியமான

முற்போக்குப் புத்தகங்கள் இன்றுவரை நினைவு கொள்ளப் படுபவை. ஒரு கார்ப்பரேட் அதிகாரி என்ற முறையில் மில் இந்தியச் சுதந்தரத்தை ஆதரிப்பதற்கு மிகவும் தயங்கினார்.

மில், தன் தந்தையின் அடி ஒற்றி, 17 வயதிலேயே கம்பெனியில் வேலைக்குச் சேர்ந்தார். 1823-ல் வேலைக்குச் சேர்ந்தவர், 35 வருட காலம் விசுவாசமாக உழைத்தார். ஆனால் வித்தியாசமான ஊழியர். திடீர் திடீரென்று ஓர் உற்சாகம் வந்துவிடும்; அப்போது கோட்டு, சட்டை மட்டுமின்றி பாண்ட்டைக்கூட அவிழ்த்து வைத்துவிட்டு வேலை செய்ய உட்கார்ந்துவிடுவார்! மேஜையில் உட்கார்ந்து படு வேகமாக எழுதுவார். நடு நடுவே அறையில் மேலும் கீழுமாக நடை போடுவார்.[45]

அரசியல், பொருளாதாரம் பற்றியெல்லாம் மில் நிறைய எழுதினார். இந்தியாவைப் பற்றி எழுதியது சொற்பம்தான். ஈஸ்ட் இந்தியா ஹவுசில் வேலை செய்தது அவருடைய தத்துவச் சிந்தனைகளை பாதிக்கவில்லை என்று தெரிகிறது.

கம்பெனி, இந்தியாவில் ஜனநாயகம் கலக்காமல் ஆட்சி செய்தது. மில் சொன்னதை வைத்துப் பார்த்தால், அவரும் 'காட்டு மிராண்டிகளுக்கு இந்த மாதிரி ஆட்சிதான் தேவை' என்று நினைத்ததுபோல் தெரிகிறது.[46] ஆசாமி பிரிட்டனில் பெரிய விடுதலைப் போராளி; ஆனால் இந்தியாவில் கம்பெனி செய்ததற் கெல்லாம் சப்பைக்கட்டு.

நாடாளுமன்றம் பொதுமக்களுக்காகக் கவர்ச்சிகரமான அறிவிப்புகளைச் செய்துகொண்டிருக்கும் நேரத்தில், கம்பெனி மட்டுமே அதற்கு அணை போட முடியும் என்று மில் நினைத்தார். இந்தியா ஒரு குழந்தை; பெற்றோர்தான் அதன் கையைப் பிடித்து அழைத்துப் போகவேண்டும். அரவணைக்கும், ஆனால் கண்டிப் பான தந்தையார்![47]

1850-களில் மார்க்ஸுக்கு லண்டனில் மிகச் சில நண்பர்கள்தான் இருந்தார்கள். அதில் மில் ஒருவர். இருவருக்குமே பொருளாதாரம் என்றால் பிடிக்கும்.[48] 1848-ல் மில்லும் 'அரசியல் பொருளா தாரத்தின் தத்துவங்கள்' என்ற புத்தகத்தை வெளியிட்டிருந்தார். இதே ஆண்டுதான் 'கம்யூனிஸ்ட் பிரகடனம்' வெளியானது. அதற்குப் பத்து வருடம் கழித்து மார்க்ஸின் 'மூலதனம்' முதல் தொகுதி வெளியானது.

இரண்டு பேரும் சரியான ஜோடி. ஜான் ஸ்டூவார்ட் மில், கம்பெனியிலேயே இருக்கும் அறிவுஜீவி. பிழைப்புக்காக இதில் சேர்ந்த கார்ப்பரேட் அதிகாரி. வெளி நாட்டுப் பேரரசை நிர்வகிப்பதுதான் அவர் வேலை. ஆனால் அலுவலகத்தை எல்லாம் தாண்டியும் அவருக்கு ஒரு பகல் கனவு உண்டு. நண்பர் கார்ல் மார்க்ஸோ, நாடு கடத்தப்பட்டு அந்நிய மண்ணில் வசிப்பவர். முடியரசின் இடிபாடுகளில் புரட்சி விதை தூவுகிறவர். பழைய ஆதீனத்தை விரட்டுவதற்கு, முதலாளித்துவத்தின் வலிமையை வியப்பவர். முரண்பாடுதான்.

கம்பெனி, தான் இந்தியாவில் இருப்பதே அந்த நாட்டுக்குக் கற்றுக் கொடுக்கத்தான் என்று சொல்லிக்கொண்டு திரிந்தது. இதன் தேச பக்திக் கூச்சலில் மயங்கி மில்லும் அதை ஆதரித்தார். அதுதான் அவர் செய்த தவறு.

'பிரிட்டனுக்கு மகத்தான மனித நேய உணர்வுகள் இருக்கின்றன; நிறுவனங்களும் நினைவுச் சின்னங்களும் இருக்கின்றன. வழி வழியாக இவை நம் போற்றுதலுக்கு உரியவையாக உள்ளன. இவை எல்லாம் இருந்தும், ஆதிக்க வெறி தடுக்க முடியாமல் அதிகரித்துக்கொண்டே போகிறது. இது உண்மையிலேயே கவலைக்குரிய விஷயம்' என்று எட்வர்ட் சையத், 'பண்பாடும் ஆதிக்க வெறியும்' என்ற புத்தகத்தில் குறிப்பிடுகிறார்.[49]

இன்றைக்கு அந்நிய ஆதிக்கத்தின்கீழ் இருக்கும் ஈராக்கில், ஜேம்ஸ் மற்றும் ஜான் இருவரின் எழுத்துகளுக்கும் நல்ல மவுசு இருப்பதில் ஆச்சரியம் இல்லை. அதுதான் ஜனநாயக முறைப்படி நடக்கும் ஆதிக்கமாம்![50]

ஆகஸ்ட் 1853-ல் நாடாளுமன்றம் பெயருக்கு ஒரு விவாதத்தை நடத்திவிட்டு, கம்பெனியின் உரிமைப் பத்திரத்தை நீடித்தது. கடைசியாக இருந்த கார்ப்பரேட் சலுகை ஒன்றே ஒன்றுதான்: இந்தியாவில் பதவிகளுக்கு ஆளை நியமிப்பது. இப்போது அதுவும் போய், போட்டித் தேர்வு முறை கொண்டுவரப்பட்டது. இயக்குநர் சம்பள உயர்வும் குறைக்கப்பட்டது.

ஆனால் மார்க்ஸ் ஆசியாவைப் பற்றி எழுதுவது இதனால் குறைந்துவிடவில்லை. அடுத்த ஏழு ஆண்டுகளில் வரிசையாக ஆசியாவை உலுக்கிய சில போராட்டங்களில் அவர் ஆர்வம் கொண்டார். ஒன்றுக்கொன்று தொடர்புடைய போராட்டங்கள்

அவை. முதலில் ஆரம்பித்தது, முக்கியமான தாய்பிங் கலகம். ஆளும் சிங் வம்சத்தினரையும் சீனாவில் இருந்த அந்நிய ஆக்கிரமிப்பாளர்களையும் ஒரு சேர எதிர்த்த கலகம் அது.

கிழக்கே எழுந்த இந்தப் புரட்சிக்கும் கம்பெனிதான் காரணம் என்று மார்க்ஸ் நினைத்தார். சீனாவில் அதன் அபின் வியாபாரம்தான் எல்லாவற்றுக்கும் ஆரம்பம்.[51] பிரிட்டனுக்கும் சீனாவுக்கும் இடையில் நிலவிய சங்கடமான போர் நிறுத்தம் 1856-ல் முறிந்து விட்டது. இரண்டாவது அபின் போர் ஆரம்பித்தது. மார்க்ஸ் இன்னும் ஆழமாக இதை அலச ஆரம்பித்தார்.

'அது ஒரு போராட்டம். ஒரு பக்கம் தெய்வீக அரசர் ஒருவர்; தன் மக்கள் தற்கொலை செய்துகொள்வதைத் தடுக்க நினைக்கிறார். அதற்காக, விஷத்தை இறக்குமதி செய்யக்கூடாது என்று வெளி நாட்டுக்காரர்களுக்குத் தடை போடுகிறார். மறு பக்கம் கிழக்கிந்தியக் கம்பெனி; இந்தியாவில் அபின் பயிரிடுவதும் சீனாவில் அதை விற்பதும், கம்பெனியின் பொருளாதாரத்துக்கு ரத்தமும் சதையுமாகவே ஆகிக்கொண்டிருக்கிறது.'[52]

நேரடியாகப் பிரச்னையின் ஆணி வேரைப் பிடிப்பதில் மார்க்ஸ் கெட்டிக்காரர். பிரிட்டிஷ் வியூகத்தின் பாசாங்குகளைத் திரை விலக்கிக் காட்டுகிறார்: 'ஒரு பக்கம் கம்பெனி, சுதந்தரமாக விஷம் விற்கத் தடை ஏதும் கூடாது என்று பிரசாரம் செய்கிறது. ஆனால் ரகசியமாக, விஷ உற்பத்தியில் தன் ஏகபோகத்தையும் பொத்திப் பாதுகாக்கிறது. பிரிட்டனின் சுதந்தர வர்த்தகத்தைக் கொஞ்சம் பூதக் கண்ணாடி வைத்துப் பார்த்தால், பொதுவாக அந்த 'சுதந்தரத்தின்' அடியில் ஏகபோகம்தான் இருக்கிறது.'[53]

மறுபடியும் பிரிட்டிஷ் பீரங்கிப் படகுகளுக்கு வேலை வந்தது. பிரிட்டிஷ் அரசாங்கம் சீனாவைத் தண்டிப்பதற்காக மற்றொரு படையை அனுப்பி வைத்தது. ஆனால் அவர்கள் 1857-ல் சிங்கப்பூரை அடைந்தபோது, பயங்கரச் செய்தி ஒன்று காத்திருந்தது: வட இந்தியா முழுவதும் கம்பெனி சிப்பாய்கள் கலகம் செய்கிறார்கள்! சீனாவுக்குப் போன படையின் பெரும் பகுதி, கலகத்தை அடக்குவதற்காக உடனே கல்கத்தாவுக்குத் திருப்பிவிடப்பட்டது.

கடைசியாக அக்டோபர் 1860-ல் இரண்டாவது அபின் போர் முடிவுக்கு வந்தபோது, ஆசியாவில் கம்பெனியின் சுவடே இல்லை!

வெடிக்கக் காத்திருந்த கலகம்

கம்பெனியின் ஆட்சியை இந்தியா வாய் மூடி ஏற்றுக் கொண்டு விட்டதுபோலத்தான் எல்லாமே அமைதியாக இருந்தது. இந்தப் பின்னணியில் 1857-ல் திடீரென்று ஒரு மிகப் பெரிய கலகம் நடந்துவிட்டது. இது தப்பித் தவறி நேர்ந்துவிட்ட தனிச் சம்பவம் என்று நினைக்கத் தோன்றும். ஆனால் வலுவான எச்சரிக்கைகள் பல இருந்தும், அவற்றை யாரும் கவனிக்கவில்லை.

கம்பெனிக்கு எதிராக கலகக் கொடி உயர்ந்ததற்குப் பல காரணங்கள் சொல்கிறார்கள். ஆனால் எல்லாவற்றுக்கும் அடிப் படை, கம்பெனியின் இனவெறியும் நிர்வாகத்தில் ஆணவப் போக்கும் அதிகரித்துவிட்டதுதான்.

இனவெறியின் விதைகள் என்றுமே முளைவிடக் காத்துக் கொண்டுதான் இருந்தன. இதற்கெல்லாம் முன்னால் 1756-லேயே ஒரு சம்பவம் நடந்தது: கம்பெனி கல்கத்தாவைக் காலி செய்து கொண்டு போக முயற்சித்துத் தோற்ற சமயம். மரியா கேரி என்பவர் ஆங்கிலச் சிப்பாய் ஒருவரின் ஆங்கிலோ இந்திய மனைவி. புறப்படத் தயாராக இருந்த கப்பல் ஒன்றில் மரியா ஏற முயற்சித்தார். அவருடைய கலப்பு இனத்தின் காரணமாக, கப்பலில் ஏற்றிக்கொள்ள மறுத்துவிட்டார்கள்.

19-ம் நூற்றாண்டின் ஆரம்பத்தில் இந்த ஒதுக்கல் கொள்கை, வெட்ட முடியாத அளவுக்கு வளர்ந்துவிட்டது. உள்ளூர்ச் சமூகத்துடன் ராணுவத்துக்கு இருந்த பாரம்பரியமான பிணைப்புகள் ஒவ்வொன்றாகத் துண்டிக்கப்பட்டன. ஹிந்து, முஸ்லிம் மதத் தலைவர்கள் சிப்பாய் அணிகளின் கொடிக்கு ஆசி வழங்குவது வழக்கம். அதுவும் நிறுத்தப்பட்டது. திருவிழா ஊர்வலங்களில் படையினர் கலந்துகொள்ளக்கூடாது என்று தடை வந்தது. அதே சமயம் கிறிஸ்தவ மிஷனரிகளும் அதிகம் நடமாட ஆரம்பித்திருந்தார்கள். இதனால் ஒட்டுமொத்தமாக எல்லோரையும் கிறிஸ்தவ மதத்துக்கு மாற்றுவதற்குக் கம்பெனி திட்டம் தீட்டுகிறதோ என்ற பயம் வந்துவிட்டது.

1806-லேயே வரப் போகும் புயலுக்குக் கட்டியம் கூறுவதுபோல் வானம் கருத்தது. மெட்ராஸ் ராஜதானியில் இருந்த சிப்பாய்கள், எல்லோருக்கும் ஒரே சீருடை என்ற புதிய விதியை எதிர்த்துக் கலகம் செய்தார்கள். இந்த விதிமுறையின்படி, ஒரு சிப்பாயின்

தனிப்பட்ட அடையாளமாக இருந்துவந்த ஜாதி, மதச் சின்னங்களை இனி யாரும் அணியக்கூடாது.

வேலூரில் இருந்த சிப்பாய்கள் பொங்கி எழுந்தார்கள். நாடு கடத்தப்பட்டிருந்த திப்பு சுல்தானின் குடும்பமும் அவர்களைத் தூண்டிவிட்டது. பிரிட்டிஷ் பாசறையில் இருந்த 370 பேரில் 200 பேர் கொல்லப்பட்டார்கள், அல்லது காயம் பட்டார்கள்.

கம்பெனி இந்தக் கலகத்தை உடனடியாக அடக்கிவிட்டது. ஆனால் நடந்தது என்ன என்று விசாரணை நடத்தியபோது, ஒரு விஷயம் தெளிவாகத் தெரிந்தது: கம்பெனி அதிகாரிகளுக்கும் பொது மக்களுக்கும் இடையே இடைவெளி அதிகரித்துக் கொண்டே போகிறது.

அதிகமாக வரும் புகார்களுக்கு வடிகாலாக, இந்தியர்களே இருக்கும் ஒரு கமிஷனை அமைக்கலாம் என்ற யோசனை எழுந்தது. முன்னெச்சரிக்கையாக இன்னும் பிரிட்டிஷ் படைகளை அனுப்பச் சொல்லலாம் என்றும் யோசித்தார்கள். ஆனால் இரண்டுமே நடக்கவில்லை. 1813-ல் மிஷனரிகளின் நடவடிக்கைகள்பற்றி விவாதம் கிளம்பியது. அது மற்றொரு தீவிரமான எச்சரிக்கை!

கம்பெனியின் சாசனத்தை ஆராய்ந்த நாடாளுமன்றக் கமிட்டியின் முன்பு சாட்சி சொல்வதற்காக ஹேஸ்டிங்ஸை அழைத்தார்கள். அப்போது ஹேஸ்டிங்ஸ் ஓய்வு பெற்றிருந்தார். அதுதான் கடைசியாக அவர் பொது இடத்தில் தோன்றியது. மூன்று மணி நேரம் சாட்சி சொன்ன ஹேஸ்டிங்ஸின் ஆலோசனை தெளிவாக இருந்தது: 'உள்ளூர் மக்கள்மீது நம் மதத்தைத் திணிக்கப் பார்க்கிறோம் என்ற எண்ணம் வெளிநாட்டில் தோன்றிவிட்டது. இந்த மாதிரிக் கருத்து உள்ளூர் சிப்பாய்களிடையே வளர்ந்துவிட்டால் அதன் விளைவுகள் ஆபத்தாக இருக்கும். மதத்துக்காகப் போரே மூண்டாலும் ஆச்சரியம் இல்லை.'[54]

இந்த மாதிரி மூடு மந்திரங்களும் பயங்களும் ஒரு நாள் பீறிட்டுக் கிளம்பின. வட இந்தியச் சிப்பாய்கள் புதிதாக வந்த ஒரு விதத் துப்பாக்கிக் குண்டுகளைத் தொட மறுத்தார்கள். அதில் பன்றியின் கொழுப்போ, பசுவின் கொழுப்போ தடவப்பட்டிருக்கிறது என்று வந்த செய்திதான் காரணம்.

சின்னக் கலகமாக முடிந்து போயிருக்கவேண்டிய விஷயம், பெரிய புரட்சியாகவே வெடித்தது. காரணம், அவத், கான்பூர், ஜான்ஸி போன்ற இடங்களின் உள்ளூர் ஆட்சியாளர்களைக் கம்பெனி இங்கிதமே இல்லாமல் நடத்திய விதம். சிப்பாய்கள் கலகம் செய்தபோது அவர்கள் அனைவரும் சேர்ந்து கம்பெனிக்கு எதிராகப் புறப்பட்டுவிட்டார்கள்.

வீர சாவர்க்கர் இதை 'முதல் இந்திய சுதந்தரப் போர்' என்று குறிப்பிட்டார். இந்தியாவின் ஒரு சில பகுதிகளில் மட்டும்தான் கலகம் நடந்தது. ஆனால் அதன் நோக்கத்தில் எந்தவிதச் சந்தேகமும் இல்லை: 'பிரிட்டிஷ்காரர்களை வெளியேற்று வோம். அத்துமீறி உள்ளே நுழைந்த கூட்டம் அது!'

முதல் வேலையாக, மீரட்டிலிருந்து கலகக் குழு ஒன்று புறப்பட்டு 36 மைல் அணி வகுத்து நடந்து தில்லிக்குச் சென்றது. பொம்மை அரசராக இருந்துவந்த பகதூர் ஷாவைத் தங்கள் தலைவராக அறிவித்தது.

ஏறக்குறைய இரண்டு வருட காலம் போர் நீடித்தது. இரு தரப்பிலும் நடந்த மிருகத்தனத்துக்குக் குறைவில்லை. கான்பூரில் புரட்சியாளர்கள் ஐரோப்பியப் பெண்களையும் குழந்தை களையும் கொன்றார்கள். கம்பெனி மறுபடி கான்பூரைக் கைப்பற்றியபோது, பிடிபட்ட சிப்பாய்களைக் கொண்டு தரையில் இருந்த ரத்தத்தை எல்லாம் நாக்கால் நக்கியே சுத்தம் செய்ய வைத்தார்கள். பிறகு அவர்களைத் தூக்கில் போட்டார் கள். விசாரணையே இல்லாமல் மரண தண்டனை கொடுப்பது சர்வ சாதாரணமாக ஆயிற்று. 'குதிரையில் உட்கார்ந்தபடியே ராணுவ விசாரணை நடத்துகிறோம். கையில் கிடைக்கிற ஒவ்வொரு கருப்பனையும் தொங்கவிடுகிறோம் அல்லது சுட்டுத்தள்ளுகிறோம்' என்று ஓர் அதிகாரி சொன்னார்.[55]

கம்பெனி தில்லியை மறுபடி கைப்பற்றியதும் நகரத்தைத் திட்டமிட்டுச் சூறையாடினார்கள். உயிர் பிழைத்திருந்த குடி மக்களை ஊரை விட்டே துரத்திப் பட்டினியில் தவிக்க விட்டார்கள். கம்பெனிக்கும் முகலாயர்களுக்கும் நடந்த இந்த மூன்றாவது போர்தான் முடிவான போரும்கூட. பகதூர் ஷாவின் இரண்டு மகன்களையும் பேரனையும் கூசாமல் கொன்றார்கள். கிழட்டுப் பேரரசரை நாடு கடத்தி ரங்கூனுக்கு அனுப்பி வைத்தார்கள்.

316

கம்பெனியும் முகலாயப் பேரரசும் ஒன்றுக்குள் ஒன்றாக வளர்ந்தவை! முகலாய அரசு மறைந்தபிறகு கம்பெனியால் வெகு நாளைக்குத் தாக்குப்பிடிக்க முடியவில்லை. கலகத்தைத் தொடர்ந்து பிரிட்டிஷ் சமுதாயமே பழிக்குப் பழி, ரத்தத்துக்கு ரத்தம் என்று அலைந்துகொண்டிருந்தது. உருவமில்லாத அருவமாக இருந்த கம்பெனி, சுலபமாக பலிகடா ஆகிவிட்டது.

மக்களின் ஒட்டுமொத்தக் கோபத்தையும் திரட்டி 'பஞ்ச்' பத்திரிகை 1857 ஆகஸ்ட் 15 அன்று ஒரு கார்ட்டூன் போட்டது.

படம் 8.1: பஞ்ச், ஜான் கம்பெனிக்கு மரண தண்டனை, 1857

தலைப்பு: 'கிழக்கிந்தியக் கம்பெனிக்கு மரண தண்டனை' (படம் 8.1). பிடிபட்ட கலகக்காரர்களை கம்பெனி, பீரங்கி வாயில் கட்டிப் பிளப்பது வழக்கம். இப்போது லெடன்ஹால் தெரு விலும் அதுபோல் செய்ய வேண்டும் என்று கார்ட்டூன் வலியுறுத்தியது. ஈஸ்ட் இந்தியா ஹவுஸ் பீரங்கி வெடித்துச் சிதறுகிறது. 'பேராசை', 'பெரும் தவறு', 'உறவினர்களுக்குச் சலுகை', 'மோசமான ஆட்சி', 'சோம்பேறித்தனம்' போன்று கம்பெனியின்மீது இருந்த குற்றச்சாட்டுகள் எல்லாம் நாலா பக்கமும் பறக்கின்றன.

சார்லஸ் டிக்கன்ஸ், பொதுவாக மென்மையான ஆசாமி. அவரே கோபப்பட்டு 'இப்போது நான் மட்டும் இந்தியாவில் தலைமைத் தளபதியாக இருந்தால் இந்த மாதிரிக் கொடுமைகள் செய்த இனத்தை வேரோடு அழித்துவிட்டுத்தான் மறு பேச்சு' என்றார். பிறகு ஜோசப் கான்ராட் எழுதிய 'இருட்டின் இதயம்' என்ற குறு நாவலில் கர்ட்ஸ் 'இந்த மிருகங்களை ஒழித்துக்கட்டுவோம்' என்று சொல்லும்போது உடல் சிலிர்க்கிறது.[56]

தோல்வி அடைந்துவிட்ட கார்ப்பரேஷன்களுக்கே எப்போதும் ஒரே வைத்தியம்தான் - தேசியமயமாக்கல். தவிர்க்க முடியாத இந்த முடிவைத் தவிர்க்க கம்பெனி ஒரு கடைசி முயற்சி செய்து பார்த்தது. 1858-ல் தலைமை ஆய்வாளராகப் பதவி உயர்வு பெற்ற ஜான் ஸ்டூவார்ட் மில் நாடாளுமன்றத்துக்கு ஒரு நீண்ட மனு அனுப்பினார். கார்ப்பரேட் வரலாற்றில், மூக்கால் அழும் கடிதங்களிலேயே அதுதான் மிக நீண்டதாக இருக்கும்.

முதலாவதாக, 'கம்பெனி இந்த நாட்டுக்காகத் தன் சொந்தச் செலவில், தன் சொந்த சிவில் - ராணுவ ஊழியர்களை வைத்துக் கொண்டு, கிழக்கின் உன்னதமான ராஜ்ஜியத்தை வென்று கொடுத்திருக்கிறது' என்றார். ஏதோ நாட்டுக்குப் பெரிய தொண்டு செய்துவிட்டதுபோல. பிறகு மில்லின் உரைநடை இன்னும் வண்ணமயமாகியது: 'மனித வரலாற்றிலேயே இது தான் மிகவும் நன்மை செய்திருக்கிற அரசாங்கம்' என்றெல்லாம் பேசினார்.

விவாதம் நடந்தது. மன்ற உறுப்பினர் ஜார்ஜ் கார்னெவால் லூயிஸ், மில்லின் வாதங்கள் வெறும் பதர் என்று காட்டினார். '1757-க்கும் 1784-க்கும் இடையில் கிழக்கிந்தியக் கம்பெனி

நடத்திய ஆட்சி மாதிரி ஊழலான, நன்றி கெட்ட, பேராசைக்கார அரசாங்கம் இந்த உலகத்தில் எங்கும், எப்போதும் கிடையாது' என்றார். கம்பெனி என்பது தற்செயலாக ஒரு சில பங்குதாரர்கள் ஒன்றுசேர்ந்துகொண்ட ஓர் அமைப்பு. அதற்கும் இந்தியாவுக்கும் எந்தச் சம்பந்தமும் இல்லை.

நாடாளுமன்றமும் இதை ஒப்புக்கொண்டது. ஒரு சட்டத்தின் மூலம் இந்தியாவில் கம்பெனியின் ஆட்சி அதிகாரம் எல்லாம் பறி போயின. இனி எல்லா அதிகாரமும் முடி மன்னரிடமே இருக்கும். 1858 நவம்பர் முதல் தேதியன்று இந்தியாவில் உள்ள ஒவ்வொரு ராணுவப் பாசறையிலும் ஒரு பிரகடனம் படிக்கப் பட்டது: 'கிழக்கிந்தியக் கம்பெனி கலைக்கப்படுகிறது. இனி இந்தியாவின் ஆட்சி, நேரடியாக அரசியாரிடமும் நாடாளு மன்றத்திடமும் இருக்கும்.' அறிவிப்பைத் தொடர்ந்து வாண வேடிக்கைகள் நடந்தன.

பிரிட்டிஷ் ராஜ்ஜியம் வருவதற்கு முதல் படியாக, கம்பெனி ஆட்சி தேவைப்பட்டது என்று ஒரு கருத்து உண்டு. ஆனால் கம்பெனி தோல்வி அடைந்ததால்தான் இந்தியாவில் பிரிட்டிஷ் பேரரசு உருவானது என்று சொல்வதுதான் சரியாக இருக்கும். கம்பெனி விழுந்ததில் மார்க்ஸுக்கு ஒரே மகிழ்ச்சி! 'இயக்குநர் களுக்கு வீர மரணம் கிடைக்கவில்லை. காசு கொடுத்து அரசு அதிகாரத்தை வாங்கினார்கள்; கடைசியில் அதை விற்றுவிட்டுக் கடையைக் கட்டிக்கொண்டு போனார்கள்' என்று தன் அமெரிக்க வாசகர்களுக்கு எழுதினார்.[57]

கார்ப்பரேட் நடைப்பிணம்

இத்தனைக்குப் பிறகும் கம்பெனி முழுவதுமாகச் சாக வில்லை!

கம்பெனியின் கதையை எழுதுபவர்கள் பலர் 1833-ல் வர்த்தக உரிமைகள் பறிக்கப்பட்டதுடன் நிறுத்திக் கொள்வார்கள்; அல்லது 1858-ல் இந்திய ஆட்சியிலிருந்து கம்பெனி விலக்கப் பட்டதுவரை சொல்லிவிட்டு முடித்துவிடுவார்கள். ஆனால் கம்பெனி அதற்குப் பிறகும் 16 வருடம்வரை கார்ப்பரேட் நடைப் பிணமாக வாழ்ந்தது. அது செய்த ஒரே பணி, இருப்பதிலேயே அடிப்படையான கார்ப்பரேட் வேலை மட்டுமே. வருடாந்தர டிவிடெண்ட் கொடுப்பது.

கம்பெனியின் ஆட்சிப் பணிகள் அனைத்தும் வைட்ஹாலில் இருந்த இந்தியா அலுவலகத்துக்கு மாறிவிட்டன. லெடன் ஹான் தெருவில் இருந்த கம்பீரமான தலைமையகத்தையும் கம்பெனி விற்றுவிட்டு, பெரும்பாலான ஊழியர்களுக்கு ஓய்வூதியம் கொடுத்து அனுப்பியது. ஜான் ஸ்டூவார்ட் மில்லுக்கு வருடம் 1,500 பவுண்டு பென்ஷனும், பூ வேலைப் பாடு செய்த ஓர் மைப்புட்டியும் கிடைத்தன. கம்பெனியில் கடைசியாக ஒரே ஒரு கிளர்க் மட்டுமே இருந்தார். ஆனால் இயக்குநர்கள் கூட்டம் தொடர்ந்து நடந்தது. முதலில் 62, மூர் கேட்டில் உள்ள செங்கடல் தந்திக் கம்பெனியின் இயக்குநர் அறையில் கூடியது. பிறகு நகரின் வடக்கே 11, பான்க்ராஸ் சந்துக்கு இடம் மாறியது.

பிரிட்டிஷ் நூலகத்தில் கம்பெனியின் ஆவண அலமாரிகள் மைல் கணக்காக இருக்கின்றன. ஆனால் 1858-க்குப் பிறகு கம்பெனி நடவடிக்கைகள் அனைத்துமே ஒரே ஒரு புத்தகத்தில் அடங்கி விடுகின்றன - 'கருவூல சபைக் குறிப்புகள்'. தோல் அட்டை போட்டு, பின் புறம் கம்பெனியின் சின்னம் பொறிக்கப்பட்ட இந்தப் புத்தகம் பாதிதான் நிரம்பி இருக்கிறது. வெற்றுச் சந்திப்புகள், வழக்கமான பணப் பட்டுவாடா என்று கடைசிக் காலத்தில் இலக்கில்லாமல் கம்பெனி வாழ்ந்த வாழ்க்கை இதில் பதிவாகியிருக்கிறது.

1873-ன் கோடை காலத்தில் இந்தச் சக்கரமும் நின்றது. கம்பெனி பங்குகளில் மீதி இருந்த 60 லட்சத்தையும் திரும்பப் பெற்று விடலாம் என்று அரசாங்கம் நினைத்தது. நாடாளுமன்றமும் அதற்கு ஒப்புதல் முத்திரை குத்தியது. 1833-ல் வந்த சட்டத்தின் படி 1874-ம் வருடம்வரை உத்தரவாதமாக 10.5 சதவிகிதம் டிவிடெண்ட் தரப்படும். அதன்பிறகும் கம்பெனியை அரசாங்கம் எடுத்துக்கொள்ள விரும்பினால், பங்குதாரர்களுக்குத் தாராள மாகப் பணம் கொடுக்கப்படும்.

கிழக்கிந்தியக் கம்பெனியின் பங்குகளைத் திரும்பப் பெறும் சட்டம், மூன்று விதமான விலைகளை முன் வைத்தது: ஒவ்வொரு 100 பவுண்டு பங்குக்கும் ஈடாக, 200 பவுண்டு மதிப்புள்ள அரசாங்கப் பத்திரங்களை வாங்கிக்கொள்ளலாம்; இதற்கு வருட வருவாய் 3%. அல்லது 200 பவுண்டு மதிப்புள்ள இந்தியக் கடன் பத்திரங்களைப் பெற்றுக்கொள்ளலாம்; இதற்கு

4% வட்டி கிடைக்கும். கடைசியாக, பணமாகவே வேண்டு மானால், 200 பவுண்டு வாங்கிக்கொள்ளலாம். மொத்தத்தில், இந்தியாவின் கணக்கில் இன்னொரு 1.2 கோடி பவுண்டு கடன் சுமை ஏறியது! அதற்கு வட்டியும் இந்தியர்கள்தான் வரியாகக் கொடுக்கவேண்டும்! இன்றைய மதிப்பில் இது 65 கோடி பவுண்டுக்கு மேலேயே இருக்கும்.[58]

பங்குகள் கை மாறியபிறகு, 1874 ஏப்ரல் 30 அன்று இறுதி டிவிடெண்ட் கொடுக்கப்பட்டது. பங்குதாரர்கள் கடைசி முறை யாக டிசம்பரில் கூடினார்கள். அவர்களில் ஒரு சிலர்: கார்ப்பஸ் கிறிஸ்டி கல்லூரி, ஆக்ஸ்ஃபோர்ட். வைத்திருந்த பங்கு 145 பவுண்டு. ரிச்சர்ட் பென்யான் டி ப்யூவா - சுமார் 4,000 பவுண்டு. டீப்ளே போஜர் - 10,000. ஜோசப் டாப்ரி - 11,700 பவுண்டு.

ஒரு கடைசி வேலை மட்டும்தான் பாக்கி இருந்தது. 1874 மே 13-ம் தேதி கம்பெனி கிளர்க், இந்தியத் துறையின் துணை அமைச்சருக்கு ஒரு பரிதாபமான கடிதம் எழுதினார்: 'கம்பெனி யின் பத்திரங்கள், முத்திரைகள், ஆவணங்கள் எல்லாவற்றையும் உங்களிடம் ஒப்படைத்தால், பொறுப்பு ஏற்றுக்கொள்வீர்களா?'

மே 20-ம் தேதி, புதன் கிழமை.

இயக்குநர்கள் குழு கடைசி முறையாகக் கூடியது. கம்பெனியின் கணக்கில் இன்னும் 32,000 பவுண்டு இருக்கிறது. 1599-ல் கம்பெனியை உருவாக்கியவர்கள் போட்ட முதலீடும் கிட்டத் தட்ட இதேதான்: 30,000 பவுண்டு. வரலாற்றுச் சக்கரம் ஒரு முழுச் சுற்று சுற்றி, புறப்பட்ட இடத்துக்கே வந்து நின்றுவிட்டது!

இயக்குநர்கள், அலுவலகத்தைப் பராமரிப்பவர், கிளர்க், கணக்குப் பிள்ளை எல்லோருக்கும் சம்பளம் கொடுத்தார்கள். சேர்மன், 'சபை கலையலாம்' என்று அறிவித்தார். சபை மறுபடி கூடவே இல்லை. 1874 ஜூன் முதல் தேதி கிழக்கிந்தியக் கம்பெனி அதிகாரபூர்வமாக மூடப்பட்டது.

ஆனால் கம்பெனியின் சில கடந்த காலச் செயல்கள் இன்னும் உயிருடன் இருந்தன. அந்த வருடம் 'இந்தியாவின் தார்மீக, லோகாயத முன்னேற்றமும், தற்போதைய நிலைமையும்' என்று அரசாங்கம் அறிக்கை ஒன்று வெளியிட்டது. அதன்படி மொத்த வரி வசூல் 5 கோடி பவுண்டு. அதில் 80 லட்சம் உப்பு

வரி. 60 லட்சம் அபின் வருமானம். இவை இரண்டுமே 'இன்னும் பணம் அனுப்பவும்' என்ற நச்சரிப்பைத் தாங்காமல் ஹேஸ்டிங்ஸ் தொடங்கிவைத்த விஷயம்!

ஆனால் பிறகு ஜார்டைன் மாத்தீஸன் புத்திசாலித்தனமாக அபின் வியாபாரத்திலிருந்து மெல்லக் கழன்றுகொண்டு விட்டார். 1860-ல் பீக்கிங் ஒப்பந்தத்தைத் தொடர்ந்து சீனாவில் அபின் விற்பது சட்டபூர்வமாக ஆனது. அதன்பிறகு அந்தத் தொழிலில் நிகர லாபம் குறைந்துபோய்விட்டது. ஆனால் விற்பனை என்னவோ அதிகரித்துக் கொண்டுதான் வந்தது. 1879-ல் 1,05,000 பெட்டியாக இருந்தது 1833-ல் நான்கு மடங்காக ஆகியது. அதுதான் கம்பெனியின் சீன வியாபாரம் முடிவுக்கு வந்த நேரம். அதன்பிறகும் சீனா பிரிட்டன்மீது மேலும் மேலும் சார்ந்துகொண்டே இருந்தது. 1895-ல் சீனாவின் வெளிப்புற வர்த்தகத்தில் 80 சதவிகிதம் பிரிட்டிஷ் பேரரசுடன்தான்.[59] கடைசியாக பிரிட்டன் இந்தியாவிலிருந்து அபின் ஏற்றுமதி செய்வதை நிறுத்த ஒப்புக்கொண்டது 1907-ல். அதைத் தொடர்ந்து 1911-ல் பிகாரில் அபின் உற்பத்தி நிறுத்தப்பட்டது; சொல்லப்பட்ட காரணம், 'சீன மார்க்கெட் கையை விட்டுப் போய்விட்டதால்'!

உப்பு வரி மட்டும் இந்தியாவில் பிரிட்டிஷ் ஆட்சியின் இறுதிக் காலம்வரை தொடர்ந்தது. 1930-ல் காந்தியின் புகழ் பெற்ற தண்டி யாத்திரைக்குக் காரணமே அதுதான். உப்பு உற்பத்தியில் அரசாங்கத்தின் ஏகபோகத்தை எதிர்த்த யாத்திரை அது.

கம்பெனியின் பொருளாதாரக் கால் சுவடுகள் இருபதாம் நூற்றாண்டுவரைகூட மறையவில்லை. 1908-ல் ரொமேஷ் சந்தர் தத் இது பற்றிக் கோபத்துடன் எழுதுகிறார்: 'இந்திய மக்கள் தங்களைத் தாங்களே அடிமைப்படுத்திக்கொள்வதற்காகக் கம்பெனிக்கு சிப்பாய்களைக் கொடுத்தார்கள். கடும் வரிகளைப் போட்டு, கம்பெனி துணைக் கண்டத்தையே விழுங்குவதற்குப் பணமும் கொடுத்தார்கள். கடைசியாக, கம்பெனியை தேசியமய மாக்குவதற்குப் பணம் கொடுத்ததும் அவர்கள்தான். கம்பெனி யின் கடனுக்கு இன்றுவரை வட்டி கட்டுவதும் இதே மக்கள்தான். இல்லாத கம்பெனியின் பங்குகளுக்கு இவர்கள் டிவிடெண்ட் கொடுத்துக்கொண்டிருக்கிறார்கள்!'[60]

இரண்டாவது உலகப் போரின்போதுதான் இந்தக் காட்டேரி ரத்தம் உறிஞ்சுவது ஒரு முடிவுக்கு வந்தது. போருக்காக பிரிட்டன் இந்தியாவில் தாராளமாகப் பணம் செலவழித்தது. கம்பெனி, அரசாங்கம் இரண்டின் வரலாற்றுக் கடனும் தீர்ந்தது.

கம்பெனி இறுதி மூச்சை நிறுத்தி நீண்டகாலமாகியும், தான் விட்டுச் சென்ற பூமியின் பொருளாதாரம், சமூகம் எல்லா வற்றையும் பாதித்துக்கொண்டுதான் இருந்தது.

படம் 9.1: ராபர்ட் கிளைவின் சிலை, லண்டன்

9

அடுத்தது என்ன?

ஆட்டுக் கள்ளனுக்கு ஒரு சிலை

லண்டனில் நீங்கள் செயின்ட் ஜேம்ஸ் பார்க்கிலிருந்து வெளியுறவுத்துறை அலுவலகத்துக்கும் காமன்வெல்த் அலுவலகத்துக்கும் நடந்து சென்றால் 'கிளைவ் படிகளில்' ஏறித்தான் போகவேண்டும். பழைய இந்தியா அலுவலகக் கட்டடத்துக்கு வெளியே, பிரம்மாண்டமாக நிற்கும் ராபர்ட் கிளைவின் சிலையால்தான் இந்தப் பெயர் (படம் 9.1).

1858-ல் கம்பெனி உயிர் நீத்தபிறகு, இந்தியாவின் ஆட்சி இங்கேயிருந்துதான் நடந்தது. அதற்குப்பிறகு 60 ஆண்டுகள் கழித்தே அந்த மாபெரும் நவாபுக்குச் சிலை வைக்கப்பட்டது. இவ்வளவு தாமதம் ஆனதற்குக் காரணம், அவருடைய சர்ச்சைக்குரிய வரலாறுதான்.

கிளைவின் ஆற்காடு வெற்றி காரணமாக, பிரதமர் வில்லியம் பிட் 1750-களிலிருந்தே அவரை, ஏதோ சொர்க்கத்திலிருந்து குதித்துவந்த தளபதியாகத்தான் பார்த்தார். ஏழாண்டுப் போர் கடுமையாக நடந்துகொண்டிருந்த வேளையில் பிளாசிப் புரட்சியை சாதித்துக் காட்டியதால், கிளைவின் புகழ் இன்னும் அதிகரித்துவிட்டது. இந்த நேரத்துக்கு இவரை மாதிரிக் கதாநாயகர்கள்தான் நாட்டுக்குத் தேவை என்றார்கள். இதற்காக கிளைவை 'பிளாசிப் பிரபு' என்று ஆக்கினார்கள். ஆனால் இந்த அயர்லாந்துப் பட்டம் கொஞ்சம் மட்டம்தான்; பெரிதாகச் சொல்லிக்கொள்ள ஒன்றுமில்லை.

விரைவில் கிளைவ் சம்பாதித்த சொத்தின் அளவும், அதை அவர் சம்பாதித்த விதமும் வெளியே வந்தபோது, பூ மாரியெல்லாம்

கல் மாரியாக மாறியது! 'கிளைவ் இந்தியாவை ஒட்டக் கறந்துவிட்டார்' என்று ஜார்ஜ் மன்னரேகூட எதிர்ப்புக் குரல் எழுப்பினார். விளக்கம் கேட்டு நாடாளுமன்றத்தின்முன் நிறுத்திய போது 'என்னை ஒரு சாதாரண ஆடு திருடிய ஆசாமிபோல நடத்துகிறீர்களே' என்று கிளைவ் வருத்தப்படுகிற நிலைமை!

விசாரணை முடிவில் வாக்கெடுப்பு நடந்தது. அதில் கிளைவ் வெற்றி பெற்றுவிட்டார். ஆனால் அவருடைய பெயர் கெட்டு விட்டது. 'கிளைவ் இறந்தபோது, அவர்தான் இங்கிலாந்திலேயே மிகவும் வெறுக்கப்பட்ட மனிதராக இருந்திருப்பார்' என்று சமீபத்தில் ஒரு வாழ்க்கை வரலாற்று ஆசிரியர் குறிப்பிட்டார்.[1]

முடியரசு இலக்கியங்கள், அடுத்த பல பத்தாண்டுகள்வரை கிளைவின் ராணுவ வெற்றிகளைப்பற்றிப் புகழ் பாடின. அதே அளவுக்கு அவருடைய ஊழலைப் பற்றிக் கண்டனமும் செய்தன. ஏதோ ஒரு விதத்தில் அவர் பிரிட்டிஷ் கலாசாரத்துக்கு ஒவ்வாத காரியம் செய்துவிட்டார். 1840-ல் மெக்காலே இதுபற்றி எழுதிய கட்டுரை மிகவும் புகழ் பெற்றது.

கடைசியாக 1906-07 வருடங்களில் பிளாசிப் போரின் 150-வது ஆண்டு விழாவுக்கு ஏற்பாடுகள் நடந்துகொண்டிருந்தபோது தான் கிளைவின் நினைவுக்கு மறுவாழ்வு கிடைத்தது. இந்தியாவின் முன்னாள் வைஸ்ராய் கர்ஸன் பிரபு, லண்டன் - கல்கத்தா இரண்டு நகரங்களிலும் கிளைவுக்கு நினைவுச் சின்னம் எழுப்பலாம் என்றார். ஆனால் இதற்கு அவ்வளவாக வரவேற்பு இல்லை.

வங்காளத்தில் ஏற்கெனவே தேசிய உணர்வு பொங்கிக் கொண்டிருக்கிறது; இந்த நேரத்தில் கிளைவுக்கு விழா எடுத்தால் நிலைமை மோசமாகிவிடும் என்று இந்தியாவில் இருந்த பிரிட்டிஷ் அதிகாரிகள் பயந்தார்கள். லண்டனில் இந்திய விவகாரங்களைக் கவனிக்கும் துணை அமைச்சர் ஜான் மார்லி, 'பிளாசிப் போரில் கிளைவ் தோற்றிருந்தால் பிரிட்டனுக்கு எவ்வளவோ நன்றாக இருந்திருக்கும்' என்று கடுகடுத்தார். கிளைவுக்கு சிலை வைப்பதற்கு பதிலாக இத்தாலிய தேசிய வாதியான கரிபால்டிக்குச் சிலை எழுப்பலாம் என்றார் அவர்!

ஆனால் அந்தச் சமயத்தில் நாடே முடியரசுக்கு வெற்றி முரசு கொட்டும் மன நிலையில் இருந்ததால், கர்ஸனுக்கு ஆதரவு

கிடைத்தது. கிளைவுக்குச் சிலை செய்ய, பொது மக்களிடம் வசூல் நடந்தது. சில இந்திய இளவரசர்களும் வேண்டா வெறுப்பாக நன்கொடை தந்தார்கள். இரண்டு படாடோபமான சிலைகள் செய்யப்பட்டன. 1911-ல் தில்லியில் பேரரசின் தர்பார் கூடிய சமயத்தில் சிலைகள் திறப்புவிழா நடந்தது.

கொல்கத்தாவில் விக்டோரியா நினைவகம் இருக்கிறது. தினமும் ஆயிரக்கணக்கான பார்வையாளர்கள் அதன் வரலாற்று விநோதங்களைக் காண வருவார்கள். அதன் வராந்தாவில்தான் கிளைவின் வெள்ளைப் பளிங்குச் சிலை நிற்கிறது. பூமியின் மறு பக்கம், லண்டனில் உள்ள வைட்ஹாலின் இதயத்தில் மற்றொரு கிளைவ் சிலை. அது இன்னும் சற்று சம்பிரதாயமான பீடத்தின் மீது நிற்கிறது.

கிளைவின் இடது கை, உடை வாளின் கைப் பிடியில் இருக்கிறது. கம்பெனி அதிகாரத்துக்கு வந்ததில் ராணுவத்துக்கு இருந்த முக்கியப் பங்கை இது குறிக்கிறது. வலது கையில் கிளைவ் சில காகிதங்களைச் சுருட்டி வைத்திருக்கிறார். வங்காளத்தைப் பிடிப்பதற்காக, அமீர் சந்த்துடன் மோசடி ஒப்பந்தம் செய்துகொண்டு கள்ளக் கையெழுத்து போட்ட காகிதம்போல் இருக்கிறது! கிளைவுக்குப் பெயர் வாங்கிக் கொடுத்த ஆற்காடு வெற்றி, பிளாசி வெற்றி, திவான் உரிமை பெற்ற மகிழ்ச்சி எல்லாவற்றையும் தாங்கிய கல்வெட்டுகள் சிலையின் பீடத்தைச் சுற்றிலும் உள்ளன.

சிலை மேற்குப் பக்கம் பார்த்தபடி நிற்கிறது. அதன் பார்வை செல்லும் இடமெல்லாம், இந்தியாவில் கொள்ளை அடித்த காசில் கிளைவ் வாங்கிப் போட்ட சொத்துகள்தான். ஒரு மைல் தூரத்தில் பெர்க்லி சதுக்கத்தில் கிளைவ் வாழ்ந்த வீடு. நவம்பர் 1774-ல் இந்த வீட்டில்தான் கிளைவின் உயிர் பிரிந்தது. அங்கே உள்ள கல்வெட்டு, கிளைவை ஒரு ராணுவ வீரர், ஆட்சியாளர் என்றுதான் குறிப்பிடுகிறது. வியாபாரி என்ற சொல்லே காணவில்லை.

லண்டன் நகருக்கு வெளியே, பங்குத் தரகர்களின் பேட்டையான சர்ரேயில் க்ளேர்மாண்ட் மாளிகை நிற்கிறது. திவாலாகிப் போன நியூ காசில் கோமகனிடமிருந்து கிளைவ் இதை வாங்கினார். கட்டடத்தை அழகுபடுத்துவதற்கு கிளைவ் பெரிய திட்டம்

வைத்திருந்தார். அதற்குள் அகால மரணம் அடைந்துவிட்டார். ஆனால் மெக்காலே இந்த இடத்தைப் பற்றிச் சில தகவல்கள் சொல்கிறார்: சர்ரேயின் குடியானவர்கள், கம்பீரமான க்ளேர்மாண்ட் மாளிகையைப் பார்த்து அசந்துபோய் நின்றார்கள். 'பொல்லாத பெரிய ஐயா, வீட்டுச் சுவர்களை எல்லாம் பேய் பிசாசு நுழைந்துவிடாமல் கனமாகக் கட்டி இருக்கிறார்' என்று புதிரும் பயமுமாகப் பேசிக்கொண்டார்கள்.

கிளைவின் பழைய வீடு, பையன்களுக்கான தனியார் பள்ளிக் கூடமாக மாறியிருக்கிறது. அதன் தோட்டங்களும் புல் தரையும் இப்போது தேசியக் காப்பகத்துக்குச் சொந்தம். தில்லியில் லோதி பூங்காவின் கும்பங்களுக்கு இடையே பறப்பதுபோல், கிளிகள் கடற்கரை மரங்களுக்கு நடுவே பறந்து பறந்து போய்வரு கின்றன. இன்னும் மேற்கே போனால், கிளைவின் சொந்த ஊரான ஷ்ராப்ஷயரில் உள்ள வால்காட் கூடத்தில் அவருடைய மாளிகை. இப்போது விடுமுறைக் காலக் குடியிருப்புகளாக மாறிவிட்டது. அவற்றுக்குப் பழைய நினைவுகளைத் தூண்டும் ஆற்காடு, பிளாசி என்றெல்லாம் பெயர்கள் சூட்டப்பட்டிருக் கின்றன. அயர்லாந்தில் லிமரிக்குக்கு வெளியே உள்ள அவருடைய பிளாசி எஸ்டேட் இப்போது நகரப் பல்கலைக் கழகமாக இருக்கிறது.

பொது இடங்களில் உள்ள சிலைகள்தான் ஆளும் வர்க்கத்தினரின் நெறிகளுக்குச் சாட்சியாக நிற்பவை. காலம் மாற மாறக் கருத்துக் களும் மாறுகின்றன; இந்தியா உள்படப் பல நாடுகளிலும், கடந்த காலத்தின் கதாநாயகர்கள் பீடத்திலிருந்து இறக்கிவிடப் பட்டதும் உண்டு.

பிரிட்டனின் மிகப் பெரிய கார்ப்பரேட் அயோக்கியர்களில் ஒருவனுக்கு இவ்வளவு மதிப்பான இடம் கொடுக்கப் பட்டிருப்பதைப் பார்த்தால், பிரிட்டிஷ் உயர் வர்க்கத்தினர் தங்களுடைய கடந்த காலத்தின் கார்ப்பரேட் - முடியாட்சி உண்மைகளை இன்னும் நேருக்கு நேர் சந்திக்கத் தயங்கு கிறார்கள் என்றே தோன்றுகிறது.

கிளைவின் சிலை நகர மத்தியில் இல்லாமல் வைட்ஹாலில் வைக்கப்பட்டிருப்பதிலும் பொருள் உண்டு. கிளைவ் முழுக்க முழுக்கக் கம்பெனி ஆசாமி. அவர் கைப்பற்றிய பிரதேசங்கள் எல்லாம் தனக்கு மட்டுமில்லாமல் கம்பெனிக்காகவும்தான்.

அவருக்கு ஒரு சிலை வைக்கவேண்டும் என்றால் லெடன்ஹால் தெருவில் ஒரு காலத்தில் ஈஸ்ட் இந்தியா ஹவுஸ் இருந்த இடத்தில் வைத்திருக்கலாமே? ஆனால் நாம் முன்னேயே சொன்னதுபோல், லண்டன் அதனுடைய கார்ப்பரேட் வரலாற்றைப்பற்றிக் கேட்டால், பிடி கொடுத்துப் பேசாமல்தான் நழுவுகிறது.

கம்பெனியின் காலத்தில் வாழ்ந்த பலர், அதன் முக்கிய அதிகாரிகளுக்கு எழுப்பச் சொன்ன நினைவுச் சின்னங்களே வேறு; அதையெல்லாம் மீறித்தான் கிளைவுக்கு இந்த உயர்வான இடம் கிடைத்திருக்கிறது. முன்னணிச் சிந்தனையாளரான ஜெரமி பெந்த்தாம் 1822-ல் கம்பெனியின் இயக்குநர்களும் பங்குதாரர்களும் சேர்ந்து வாரன் ஹேஸ்டிங்ஸுக்கு இப்படி ஒரு சிலை வடிக்கவேண்டும் என்றார்: 'எவ்வளவு மோசமான கொடுங்கோல் ஆட்சியாக இருந்தாலும் சரி, எங்கள் சட்டைப் பையில் பணத்தைப் போட்டுக்கொண்டே இருந்தால் போதும். நாங்கள் அதை ஆராதிப்போம்' என்று சிலையின்கீழே பொறிக்கச் சொன்னார்.[2] அதற்குப் பக்கத்திலேயே நீளமான கோட்டு போட்ட ஒரு கூட்டாளியின் சிலையும் வைக்கவேண்டும். இந்தச் சிலை, அந்தச் சிலையின் கையில் லஞ்சப் பணத்தை வைத்து அழுத்துவதுபோல் இருக்கவேண்டும்!

கடைசியாக ஹேஸ்டிங்ஸுக்கும் ஒரு நினைவுச் சின்னம் எழுப்பப்பட்டது. மேலே சொன்னது போன்ற வாசகங்கள் இல்லாமல்தான். சிலை வைத்தவர் அவருடைய விதவை மனைவி. வெஸ்ட்மின்ஸ்டர் ஆலயத்தின் வடப் பக்கத்துச் சிறகுக்கு வெளியே இருக்கும் இந்தச் சிலை 'ஹேஸ்டிங்ஸின் சிறப்பான திறமைக்கும் நேர்மைக்கும் வைக்கப்பட்ட சிலை' என்று அடக்கமாகச் சொல்லிக்கொள்கிறது.

வராந்தாவின் மறு பக்கம், தேவாலயத்தின் 'கம்பெனி மூலை' என்றே சொல்லலாம். இங்கே இரண்டு பிளாசிக் கதாநாயகர் களுக்குக் கண்ணைக் கவரும் சிலைகள் உள்ளன: ஒருவர் அட்மிரல் சார்லஸ் வாட்சன்; மற்றவர் அயர் கூட். இவர், முதலில் கேப்டனாக இருந்து பின்பு ஜெனரலாக உயர்ந்தவர். ஸ்பிரிடியோ னின் நிவேதனம் ஓவியம்போலவே, இந்த நினைவுச் சின்னங் களும் கார்ப்பரேட் பெருமையைப் பறை சாற்றுகின்றன. பாரம்பரியமும் கீழை நாட்டுக் கலாசாரமும் அவற்றில் ஒன்றாகக்

கலந்திருக்கின்றன. வாட்சனின் சிலையில், ஒரு பனை மரத்தின்கீழ் இந்தியன் ஒருவன் கிடக்கிறான். தலையைக் கையில் தாங்கிக்கொண்டிருக்கிறான். அயர் கூட்டின் சிலையில் மற்றோர் இந்தியன். அவனுடைய கைகள் இரண்டும் பின் பக்கம் கட்டப்பட்டுள்ளன.

கர்ஸன், கிளைவின் பெருமையை மறுபடி நிலைநாட்ட முடிவு செய்து ஒரு நூற்றாண்டு ஆகிவிட்டது. இதற்குள் உலகம் மாறி விட்டது. பேரரசு இப்போது இல்லை. கம்யூனிசம் வீழ்ந்து விட்டது. உலகமயமாக்கல் உதயமாகிவிட்டது. இன்று கிளைவின் சிலை முன்பு நின்று பார்த்தால் காலத்துக்குப் பொருத்தமே இல்லாமல் தனியாகத் தெரிகிறது. நூறு வருடம் தாண்டிவிட்டது; பிளாசியின் 250-வது ஆண்டு நிறைவும் வந்தாயிற்று. நம் சமுதாயத்தின் நினைவில் கம்பெனியின் இடம் என்ன என்பதை மற்றொரு முறை ஆராயவேண்டும். சிலைகளை உடைத்துத் தள்ளுவதற்கு அல்ல; அதன் எழுச்சியையும் வீழ்ச்சியையும் பார்த்துப் பாடம் கற்றுக்கொள்வதற்கு. கற்ற பாடங்களைச் செயல்படுத்துவதற்கு.

கிழக்கிந்தியக் கம்பெனி தன் வாழ்நாள் முழுவதும் பல விதமான உணர்ச்சிக் கொந்தளிப்புகளை ஏற்படுத்தி வந்தது: சிலருக்குப் பாராட்டு, சிலருக்கு பயம், சிலருக்குக் கடும் வெறுப்பு. இந்தப் பார்வைக் கோணங்களின் போராட்டம் ஒரு நாடாளுமன்ற விவாதத்தின்போது சூடாகப் பொங்கியது. வங்காளத்தில் கிளைவின் நடத்தை பற்றிய அந்த விவாதம் 1733 மே 10-ம் தேதி நடந்தது.

அன்றைய அரசாங்கத்தில்கூட இது பற்றி இரண்டு விதமான கருத்துக்கள் இருந்தன. தலைமை சட்ட ஆலோசகரான அலெக்ஸாண்டர் வெட்டர்பர்ன், கம்பெனியைப் பலமாக ஆதரித்தார்: 'உண்மையைப் பேசும் வரலாற்று ஆசிரியன் ஒருவனின் பேனா, இந்த நிகழ்ச்சிகளைக் கூட்டாமல் குறைக்காமல் வெளியிடும். கம்பெனி ஒரு புரட்சி செய்து பழைய ஏதென்ஸ், ரோமா புரியைவிடச் செல்வச் செழிப்பான, அதிக மக்கள் தொகை கொண்ட நாடு ஒன்றைப் பெற்றுவிட்டது. இதை எவ்வளவு துருவித் துருவி ஆராய்ந்தாலும் தனி மனிதர்கள் நேர்மைக் குறைவாக நடந்த செயல்கள் மிக மிகச் சிலவே இருக்கும்; அதிலும் பிரிட்டிஷ் பெருமையைக் குலைக்கும் விஷயங்கள் ஒன்றுகூட இருக்காது. இதை எதிர்காலம் பாராட்டும்' என்றார்.

உடனே தலைமை வழக்கறிஞர் எட்வர்ட் தர்லோ எழுந்தார்; தன் கற்றறிந்த நண்பர் சொன்னதை மறுத்தார். 'வங்காளம், அவர்களின் சொந்த அரசாங்கத்தின்கீழ் செழித்தது; நாம் ஆட்சிக்கு வந்தவுடன் அழிவின் விளிம்புக்கே போய்விட்டது. இதற்கெல்லாம் கம்பெனி ஊழியர்களின் பேராசை தவிர வேறென்ன காரணம்?' என்றார்.[3]

கம்பெனியின் 275 ஆண்டு கால வாழ்க்கையை கவனித்தால் அது ஒரு கம்பெனி அல்ல, பல கம்பெனிகள் என்று தெரியும். ஒரு நிறுவனம் என்று பார்த்தால், முதலில் உருவான கார்ப்பரேஷன் ஒரு குறிப்பிட்ட கப்பல் பயணத்துக்காக மட்டுமே ஏற்பட்டது. 1750-களில் இருந்த மாபெரும் பன்னாட்டுக் கம்பெனியோ, முற்றிலும் வேறுவகை மிருகம். 1850-களில் பேரரசின் சார்பில் ஆட்சி செய்யும் ஏஜெண்ட்டாக இருந்த கம்பெனியை எந்த வகையில் சேர்ப்பது?

கம்பெனியின் முன்னேற்றமும் சீராக இல்லை. 1657-ல் கம்பெனியை ஏறக்குறைய இழுத்து மூடாத குறை. 30 வருடம் கழித்து, கம்பெனியின் திமிர், சாகசப் புத்தி ஆகியவற்றால் அதன் வர்த்தகச் சலுகைகள் பறி போய்விட்டன. பிறகு சட்டத்தின் ஓட்டைகளில் புகுந்து புறப்பட்டு, எதிரிகளுடனும் கூட்டு சேர்ந்து ஒன்றிணைந்த கம்பெனியை உருவாக்கி, 1709-ல் அந்தச் சலுகைகளை எப்படியோ திரும்ப வாங்கிவிட்டது.

வங்காளப் புரட்சி, உலகத்தையே தலைகீழாக மாற்றிவிட்டது. சுதந்தரமான வர்த்தக நிறுவனமாக இருந்த கம்பெனியின் அந்தஸ்து கொஞ்சம் கொஞ்சமாக உறிக்கப்பட்டது. முதலில் அதன் நிர்வாக அமைப்புகள்மீது கட்டுப்பாடு வந்தது. பிறகு அதன் வர்த்தகச் சலுகைகள் மறைந்தன. கடைசியில் மற்ற எல்லா நடவடிக்கைகளும் நின்றுபோய், டிவிடெண்ட் விநியோகிக்கும் எலும்புக்கூடாக முடிந்துபோனது கம்பெனி.

தொடர்ச்சியான இந்த உருமாற்றத்தில் கிழக்கிந்தியக் கம்பெனியின் நான்கு முகங்கள் தெளிவாகத் தெரிகின்றன: ஒரு தொழில்முனைவர்போல் ஆரம்பித்த கம்பெனி. உலக வரலாற்றில் ஒரு புரட்சி சக்தியாக மாறிய கம்பெனி. ஆதிக்க வெறி பிடித்து அலைந்த கம்பெனி. தன் செயல்களுக்குப் பொறுப்பு ஏற்க வேண்டி வந்த கார்ப்பரேஷன். இந்த நான்கு முகங்களையும் ஒவ்வொன்றாகப் பார்ப்போம்.

தொழில் துறையின் தலைமகன்

1874-ல் கம்பெனி இறந்தபோது, உரிமை சாசனம் வாங்கிக் கொண்டு தொழில் நடத்தும் கார்ப்பரேஷன்களின் சகாப்தமே முடிவுக்கு வந்தது. பிரிட்டன் உலகம் முழுவதும் சுதந்தரமான வர்த்தகப் பேரரசை நிறுவிக்கொண்டிருந்தது. ராட்சச வணிகக் கம்பெனிகள் இதற்கு ஒத்துவரவில்லை. கிழக்கிந்தியக் கம்பெனி போன்ற சாசனக் கம்பெனிகள், வெளி நாட்டில் அரசாங்கமாகவும் வியாபாரியாகவும் ஒரே நேரத்தில் செயல் பட்டன. முதலில் இவற்றைத் தனித்தனியே பிரித்தார்கள். வணிகத்தை முறைப்படுத்தும் பொறுப்பை முடியரசின் கப்பல் படை எடுத்துக்கொண்டது. அபின் போர்களின்போது இது வெளிப்படையாகத் தெரிந்தது.

அடிமை வியாபாரம் குறைந்துபோனபோது, 1821-ல் ராயல் ஆப்பிரிக்கா கம்பெனி மண்ணில் புதைந்தது. இரண்டு வருடம் கழித்து லெவான்ட் கம்பெனியும் மூடப்பட்டது. ஆனால் விசித்திரம் என்னவென்றால், 1721-ல் அத்தனை கிலியைக் கிளப்பிய தென் கடல் கம்பெனி, இன்னும் ஒரு நூற்றாண்டு காலம் இழுத்துப் பறித்துக்கொண்டு உயிர் வாழ்ந்தது. கடைசியாக அதற்கு 1853 ல்தான் மூடுவிழா நடந்தது. ஹட்சன் பே கம்பெனி இன்றுவரை இருக்கிறது. ஆனால் 1869-ல் தனக்குச் சொந்தமான பூமியை எல்லாம் விட்டுக் கொடுத்துவிட்டு, சில்லறை வர்த்தகத்தில் தன் எதிர்காலத்தைத் தேடப் போய் விட்டது.

இதனுடன்கூடவே, கார்ப்பரேட் கம்பெனிகளின் விரிவாக்கத்துக்கு இருந்த தடைகள் எல்லாம் கொஞ்சம் கொஞ்சமாக விலக்கப் பட்டன. 1721-ல் வந்த குமிழிச் சட்டம் 1825-ல் நீங்கியது. 1844-ல் கூட்டுப் பங்குக் கம்பெனிச் சட்டம் ஒன்று போடப்பட்டது. அதன்பிறகு யாரும் சுலபமாகப் பதிவு செய்துகொண்டு புதிய கம்பெனி ஆரம்பிக்கலாம். கடைசியாக 1862-ல் - ஈஸ்ட் இந்தியா ஹவுஸ் இடிக்கப்பட்டு ஒரு வருடம் கழித்து - முழுமையான கம்பெனிச் சட்டம் நிறைவேறியது. உடனே மற்றொரு பங்குச் சந்தைக் குமிழி புறப்பட்டது! 1866-ல் ஓவரண்ட் அண்ட் கர்னி என்ற பெரிய வங்கி வீழ்ச்சி அடைந்தது.[4]

கிழக்கிந்தியக் கம்பெனியின் சட்டபூர்வமான பூத உடல் மறைந்து விட்டது. ஆனால் அதன் நிர்வாக அமைப்பும் கட்டுப்பாட்டு

முறைகளும் நவீனமான பன்னாட்டுக் கம்பெனிகளில்கூட இன்னும் வாழ்கின்றன. தகவல்களை மேலாண்மை செய்வதற்கு கம்பெனி ஏராளமான எழுத்தர்களையும் கிளர்க்குகளையும் வைத்துக்கொண்டிருந்தது. அதுதான் இன்றைய தகவல் - அடிப் படையில் அமைந்த கார்ப்பரேஷன்களுக்கெல்லாம் முன்னோடி.[5] ஒரு பொருளின் உற்பத்திக்கும் அதன் பயன்பாட்டுக்கும் இடையில் மிக நீண்ட விநியோகச் சங்கிலி ஒன்று இருந்தது. ஜவுளியோ, தேயிலையோ - எந்த வியாபாரத்திலும் இந்தச் சங்கிலி அறுந்து போகாமல் பாதுகாத்து வந்ததுதான் கம்பெனி யின் வெற்றி ரகசியம்.

கம்பெனிக்கு இரண்டு பொற்கால சகாப்தங்கள் இருந்தன. முதலாவது, 1670-கள் முதல் 1680-களின் ஆரம்பக் கட்டம்வரை. இரண்டாவது, 1720-களும் 1730-களும். இந்தக் காலகட்டங்களில் கொள்முதல், விற்பனை, நிதி என எல்லாத் துறைகளிலும் கம்பெனி நுணுக்கமாக, கவனம் சிதறாமல் வேலை செய்தது. இதனால் நுகர்வோருக்குத் தரமான பொருள்கள் கிடைத்தன. முதலீட்டாளர்களுக்கு ஒழுங்காக டிவிடெண்ட் வந்தது. நாட்டுக்கும் நல்ல வரி வசூல்.

ஒவ்வொரு முறையும், கம்பெனிக்கு வளம் கொழித்துவிட்டுச் சட்டென்று வடிந்து போய்விடவில்லை. வேண்டுமென்றே அளவுக்கு மீறிய செல்வமும் செல்வாக்கும் அடைய முயன்றது தான் தவறாகப் போய்விட்டது. 'நிதானமாக, ஆனால் நிச்சயமான லாபம் சம்பாதிக்க முயல்வதற்கு பதிலாக - உடனே லாபம், அநியாய லாபம் என்றுதான் கம்பெனி ஒற்றைக் காலில் நின்றது' என்று பிலிப் பிரான்சிஸ் கூறினார்.[6] 1770-களில் அவர் பொதுமக்கள் பிரதிநிதியாக வங்காளத்தில் வந்து இறங்கிய புதிது.

ஒரு பிரச்னை என்னவென்றால், கம்பெனிப் பொருளாதாரத்தின் அடிப்படையே ஏகபோகம்தான். இதனால் கம்பெனி, சங்கிலியின் இரண்டு முனைகளிலும் அதிகாரம் செலுத்த முனைந்தது. இதைவிட ஆதாரமான கோளாறு ஒன்றும் இருக் கிறது என்றார் ஆடம் ஸ்மித்: பங்குக் கம்பெனி என்ற அமைப்பி னால் அதிகாரிகள், முதலீட்டாளர்கள் இருவருக்குமே அசட்டை வந்துவிடும்; இருவருமே தாம் தூம் செலவு செய்ய முற்படு வார்கள். உடைமையும் நிர்வாகமும் தனித்தனியாகப் பிரிந்து கிடப்பதில் இரண்டு ஆபத்துக்கள்: அதிகாரிகள் தங்கள் சொந்த

லாபத்துக்குக் கார்ப்பரேஷனை இஷ்டப்படி வளைத்துக் கொள்வார்கள். பங்குதாரர்கள் நேரடியாக நிர்வாகத்தில் ஈடுபடாததால் எதற்கும் எள்ளளவு பொறுப்பும் ஏற்கத் தேவை யில்லை!

கம்பெனியின் வங்காளக் குமிழி, 1720-ல் வெடித்த தென் கடல் குமிழிபோல அவ்வளவு பெரிய வாண வேடிக்கை ஏற்படுத்த வில்லை. இருந்தும் அது பொதுப் பங்குக் கம்பெனியின் அனைத்து அவலங்களையும் வெளிச்சம் போட்டுக் காட்டியது: அதிகாரிகள் கம்பெனியை வளைத்துக்கொள்வது, உள்ளே இருந்துகொண்டே பங்கு மார்க்கெட்டில் விளையாடுவது, எதிர்காலத்தில் பண மழை கொட்டப்போகிறது என்று வாய்ப் பந்தல் போடுவது, எல்லாம். இது தவிர, பண மார்க்கெட்டை அவ்வப்போது பிடித்துக்கொள்ளும் பைத்தியக்காரத்தனமான உற்சாகம் வேறு.

பிறகு சந்தை வீழ்ந்தது. பங்கு விலை உள்ளுக்குள்ளே உடைந்து நொறுங்கியது. ஆங்கில அரசு திகைத்தது! கடிவாளம் இல்லாமல் கார்ப்பரேஷன்களை ஓடவிட்டால் பணத்துக்கும் கேடு, மனிதர்களுக்கும் கேடு என்பது புரிந்தது.

ஜான் கம்பெனியின் கதையிலிருந்து ஒன்று தெரிகிறது - சுதந்தரமான சந்தைக்கும் கார்ப்பரேஷன்களுக்கும் ஒருபோதும் ஒத்துப் போகாது. கார்ப்பரேஷன்களை அடக்கி வைத்திருந்தால் தான் பொருளாதாரம் தாராளமாகக் கிளை பரப்பும்; தொழில்முனைவோருக்கு ஊக்கம் பிறக்கும்.

18-ம் நூற்றாண்டின் வளர்ந்துவரும் வணிகப் பொருளாதாரத்தை, அந்தக் காலத்திலேயே வாழ்ந்த ஸ்மித் அலசினார். அதைக் கவனித்தால் சில விஷயங்கள் தெளிவாகின்றன: உண்மை யிலேயே தொழில்முனையும் கம்பெனி என்றால் அதற்கு உள்ளூரில் வேர்கள் இருக்கும். கம்பெனி, அளவில் சிறியதாக இருக்கும். தன்னால் மற்றவர்களுக்கு ஏதாவது இழப்பு நேர்ந்தால், அதற்கு பதில் சொல்லக் கடமைப்பட்டதாக இருக்கும்.

வர்த்தகம் உலகமயமானதற்கு ஸ்மித்தின் தத்துவம்தான் தூண்டுகோல் என்று அடிக்கடிச் சொல்கிறார்கள். ஆனால் மாபெரும் கார்ப்பரேஷன்கள் இன்றைக்கு எப்படி நம் அரசியல்,

பொருளாதார வாழ்வையே ஆக்கிரமித்துள்ளன என்பதைக் கேட்டால் ஸ்மித் அரண்டுபோய்விடுவார்! இதனால் உலகத்தின் சுபிட்சத்துக்கும் ஆபத்து, சமுதாயத்தின் தர்ம நியாயங்களுக்கும் ஆபத்து என்று அவருக்குத் தெரியும்.

புரட்சிக் கார்ப்பரேஷன்

வர்த்தகச் சலுகைகள், அசையாச் சொத்துகள் இரண்டையும் கைப்பற்றுவது கம்பெனிக்குக் கை வந்த கலை. முழுசாக ஒரு பிரதேசத்தையே கைப்பற்றிக்கொள்ளும்; பிறகு அதை ஒரு பணத் தோட்டமாக மாற்றி லாபத்தை அறுவடை செய்யும். பிரிட்டிஷ் கம்பெனி மட்டுமல்ல; முன்பு டச்சு வி.ஓ.சிகூட இதையேதான் செய்தது. இந்தோனேசியாவை வென்று கார்ப்பரேட் ஆட்சியை அமைத்தது. நவாப் நாற்காலி விளையாட்டை தென்னிந்தியாவில் அரங்கேற்றம் செய்ததே பிரெஞ்சுக்காரர்கள் தான். அதைத்தான் கிளைவ் வெற்றிகரமாக வங்காளத்துக்கு எடுத்துச் சென்றார். ஆனால் கிழக்கிந்தியக் கம்பெனி, உலகத்தில் அன்றைக்கு இருந்த வர்த்தக வானிலையையே தலைகீழாக மாற்றிவிட்டது; அதுதான் ஜான் கம்பெனியின் புரட்சிக்கும் மற்றவர்களுக்கும் உள்ள வித்தியாசம்.

அன்றைய மிகப் பெரிய இரு ஆசியப் பொருளாதாரச் சிங்கங்கள், இந்தியாவும் சீனாவும். அதில் ஒன்றின் மிகப் பணக்காரப் பிரதேசம் வங்காளம். 17-ம் நூற்றாண்டின் இறுதி முதல், வங்காளம் கம்பெனியின் வர்த்தகத்துக்கே நடு நாயகமாகிவிட்டது. 1717-ல் ஃபர்மான் ஆணையால் வரி இல்லாமல் வியாபாரம் செய்யும் உரிமை கம்பெனிக்குக் கிடைத்தது. ஆனால் தனிப்பட்ட லாபம், கார்ப்பரேட் லாபம் இரண்டையும் தேடி அலைந்த கம்பெனிக்கு அதில் திருப்தி இல்லை. சீக்கிரமே வங்காளத்தில் இருந்த கம்பெனி அதிகாரிகள் அதைப் போர்வையாக உபயோகித்துக்கொண்டு, அவரவர்கள் சொந்த வியாபாரத்தில் இறங்கவிட்டார்கள்.

இது சட்டப்படி செய்துகொண்ட ஒப்பந்தத்துக்கும் விரோதம்; வங்காள அரசுக்கும் ஏராளமான வரி இழப்பு. கம்பெனி தன் ஒப்பந்தத்தை மீறாமல் தடுப்பதற்கு உள்ளூர் நவாப் திரும்பத் திரும்ப முயற்சி செய்தார். அதனால்தான் பிளாசிப் போரே ஏற்பட்டது. இது பெரிய ஒழுங்கீனம் என்பது அங்கே இருந்த கம்பெனி அதிகாரிகளுக்கும் தெரியும், லண்டனில் இருந்த இயக்குநர்களுக்கும் வருடக் கணக்காகத் தெரியும். இருந்தும்

பிரச்னையை முடிவுக்குக் கொண்டுவருவதற்கு அவர்கள் ஒரு விரலைக்கூட அசைக்கவில்லை.[7] உள்ளூர் சட்டங்களை மீறுவதில் அத்தனை லாபம் இருந்தது! அதனால் இந்தப் பழக்கம் உடம்போடு ஒட்டிக்கொண்டுவிட்டது.

கிளைவ் வங்காளத்தைக் கைப்பற்றிய உடனே, வங்காளத்திடம் உபரியாக இருந்த செல்வம் முழுவதையும் மடை திருப்பிவிட்டது கம்பெனி. முகலாயப் பேரரசர், உள்ளூர் நவாப் போன்றவர்களின் சபையில் இருந்த சொத்துகளெல்லாம் பிரிட்டனின் மாளிகைகளுக்கும் கிராம எஸ்டேட்களுக்கும் சென்றன. இதைப் பயன்படுத்திக்கொண்டுதான் கம்பெனியின் அடுத்த அத்தியாயத்தில் சீனாவிலும் சாகசங்கள் ஆரம்பித்தன.

முதலில் தயக்கமாக ஆரம்பித்தது; வர வர முரட்டுத்தனம் அதிகரித்தது. பிகாரின் அபின் உற்பத்தி முழுவதையும் கம்பெனி தன் ஏகபோகக் கைப்பிடிக்குள் கொண்டுவந்தது. அப்போதுதான் துளிர் விட்டுக்கொண்டிருந்த தேயிலை வியாபாரத்துக்குப் பணம் தேவைப்பட்டது. இதற்காக சீனாவுக்குள் அபின் கடத்துவதைக் கம்பெனி முழுமூச்சாக ஆதரித்தது. இதுவும் சட்ட விரோதம் என்பது உள்நாட்டிலும் வெளிநாட்டிலும் நன்றாகவே தெரிந்திருந்தது; ஆனால் அதன் விலையை நினைத்துப் பார்த்து வாய் அடைத்துப் போய்விட்டது. கடைசியில் சீன அதிகாரிகள் இந்த வியாபாரத்தை நிறுத்துவதற்கு முயன்றபோது, கம்பெனியும் முடியரசும் சேர்ந்து எடுத்த முடிவு: சீனாவுக்கு பீரங்கிக் கப்பல்களைத் தூது அனுப்புவோம்!

கம்பெனி பணம் சம்பாதிப்பதற்காகத் தன் அரசியல், பொருளாதார ஆயுதங்கள் அனைத்தையும் தொடர்ந்து உபயோகித்தது. இதனால் இரண்டு உலகப் பேரரசுகள் மண்ணில் புதைந்தன. 1750-களிலேயே முகலாய அரசின் வீழ்ச்சி தொடங்கியிருந்தது. ஆனால் அப்போது ஐரோப்பியக் கம்பெனிகள் எல்லாம் ஒரு மூலையில் பதுங்கி இருந்தன. கடற்கரை விளிம்பில் ஒரு சில இடங்களில் மட்டும்தான் அவை கால் ஊன்ற முடிந்தது. அவற்றின் வியாபாரம், பேரரசின் வெளி நாட்டு வர்த்தகத்தில் ஒரு சின்னப் பகுதிதான்.

பிளாசியில் வெற்றி பெற்று, 1765-ல் திவான் உரிமையும் கிடைத்த பிறகு, லாபகரமான ஒரு நிறுவனம் பிறந்தது. தடுமாறும் முகலாய அரசின் இதயத்தைத் துளை போட்டு வசதியாக அமர்ந்துகொண்டு,

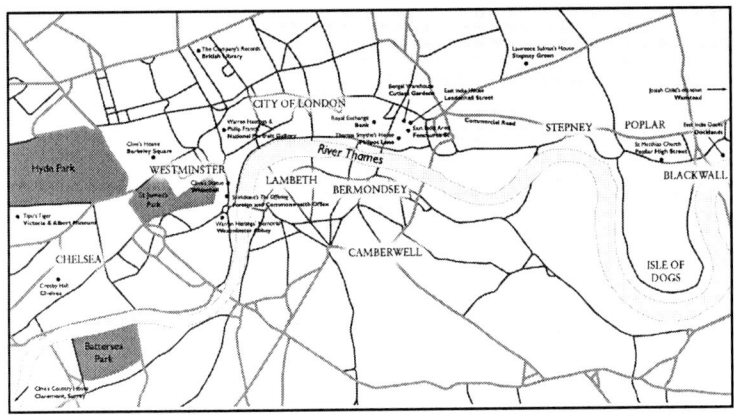

படம் 9.2: லண்டனில் கம்பெனி

மெல்ல மெல்ல அதன் செல்வத்தையும் செல்வாக்கையும் உறிஞ்சிக் குடிக்க ஆரம்பித்தது.

சீனாவின் சந்தையைக் கைப்பற்றுவதற்கு இன்னும் அதிக நாள் ஆயிற்று. சீனாவில் பிரிட்டிஷ் முடியாட்சி நுழைந்த வேகத் துடன் ஒப்பிட்டால், கம்பெனியின் பங்கு இரண்டாம் பட்சம்தான். ஆனால் சிங் வம்சத்தின் பொருளாதாரம் வெளி யாரை எதிர்பார்த்து இருக்கவில்லை. அதை உடைத்துத் திறப்பதற்கு, கம்பெனி இடைவிடாமல் சீனாவுக்குள் அபினைத் திணித்தது.

முகலாயர்கள், சிங் அரசர்கள் ஆகியோரின் கட்டுப்பாட்டைத் தகர்த்தது பிரிட்டிஷ் கிழக்கிந்தியக் கம்பெனி. மான்செஸ்டரின் தொழில் உற்பத்தித் துறை, அதைப் பயன்படுத்திக்கொண்டு அசந்த நேரத்தில் ஆளை அடித்துவிட்டது. அவ்வளவுதான்.

கம்பெனி சாதித்தது நிச்சயம் ஒரு புரட்சிதான்; அதைப் பற்றி ராபர்ட் கிளைவ் முதல் எட்மண்ட் பர்க் வரையிலும், பிறகு கார்ல் மார்க்ஸின் மனத்திலும் சந்தேகமில்லை.

கிளைவுக்கு ஒரே கொண்டாட்டம்! கிழக்கேயிருந்து மேற்குக்கு வரிசை வரிசையாகப் பொக்கிஷங்கள் அணி வகுக்கப் போகின்றன என்று கனவு கண்டார். ஆரம்பத்தில் பர்க்கும் கிளைவின் வெற்றியில் மகிழ்ந்தார். ஆனால் கொஞ்சம் கொஞ்சமாகக் கம்பெனி விவகாரங்கள் வெளியே வந்தபோது அதிர்ந்தார். ஒரு

வணிக நிறுவனம் இந்தியாவில் சட்டத்தை, வரைமுறைகளை அந்த அளவுக்கு உடைத்து துவம்சம் செய்துவிட்டது.

மார்க்ஸ் எப்போதுமே மாற்றுக் கருத்தையும் பார்ப்பவர். அவரைப் பொருத்தவரை கம்பெனியின் புரட்சியால் இரண்டு விளைவுகள்: ஒன்று, மக்களுக்குப் பேரழிவு. இரண்டாவது, அந்தப் புரட்சியால்தான் நவீனமயமாக்கல் தொடங்கியது. இதனால்தான் பர்க்கின் மனத்தில் இந்தியாவிடம் பரிவு இருந் தாலும், அவரும் கண்ணுக்கு நேரே தெரிகிற ஆதிக்க வெறியைப் பார்க்கத் தவறிவிட்டார்.

முடியரசும் ஒரு பிசினஸ்தான்!

கம்பெனி தன் வாழ் நாளின் கடைசி இருபது வருடம், பிரிட்டிஷ் பேரரசின் ஏஜெண்ட்டாகவே வாழ்ந்தது. ஆனால் வணிக நிறுவனமாக இருந்த கம்பெனி, அரசு நிர்வாகத்தில் நுழைந்தது, முன்பு 1784-ல் மாபெரும் இந்தியச் சட்டம் வந்தபோதே ஆரம்பித்துவிட்டது. ஆக, கம்பெனியின் வாழ்க்கையில் கடைசி மூன்றில் ஒரு பங்கு ஹூ போவென் சொன்னதுபோல 'முடியரசு பிசினஸில்'தான் கழிந்தது.

இதற்கு முன்னால்கூட இந்த அரச பரம்பரை ரத்தம் கம்பெனியைப் பாதித்ததுண்டு. 1680-களில் ஜோசையா சைல்டின் ஆட்சியின்கீழ் கம்பெனி, அதிகாரத்தைப் பிடிக்க முயன்று கையைச் சுட்டுக் கொண்டது இதற்கு உதாரணம்.

சட்டதிட்டம், பொருளாதார விதிகள் இவற்றால் லாபம் உண்டு. அந்த லாபத்தை அறுவடை செய்வது யார் என்பதில் அரசாங்கத்துக்கும் கார்ப்பரேஷனுக்கும் எப்போதுமே இழுபறிப் போட்டி! அதிலும் கம்பெனியின் விநோதமான உரிமைப் பத்திரத்தினால், வெளி நாட்டு அரசுகளுடன் பழகும்போது அதற்கு ஓர் அரசுமுறை அந்தஸ்து இருந்தது. எனவே அரசாங்கத் துடன் நடந்த இழுபறியும் ராஜ யோகமாகவே நடந்தது.

இதைவிட அடிப்படையான விஷயம், கார்ப்பரேஷனுக்கு எப்போதும் ஒன்றே குறி: நம் அதிகாரிகளுக்கும் முதலீட்டாளர் களுக்கும் அதிகபட்ச லாபம் சம்பாதித்துத் தருவது எப்படி? இதைச் சாதிக்க நல்ல வழி, அரசாங்கத்தையும் சமுதாயத்தை யுமே ஓரம் கட்டிவிடுவது; பொறுப்பு எதையும் ஏற்காமலே

செல்வத்தை மட்டும் உறிஞ்சிக்கொள்வது. பேரரசுகள் காலம் காலமாக இதைத்தான் செய்துவந்துள்ளன.

விளைவு - இந்தியா சாறு வேறு, சக்கை வேறாகப் பிழியப்பட்டது!

1780-களில் பர்க் முதலில் இதைச் சொன்னபோதிலிருந்தே, சூடான விவாதங்களைக் கிளப்பிய விஷயம் இது. கம்பெனியால் இந்தியாவுக்கு ஏற்பட்ட பொருளாதார விளைவுகள் என்ன என்பதை ஆராய்வதில் இரண்டு சிக்கல்கள் இருக்கின்றன. முதலில் இதைப் பற்றிப் போதுமான புள்ளியியல் தகவல்கள் இல்லை; இரண்டாவது, சுரண்டலின் விளைவுகள் என்ன என்பதிலும் ஒத்த கருத்து ஏற்படவில்லை.

18, 19-ம் நூற்றாண்டுகளில் தேசியக் கணக்கீட்டு முறைகள் துண்டு துண்டாகச் சிதறி இருந்தன. கம்பெனியின் பொருளாதாரச் சேதங்கள் பற்றி பல்வேறுவிதமான கருத்துகள் உருவாக இதுதான் காரணம். சுரண்டல் கணக்கில் எதை எதை எல்லாம் சேர்த்துக்கொள்ளவேண்டும் என்பதையும் நிதானித்துத்தான் யோசிக்கவேண்டியுள்ளது. ஒட்டுமொத்தமாகப் பார்த்தால், இந்தியாவில் கம்பெனியும் அதன் அதிகாரிகளும் காசு கொடுக்காமலே வியாபாரம் செய்ததெல்லாம் இதில் அடங்கும்.

1783-ல் இது வருடத்துக்கு 12 லட்சம் பவுண்டு இருக்கும் என்று பர்க் கணக்கிட்டார். இன்றைய அறிஞர்கள் தங்களுக்குள் எவ்வளவுதான் சண்டை போட்டாலும், அவர்களுடைய கணக்கும் ஏறக்குறைய இந்த எண்ணிக்கைக்குப் பக்கத்தில்தான் வருகிறது. 1960-களில் பேராசிரியர் என்.கே.சின்ஹா சொன்னது இதைவிடச் சற்று அதிகம். அவருடைய கூற்றுப்படி, 1757-க்கும் 1780-க்கும் இடையில் கம்பெனி சம்பாதித்தது 16 லட்சம் பவுண்டு. சமீபத்தில் ரஜத் தத்தா இதைக் குறைத்து 10 லட்சம் பவுண்டாக்கினார்.[8] இது பிளாசிக்கும் 1794-க்கும் இடையில் கம்பெனி இந்தியாவைப் பிழிந்து எடுத்த தொகை.

இவை எல்லாமே மிக மிகக் குறைவான கணக்கீடாகத்தான் இருக்கும். கம்பெனி தன் ஏகபோகத்தினால் ஜவுளி, அபின் போன்ற பல பொருள்களுக்கு, சந்தை விலையைவிடக் குறைவாகவே கொடுத்தது, அதைப் பயன்படுத்தி சீன வியாபாரத்தில் கொள்ளை லாபம் அடித்தது ஆகியவற்றையும் சேர்த்தால் இதைவிடப் பல மடங்கு இருக்கும்.

19-ம் நூற்றாண்டில் கம்பெனி வர்த்தகம் செய்வதை நிறுத்திய பிறகு, அதே பிழியல் வேறுவிதத்தில் தொடர்ந்தது. 1838-ல் மாண்ட்கோமரி மார்ட்டின் இதைக் கணக்கிட்டார்: முந்தைய 30 வருடங்களில் கம்பெனி இந்தியாவிலிருந்து பிழிந்துகொண்டு போனது 30 லட்சம் பவுண்டு. இதற்கு 12 சதவிகிதம் கூட்டு வட்டி என்று வைத்துக்கொண்டால், மொத்தம் 72,39,97,917 பவுண்டு ஆகிறது.[9] 21-ம் நூற்றாண்டின் வாங்கும் சக்தியை வைத்துப் பார்த்தால், இந்தியா 4,000 கோடி பவுண்டு (3,30,000 கோடி ரூபாய்) கப்பம் கட்டி இருக்கிறது![10]

இப்படிப் பணம் வெள்ளமாகப் பாய்ந்தது; சரி. அதனால் பிரிட்டன் எப்படி முன்னுக்கு வந்தது, இந்தியாவும், பிறகு சீனாவும் எப்படித் தாழ்ந்துபோயின என்பதுதான் அதைவிட முக்கியமான கேள்வி. இதை அந்தக் காலத்தில் வாழ்ந்தவர்களே சரியாகக் கணித்திருக்கிறார்கள்: 1772-ல் அலெக்ஸாண்டர் டௌ, ‘அந்நியர்களின் காலடியில் வங்காளம் வீழ்ந்ததே, அன்றைக்கு ஆரம்பித்தது சரிவு!’ என்றார்.[11]

இனி பிரிட்டனைப் பற்றிப் பார்ப்போம். கம்பெனி இந்தியாவைக் கைப்பற்றியதற்கும், தொழிற்புரட்சிக்கு எங்கிருந்து பணம் கிடைத்தது என்பதற்கும் சம்பந்தம் உள்ளதா?

இது பெரிய சர்ச்சையை எழுப்பிய கேள்வி. ப்ரூக் ஆடம்ஸ் 19-ம் நூற்றாண்டின் இறுதியில் வாழ்ந்தவர். அவர், ‘வங்காளத்தில் கொள்ளையடித்த பணம் உள்ளே வந்ததற்கும், தொழில் துறையில் புதிய தொழில்நுட்பங்கள் நுழைந்ததற்கும் தவிர்க்க முடியாத தொடர்பு இருக்கிறது. இந்தியாவிலிருந்து பிழிந்து எடுத்துப்போன முதலீடு இல்லாவிட்டால் நூற்பு ஆலை, க்ராம்ப்டனின் ‘கோவேறு கழுதை’ இயந்திரம், வாட்ஸின் நீராவி எஞ்சின் எல்லாம் உறங்கிக்கொண்டே இருந்திருக்கும்’ என்கிறார். ‘இந்தியக் கொள்ளையில் கிடைத்த லாபம், உலகம் தோன்றிய நாளிலிருந்து வேறு எந்த முதலீட்டிலும் கிடைத்ததில்லை’ என்று முடிக்கிறார் ஆடம்ஸ்.[12]

இந்திய சுதந்தரப் போராட்டத்தின்போது தேசியவாதிகள் ஆடம்ஸின் முடிவுகளை நிறைய எடுத்து ஆண்டார்கள். ஆனால் தற்காலத்து இந்திய வரலாற்று ஆசிரியர்கள் பெரும்பாலோர் எச்சரிக்கையாகப் பேசுகிறார்கள்: ‘இந்த மாதிரி தனிப்பட்டவர்கள்

சுரண்டிச் சேர்த்த சொத்துகள்தான் தொழிற்புரட்சிக்கு வித்திட்டது என்று சொல்ல முடியாது' என்கிறார்கள்.[13]

விஷயத்தின் ஆணி வேரைப் பிடிப்பதற்கு, இன்னும் நுணுக்கமாக ஆராய வேண்டி இருக்கிறது. மார்க்கெட்டுகள் இயங்குவதே, நேற்றைவிட இன்றைக்கு எவ்வளவு அதிகம் - அல்லது குறைவு - என்பதை வைத்துத்தான். இந்தியா பிழியப்பட்டது உண்மை; அது இந்தியாவிலும் பிரிட்டனிலும் நுகர்வோரை எப்படிப் பாதித்தது, மூலதனம் எப்படி உருவாயிற்று என்பதில் தான் சூட்சுமமே உள்ளது.

இந்தியாவின் செல்வம் பிழிந்து எடுக்கப்பட்டதால் நுகர்வது குறைந்துவிட்டது. ஏற்கெனவே குறைவாக இருந்த சிறு சேமிப்பு இன்னும் சுருங்கியது. பிரிட்டனால் வரவுக்குமீறிச் செலவு செய்ய முடிந்தது. அதனுடைய உள்நாட்டுப் பொருளாதாரத்தின் தகுதிக்குமீறி அவர்களால் நுகர்வதும், வியாபாரம் செய்வதும், முதலீடு செய்வதும் சாத்தியமாயிற்று.

இந்தியாவைச் சாறு பிழிந்ததில் சில நூறு நவாபுகள் ஆடம்பரமாக வாழ்ந்திருக்கலாம்; ஆனால் அது அல்ல முக்கிய ரகசியம். ஏராளமான பொருள்களை ஆசியாவிலிருந்து கொண்டுபோய் ஐரோப்பா, அமெரிக்கா மற்றும் பிற பகுதிகளுக்கு மறு ஏற்றுமதி செய்ததால், ஒரு பெரிய பொருளாதாரச் சுழற்சியே உருவாயிற்று. ஆசியாவிலிருந்து காசு கொடுக்காமலே கம்பெனி கொள்முதல் செய்தது, 1770-லேயே 14 லட்சம் பவுண்டு. 1800-ல் இது 48 லட்சம் பவுண்டாக அதிகரித்தது.

இப்படி வெறும் எண்களாகச் சொன்னால் இதன் உண்மையான முக்கியத்துவம் புரியாது. 1770-ல் ஆசியாவில் அவர்கள் பிழிந்து எடுத்தது, பிரிட்டனின் மொத்த உற்பத்தியில் 1.7 சதவிகிதம். 1800-ல் இது 3.5 சதவிகிதமாக அதிகரித்தது. இதை சமீபத்தில் உத்ஸா பட்நாயக் ஆராய்ந்து கூறியிருக்கிறார்.[14] பிரிட்டன் எப்போதுமே மேற்கிந்தியத் தீவுகளில் அடிமைகளை வேலை செய்யவைத்துக் கரும்புத் தோட்டம் அமைத்து ஏராளமாக சம்பாதித்து வந்தது. 1800 முதல் ஆசியாவில் பிழிந்த செல்வமும் அதற்கு இணையாக வளர்ந்தது. இரண்டையும் சேர்த்தால், 1801-ல் பிரிட்டனின் உள்நாட்டுச் சேமிப்பில் 86 சதவிகிதம் வரும்![15]

'இந்தியாவில் வங்காளம், பிகார், ஒரிஸ்ஸா போன்று பிரிட்டிஷ் ஆட்சியின்கீழ் நீண்ட காலம் இருந்த பகுதிகள்தான் இன்றைக்கு

மிக ஏழையாகவும் இருக்கின்றன. கம்பெனியும் பிரிட்டிஷ் அரசும் சேர்ந்து செய்த சேதாரத்துக்கு இதுவே முக்கியமான ஆதாரம்' என்றார் ஜவாஹர்லால் நேரு.[16] வல்லுனர்கள் இதை விட அடிப்படையான ஒரு கணக்கைச் சொல்கிறார்கள்: இந்தியாவின் தனி நபர் வருமானம் ஏற்கெனவே தேய்ந்து கொண்டிருந்தது. பிளாசிப் போர் நடந்த வருடத்தில் இது 540 டாலராக இருந்தது. 1857 புரட்சி நடந்தபோது 520 டாலராகக் குறைந்தது. இதே சமயத்தில் பிரிட்டனின் தனி நபர் வருமானம் 1,424 டாலரிலிருந்து 2,717 டாலருக்குத் தாவியது.[17]

கம்பெனி பதில் சொல்லட்டும்!

கார்ப்பரேஷன்கள் ஒருபோதும் தானாகத் திருந்தவே திருந்தாது என்றார் எட்மண்ட் பர்க். அவர் இதைக் கண்கூடாகப் பார்த்தவர். 'மார்க்கெட்டை விரிவாக்கியது போதும், நிறுத்து' என்பதற்கோ, 'அரசியலை உபயோகித்து மார்க்கெட்டை உனக்குச் சாதகமாக வளைத்துக்கொள்ளாதே' என்று சொல்வதற்கோ, கார்ப்ப ரேஷனின் அமைப்புக்குள்ளேயே எந்த உபாயமும் இல்லை. கார்ப்பரேட் தில்லுமுல்லுகளைத் தட்டிக் கேட்பதற்கு வெளி யிலிருந்துதான் ஏதாவது செய்தாகவேண்டும். இது பர்க்கின் காலம் முதல் இன்றுவரை உண்மை.

கம்பெனி ஒரு பெரிய லஞ்ச வலையே பின்னி வைத்திருந்தது என்பது 1690-களில் வெளிச்சத்துக்கு வந்தது. நாடாளுமன்றம், பிரைவி கவுன்சிலின் தலைவரைக் குற்ற விசாரணை செய்ய முயன்றது. ஆனால் அதற்குள் மன்னர் தலையிட்டு நாடாளு மன்றத்தையே கலைத்துவிட்டார்! இது நடந்து 70 வருடம் கழித்து கிளைவ் செய்த 'அட்டைக் கரியான' குற்றங்கள் மக்களவையின் முன் வந்தன. முடியரசை விரிவாக்குவதற்கு அவர் செய்த சேவைகளைக் கருத்தில் கொண்டு, குற்றங்களை மன்னித்து விடுதலை செய்துவிட்டார்கள். பிறகு பர்க் மறுபடி ஹேஸ்டிங்ஸின் மீது வங்காள வழக்கில் குற்றச்சாட்டுத் தீர்மானம் கொண்டுவந்தார். பிரபுக்கள் அவையில் அவர் நிரபராதி என்று தீர்ப்பு வந்தது. ஹேஸ்டிங்ஸ் செய்த தவறெல்லாம் உள்ளங்கை நெல்லிக் கனியாகத் தெரிந்தும்கூட, பர்க் வழக்கைச் சரியாக நடத்தாததால் எல்லாம் வீணாகிவிட்டது.

கம்பெனி, தன் ஊழியர்கள் ஒழுங்காக நடந்துகொள்ள வேண்டும் என்பதற்காகப் பற்பல விதிகளையும் ஒப்பந்தங்

களையும் போட்டுவைத்திருந்தது உண்மைதான். 1690-களின் ஊழலுக்குப்பிறகு கம்பெனி ஓரளவுக்கு நேர்மையாக நடந்து கொள்ளவும் ஆரம்பித்தது. ஆனால் இந்தியாவில் கைப்பற்றிய பகுதிகளிலிருந்து கூரையைப் பிய்த்துக்கொண்டு பணம் கொட்டப்போகிறது என்றவுடன், பேராசைப் புயலில் அத்தனை கட்டுப்பாடுகளும் பறந்த இடம் தெரியவில்லை. 1764-ல், லஞ்சம் வாங்கக்கூடாது என்று தடை உத்தரவு வந்தது. காலம் கடந்த முயற்சி; அதெல்லாம் போதவில்லை.

கிளைவின் சாகசங்கள் அளவுக்குமீறிப் போனதைக் கட்டுப்படுத்த லாரன்ஸ் சல்லிவனும் முயற்சி செய்தார். ஆனால் அவருக்கும் 1770-களில் மோசமான பண நெருக்கடி ஏற்பட்டபோது, தன் மகன் ஸ்டீபனை மகிழ்ச்சியுடனே வங்காளத்துக்கு அனுப்பி வைத்தார் - அபின் விற்று, காண்ட்ராக்ட் எடுத்து, இழந்த குடும்ப சொத்தை மீட்டுத் தரட்டும் என்று.

ஏகபோக வலிமை என்பது, மார்க்கெட்டை மட்டும் சேதப் படுத்துவது அல்ல; நிர்வாகிகள் அலட்சியமாக நடப்பதற்கும் அனுமதி கொடுத்ததுபோல் ஆகிவிடும். கம்பெனியின் நடத்தையால் இங்கிலாந்தின் நுகர்வோருக்கும் நஷ்டம், இந்தியாவின் உற்பத்தியாளர்களுக்கும் நஷ்டம். சமூகங்கள் இடம் பெயர்ந்தன. பொது நலம் செல்லரித்துப் போனது. கார்ப்பரேட் அலட்சியம் எந்த அளவுக்குக் கொண்டுபோய்விடும் என்பதற்கு, 1770-ல் ஏற்பட்ட வங்காளப் பஞ்சம் இன்றுவரை பயங்கர சாட்சியாகப் பார்த்துக்கொண்டு நிற்கிறது. இதற்கு நூறு வருடம் கழித்து லண்டனில் உள்ள இந்தியா அலுவலகத்தில் ஜார்ஜ் செஸ்னி என்ற சிவில் அதிகாரி ஒருவர் வேறு வழியில்லாமல் ஒப்புக்கொண்டார்: 'வங்காளப் பஞ்சம் நாட்டைத் தரிசாகவே ஆக்கிப் போட்டுவிட்டது. அதன் தழும்புகள் இன்னும் முழுதாக மறையவில்லை' என்று 1877-ல் எழுதினார்.[18]

கம்பெனி இப்படிக் கேட்பாரில்லாமல் திரிவதற்கு ஒரே மருந்து, அதன் உரிமைப் பத்திரத்தை மாற்றி எழுதவேண்டும் என்றார் பர்க். மறுபடி பொறுப்பை அதன் தலையில் சுமத்தவேண்டும். 1783-ல் இந்தியா சட்டத்தை ஆதரித்து நாடாளுமன்றத்தில் பேசும்போது, பர்க் அரசியல் உரிமையையும் வர்த்தக உரிமையையும் தனித் தனியாகப் பிரித்துப் பார்த்தார்: 'மகா சாசனம் என்பது அதிகாரத்தைக் கட்டுப்படுத்தவும் ஏகபோகத்தை ஒழிப்பதற்கும் ஏற்பட்டது.

ஆனால் கிழக்கிந்திய சாசனமோ, ஏகபோகத்தை ஏற்படுத்து வதற்கும் அதிகாரத்தை உருவாக்கவுமே பிறந்தது.'

கம்பெனியும் அதன் அதிகாரிகளும் அவர்கள் செய்ததற்கெல் லாம் பொறுப்பு ஏற்றுக்கொள்ளவேண்டும் என்பது பர்க்கின் வாதம். தன் தரப்பு நியாயம் மிகவும் வலுவாக இருக்கிறது என்று அவர் நம்பினார். 'அவர்களே இதற்குப் பொறுப்பு. கார்ப்பரேட் கம்பெனி என்ற முறையிலும் தனிப்பட்ட முறையிலும் ஒவ்வொருவருக்கும் பொறுப்பு உண்டு. கம்பெனியும் அதன் ஊழியர் படையும் இந்த நாட்டின் உயர்ந்த நீதிக்குப் பதில் சொல்லும் பொறுப்பு உடையவர்கள். கார்ப்பரேட் உரிமைப் பத்திரத்துடன்கூடவே பிறந்த கடமைகளும் இருக்கின்றன. இந்த நாடு ஒருபோதும் உரிமையை மட்டும் கொடுத்துவிட்டு அதற்குத் தகுந்த கடமைகள் இல்லாமல் செய்யவில்லை' என்றார் பர்க்.[19]

பர்க் எவ்வளவு உணச்சிகரமாக உரை ஆற்றியும் பயனில்லை. அவர் சொன்ன இயற்கையின் நீதியால், 18-ம் நூற்றாண்டு பிரிட்டனில் இருந்த சுயநலச் சக்திகள், அரசவையின் வறட்டுப் பெருமை போன்றவற்றையெல்லாம் வெல்ல முடியவில்லை. பலப்பல நூற்றாண்டுகளாகவே நாடுகளுக்கு இதுதான் வழக்கம்: மன்னர் சொல்லிவிட்டால் மறு பேச்சில்லை. அது சொந்த நாட்டுக் குடிமக்களுக்கோ, அயல் நாட்டு மக்களுக்கோ கெடுத லாக இருந்தாலும் கவலை இல்லை.

பிறகுதான் சீர்திருத்தங்களும் புரட்சிகளும் வந்தன. பெரும்பாலான நாடுகளில் அரசியல் அமைப்புச் சட்டம் வந்தது. வெளி நாடுகளுடன் பழகுவதற்கு, பன்னாட்டுச் சட்டங்கள் ஏற்பட்டன. இவை நாடுகளின் சபையில் பொது நன்மைக்காக இயற்றப் பட்டவை. சில சமயம் ஏதாவது ஒரு நாட்டின் தலைக்கு மணிமுடியின் கனம் தாங்காமல் போய்விடும்; மற்றவர்களைப் பற்றிக் கவலையில்லாமல் சுயநலமாக நடக்க ஆரம்பித்துவிடும். இன்றைய உலக நியதிப்படி இது தவறு என்பது சுலபமாகத் தெரிகிறது.

2003-ல் அமெரிக்காவும் பிரிட்டனும் ஈராக்கை ஆக்கிரமித்தது உலக நாடுகளின் கண்டனத்துக்கு ஆளானது. நன்றாக நிலை நாட்டப்பட்ட சட்டம், தர்மம் எல்லாவற்றையும் இவர்கள் பட்டப் பகலில் மீறுகிறார்கள் என்ற எண்ணம் அழுத்தமாக விழுந்துவிட்டது; அதனால்தான் அவ்வளவு கூச்சல் எழுந்தது.

இந்த ஜனநாயக முறைகள் கார்ப்பரேஷனுக்கு உள்ளே மட்டும் நுழையாமல் வாசலோடு போய்விட்டதுதான் ஆச்சரியம். ஜன நாயகம், சட்டம் இவற்றால் அரசாங்கக் குதிரை அடக்கப்பட்டது. அதேபோல் கார்ப்பரேஷன்களுக்கும் ஏதாவது கடிவாளம் போட்டு வைத்தால்தான் அவை சமுதாயத்துடன் இசைந்து வாழ முடியும். வர்த்தக தர்மம் குறித்து எழுதும் மார்ஜரி கெல்லி 'முடியாட்சியுடன் சேர்த்து அரசாங்கத்தையுமா தூக்கி எறிந்துவிட்டோம்? அரசாங்கத் தின் அஸ்திவாரமான இறையாண்மை யார் கையில் என்பதைத்தான் மாற்றி இருக்கிறோம்' என்கிறார்.[20]

இதைக் கொண்டுவருவதற்கு, கம்பெனியின் வரலாற்றில் பல இடங்களில் நம்பிக்கையின் ஒளிக்கீற்றுகள் பளிச்சிடுகின்றன. அந்தக் கோட்பாடுகளை இன்றைய காலத்தில்கூடப் பயன்படுத்த முடியும். அவற்றில் முக்கியமானவை: ஒரு கார்ப்பரேஷனில் யாருக்கு என்ன பொறுப்புகள் என்று ஸ்மித் செய்த ஆய்வு; ஏகபோகத்தின்மீது கார்ப்பரேஷனின் மோகம்; பர்க் சொன்ன படி, எல்லாக் கலாசாரத்தைச் சேர்ந்த மக்களுக்கும் நீதியை நாடு வதற்கு சம உரிமை; கார்ப்பரேஷன் என்பது நாடாளுமன்றத் துக்கு பதில் சொல்லக் கடமைப்பட்ட பொது நிறுவனம் என்ற கருத்து.

அறம் செய விரும்பு

ஒரு கார்ப்பரேஷன் எப்போது மனித சமுதாயத்துக்கு நன்மை செய்ய முடியும்? கோட்பாடு, எதார்த்த நிலை இரண்டுமே இதில் தெள்ளத் தெளிவாக இருக்கின்றன. முதலாவதாக, அதன் மார்க்கெட் சக்தியும் அரசியல் செல்வாக்கும் கட்டுப்பாட்டுக்குள் இருக்கவேண்டும். கார்ப்பரேஷனுக்கு சந்தையில் அதிக இடம் கொடுத்துவிட்டால், நுகர்வோருக்குத் தேர்வு என்பதே இல்லாமல் ஆக்கிவிடும். தன் சக்தியைப் பயன்படுத்தி மற்றவர்களுக்கு வாய்ப்பு கிடைக்காமல் தள்ளிவிடும். உற்பத்தியாளர்களைப் பிழிந்து எடுக்கும்; நுகர்வோரின் குடலை உருவிவிடும்.

கார்ப்பரேஷன் ஓர் அரசியல் சக்தியாக மாறிவிட்டாலோ, கேட்கவே வேண்டாம். சட்ட விதிகளைத் தனக்கு ஏற்றபடி வளைத்துக்கொள்ளும். நியாயமே இல்லாமல் பொதுப் பணத் திலிருந்து ஈட்டுத் தொகை, காப்புத் தொகை என்று உறிஞ்சிக் கொள்ளும். நிர்வாகத்தினரும் முதலீட்டாளர்களும் சேர்ந்து கார்ப்பரேஷனை உபயோகிக்க ஆரம்பித்துவிட்டால், ஊரார்

செலவில் உடனடி ஆதாயம்தான் தேடுவார்கள். இதைத் தடுக்கக் கண்டிப்பான விதிமுறைகள் தேவை.

கடைசியாக, கார்ப்பரேஷன் சமுதாயத்துக்கோ சுற்றுச் சூழலுக்கோ கேடு விளைவித்தால், அதை இழுத்து வந்து நியாயம் கேட்கவேண்டும். இதற்குத் தேவை, தெளிவான, செயல்படுத்தக்கூடிய நீதிமுறைகள். நீதி தேவனின் கோவிலுக்கு யாரும் போகும்வகையில் ஒழுங்கான சாலைகள். தனி மனிதனுக்கும் கார்ப்பரேட் அமைப்புக்கும் சரி சமமான நீதி கிடைக்கவேண்டும்.

கார்ப்பரேஷனின் சக்தியை உபயோகமான பாதையில் திருப்ப வேண்டும் என்றால், அதற்கும் சமூகத்துக்கும் இடையே நம்பிக்கை நல்லுறவைத் திரும்பக் கொண்டுவரவேண்டும்.[21] அறநெறிகளின் படி நடக்கவேண்டும் என்பது கார்ப்பரேஷனின் உடம்போடு பிறந்த குணமாக இருக்கவேண்டும். கார்ப்பரேட் சீர்திருத்தங்களை வலியுறுத்துபவர்கள், குறிப்பிட்ட சில பிரச்னைகளைப்பற்றி மட்டுமே கவலைப்படுகிறார்கள் - பணியிடத்தில் பாதுகாப்பு, சம வாய்ப்பு, சுற்றுச் சூழல் பராமரிப்பு போன்றவை. மற்றவர்கள், கார்ப்பரேஷன்கள் அதிகார துஷ்பிரயோகம் செய்வதைத் தடுக்க ஒரே மருந்து - அவற்றைத் தேசிய உடைமை ஆக்குவதுதான் என் கிறார்கள். ஆனால் இப்போது உலகம் முழுவதுமே இதைக் கை விட்டுவிட்டு, தனியார்மயத்தை நோக்கித் திரும்பிக்கொண்டிருக் கிறது.

அமெரிக்க, பிரிட்டிஷ் நிறுவன அமைப்பின் அடிப்படையே, கம்பெனியின் நன்மையையும் அதில் சம்பந்தப்பட்டவர்களின் நன்மையையும் மட்டுமே பார்த்துக்கொண்டு போவது. கம்பெனிச் சட்டம் இதைத் தொடாமல் அப்படியே விட்டு வைத்திருக்கிறது. அரசியல்வாதிகளும் நவீன கார்ப்பரேஷனின் சட்ட உரிமைகளை விரிவாக்கிக்கொண்டே போயிருக்கிறார்கள். அது மட்டுமல்ல; நிறுவனத்தைச் சமன் செய்வதற்கு அரசாங்கத் துக்கு இருந்த அதிகாரத்தையும் வேண்டுமென்றே பிடுங்கிப் போட்டு நிராயுதபாணியாக ஆக்கி வைத்திருக்கிறார்கள். கார்ப்ப ரேஷனின் ஆட்சி அதிகாரத்தைக் கண்டு அவர்களுக்கு பயத்தில் கண் அவிந்துவிட்டதுபோல் இருக்கிறது.

இன்றைய உலகப் பொருளாதாரம் இரண்டு பக்கமும் மத்தளம் போல இடி வாங்கிக்கொண்டிருக்கிறது. ஒரு பக்கம்,

பொருளாதார நடவடிக்கைகளில் அரசாங்கத்தின் கட்டுப் பாடுகள் இற்றுவிட்டன. மறுபக்கம், அதற்கு ஏற்றபடி கார்ப்ப ரேஷன்களின் சக்திக்கு அணை போடுவாரும் இல்லை.

பிரிட்டன், இந்தியா போன்ற பல நாடுகளில், கம்பெனி இயக்குநர் களின் ஒரே கவலையே பங்குதாரர்களைப் பற்றித்தான். தனிப்பட்ட முறையில், பல கார்ப்பரேட் அதிகாரிகள் மனத்தளவில் நல்லவர் களாக இருக்கலாம்; ஆனால் இந்தச் சட்டத்தின் பிடியில் சிக்கி அவர்களின் சமுதாயக் கடமையெல்லாம் உளுத்துப் போய்விடு கிறது. பல சமயங்களில் கார்ப்பரேட் கடமை என்பதே சுய நலத்துக்கு மற்றொரு பெயராகிவிடுகிறது. ஞான ஒளியில் நனைந்த சுய நலம். சமூகத்துக்கும் வாடிக்கையாளர்களுக்கும் நல்லது செய்யத்தான் கார்ப்பரேஷனுக்கு உயிர் வாழும் உரிமை கிடைத்திருக்கிறது என்பதே மறந்துவிடுகிறது.

சிக்கல் எங்கே வருகிறது? கம்பெனியின் நன்மையும் சமுதாயத் தின் நன்மைகளும் முரண்படும்போது! அந்தச் சமயத்தில் கார்ப்பரேட் பொறுப்புணர்வு எல்லாம் மூலையில் போய்ப் பதுங்கிக்கொள்கிறது; பங்குதாரர்கள் கொடுத்த பணத்துக்கு மதிப்பு காட்டவேண்டும் என்ற மிருகம் மறுபடி தலையைத் தூக்குகிறது. மற்றவர்களின் உரிமைகள், கார்ப்பரேஷனின் நீண்ட கால நன்மை - இரண்டுக்கும் பிறகுதான் பங்குதாரர்கள் தங்கள் லாபத்தைப் பற்றிப் பேசவேண்டும் என்று சொல்வதற்கு இங்கே ஒரு சட்டமும் இல்லை, சாத்திரமும் இல்லை.

ஆடம் ஸ்மித்தின் அருமையான வார்த்தைகள்: 'அதிகாரிகள், முதலாளிகள் ஆகியோர் கண்ணியமாகவும் கட்டுப்பாடாகவும் கடமையாற்றவேண்டும் என்றால், அதற்குச் சில பிரத்தியேக மான முன்னெச்சரிக்கைகள் தேவை.'

இதற்கு, முதலில் கார்ப்பரேட் உரிமைகளையும் சலுகைகளையும் மாற்றி அமைக்கவேண்டியிருக்கிறது. இப்போதுள்ள சட்டப்படி அதிகாரிகளுக்கும் முதலீட்டாளர்களுக்கும் கம்பெனியில் ஓரளவுக்கு மட்டுமே பொறுப்பு உண்டு. அவர்களுடைய செயல் களின் விளைவிலிருந்து தப்பிப்பதற்கு இது கேடயம்போல் பயன் பட்டுவிடக்கூடாது. முதலீடு செய்யும்போது சமுதாயப் பொறுப் புடன் செய்யவேண்டும் என்று பிரிட்டனில் போராடும் முன்னோடி களில் ஒருவர், 'சமுதாயம் கம்பெனிகளின் பொறுப்பை மட்டுப் படுத்திக் கொடுத்திருக்கிறது. இது ஒரு சலுகைதான். அந்தச்

சலுகையுடன்கூடவே சமுதாயக் கடமையும் இருக்கவேண்டும்' என்றார்.

இதை அடைவதற்கு, கம்பெனிச் சட்டத்தில் கொஞ்சம் அறநெறி களைப் புகுத்தவேண்டும். அதன் முதல் விதியாக அமைக்க வேண்டியது, 'யாருக்கும் கெடுதல் செய்யாதே' என்பதுதான். தான் செய்வது எதுவும் சமுதாயத்துக்கோ, சுற்றுச்சூழலுக்கோ சேதம் விளைவிக்காமல் பார்த்துக்கொள்வது, சட்டப்படி கார்ப்பரேஷன் இயக்குநர்களின் கடமையாக ஆகவேண்டும்.

முதலீட்டாளர்களுக்கும் ஒரு கடமை உண்டு: தாங்கள் போட்ட பணத்துக்கு லாபம் எங்கே என்று நெருக்கடி கொடுத்து, அதனால் எதுவும் கெடுதல் விளைந்துவிடக்கூடாது. தாராளமாக லாபம் சம்பாதியுங்கள்; ஆனால் அதனால் மற்றவர்களுக்கு நஷ்டம் ஏற்படாமல் பார்த்துக்கொள்ளுங்கள்.

இந்தத் திசையில் சில முன்னேற்றங்களும் நடந்துகொண்டிருக் கின்றன. வருடக்கணக்காக ஆலோசனை செய்தபிறகு, பிரிட்ட னின் கம்பெனிச் சட்டத்தில் சில திருத்தங்கள் கொண்டுவருகிறார் கள். இயக்குநர்கள் தங்கள் ஊழியர்களின் நலத்தைப்பற்றி யோசிக்கவேண்டும்; சமூகத்துக்கும் சூழலுக்கும் நிறுவனத்தால் என்ன பாதிப்பு என்று யோசிக்கவேண்டும். ஆக, இயக்குநர்களுக்கு 'யோசித்துப்பார்க்கும்' கடமை உண்டு - ஆனால் அதன்படி நடக்க வேண்டிய கடமை இல்லை.

கார்ப்பரேட் பொறுப்புணர்வுக்கான கூட்டுக் குழு (CORE) என்ற பரவலான அமைப்பு ஒன்று இருக்கிறது. அவர்கள், சட்டத்தில் இன்னும் மாற்றங்கள் வேண்டும் என்கிறார்கள். இயக்குநர்கள் மற்றவர்களுக்கு என்ன கெடுதல் ஏற்படும் என்று யோசித்தால் மட்டும் போதாது; அதைக் குறைக்கவும், நீக்கவும் நடவடிக்கை எடுக்கவேண்டும்.[22]

ஆனால் சட்டம் போடுவது முதல் படிதான். கம்பெனிகள், நாம் சட்டப்படிதான் நடக்கிறோமா என்று அவ்வப்போது பரிசோதித்துக்கொள்ளவேண்டும். தீமை செய்யும் தொழில்களை, ஒரு குறிப்பிட்ட கால அவகாசம் கொடுத்துவிட்டு மெல்ல மெல்ல வேறு பயனுள்ள தொழில்களுக்கு மாறச் சொல்லவேண்டும். கடைசியாக, சட்டம் போட்டால் மட்டும் போதாது. தேவைப் பட்டால் குட்டு வைக்கவும் வேண்டும். தப்பு செய்பவர்களை

எல்லோரும் பார்க்கும்படித் திருத்தவேண்டும். அளவுக்கு மீறிக் கெட்ட வழியில் செல்லும் கம்பெனியின் உரிமத்தை ரத்து செய்யவேண்டியதுதான். 'தவறு நிரூபிக்கப்பட்டால், ஒப்பந்தம் அன்றைக்கே முடிந்தது!' என்று பர்க் 200 வருடங்களுக்கு முன்பே சொன்னார்.

கார்ப்பரேஷனின் உயிர் நாடியில் இந்த எளிய மாற்றத்தை மட்டும் செய்துவிட்டால் போதும். அதற்கு ஆழமான விளைவுகள் இருக்கும். சமூகக் கடமைகளுக்கு ஏற்றபடி அதன் உள்ளே நடக்கும் இயக்கமே மாறிவிடும். பங்குதாரர்களும் தங்கள் முதலீட்டின் முழு விளைவுகளையும் உணர்ந்து கொள்வார்கள். அடுத்தவர்களுக்குக் கெடுதல் நேராமல் பார்த்துக் கொள்ளும் கம்பெனிகளைத் தேடிப்போய் முதலீடு செய்வார் கள். மொத்தத்தில் கார்ப்பரேஷனுக்கு மட்டுமல்ல, மூலதனத் துக்கே பொறுப்புணர்வு ஏற்பட்டுவிடும்.

கார்ப்பரேஷனைக் கத்தரி![23]

ஒரு கம்பெனியின் நடத்தையில் ஏதோ ஒரு கோளாறு இருக்கலாம். அது பெரிய கார்ப்பரேஷனாக ஆகும்போது, அதே பிரச்னை பூதாகாரம் ஆகிவிடுகிறது. சிறிய கம்பெனியாக இருந் தால் அது செய்யக்கூடிய சேதமும் சிறியதாகவே இருக்கும். கம்பெனியின் அளவு பெரிதாகி அது மொத்த மார்க் கெட்டையோ, அல்லது ஒரு பிரதேசத்தையோ ஆட்சி செய்ய ஆரம்பிக்கும்போது, அதனால் விளையும் கெடுதலும் பரந்து பட்டதாக இருக்கும்.

கார்ப்பரேஷனின் ஏகபோகத்துக்கு அடிப்படை, அதன் உரிமைப் பத்திரம். அதைப் பாதுகாத்துக்கொள்ளக் கம்பெனி வன்மை யாகப் போராடியது. 21-ம் நூற்றாண்டு கம்பெனிகளுக்கு அந்த அளவு ஏகபோக ஆட்சி கிடையாது. ஆனால் ஸ்மித் சுட்டிக் காட்டியபடி கார்ப்பரேஷன்களுக்கு இன்றுவரை இரண்டு வேலைகள் நிரந்தரமாக இருக்கின்றன: மார்கெட்டை விரிவு படுத்துவது; போட்டியைச் சுருக்குவது.

உலகமயமாக்கலினால் கட்டுப்பாடுகள் தளர்ந்துவிட்டன. ஆனால் ஏகபோகத்தைக் குறைக்கவும் போட்டியை நீர்த்துப் போகாமல் வைத்திருப்பதற்கும் இங்கே ஆண்மையுள்ள சட்டங் கள் இல்லை. எனவே முக்கியச் சந்தைகளில் ஆதிக்கம்

குவிந்துபோய், பொருளாதாரத்துக்கும் அழிவு, அரசியலுக்கும் ஆபத்து என்ற அளவில் வந்து நிற்கிறது. இந்த ஓட்டப் பந்தயத்தில், முதலீட்டாளர்களும் ஏகபோக கார்ப்பரேஷன்களையே ஆதரிக்கிறார்கள். புதியவர்கள் யாரும் தொழிலில் நுழைந்து விடாமல் பார்த்துக்கொள்வது, விலைகளைக் கூட்டிக் குறைத்துப் போட்டியை ஓரம் கட்டுவது என்றெல்லாம் செய்தால் தான் பங்குதாரர்களுக்கு அளவில்லாத லாபம் கிடைக்கும்.

வங்கிகள், எரி சக்தி, உணவு பதனிடுதல், சில்லறை விற்பனை, ஊடகங்கள், தொலைத் தொடர்பு - என்று எந்தத் துறையை எடுத்துக்கொண்டாலும் கம்பெனிகள் லாபம், லாபம் என்று அலைகின்றன. இதற்காக போட்டியாளர்களுடன் கூட்டு சேர்வது, அல்லது ஒரேயடியாக அவர்கள் கம்பெனியையே வாங்கிவிடுவது என்று போட்டியைக் கொல்வதற்கு என்னென்ன உண்டோ அனைத்தையும் செய்கிறார்கள். ஊடக உலகம் ஒரு சிறந்த உதாரணம்: 1980-களின் ஆரம்பத்தில் அமெரிக்கச் சந்தையில் 50 கம்பெனிகள் ஆதிக்கம் செலுத்தி வந்தன. ஆயிரமாண்டு பிறந்தபோது பத்து கம்பெனிகளுக்கும் குறை வாகவே உயிர் வாழ்ந்தன. செக் ஜனாதிபதி வாக்லாவ் ஹேவல் 2002-ல் உலகப் பத்திரிகை சுதந்தர தின நிகழ்ச்சியில் பேசும் போது, 'இன்னும் ஐம்பது வருடத்தில், பேச்சு சுதந்தரத்துக்கு மிகப் பெரிய ஆபத்தாக இருக்கப் போவது உலக மயமாக்கம் தான்' என்றார்.[24]

தனியார்மயமாவது, அரசாங்கக் கட்டுப்பாடுகள் தளர்வது - இவை இரண்டும் வக்கிரமடைவதால்தான் இப்படியெல்லாம் நடக்கிறது. ஐரோப்பிய எரிசக்தித் துறையில் சமீபத்தில் ஓர் ஆய்வு நடந்தது. அதன் முடிவில் 'மின் உற்பத்திச் சந்தை முழு வதும் ஒரு சிலரிடத்தில் குவிந்துவிட்டது. சந்தை நியாயமாக நடக்கும்; போட்டி நிலவும்; நீண்ட காலத்துக்கு வண்டி ஓடும் என்று நினைத்தோம்; அதற்கு இப்போது ஆபத்து வந்துவிட்டது' என்றது.[25]

கிழக்கிந்தியக் கம்பெனி இந்தியாவின் ஜவுளி உற்பத்தி முழுவதையும் ஏகபோகப் பிடியில் கொண்டுவந்து ஆட்டி வைத்தது; விலைகளை வல்லடியாகக் குறைத்தது. இப்போது பொருள்கள் சந்தையில் இதுதான் நடக்கிறது. பொருள் கொள்முதலில் முக்கியமான சங்கிலிகள் அனைத்தையும் மிகச் சில கம்பெனிகள்தான் வைத்திருக்கின்றன. வளரும் நாடுகளிலிருந்து

ஏற்றுமதி ஆகும் பொருள்களின் விலையைக் குறைக்கச் சொல்லி மூச்சு முட்டுகிறார்கள். உதாரணமாக, உலகத்தின் மொத்தக் காப்பிக் கொட்டை வறுக்கும் தொழிலில் 45 சதவிகிதம், மூன்றே மூன்று கம்பெனிகளின் கையில் இருக்கிறது. கோக்கோ அரைப்பதில் 40 சதவிகிதத்தை வைத்திருப்பவை, நான்கு கம்பெனிகள்.[26]

உலக அளவில் சில்லறை விற்பனையிலும் போட்டி மிக வேகமாகச் சுருங்கிக்கொண்டே போகிறது. உலகின் மொத்த மளிகை வியாபாரத்தில் மூன்றில் ஒரு பகுதியை 30 பெரிய கம்பெனிகள் மட்டுமே பங்கு போட்டுக்கொள்கின்றன. சில்லறை வியாபாரம் ஓரிடத்தில் குவிந்துவிடுவதால், எவ்வளவு தான் வர்த்தகத்தைத் தாராளமயமாக்கினாலும் ஏழை நாடு களுக்கு அதனால் பயன் விளைவதில்லை.

2004-ல் ஐ.நா.வின் மனித உரிமைக் கமிஷனில் ஜீன் ஜைக்ளர் சொன்னார்: 'உலகப் பொருள் சந்தையை மிகச் சில பன்னாட்டுக் கார்ப்பரேஷன்கள் ஆதிக்கம் செய்கின்றன. அவர்கள் உற்பத்தி யாளர்களிடம் விலையைக் குறைக்கச் சொல்லி வலியுறுத்து கிறார்கள்; நுகர்வோருக்கு விலையை அதிகமாகவே வைத்திருக் கிறார்கள். இவர்கள் லாபம் மட்டும் ஏறிக்கொண்டே போகிறது.'[27] கரும்புச் சாறு பிழியும் கதைதான் மறுபடி தொடர் கிறது. 'பல்பொருள் அங்காடிகள் தங்கள் மார்க்கெட் பலத்தைக் கொண்டு விவசாயச் சமூகங்களையும் சிறு உற்பத்தியாளர் களையும் பிழிந்து எடுக்கிறார்கள்.'[28]

கார்ப்பரேட் சக்தி அளவுக்கு மிஞ்சிவிட்டால் அது பொருளாதாரப் பிரச்னை மட்டுமல்ல; அரசியல் பிரச்னையும்கூட. கம்பெனி, ஐரோப்பிய-ஆசிய நாடுகளுடன் கொண்ட உறவில் இதைத் தெளிவாகக் காட்டிவிட்டது.

கிழக்கிந்தியக் கம்பெனியின் நிழல் நீளமானது. இன்றைக்கு உலகமயமாக்கலின் ஆதரவாளர்கள் 'புதுமை' என்று கொண்டாடும் பல விஷயங்களை, கம்பெனி அன்றே செய்து விட்டது.[29] ஓர் உதாரணம், வியாபார ஒப்பந்தம் போடும்போது தங்கள் பிசினஸ் தேவைகளுக்கேற்ப நாட்டின் வளர்ச்சித் திட்டங்களைத் திரித்துக்கொள்வது. மற்றொன்று, கார்ப்பரேஷன் கொடுக்கும் வரியின் அளவு நாளுக்கு நாள் குறைந்துகொண்டே போவது. (1950-களுடன் ஒப்பிட்டால் அமெரிக்காவின் வரி

வசூலில் கார்ப்பரேஷன்களின் பங்கு பாதியாகக் குறைந்து விட்டது).

கம்பெனிகள் தங்களுக்குள் கூட்டணி அமைத்து விலைகளைத் தங்கள் பிடியில் வைத்திருக்கும்; இதைத் தடுக்கவேண்டும். மார்க்கெட்டில் போட்டியை அணையாமல் வைத்திருக்க வேண்டும். மார்க்கெட் சக்தி ஓரிடத்தில் குவிவதைத் தடுப்பதற்கு அரசுக் கொள்கைகள் இருக்கின்றன. ஆனால் பெரும்பாலும் அவற்றுக்குத் தோல்விதான்.[30]

சந்தைக் கட்டுப்பாடு முழுவதும், விரல் விட்டு எண்ணக்கூடிய சில பெரிய நிறுவனங்களின் கையில் சிக்கி இருக்கிறது. இது நவீனப்படுத்தப்பட்ட பாரம்பரியச் சிந்தனைக்கு எதிரானது. ஆனால் உலகம் முழுதும், இதுதான் நடைமுறை என்று ஏற்றுக் கொள்ளப்பட்டுவிட்டது. 'ஏகபோகத்துக்கு எதிராக சட்டம் இயற்றுபவர்களை மேலே இருந்து கன்யூட் மன்னர் பார்த்தால், அனுதாபப்படுவார். அவருக்குத்தான் இவர்கள் பிரச்னை புரியும்' என்று 1970-களில் ஜான் கென்னத் கால்ப்ரெய்த் ஆயாசத்துடன் சொன்னார்.[31] அதற்குப் பிறகு 30 வருடமாகத் தனியார்மயமாக்கல் நடந்திருக்கிறது. கட்டுப்பாடுகள் தளர்ந்திருக்கின்றன. வத்தகம் தாராளமாகிவிட்டது. முன்னே ஏற்பட்ட கொஞ்ச நஞ்ச முன்னேற்றமும் போய்விட்டது. பழைய தேசிய பயில்வான் களுக்கு பதிலாக, சர்வதேச ராட்சசர்கள் முளைத்துவிட்டார்கள். இதனால் கட்டுப்பாடே இல்லாமல் வர்த்தகம் தறிகெட்டுப் போய்க்கொண்டிருக்கிறது.

சென்ற நூற்றாண்டின் சீர்திருத்தக்காரர்களைப்போல அர்ப்பணிப் புடன் உறுதியாகப் பணியாற்றக்கூடியவர்கள் வேண்டும். ஏகபோகத்துக்கு எதிராக உலகம் தழுவிய அமைப்பு ஒன்று அவசரமாகத் தேவைப்படுகிறது. இதற்காக, திறந்த மார்க் கெட்டை ஆதரிப்பவர்களும் கார்ப்பரேட் அதிகாரத்தைக் கட்டுப் படுத்த முயற்சிப்பவர்களும் இணைந்தால் அது ஒரு வலுவான கூட்டணியாக அமையும்.

ஆடம் ஸ்மித்தின் பொருளாதாரப் பார்வையில், ஏகபோக கார்ப்ப ரேஷன்களால் எல்லா வகையிலும் தொல்லைதான். குவிந்து போயிருக்கும் கார்ப்பரேட் அதிகாரத்தைக் குறைப்பதற்கு அவசர நடவடிக்கை எடுக்கவேண்டும். உதாரணமாக, வளரும் நாடுகள் பொருள்-சப்ளை சங்கிலிகளைச் சார்ந்தே இருக்கின்றன. இதில்

உள்ள வர்த்தகக் கூட்டணிகளைக் குறி வைத்து விசாரணை நடத்தி அவர்கள் பலத்தைச் சமன் செய்யவேண்டும்.

இந்த விசாரணைகளை இன்னும் சற்று நீட்டி யோசித்தால், போட்டியைப் பாதுகாப்பதற்காக உலகளாவிய அமைப்பு ஒன்றை உருவாக்கலாம். அதிகமாக நாசம் விளைவிக்கும் வியாபார நிறுவனங்கள் ஒன்றுக்குள் ஒன்றாகக் கூட்டணி அமைப்பதை முறியடிப்பது அதன் வேலை. இந்த அமைப்பு உலக வர்த்தக நிறுவனத்திலிருந்து விலகி, முற்றிலும் சுதந்தர மான அமைப்பாக இருப்பது அவசியம். ஒவ்வொரு நாடும் தனித்தனியாகவும் நடவடிக்கையைத் தீவிரப்படுத்த வேண்டும்.

இன்றைக்கு இருக்கும் நிலையை, மேலும் கெடாமல் அப்படியே உறையவைப்பது முதல் வேலை. இனிமேலும் கார்ப்பரேட் ஆதிக்கம் குவியாமல் பார்த்துக்கொள்வதற்காக இது. அடுத்த படியாக இடிப்பு வேலை! மூடிப் போன மார்க்கெட்டுகளை உடைத்துத் திறக்கவேண்டும். எல்லோருக்கும் இடம் தரும் பொருளாதாரம் மறுபடி செழிக்கவேண்டும்.

அட்கா, அட்கா!

வர்த்தகத்தில் போட்டியை நிலைநாட்டுவதற்கு, உலக அளவில் ஒரு மேற்பார்வை அமைப்பு இருந்தால் நல்லதுதான். ஆனால் அது மட்டும் போதாது. கார்ப்பரேஷன்களும் அதன் அதிகாரி களும் சட்டப்படி பதில் சொல்லக் கடமைப்பட்டவர்களாக இருந்தால்தான் சர்வதேச அளவில் ஒழுங்குமுறை நிலவும். இதனால்தான் ஹேஸ்டிங்ஸூம் மற்றவர்களும் கேட்பாரில்லா மல் திரிந்தபோது, அதற்காக பர்க் ஒரு போராட்டமே நடத்த வேண்டியிருந்தது.

இன்றுபோலவே அன்றைக்கும், மனித உரிமைகள் என்பது உலகம் முழுவதற்கும் பொதுவானது; சட்டத்தின் விதிகளுக்கு உட்பட்டது. 'எங்கள் சூழ்நிலையே வேறு', 'நாட்டுக்கு ஒரு நியாயம் உண்டு' என்றெல்லாம் சிலர் பேசலாம். அதெல்லாம் சொந்த சௌகரியத்துக்காகச் சொல்லிக்கொள்வது.

மனித உரிமை மீறல்களுக்கு எதிராகச் சட்டப்படி போராடி வெற்றிபெறுவது கடினம். அது ஞான ஒளி வீசிய அன்றைய

நாளிலும் சுலபமில்லை, இன்றைக்கும் சுலபமில்லை. ஆனால் கிரிகோர் கோஜாமால், ஜொஹானஸ் ராஃபேல் போன்றவர்கள் வங்காள கவர்னரான ஃபெரெல்ஸ்ட்மீது வழக்குத் தொடர்ந்து, ஆச்சரியகரமாக வெற்றியும் பெற்றார்கள்.

இதனால் தெரிவது என்னவென்றால், நாடு விட்டு நாடு போனாலும் பொறுப்பிலிருந்து தப்பிக்க முடியாது; இந்தத் தத்துவம் - குறைந்தபட்சம் பிரிட்டிஷ் சட்டத்திலாவது - நீண்ட காலமாகவே இருந்துவந்திருக்கிறது.

அதே காலகட்டத்தைச் சேர்ந்த இன்னொரு சட்டமும் இன்றுவரை பிழைத்துள்ளது. கார்ப்பரேட் அநியாயங்களால் பாதிக்கப்பட்டவர்கள் சிவில் நீதிமன்றத்தை அணுகலாம். 1789-ல் புதிதாக எழுந்த அமெரிக்கக் குடியரசு 'அந்நியர்களுக்கான வாக்கு மீறல் நிவாரணச் சட்டம்' (ATCA) என்ற ஒன்றை இயற்றியது. இந்த 'அட்கா' சட்டத்தின்படி, சர்வதேசச் சட்டங்கள் மீறப் பட்டால் வெளிநாட்டினரும் அமெரிக்க நீதிமன்றங்களில் வழக்குத் தொடர முடியும்.[32]

ஆரம்பத்தில் இந்த அட்கா சட்டம் கடற்கொள்ளையர்களுக்கு எதிராக இயற்றப்பட்டது. 1970-ல் சட்ட நிபுணர்கள் இதற்கு மறுபடி உயிரூட்டினார்கள். சர்வதேச மனித உரிமை மீறல் குற்றவாளிகளை அமெரிக்காவில் நீதி விசாரணை செய்ய ஏற்பாடு செய்தார்கள். 1979-ல் டாலி ஃபைலேர்டிகா என்பவர் நியூ யார்க்கில் தொடர்ந்த ஒரு வழக்கில் திருப்புமுனையான தீர்ப்பு ஒன்று வந்தது. அவருடைய சொந்த நாடான பராகுவேயில் அவருடைய சகோதரரைச் சித்திரவதை செய்து கொல்லக் காரணமாக இருந்த போலீஸ் இன்ஸ்பெக்டருக்கு எதிரான வழக்கு அது. தீர்ப்பு சொன்ன நீதிபதி இர்விங் காஃப்மன், 'முன்னே கடற்கொள்ளைக்காரர்கள் இருந்தார்கள்; இப்போது சித்திரவதையாளர்கள். இருவருமே மனித குலத்தின் விரோதிகள்' என்றார்.

பிலிப்பைன்ஸின் முன்னாள் சர்வாதிகாரி ஃபெர்டினாண்ட் மார்க்கோஸ், பாஸ்னியாவிலிருந்து பிரிந்து சென்ற செர்பியக் குடியரசின் ராடோவான் கரடிச் ஆகியோரும் அட்கா சட்டத்தின் கீழ்க் குற்றம் சாட்டப்பட்டு இருக்கிறார்கள். 1990-களின் மத்தியில் ஆரம்பித்து இந்தச் சட்டத்தின் பயனும் பல மடங்காகப் பெருகியுள்ளது. வளரும் நாடுகளில் மனித உரிமை மீறல்கள்

நடந்து, அதில் அமெரிக்க கார்ப்பரேட்களோ அல்லது பிற நிறுவனங்களோ சம்பந்தப்பட்டிருந்தால், அப்போது இந்தச் சட்டத்தைப் பயன்படுத்தலாம். நைஜீரியாவில் ஷெவ்ரான், ஷெல், இந்தோனேசியாவில் எக்ஸான், ஃப்ரீபோர்ட், பர்மாவில் யுனோகால் என்று இரண்டு டஜன் வழக்குகள் பதிவாகியிருக் கின்றன: தனிப்பட்டவர்களோ, குழுக்களாகவோ சேர்ந்து கொலை, சித்திரவதை, கேள்விமுறை இல்லாமல் கைது செய்வது, கட்டாய உழைப்பு என்பது போன்ற குற்றச்சாட்டுகள் இதில் அடக்கம்.

1770-களில்தான் கோஜாமால், ராஃபேல் இருவரும் நீதி பெறுவதற்கு மாபெரும் சட்டத் தடைகளைக் கடக்கவேண்டி யிருந்தது என்றால், இன்றும் இது தொடர்கிறது. பாதிக்கப் பட்டவர்கள் நீதிமன்றத்தின் கடைக்கண் பார்வையைப் பெறுவதற்கு மலையளவு தடைகள் உள்ளன. கார்ப்பரேஷன் களுக்கு எதிராக 'அட்கா' தொடர்ந்த ஊழல் வழக்குகளில் பாதி தள்ளுபடி ஆகிவிட்டன.

ஆனால் 2004-ல் ஒரு முக்கியத் திருப்பம் ஏற்பட்டது: பர்மாக் காரர்கள் 15 பேர் சேர்ந்து யுனோகால்மீது வழக்குத் தொடர்ந்தார் கள். எட்டு வருடம் வழக்கு நடந்தபிறகு கோர்ட்டுக்கு வெளியே உடன்படிக்கை ஏற்பட்டது. வழக்கு, யாதனா எரிவாயுக் குழாய்த் திட்டம் பற்றியது. பர்மாவிலிருந்து தாய்லாந்துக்குக் குழாய் போடும் வேலை நடந்துகொண்டிருந்தபோது பர்மாவின் ராணுவம் பல அத்துமீறல்களைச் செய்தது. கட்டாய உழைப்பு, பாலியல் வன்முறை, கொலை உள்படப் பல குற்றச்சாட்டுகள் எழுந்தன. கலிபோர்னியாவின் யுனோகால் நிறுவனமும் இதற்கு உடந்தையாக இருந்ததாக வழக்கு.

கடைசியாக, கோர்ட்டுக்கு வெளியிலேயே சமாதானமாகி வழக்கு முடிந்துவிட்டது. ஆனால் இந்த வழக்கில் பல வலுவான சட்ட முன்னுதாரணங்கள் உருவாக்கப்பட்டன. வெளிநாடுகளில் அடக்குமுறை அரசாங்கங்கள் மனித உரிமைகளை மீறும்போது, அதற்குத் துணைபோகும் கார்ப்பரேஷன்கள்மீது சிவில் வழக்குத் தொடர்ந்து நஷ்ட ஈடு கேட்க முடியும்.[33]

கார்ப்பரேஷன்களின்மீது பொறுப்பு சுமத்துவதில் சர்வதேச அமைப்புகளுக்குப் பல சிக்கல்கள் இருப்பதையும் யுனோகால் வழக்கு வெளிச்சம் போட்டுக் காட்டுகிறது. 1770-களில்

ஆர்மீனியர்கள் லண்டனில் ஃபெரல்ஸ்ட்மீது வழக்குப் போட்டு நஷ்ட ஈடு மட்டுமே வாங்க முடிந்தது. 'அட்கா'வும் சிவில் சட்டத்தின்கீழ்தான் வருகிறது. ஆனால் கார்ப்பரேட் அக்கிரமங்களுக்குக் கிரிமினல் வழக்குப் போடவேண்டிய தேவையும் உண்டு.

இருக்கும் கொஞ்ச நஞ்ச நிவாரணத்தையும் புஷ் நிர்வாகம் கெடுத்துவிட முயன்றது: பிறகு கம்பெனிகள் வெளிநாட்டில் செய்த எந்தச் செயலுக்கும் நஷ்ட ஈடு தரவே தேவையில்லாமல் போய்விடும். கார்ப்பரேஷன்களை சட்டத்துக்கு அப்பாற்பட்டு உயர்த்திவைக்கும் முயற்சி இது. இதை எதிர்க்கும் முயற்சியில் கோஜாமால் - ரஃபேல் வழக்கிலிருந்துதான் ஊக்கம் பெற வேண்டும்.

இப்போது பிசினஸ் சர்வதேச மயமாகிவிட்டதுபோலவே நீதியும் ஆகவேண்டும். கார்ப்பரேஷன்கள் தீமை விளைவித்தால் அவற்றின் பொறுப்பு என்ன என்பதைத் தெளிவாக்க வேண்டும். பாதிக்கப்பட்டவர்கள் நீதிமன்றத்தை அணுக வசதி செய்து கொடுக்கவேண்டும். கார்ப்பரேஷன்களால் அல்லல்பட்டவர்கள் கம்பெனி பதிவு செய்துகொண்டிருக்கும் நாட்டிலோ, அல்லது ஒரு சர்வதேச நீதிமன்றத்திலோ வழக்குத் தொடர்வதற்கு சட்ட வழிமுறைகளை ஏற்படுத்தவேண்டும். இந்தியா, பிரிட்டன் உள்பட எல்லா நாடுகளிலும் இது நடக்கவேண்டியது அவசியம். தில்லுமுல்லு எங்கே நடந்தாலும் சட்டம் தலையிடும், தண்டிக்கும் என்பது நிச்சயமாகிவிட்டால், எல்லோரும் பயந்து ஒழுங்காக இருப்பார்கள். கம்பெனிகள் பொறுப்பாக நடந்துகொள்ள ஆரம்பிக்கும். முதலில் தவறு நடக்கும் வாய்ப்புகளே குறையும்.

கார்ப்பரேட் கரும வினை

கர்மா என்பது செயல் - அதன் விளைவுகள் பற்றிப் பேசும் ஹிந்து தர்மம். நேரு, தன் டிஸ்கவரி ஆஃப் இந்தியா புத்தகத்தின் முடிவுரையில், கர்மா என்ற கோணத்திலிருந்துதான் இந்தியாவில் இங்கிலாந்தின் 200 வருட ஆட்சியைப் பார்க்கிறார். 1944-ல் அகமது நகர் கோட்டையின் சிறை அறையிலிருந்து அவர் 'இந்த வலையில் சிக்கிக்கொண்டு திணறுகிறோம். கடந்த காலத்தின் மூட்டையை இறக்கி வைத்துவிட்டு, புதிய பாதையில் அடி எடுத்து வைக்க நாம் முயற்சிப்பதெல்லாம் வீணாகிக் கொண்டிருக்கிறது' என்று எழுதினார்.[34]

பேரரசின் ஆட்சியிலிருந்து சுதந்தரம் தேவைதான்; ஆனால் அது ஆரம்பம் மட்டுமே. கற்றுக்கொண்ட கசப்பான பாடங்களை எதிர்கொள்ள இன்னும் பல நடவடிக்கைகள் தேவை.

நேருவின் நண்பரான எட்வர்ட் தாம்ஸன், சுதந்தரத்தின் ஆதரவாளர். இங்கிலாந்து தன் செயல்களுக்குப் பிராயச்சித்தம் தேடிக்கொள்ளவேண்டும் என்றார் அவர்.[35] குறிப்பாக 1857-58 கலகத்துக்குப் பிறகு நடந்த காட்டுமிராண்டித்தனங்களுக்கு. அப்போதுதான் இரு நாடுகளுக்கும் இடையே நல்லுறவு மலரும்.

அந்தச் சமயத்தில் இது மிக அதிகமான எதிர்பார்ப்பு. ஆனால் இப்போது நாம் கால ஓட்டத்தில் வெகு தூரம் வந்துவிட்டதால், இது சாத்தியம்தான். நேர்மையாகவும் நாகரிக மனத்துடனும் திரும்பிப் பார்த்தால், இரு சமூகங்களுமே புதிய உறவை ஆரம்பிக்க முடியும்.

கழுவாய் தேடுவதற்கு முதல்படி, செய்த தவறை ஒப்புக்கொள்வது. கிழக்கிந்தியக் கம்பெனியாகட்டும், மற்ற வரலாற்று முக்கியத் துவம் வாய்ந்த கார்ப்பரேஷன்கள் ஆகட்டும், என்னென்ன செய்தன என்பது வெளிச்சத்துக்கு வந்தாகவேண்டும். கம்பெனி யின் நடைமுறைகள், அது விட்டுப்போன சொத்து, வைத்து விட்டுப்போன வரலாற்றுக் கடன் எல்லாம் தெரியவேண்டும். கம்பெனியின் பகுதியாக இருந்த பருப் பொருள்களிலிருந்து ஆரம்பிக்கலாம்; எல்லாவற்றையும் குறுக்கு விசாரணை செய்து, பொழிப்புரை எழுதிப் புரிந்துகொள்ள முயற்சிக்கலாம்.

இதில், வெளியுறவுத் துறை அலுவலகத்தின் முன்பு கிளைவ் சிலை இருக்கலாமா, கூடாதா என்பதுபோல மேம்போக்கான கேள்விகளோடு நிறுத்திக்கொள்ளக்கூடாது. (அதற்குபதிலாக அங்கே சீனாவின் அபின் எதிர்ப்பு வீரர் கமிஷனர் லின்னுக்குச் சிலை வைக்கலாம்தான்.) இன்று மிஞ்சியிருக்கும் கம்பெனியின் நினைவுப் பொருள்கள், ஒரு புதிய படைப்புலகத்துக்கு அடையாளமாக மாறவேண்டும்.

கொல்கத்தாவில் ஹேஸ்டிங்ஸும் பிரான்சிஸும் சண்டை போட்ட பெல்வடார் மாளிகை இன்று இந்தியாவின் தேசிய நூல் நிலையமாக இருக்கிறது. லண்டனில் முன்னாள் கம்பெனி இயக்குநர் ஒருவரின் வீடு, இப்போது முஸ்லிம் கல்வி

நிறுவனமாக மாறியுள்ளது. எல்லாவற்றையும்விட உற்சாக மூட்டுவது, பாப்ளாரில் உள்ள கம்பெனியின் முன்னாள் சர்ச்தான்: இப்போது அது லண்டனின் துறைமுகப் பகுதிகளில் வசிக்கும் பல்வேறு இனக் குழுக்களுக்கு ஒரு சமுதாயக் கூடமாகப் பயன்படுகிறது.

கிழக்கிந்தியக் கம்பெனியின் வரலாற்று நியாயத்தைத் தெரிந்துகொள்வதில் பொதுமக்களுக்கும் ஆர்வம் வளர்ந்து கொண்டிருப்பதாகத் தெரிகிறது. சில வருடங்களாக நான் லண்டனில் இருக்கும் 'மேடை' என்ற கலை-சுற்றுச்சூழல் குழுவுடன் இணைந்து வேலை செய்கிறேன். கம்பெனியின் மறைக்கப்பட்ட வரலாற்றை வெளியே கொண்டுவருவது, அதற்கும் தற்போதைய கார்ப்பரேட் நடவடிக்கைகளுக்கும் உள்ள தொடர்புகளை ஆராய்வது - இதுதான் அவர்கள் பணி. கம்பெனியின் தலைமையகம், கிடங்குகள், துறைமுகங்கள் ஆகியவை இருந்த பகுதியில் பார்வையாளர்களை அழைத்துப் போய் விளக்கிச் சொல்லுகிறார்கள். இது நிறையப் பொது விவாதங்களைத் தூண்டியிருக்கிறது. இதன் வெற்றியால், கார்ப்பரேஷனுக்காகவே ஓர் அருங்காட்சியகம் அமைக்கும் திட்டத்தையும் 'மேடை' தொடங்கியுள்ளது. நம் காலத்தின் மிகப் பலமான அமைப்பைப் பற்றிப் பொதுமக்கள் சிந்தித்துப் பார்ப்பதற்கு இது ஓர் ஆரம்பப் புள்ளி.[36]

இந்த அருங்காட்சியகம் தகவல் சொல்லும்; புதிர் போடும்; கண்காட்சிகள் நடத்தும்; கற்பிக்கும். நம் வாழ்க்கையில் கார்ப்பரேஷன்களின் பங்கு என்ன என்பதைப் பொதுமக்களுடன் விவாதிக்கும். அதன் நிறை குறைகளைப் பற்றிப் பேசும். மியூசியம், கார்ப்பரேஷனின் வரலாற்றைப் பறவைப் பார்வை யாகப் பார்க்கும். கிழக்கிந்தியக் கம்பெனி போன்ற முன்னோடி களுக்கும் இன்றைக்கு இருக்கும் கார்ப்பரேஷன்களுக்கும் உள்ள ஒற்றுமை வேற்றுமைகளைச் சுட்டிக் காட்டும்.

மியூசியத்தில் காட்சிப் பொருள்களைத் தவிர, மிக அருமையான மின்னணு ஊடக ஒலி-ஒளிக் காட்சிகளும் உண்டு. மேடை, உலகெங்கும் ஒத்த குணம் கொண்ட நிறுவங்களுடன் இணைந்து செயல்படும். உதாரணமாக லண்டனில் கிழக்கிந்தியக் கம்பெனியின் பழைய கிடங்கு ஒன்றில் மியூசியம் அமையலாம். 1970-களில் கட்லர் பூங்காவின் ஒரு பகுதியைப் பொதுமக்கள்

உபயோகத்துக்காகத் திறந்துவிட்டார்கள். கொல்கத்தாவில் டம் டம் பகுதியில் உள்ள கிளைவின் முன்னாள் வீட்டை இதற்கு ஒதுக்கினால், ஒரு குறியீடுபோலவும் அமையும்; சிந்திக்கவும் தூண்டும்.

இப்போது இருக்கும் அருங்காட்சியகங்கள் கம்பெனியைப் பற்றி அரைகுறையாகவே பேசுகின்றன. இதையும் சரி செய்யவேண்டும். அவற்றில் சில ஆச்சரியகரமான காட்சிப் பொருள்கள் இருக் கின்றன. ஆனால் அவை கண்ணாடிப் பெட்டிக்குள் ஊமையாக நிற்கின்றன. புதுமையான வழிகளில் கம்பெனியின் கடந்த காலத்தை வெளியே கொண்டுவரவேண்டும்.

2004-ன் கடைசியில் லண்டனின் விக்டோரியா ஆல்பர்ட் மியூசியத்தில் நடந்த 'சந்திப்புகள்' என்ற கண்காட்சி இதைக் கோடிட்டுக் காட்டியது. 1800-க்கு முன்பு 300 வருடங்களில் ஐரோப்பாவுக்கும் ஆசியாவுக்கும் இடையே நடந்த பொருளாதார, அழகியல் கொடுக்கல் வாங்கல்தான் கண்காட்சி. இந்த உறவுகளால் இரு தரப்புக்கும் நன்மை விளைந்தது என்றும், இது அருமையான விஷயம் என்றும் கண்காட்சி சொல்லியது; அங்கே வைக்கப்பட்டிருந்த ஆடம்பரப் பொருள்கள்தான் காட்சிக்கு இருந்தனவே ஒழிய, அதன் பின்னணியில் இருந்த மானுட உண்மைகளைக் காட்டவே முயற்சிக்கவில்லை. அந்த வியாபாரங்கள் எப்படி நடந்தன, எதைக் கொடுத்து எதை வாங்கினார்கள் என்பது பற்றி ஓர் ஆராய்ச்சியும் இல்லை.

ஒரே ஓர் உதாரணம்: எளிமையான அங்கி ஒன்று. புதுமைப் பாரம்பரிய பாணியில் செய்யப்பட்டது. அதை உற்றுக் கேட்டால், ஆழமான ஒரு சோகக் கதையையே சொல்லி யிருக்கும். வங்காள மஸ்லின் துணியில் செய்தது; அநேகமாக 1800 வாக்கில் டாக்காவில் நெய்ததாக இருக்கும். மேலாகப் பார்த்தால் அழகான அங்கி; அவ்வளவுதான். ஆனால் இந்தத் துணி, நசித்துக்கொண்டிருந்த ஒரு தலைமுறையைச் சேர்ந்தது என்பதைக் கண்காட்சி சொல்லவில்லை. அதை உருவாக்கிய தொழில்துறையையே, தொழிற்புரட்சி வந்து வெட்டிச் சாய்க்கிற நேரத்தில் செய்தது என்பதையும் சொல்லவில்லை. இறக்குமதிகளைச் சுவர் மாதிரி வரியைப் போட்டுத் தடுத்த கதையையும், கம்பெனியின் ஆதிக்க வெறி பிடித்த நிர்வாகத் தையும் கண்காட்சி சொல்லவில்லை.

இந்த அங்கி தயாரிக்கப்பட்டுப் பதினெட்டே வருடங்களில், கம்பெனி டாக்காவில் இருந்த தன் தொழிற்சாலையை இழுத்து மூடியது; இந்திய மஸ்லினை இறக்குமதி செய்வதையே அடியோடு நிறுத்தியது. இதையும் மற்ற காட்சிப் பொருள் களையும் கலாசாரக் கண்ணாடி அணிந்தே பார்த்தால், முழுக் கதையும் ஒரு நாளும் தெரியாது.

எதிர்கால மலர் மொட்டுக்களே!

ஐரோப்பாவுக்கும் ஆசியாவுக்கும் பொதுவான கடந்தகாலம் உண்டு; அதில் கம்பெனியின் பங்களிப்பு என்ன என்பதை உடைத்துப் பேசினால்தான், நல்ல எதிர்காலம் உண்டு என்ற நம்பிக்கை எழும்.

'நாடுகளும் மக்களும் எத்தகைய கதைகளைச் சாப்பிட்டு வளர்கிறார்களோ, கடைசியில் அதுவாகவே ஆவார்கள்' என்றார் எழுத்தாளர் பென் ஓக்ரி. 'தனக்குத் தானே பொய் சொல்லிக்கொண்டால், அந்தப் பொய்களின் எதிர்கால விளைவுகளை அனுபவிப்பார்கள். தங்கள் உண்மையை நேரடியாக எதிர்கொண்டால், வருங்காலத்தில் மலரப்போகும் மொட்டுகளுக்குச் சுதந்தரமான வரலாறு கிடைக்கும்' என்றார் அவர்.[37]

அந்த எதிர்கால மொட்டுக்களுக்காகவாவது, 21-ம் நூற்றாண்டில் நாம் கிழக்கிந்தியக் கம்பெனியை ஆராயவேண்டும். கூட்டிக் கழித்துப் பார்த்தால் கிழக்கிந்தியக் கம்பெனியின் கதையே சோகக் கதைதான். ஏராளமாகச் செல்வம் உருவாக்கிய கம்பெனி; நிறையக் கெடுதலும் செய்தது. தன் கார்ப்பரேட் அமைப்பில் இருந்த குறைகளாலேயே கெட்டது.

இந்தக் கதையிலிருந்து 21-ம் நூற்றாண்டு கற்றுக்கொள்ள வேண்டிய பாடங்கள் நிறைய உள்ளன. கடிவாளம் இல்லாத கார்ப்பரேட் சக்தியால் என்ன ஆபத்து என்பது ஒன்று; நீதி கேட்டுப் போராடுவதற்கு எப்போதும் மக்கள் சக்தி இருக்கிறது என்பது மற்றொன்று.

இன்றைய உலகத்தில் கம்பெனியின் இடம் என்ன என்பதில் ஆர்வம் அதிகரித்து வருகிறது. ஆனால் இதில் முழு அளவு அலசல் எப்போதோ நடந்திருக்கவேண்டியது. நவீன உலகத்தின்

கார்ப்பரேட் வேர்களை நாம் நேர்மையாக அணுகவேண்டும். அப்போதுதான் நம்முடைய வரலாறு நமக்கே புரியும்; கார்ப்பரேஷன்களைப் பொது நன்மையுடன் பிணைப்பதற்கு ஒரு முனைப்பு வரும்.

கம்பெனியின் கதையைக் கேட்டபிறகு நம் கடமைகள் இரண்டு. ஒன்று, மறக்கக்கூடாது. இரண்டு, செயல்படவேண்டும்! இதுதான் 18-ம் நூற்றாண்டில் எட்மண்ட் பர்க் போன்று தன்னல மில்லாமல் - வெற்றி பெறுவோமா என்பதுகூடத் தெரியாமல் - நீதிக்காகப் போராடியவர்களை உந்திய சக்தி.

பர்க்கின் வாழ் நாள் முடிவுக்கு வந்துகொண்டிருந்த நேரம். தன் நீண்ட அரசியல், இலக்கிய வாழ்க்கையில் எதைப் பெரிதாக மதித்தார் என்பதுபற்றித் தன் நண்பருக்கு ஒரு கடிதம் எழுதினார். அந்த இளம் நண்பர், பிரெஞ்ச் லாரன்ஸ். பர்க்கின் இலக்கியப் பதிப்புரிமைகள் அவரிடம்தான் இருந்தன. பர்க் தன் வாழ்நாள் சாதனையாக, இந்தியாவுக்கு நீதி கிடைப்பதற்காகப் போராடி யதைத் தவிர மற்ற எல்லாவற்றையும் உலகம் மறந்துவிட வேண்டும் என்று லாரன்ஸிடம் சொன்னார். இத்தனைக்கும் பர்க் பிரெஞ்சுப் புரட்சியின்போது சமூக அடுக்குகளைப் பாதுகாக்க வேண்டும் என்று வாதாடியவர்.

பழைய கோபம் மறுபடி கொழுந்துவிட்டு எரிய, பர்க் கம்பெனியைச் சாடினார். 'கம்பெனி இந்தியாவுடன் சகவாசம் வைத்துக்கொண்டதன் ஒரே காரணம், தன் கீழ்த்தரமான நோக்கங்களையும் கீழ்த்தரமான ஆசைகளையும் நிறைவேற்றிக் கொள்வது தவிர வேறு எதுவும் இல்லை' என்றார்.

மெக்காலேக்கு ஆசியாவிலிருந்து வந்த எதைக் கண்டாலும் கசப்பு, இளக்காரம்! இதற்கு மாறாக, கிழக்கும் மேற்கும் சரி சமம், அதுதான் நியாயம் என்று வாதாடியவர் பர்க். கம்பெனி இந்தியாவைக் கைப்பற்றி அடக்குமுறையைக் கட்டவிழ்த்து விட்டபோது அத்தனையும் கெட்டுவிட்டது. இதில் ஐரோப்பாவின் தர்ம நியாயத்துக்கும் மிகப் பெரிய சேதாரம்.

'என்றைக்காவது ஒரு நாள் ஐரோப்பா தன் நாகரிகத்தைக் கடைத் தேற்றிக்கொண்டால், அன்றைக்கு என்னுடைய பணிக்குப் பயன் விளையும்' என்று முடித்தார் பர்க். 'கிழக்கிந்தியக் கம்பெனியின்

முழு உண்மையையும் பாருங்கள்' என்று அவர் விடுத்த அறைகூவல், அவருடைய தலைமுறைக்கு மட்டுமல்ல; நமக்கும் சேர்த்துத்தான்.

பதினெட்டாம் நூற்றாண்டிலிருந்து பர்க்கின் குரல் கேட்கிறது:

'மறக்காதே! மறக்காதே! மறக்காதே!'[38]

குறிப்புகள்

அறிமுகம்

1. Edmund Burke, Speech to Parliament, 1 December 1783.
2. Karl Marx, 'The British Rule in India', *New York Daily Tribune*, 25 June 1853.

1. ஊமைக் காயம்

1. Edward Edwards, *Anecdotes of Painters*, quoted in William Foster, *Catalogue of Paintings, Statues etc. in the India Office*, London, 1921, p. 57.
2. Accounts differ whether the river god is the Thames or Ganges.
3. See Kees Zandvliet, Th*e Dutch Encounter with Asia, 1600–1650*, Amsterdam: Rijksmuseum, 2002.
4. Using the retail price index, 'In 2002, £2,500,000 from 1757 is worth £232,673,621 and £234,000 from 1757 is worth £21,778,251': see <www.eh.net> [last consulted 30/10/05].
5. Alexander Dow, *History of Hindostan*, 1773, quoted in Sushil Chaudhury,Th*e Prelude to Empire: Plassey Revolution of 1757*, New Delhi: Manohar, 2000, p. 18.
6. Ninth Report of the Select Committee, July 1783, in P.J. Marshall, ed., *Writings and Speeches of Edmund Burke*, V, Oxford: Clarendon Press, 1981, p. 232.
7. Adam Smith, *Inquiry into the Wealth of Nations*, book I, chap. VIII, New York:The Modern Library, 1994 [1776], p. 84.
8. 'To the Tradesmen and Mechanics of Pennsylvania', 4 December 1773.

9. Ninth Report, in Marshall, *Writings and Speeches of Burke*, V, p. 226.
10. Lawrence Norfolk, *Lemprière's Dictionary*, London: Minerva, 1996.
11. John Keay, *The Honourable Company*, London: HarperCollins, 1993, p. 219.
12. James Noorthouck, *New History of London*, quoted in William Foster, *The East India House*, London, 1924, p. 133.
13. Quoted in Anthony Sampson, *Company Man: The Rise and Fall of Corporate Life*, London: HarperCollins, 1996, p. 21.
14. Olwen Campbell, *Thomas Love Peacock*, London: Arthur Barker, 1953, p. 54.
15. Prior to the construction of the new building, there was a plaque, which stated 'Site of East India House, 1726–1861'.
16. Romesh Chunder Dutt, *The Economic History of India under Early British Rule (1757–1837)*, London: Kegan Paul, Trench, Trubner & Co., 1908, p. xii.
17. Jawaharlal Nehru, *The Discovery of India*, London: Meridian Books, 1946, p. 248.
18. Gurcharan Das, *India Unbound*, New Delhi: Penguin India, 2002.
19. Quoted in 'Enron's Abuse of Power', *Multinational Monitor*, vol. 18, no. 9, September 1997.
20. Arundhati Roy, *The Algebra of Infi nite Justice*, London: Flamingo, 2002, p. 146.
21. Sandip Roy, 'Enron in India: the Giant's First Fall', Pacifi c News Service, 8 February 2002.
22. See *Rediff Business Special*, 26 May 2000 or *Tehelka*, 14 February 2004.
23. Sowmya Sundar and Suresh Krishnamurthy, 'Foreigners hold 30pc shares in nifty cos', *Business Line*, 28 March 2004.
24. Arvind Virmani, 'Economic Reforms: Policy and Institutions – Some Lessons from Indian Reforms', ICRIER, New Delhi, January 2004.
25. See the speech of Shri Shankar Roy Chowdhury on patent reform, Rajya Sabha debates, 23 March 2005.

26. Patrick Gillam and Mervyn Davies, Sponsor's Foreword in Antony Farrington, 'Trading Places', London:The British Library, 2002.
27. Rod Eddington, 'Only the world's favourite empires last', *Financial Times*, 14 July 2003.
28. See <www.theeastindicacompany.com> [visited 23/02/2001]
29. See <www.metrojayaonline.com>.
30. William Dalrymple, quoted in Archie Baron, *An Indian Affair*, London: Channel 4 Books, 2001, p. 110.
31. William Dalrymple, *White Mughals*, London: HarperCollins, 2003, p. 501.
32. See Baron, *An Indian Affair*.
33. See <http://www.thetruthabouttradingplaces.org.uk> [last referenced 24/06/02].
34. *Gentleman's Magazine*, March 1767, pp. 100–1.
35. *Gentleman's Magazine*, April 1767, p. 152.
36. Nehru,The *Discovery of India*, p. 266.
37. Richard Clarke, 'The Nabob' (1773), quoted in *Arenas of Asiatic Plunder*, Jack p. Greene, 2003, see <www.uga.edu/colonialseminar/AsiaticPlunders.pdf> [last referenced 24/10/2005].

2. திமிர் பிடித்த கம்பெனி

1. Quoted in Rozina Visram, *Asians in Britain: 400 Years of History*, London: Pluto Press, 2002, p. 19.
2. Thomas Babington Macaulay,The *History of England in the 18th Century* [1849], London: Folio Society, 1980, p. 183.
3. Kirti N. Chaudhuri,The *Trading World of Asia and the East India Company 1660–1760*, Cambridge: Cambridge University Press, 1978, p. 21.
4. Fernand Braudel, *Civilization and Capitalism*, vol. 2:The *Wheels of Commerce*, London: Collins, 1982, p. 436.
5. See Ron Harris, *Institutional Innovations:Theories of the Firm and the Formation of the East India Company*, Berkeley Program in Law and Economics Working Paper no. 161, 2004, p. 49.

6. Philip Lawson, *The East India Company*, London: Longman, 1993, p. 21.

7. *Gentleman's Magazine*, July 1767, p. 348.

8. Thomas Friedman, *New York Times*, 28 March 1999.

9. Chaudhuri, *The Trading World of Asia*, p. 13.

10. Quoted in Huw Bowen, *Revenue and Reform*, Cambridge: Cambridge University Press, 1991, p. 39.

11. See Santhi Hejeebu, 'Contract Enforcement in the English East India Company', Cornell College, July 2004; also in *Journal of Economic History*, vol. 65, no. 2, 2005, pp. 1–27.

12. See Ann M. Carlos and Stephen Nicholas, 'Giants of an Earlier Capitalism: The Chartered Trading Companies as Modern Multinational corporations', *Business History Review*, vol. 62, no. 3, Autumn 1988.

13. Timothy Alborn, *Conceiving Companies*, London: Routledge, 1998, p. 2.

14. Adam Smith, *Inquiry into the Wealth of Nations*, book IV, chap. VIII, pp. 692–3.

15. Ibid., book IV, chap. III, p. 527.

16. George Miller, 'Everyday Low Wages', US House of Representatives, 16 February 2004.

17. Center for Community and Corporate Ethics, *Wal-Mart Watch Annual Report 2005*, <www.walmartwatch.com>

18. Frank Partnoy, *Infectious Greed: How Deceit and Risk Corrupted the Financial Markets*, London: Profi le Books, 2004, p. 4.

19. William Bolts, *Considerations on Indian Affairs* [1772], in *The East India Company: 1600–1858*, ed. Patrick Tuck, London: Routledge, 1998, pp. iv–v.

20. Amnesty International, *Clouds of Injustice – Bhopal disaster 20 years on*, London: Amnesty International Publications, 2004.

21. *Gentleman's Magazine*, April 1767, p. 152.

22. P.J. Marshall, *Problems of Empire: Britain and India 1757–1813*, London: George Allen & Unwin, 1968, p. 17.

23. Karl Marx, 'The Government of India', *New York Tribune*, 20 July 1853.

3. மசாலா நெடி

1. Willke Jeeninga,The *East Indies House and St Jorishof*, Utrecht: Wanders Uitgevers, 1995.
2. Els M. Jacobs, *In Pursuit of Pepper and Tea:The Story of the Dutch East India Company*, Amsterdam: Netherlands Maritime Museum, 1991, p. 16.
3. Jeeninga,The *East Indies House*, p. 38.
4. David Landes,The *Wealth and Poverty of Nations*, London: Little, Brown and Company, 1998, p. 143.
5. Henry Hobhouse, *Seeds of Change: Six Plants that Transformed Mankind*, London: Papermac, 1999, p. xiii.
6. Holden Furber, 'Rival Empires of Trade 1600–1800', in *Maritime India*, New Delhi: Oxford University Press, 2004 [1976], p. 231.
7. Richard Hall, *Empires of the Monsoon*, London: HarperCollins, 1996, p. 172.
8. Hall, ibid., p. 190, quotes Joao de Barros's justifi cation of this policy: 'It is true that there does exist a common right to all to navigate the seas, and in Europe we acknowledge the right which others hold against us, but that right does not extend beyond Europe, and therefore the Portuguese by the strengths of her fl eets are justifi ed in compelling all Moors to take out safe-conducts under pain of confi scation or death.The Moors and the Gentiles are outside the law of Jesus Christ, which is the true law which everyone has to keep under pain of damnation to eternal fi re. If then the soul be so condemned, what right has the body to the privileges of our laws?'
9. Described by Gaspar Correa inThe*Three Voyages of Vasco da Gama* and quoted in Hall, *Empires of the Monsoon*, p. 198.
10. Quoted in Om Prakash, *European Commercial Enterprise in Pre-Colonial India*, New Delhi: Cambridge University Press, 2000, p. 139.
11. Ibid., p. 48.
12. William Logan, *Malabar Manual*, New Delhi: Asian Educational Services, 2000, p. 308.
13. Giles Milton, *Nathaniel's Nutmeg*, London: Hodder & Stoughton, London, p. 70.
14. Quoted in Furber, 'Rival Empires of Trade', p. 32.

15. Logan, *Malabar Manual*, p. 70.
16. See Ramkrishna Mukherjee, *The Rise and Fall of the East India Company*, New York: Monthly Review Press, 1974, p. 393.
17. Keay, *The Honourable Company*, p. 113.
18. Quoted in Mukherjee, *Rise and Fall of the East India Company*, p. 73.
19. See Furber, 'Rival Empires of Trade', p. 91.
20. Keay, *The Honourable Company*, p. 150.
21. Thomas Babington Macaulay, *History of England Since the Accession of James II*, 1848–60, chap. XVIII.
22. Chaudhuri, *The Trading World of Asia*, p. 77.
23. Daniel Defoe, *Anatomy of Exchange Alley*, quoted in Maureen Waller, *1700:*

    Scenes from London Life, London: Hodder & Stoughton, 2000, p. 243.
24. See Stephen Pincus's *Whigs, Political Economy and the Revolution of 1688–89* (2002) for a fascinating account of Child's political economy.
25. Quoted in John E. Wills, *1688 – A Global History*, London: Granta, 2002, p. 285.
26. East India Company to Fort St George, 9 June 1686, quoted in Pincus, *Whigs*, p. 12.
27. East India Company to Fort St George, quoted in Chaudhury, *The Prelude to Empire*, p. 68.
28. Newsletter from London, 14 August 1688, quoted in Pincus, *Whigs*, p. 14.
29. Macaulay, *History of England*, chap. XVIII
30. Quoted in Lawson, *The East India Company*, p. 53.
31. Report of Sir Thomas Cooke's Examination, *House of Lords Journal*, vol. 15, 24 April 1695.
32. Sir Basil Firebrace's Examination, *House of Lords Journal*, vol.15, 27 April 1695.
33. Edward Chancellor, *Devil Take the Hindmost*, London: Macmillan, 1999, p. 50.

34. Smith, *Wealth of Nations*, book v, chap. I, art. 1, p. 808.
35. Lucy Sutherland, *The East India Company in Eighteenth-Century Politics*, Oxford: Clarendon Press, 1952, p. 17.
36. Letter to an MP, 1708, published in *Gentleman's Magazine*, 1781, p. 1018.
37. Smith, *Wealth of Nations*, book V, chap. I, art. 1.
38. 'In 2002, £200,000 from 1699 is worth £18,786,836 using the retail price index.' See <www.eh.net> [last consulted 30/10/2005].
39. Quoted in Gardner, *The East India Company*, p. 53.
40. Quoted by Chaudhury, *From Prosperity to Decline: 18th Century Bengal*, New Delhi: Manohar, 1999, p. 24.
41. J.H. Plumb, *England in the 18th Century*, Harmondsworth: Penguin, 1990, p. 171.
42. 31 January 1708, *Weekly Review*, quoted in Prasannan Parthasarathi, 'Rethinking Wages and Competitiveness in the 18th Century: Britain and South India', *Past and Present*, no. 158, February 1998.
43. Robert J. Allen, ed., *Addison and Steele*, Orlando: Rinehart, 1974, p. 212.
44. Furber, 'Rival Empires of Trade', p. 130.
45. Quoted in James Mill, *History of British India* [1858 edn, 10 vols], vol. III, book IV, chap. 1, London: Routledge/Thoemes Press, 1997, p. 30.

4. வங்காளப் புரட்சி

1. William Bolts, *Considerations on Indian Affairs* [1772], in *The East India Company: 1600–1858*, ed. Patrick Tuck, London: Routledge, 1998, p. 84.
2. Krishna Dutta, *Calcutta*, Northampton, MA: Interlink Books 2003, p. 55.
3. 'In 2002, £1,000,000 from 1797 is worth £70,725603 using the retail price index.' See <www.eh.net> [last consulted 30/10/05].
4. Fernand Braudel, *Civilization and Capitalism*, vol. 3: *The Perspective of the World*, London: Collins, 1984, p. 489.

5. See, for example, the March 1767 issue of *Gentleman's Magazine*, p. 99.

6. Philip Francis, quoted in Joseph Parkes and Herman Merivale, *Memoirs of Sir Philip Francis*, London: Longman, Green & Co., 1867, II, p. 18.

7. Quoted in Mike Davis, *Late Victorian Holocausts*, London: Verso, 2002, p. 294.

8. Uzramma, *A Brief History of Cotton in India*, Hyderabad: Independent Handloom Research Group, 2002.

9. P.J. Marshall, *East Indian Fortunes: the British in Bengal in the Eighteenth Century*, Oxford: Clarendon Press, 1976, p. 33.

10. Prakash, *European Commercial Enterprise*, p. 121.

11. Chaudhury, *From Prosperity to Decline*, p. 206.

12. Sudipta Sen, *Empire of Free Trade: the East India Company and the Making of the Colonial Marketplace*, Philadelphia: University of Pennsylvania Press, 1998, p. 13.

13. Quoted in Chaudhury, *From Prosperity to Decline*, p. 35.

14. Marshall, *East Indian Fortunes*, p. 43.

15. Quoted in Chaudhury, *From Prosperity to Decline*, p. 316.

16. Quoted in Chaudhury, The *Prelude to Empire*, p. 69.

17. Smith, *Wealth of Nations*, book V, chap. 3, art. 1, p. 809.

18. Quoted in Keay, The *Honourable Company*, p. 299.

19. Quoted in Chaudhury, The *Prelude to Empire*, p. 42.

20. Sen, *Empire of Free Trade*, p. 74.

21. Ibid., p. 74.

22. *Gentleman's Magazine*, July 1757, p. 309.

23. Quoted in Chaudhury, The *Prelude to Empire*, p. 111.

24. Quoted in Chaudhury, *From Prosperity to Decline*, p. 322.

25. Gardner, The *East India Company*, p. 84.

26. Chaudhury, The *Prelude to Empire*, p. 86.

27. Robert Clive, Letter to Directors, 26 July 1757.

28. Jean Law, quoted in Chaudhury, The *Prelude to Empire*, p. 119.

29. Chaudhuri, The *Trading World of Asia*, p. 109.

30. Robert Clive to the Secret Committee of the Directors, 26 July 1757, <www.mssc.edu/project southasia/history>.

31. Robert Harvey, *Clive: Life and Death of a British Emperor*, London: Hodder & Stoughton, 1998, p. 193.

32. Clive, quoted in ibid., p. 251.

33. Clive Mathieson, 'Vodafone chastised by vote over bonus', The *Times*, London, 28 July 2000.

34. Philip Mason, The *Men Who Ruled India*, London: Jonathan Cape, 1985, p. 37.

35. Thomas Macaulay, 'Essay on Lord Clive', January 1840.

36. Chaudhury, The *Prelude to Empire*, p. 166.

37. Luke Scrafton, *Refl ections on the Government of Indostan* [1763], quoted in R. Palme Dutt, *India Today*, London: Victor Gollancz, 1940, p. 113.

38. R.C. Dutt, *Economic History of India*, p. 23.

39. Smith, *Wealth of Nations*, book IV, chap. VII, p. 687.

40. 'In 2002, £300,000 from 1759 is worth £34,150,824, using the retail price index.' See <www.eh.net> [last consulted 30/10/2005].

41. 'In 2002, £1,650,900 from 1765 is worth £152,072,698 using the retail price index.' See <www.eh.net> [last consulted 30/10/05].

42. Robert Clive, Letter to the Directors, September 1765, quoted in Bolts, *Considerations*, p.154.

43. <http://banglapedia.search.bd/HT/C_0290.HTM>.

44. James Mill, *History of British India*, vol. III, book IV, chap. IX, p. 359.

45. Braudel, *Civilization and Capitalism*, vol. 3, p. 496.

46. Parthasarathi, 'Rethinking Wages and Competitiveness in the 18th Century'.

47. 'Of the mode of providing the Company's Investment', quoted in Guha, *A Rule of Property*, p. 136.

48. Hameeda Hossain, 'The Company's Controls over Textile Production', *Journal of the Asiatic Society of Bangladesh*, June 1983, offprint, p. 13.

49. Bolts, *Considerations*, p. 193.

50. Ibid., p. 74.

51. Ibid., p. 194.

52. Shahid Ali, from the 'Dacca Gauzes', in *The Half-Inch Himalayas*, Middletown: Wesleyan University Press, 1987.

53. Quoted in Harvey, *Clive*, p. 309.

54. Furber, 'Rival Empires of Trade', p. 177.

5. சறுக்கியது மத யானை!

1. Quoted in Jeremy Bernstein, *Dawning of the Raj:The Life and Trials of Warren Hastings*, London: Aurum Press, 2000, p. 66.

2. Quoted in Penelope Hunting, *Cutlers Gardens*, London: Standard Life, 1984.

3. Sutherland,*The East India Company*, p. 47.

4. Macaulay, 'Essay on Clive', 1840.

5. Quoted in Keay,*The Honourable Company*, p. 324.

6. Quoted in Dutt,*The Economic History of India*, p. 37.

7. Quoted in Huw Bowen, 'Lord Clive and Speculation in East India Company Stock, 1776', *Historical Journal*, 1987, p. 910.

8. Quoted in James Mill, *History of British India*, vol. III, book IV, chap. VII, p. 300.

9. Baron, *An Indian Affair*, p. 80.

10. Mill, *History of British India*, III, IV, chap. VII, p. 307.

11. *Gentleman's Magazine*, December 1769, p. 618.

12. *Gentleman's Magazine*, April 1769, p. 211.

13. Quoted in Sutherland,*The East India Company*, p. 192.

14. Cornelius Walford, 'Famines in History', *Journal of the Statistical Society*, vol. 41, 1878, pp. 442–3.

15. Walford, quoted in Davis, *Late Victorian Holocausts*, p. 287.

16. Davis, *Late Victorian Holocausts*, p. 286.
17. Quoted in Palme Dutt, *India Today*, p. 115.
18. *Gentleman's Magazine*, 1771, p. 402.
19. Ibid., p. 403.
20. Quoted in Sen, *Empire of Free Trade*, p. 147.
21. Dutt, *The Economic History of India*, p. 52.
22. George Chesney, quoted in Walford, 'Famines in History', p. 519.
23. Quoted in Chandra Prakash N. Sinha, *From Decline to Destruction: Agriculture in Bihar during Early British Rule*, New Delhi: Manohar, 1997, p. 25.
24. Rajat Datta, *Society, Economy and the Market: Commercialisation in Rural Bengal c.1760–1800*, New Delhi: Manohar, 2000, p. 264.
25. Cornwallis, quoted in Datta, ibid., p. 264
26. Quoted in Mukherjee, *The Rise and Fall of the East India Company*, p. 353.
27. Dean Mahomet, *The Travels of Dean Mahomet*, Berkeley: University of California Press, 1997, pp. 35–6.
28. Ibid., p. 54.
29. See Sugata Bose, *Peasant Labour and Colonial Capital: Rural Bengal since 1770*, Cambridge, New York: Cambridge University Press, 1993.
30. Bolts, *Considerations*, p. x.
31. Derived from Marshall, *East Indian Fortunes*, Table VI, p. 232, Table VII, p. 241 and Table VIII, p. 250.
32. 'In 2002, £1,086,255 from 1770 is worth £98,490,650 using the retail price index.' See <www.eh.net> [last consulted 30/10/2005].
33. *Gentleman's Magazine*, April 1769, p. 197.
34. Quoted in Marshall, *East Indian Fortunes*, p. 200.
35. Quoted in Sutherland, *The East India Company*, p. 137.
36. Quoted in Harry Verelst, *A View on the Rise, Progress and Present State of the English Government in Bengal*, London [1772], in *The East India Company: 1600–1858*, ed. Tuck, p. 123.

37. Quoted in Bolts, *Considerations*, p. 53.
38. *Gentleman's Magazine*, December 1770, p. 587.
39. Baron, *An Indian Affair*, p. 79.
40. *Gentleman's Magazine*, 30 March 1771, p. 141.
41. Bolts, *Considerations*, p. 216.
42. Francis Sykes to Warren Hastings, 14 September 1773, quoted in Willem Kuiters,*The British in Bengal 1756–1773*, Paris: Les Indes Savantes, 2002, p. 68.
43. *Gentleman's Magazine*, December 1769, p. 618.
44. Quoted in Charles Kindleberger, *Manias, Panics and Crashes – A History of Financial Crises*, New York: John Wiley & Sons, 2000, p. 91.

6. கம்பெனிக்குத் தேவை, சவுக்கு!

1. Quoted in Ian Simpson Ross,*The Life of Adam Smith*, Oxford: Clarendon Press, 1995, p. 241.
2. Quoted in Robert Heilbroner,*The Worldly Philosophers*, New York: Touchstone, 1999, p. 55.
3. Smith,*The Wealth of Nations* [1998 edn], book IV, chap. IX, p. 745.
4. Ibid., IV, chap. II, p. 485.
5. Ibid., I, chap. XI, p. 288.
6. Ibid., I, chap. XI, p. 287.
7. Ibid., IV, chap. VII, p. 675.
8. Ibid., IV, chap. VII, p. 693.
9. Ibid., I, chap. XI, p. 288.
10. Ibid., I, chap. X, part 2, p. 148.
11. See Sutherland,*The East India Company*, p. 38.
12. Quoted in David Korten, *When Corporations Rule the World*, London: Earthscan, 1996, p. 56.
13. Smith, *Wealth of Nations*, IV, chap. VII, pp. 681–2.
14. Ibid., I, chap. XI, part 1, p. 170.
15. Ibid., IV, chap. VII, p. 692.

16. *Gentleman's Magazine*, 1767, p. 151.
17. See Jack Greene, *Arenas of Asiatic Plunder*, p. 5.
18. Quoted in Lawrence James, *Raj –The Making and Unmaking of British India*, London: Little, Brown and Company, 1999, p. 47.
19. Quoted in *Gentleman's Magazine*, 13 April 1772, p. 303.
20. Quoted by Harvey, *Clive*, p. 343.
21. Sutherland,The *East India Company*, p. 251.
22. *Annual Register*, April 1773.
23. Harvey, *Clive*, p. 358.
24. Quoted in ibid., p. 372.
25. Quoted from the Ninth Report of the Select Committee, in Marshall, *Writings and Speeches of Burke*, V, p. 200.
26. *Gentleman's Magazine*, 1773, p. 637.
27. Boston handbill, 28 November 1773, quoted inThom Hartmann, *Unequal Protection:The Rise of Corporate Dominance and theTheft of Human Rights*, Emmaus, PA: Rodale, 2004, p. 58.
28. Benjamin Woods Labaree,The *Boston Tea Party*, New York: Oxford University Press, 1964, p. 73.
29. Hartmann, *Unequal Protection*, p. 56.
30. *Pennsylvania Chronicle*, 15 November 1773, quoted in Leo Huberman, *We, the People*, London: Victor Gollancz, 1940.
31. Hartmann, *Unequal Protection*, pp. 56–7.
32. Jane Anne Morris, 'Corporations for the Seventh Generation', in *Defying Corporations, Defining Democracy*, ed. Dean Ruiz, New York:The Apex Press, 2001, p. 82.
33. Bolts, *Considerations*, p. 213.
34. Petition of Gregore Cojamaul and Johannes Padre Rafael, quoted in Bolts, *Considerations*, p. 109.
35. 'In 2002, £9,700 from 1777 is worth £826,603 using the retail price index.' See <www.eh.net> [last consulted 30/10/05].
36. *Annual Register*, December 1774, pp.170–1; see also *Annual Register*, February 1776, p. 120.
37. Chapter XVI, 'The Armenians in London', in Kuiters,The *British in Bengal*, provides a detailed analysis of these cases.

38. Smith, *Wealth of Nations*, IV, chap. VII, p. 666.
39. Quoted in Ross, *Life of Adam Smith*, p. 353.
40. Smith, *Wealth of Nations*, V, chap. 1, p. 812.
41. Ibid., p. 800.
42. Ibid., art. 1, p. 814.
43. See Richard L. Grossman and Frank T. Adams, *Taking Care of Business* [1993], POCLAD, 2002.
44. John Kenneth Galbraith, *A History of Economics*, London: Hamish Hamilton, 1987, p. 71.
45. Karl Polanyi, *Origins of Our Times –The Great Transformation*, London: Victor Gollancz, 1945, p. 13.
46. Smith, *Wealth of Nations*, IV, chap. V, p. 563.
47. Ibid., p. 564.

7. இனி, நீதி கிடைக்கும்

1. Dutt,*The Economic History of India*, p. 29.
2. Joseph Parkes and Herman Merivale, *Memoirs of Sir Philip Francis*, London: Longman, Green & Co., 1867, II, p. 18.
3. Dutt,*The Economic History of India*, p. 69.
4. Sinha, *From Decline to Destruction*, p. 2.
5. See Inglis,*The Opium War*, p. 26.
6. See Roy Moxham,*The Great Hedge of India*, London: Constable, 2001, p. 45.
7. Thomas Babington Macaulay, *Hastings*, New York: Chautauqua Press, 1886, p. 39.
8. Ibid., p. 40.
9. Bernstein, *Dawning of the Raj*, p. 83.
10. Quoted in Guha, *A Rule of Property for Bengal*, p. 148.
11. Marshall,*The Impeachment of Warren Hastings*, p. 169.
12. Inglis,*The Opium War*, p. 30.
13. See Narahari Kaviraj, *A Peasant Uprising in Bengal – 1783*, New Delhi: People's Publishing House, 1972.

14. Bankim Chandra Chatterji, *Anandamath*, New Delhi: Orient Paperbacks, 2000, p. 40.
15. William Cowper, 'Expostulation', in *The Poetical Works of William Cowper*, Oxford: Oxford University Press, 1913, p. 51.
16. Quoted in *Gentleman's Magazine*, 1782, p. 469.
17. Quoted in Michael Fry, *The Dundas Despotism*, Edinburgh: Edinburgh University Press, 1992, p. 114.
18. Johnstone, November 1782, quoted in *Gentleman's Magazine*, 1782, p. 548.
19. Ninth Report, quoted in Marshall, *Writings and Speeches of Burke*, V, p. 222.
20. Ibid., p. 236.
21. Ibid., p. 269.
22. Ibid., p. 291.
23. Edmund Burke, Speech to Parliament, 1 December 1783.
24. See *History Today*, June 2001, p. 26.
25. *Gentleman's Magazine*, August 1784, p. 702.
26. C.H. Philips, *The East India Company 1784–1834*, Manchester: Manchester University Press, 1940, p. 34.
27. William Atkinson, quoted in Philips, ibid., p. 34, n. 1.
28. Letter to William Eden, 17 May 1784, quoted in Stanley Ayling, *Edmund Burke*, London: Cassell, 1988, p. 162.
29. William Burke, quoted in Ayling, ibid., p. 168.
30. Thomas Babington Macaulay, 'Essay on Clive', 1840.
31. Hastings Evidence, quoted in Marshall, *The Impeachment of Warren Hastings*, p. 108.
32. Quoted in Ayling, *Edmund Burke*, p. 170.
33. Quoted in Fry, *The Dundas Despotism*, p. 122.
34. Richard Brinsley Sheridan, Speech on the Impeachment of Warren Hastings, 7 February 1787.
35. Edmund Burke, Speech on the Impeachment of Warren Hastings, 15–19 February 1788.

36. See Ninth Report, in Marshall, *Writings and Speeches of Edmund Burke,* V, p. 425.

37. John Morley, *Burke,* London: Macmillan, 1892, p. 191.

38. See 'Edmund Burke on the Perils of Empire', in Uday Singh Mehta, *Liberalism and Empire,* Chicago: University of Chicago Press, 1999, pp. 153–89.

39. Quoted in ibid., p. 186.

40. Morley, *Burke,* p. 197.

41. Richard Brinsley Sheridan,*The Rivals,* London: Samuel French, Act V, Scene III, p. 68.

42. See Marshall,*The Impeachment of Warren Hastings,* p. 170.

43. Spear, *A History of India,* vol. 2, p. 95.

44. Ibid.

45. Dutt,*The Economic History of India,* p. 92.

46. Ibid., p. 91.

47. See E.P.Thompson, *Customs in Common,* Harmondsworth: Penguin, 1993.

48. See Guha, *A Rule of Property for Bengal.*

49. John Capper,The*Three Presidencies of India* [1853], New Delhi: Asian Educational Services, 1997, p. 281.

50. Fry,*The Dundas Despotism,* p. 197.

51. Quoted in Philips,*The East India Company,* p. 78.

52. John Evans,*The Gentleman Usher:The Life & Times of George Dempster, 1732–1818,* Barnsley: Pen & Sword, 2005, p. 130.

8. வல்லடி வல்லரசு

1. Inglis,*The Opium War,* p. 89.

2. Quoted in Robert Blake, *Jardine Matheson – Traders of the Far East,* London: Weidenfeld & Nicolson, 1999, p. 46.

3. Quoted in Inglis,*The Opium War,* p. 103.

4. Quoted in Blake, *Jardine Matheson,* p. 96.

5. Hobhouse, *Seeds of Change,* p. xvi.

6. See The *Sunday Times*'s Rich List, 2004.

7. Irfan Habib, *Resistance and Modernisation under Haidar Ali & Tipu Sultan*, New Delhi: Tulika, 1999, p. xl.

8. K.N. Panikkar, *Against Lord and State: Religion and Peasant Uprisings in Malabar, 1836–1921*, New Delhi: Oxford University Press, 1992.

9. K. Ravi Raman, *Bondage in Freedom: Colonial Plantations in Southern India 1797–1947*, Centre for Development Studies, Trivandrum, Working Paper no. 327, March 2002, pp. 8, 32.

10. Wellington's Supplementary Dispatches, quoted in Lawrence James, The *Iron Duke*, London: Weidenfeld & Nicolson, 1992, p. 77.

11. Panikkar, *Against Lord and State*, p. 1.

12. Jac Weller, *Wellington in India*, London: Greenhill Books, 1993, p. 110.

13. Simon Schama, *A History of Britain*, vol. 2: The *British Wars 1603–1776*, London: BBC Books, 2001, p. 496.

14. Quoted in Philips, The *East India Company*, p. 219.

15. Henry Wilson's continuation of Mill's *History of India*, vol. VII, 1858, quoted in Mukherjee, The *Rise and Fall of the East India Company*, p. 404.

16. Syed Muhammed Taifoor, *Glimpses of Old Dhaka*, Dacca: S.M. Perwej, 1956, p. 53.

17. Karl Marx, 'The East India Company – Its History and Results', *New York Daily Tribune*, 11 July 1853.

18. Quoted in Karl Marx, *Capital*, vol. 1, chap, 15, sect. V, 'The Strife Between Workman and Machine'.

19. See Dutt, The *Economic History of India*, pp. 300–1.

20. Huw Bowen, The *Business of Empire*, Cambridge: Cambridge University Press, 2005, p. 235.

21. Hoh-cheung Mui and Lorna H. Mui, The *Management of Monopoly: a Study of the English East India Company's Conduct of its Tea Trade, 1784–1833*, Vancouver: University of British Columbia Press, 1984, p. 127.

22. Quoted in Inglis, The *Opium War*, p. 49.

23. Quoted in ibid., p. 62.
24. Ibid., p. 65.
25. Ibid., p. 92.
26. Quoted in Denys Forrest, *Tea for the British*, London: Chatto & Windus, 1975, p. 96.
27. Quoted in Philips, *The East India Company*, p. 294.
28. James Mill, *History of British India*, II, p. 132.
29. James Mill, 'Affairs of India', *Edinburgh Review*, 16, 1810, quoted in Man To Leung, *James Mill's Utilitarianism and British Imperialism in India*.
30. James Mill, *History of British India*, VI, p. 14.
31. Quoted in Foster, *East India House*, pp. 205, 202.
32. Quoted in Michael Edwardes, *History of India*, London: Thames & Hudson, London, 1961, p. 258.
33. Quoted in ibid., p. 261.
34. Quoted in James Mill, *History of British India*, I, p. xxx.
35. Tirthankar Roy, *The Economic History of India, 1857–1947*, New Delhi: Oxford University Press, 2000, pp. 33–4.
36. Inglis, *The Opium War*, p. 156.
37. W. Travis Hanes and Frank Sanello, *The Opium Wars*, London: Robson Books, London, 2003, p. 157.
38. James, *Raj*, p. 105.
39. Quoted in Karl Marx, 'The Charter of the East India Company', *New York Daily Tribune*, 9 June 1853.
40. Karl Marx, 'The Government of India', *New York Daily Tribune*, 20 July 1853.
41. Ibid.
42. Karl Marx, 'The Future Results of British Rule in India', *New York Daily Tribune*, 8 August 1853.
43. Karl Marx, 'The British Rule in India', *New York Daily Tribune*, 25 June 1853.
44. Marx, 'Future Results of British Rule'.
45. Sir George Birdwood, *Report on the Old Records of the India Office*, London, 1891.

46. Quoted in M. Moir, D. Peers and Lynn Zastoupil, *John Stuart Mill's Encounter with India*, Toronto: University of Toronto Press, 1999, p. 4.
47. John Stuart Mill, *Representative Government*, Oxford: Oxford University Press, 1940 [1861], p. 175.
48. See Francis Wheen, *Marx*, London: Fourth Estate, 2000, p. 188.
49. Edward Said, *Culture and Imperialism*, London: Chatto & Windus, 1993, p. 97.
50. See, for example, Stanley Kurtz, 'Democratic Imperialism: A Blueprint', *Policy Review*, no. 118, April/May 2003.
51. Karl Marx, 'Revolution in China and in Europe', *New York Daily Tribune*, 14 June 1853.
52. Karl Marx, 'Trade or Opium?', *New York Daily Tribune*, 20 September 1858.
53. Karl Marx, 'Free Trade and Monopoly', *New York Daily Tribune*, 25 September 1858.
54. *Gentleman's Magazine*, 30 March 1813, p. 569.
55. Quoted in Karl Marx, 'The Indian Revolt', *New York Daily Tribune*, 16 September 1857.
56. Charles Dickens, quoted in James, *Raj*, p. 283.
57. Karl Marx, 'The Indian Bill', *New York Daily Tribune*, 24 July 1858.
58. 'In 2002, £12,000,000 from 1873 is worth £650,143,844 using the retail price index.' See <www.eh.net> [last consulted 30/10/05].
59. Francois Crouzet,The *Victorian Economy*, London: Methuen, 1982, p. 353.
60. Dutt,The *Economic History of India*, p. 399.

9. அடுத்தது என்ன?

1. Harvey, *Clive*, p. 368.
2. Jeremy Bentham, *An Introduction to the Principles of Morals and Legislation*, in *Utilitarianism*, London: Fount Paperbacks, 1979, p. 46.
3. *Annual Register*, 10 May 1773.

4. See Russell Sparkes, *From Mortmain to Adam Smith: Historical Insights on the Problem of Corporate Social Responsibility*, London, 2005.
5. See P.B. Buchan, 'Origins of the Knowledge Based Corporation', EBHA Conference, July 2001.
6. Philip Francis, letter to William Ellis, January 1777, quoted in Ranajit Guha, *A Rule of Property for Bengal*, p. 93.
7. Court of Directors, 8 December 1732, quoted in Chaudhury, *From Prosperity to Decline*, p. 37.
8. Sinha, quoted in Furber, 'Rival Empires of Trade', p. 177; and Datta, *Society, Economy and the Market*, p. 357.
9. Dutt,*The Economic History of India*, p. 400.
10. 'In 2002, £723,997,917 0s 0d from 1838 is worth £43,231,809,693.82 using the retail price index.' See <www.eh.net> [last consulted 31/10/05].
11. Alexander Dow, *History of Hindostan*, vol. III, quoted in Guha, *A Rule of Property for Bengal*, pp. 31–2.
12. Brooks Adams,*The Law of Civilisation and Decay* [1895], quoted in Palme Dutt, *India Today*, p. 119.
13. Prakash, *European Commercial Enterprise in Pre-Colonial India*, p. 349.
14. Utsa Patnaik, 'New Estimates of 18th Century British Trade andTheir Relation to Transfers from Tropical Colonies', in K.N. Panikkar, Terence J. Byres and Utsa Patnaik,The *Making of History*, London: Anthem South

    Asian Studies, 2002. See Table B.5, p. 397.
15. Ibid., Table 5, p. 389.
16. Nehru,*The Discovery of India*, p. 247.
17. Maddison,*The World Economy*, p. 112.
18. Quoted in Cornelius Walford, 'Famine through History', p. 519.
19. Edmund Burke, Speech on the Impeachment of Warren Hastings, February 1788.
20. Marjorie Kelly,*The Divine Right of Capital*, San Francisco: Berrett-Koelher, 2001, p. 4.

21. Russell Sparkes, 'Through a Glass Darkly – SomeThoughts on the Ethics of Investment',The Beckley Lecture, 1998.
22. See <www.corporate-responsibility.org>.
23. See Nick Robins, 'Downsizing the Corporation', in *Return to Scale*, London: New Economics Foundation, 2003.
24. Quoted in Ian Hargreaves, 'The threat to democracy', *Financial Times*, 21 May 2002.
25. Oko-Institut e.V., 'Power Generation Market Concentration in Europe 1996–2000. An empirical analysis', Freiburg, May 2002, <www.oeko.de>.
26. Bill Vorley, *Food Inc.– Corporate concentration from farm to consumer*, London: UK Food Group, 2003.
27. Jean Ziegler, 'The Right to Food', Report submitted by the Special Rapporteur, Commission on Human Rights, UN Economic and Social Council, 9 February 2004.
28. Mark Townsend, 'Tesco in row over foreign workers', *Observer*, 10 April 2005.
29. Quoted in John Christensen and Richard Murphy, 'The Social Irresponsibility of Corporate Tax Avoidance', *Development Journal*, vol. 47, no. 3, 2004.
30. Galbraith, *A History of Economics*, p. 163.
31. John Kenneth Galbraith and Nicole Salinger, *Almost Everyone's Guide to Economics*, Harmondsworth: Penguin, 1981, p. 53.
32. ATCA specified that 'district courts shall have original jurisdiction of any civil action made by an alien, for a tort only, committed in violation of the law of nations or a treaty of the United States'.
33. See <www.earthrights.org>.
34. Nehru,The *Discovery of India*, p. 452.
35. EdwardThompson,The *Other Side of the Medal*, London:The Hogarth Press, 1925, p. 131.
36. See <www.museumofthecorporation.org/homePage.htm>.
37. Ben Okri, quoted in Bhiku Parekh,The *Future of Multi-Ethnic Britain*, London:The Runnymede Trust, 2000, p. 103.
38. Edmund Burke, *Correspondence*, quoted in Uday Singh Mehta, *Liberalisation and Empire*, p. 169.

உதவிய நூல்கள்

1. Alborn, Timothy, *Conceiving Companies*, London: Routledge, 1998
2. Ali, Shahid,The *Half-Inch Himalayas*, Middletown: Wesleyan University Press, 1987.
3. Allen, Robert J. Allen, ed., *Addison and Steele*, Orlando: Rinehart, 1974
4. Amnesty International, *Clouds of Injustice – Bhopal disaster 20 years on*, London: Amnesty International Publications, 2004
5. Baron, Archie, *An Indian Affair*, London: Channel 4 Books, 2001
6. Bentham, Jeremy, *An Introduction to the Principles of Morals and Legislation*, in *Utilitarianism*, London: Fount Paperbacks, 1979
7. Bernstein, Jeremy, *Dawning of the Raj:The Life and Trials of Warren Hastings*, London: Aurum Press, 2000
8. Blake, Robert, *Jardine Matheson – Traders of the Far East*, London: Weidenfeld & Nicolson, 1999
9. Bolts, William, *Considerations on Indian Affairs*, London [1772], inThe *East India Company: 1600–1858*, ed. Patrick Tuck, London: Routledge, 1998
10. Bowen, Huw, *Revenue and Reform*, Cambridge: Cambridge University Press, 1991
11. ——The *Business of Empire*, Cambridge: Cambridge University Press, 2005
12. Bowen, Huw, Margarette Lincoln and Nigel Rigby (eds),The *Worlds of the East India Company*, Woodbridge: Boydell, 2002
13. Braudel, Fernand, *Civilization and Capitalism*, vol. 2:The *Wheels of Commerce*, London: Collins, 1982

14. ──── *Civilization and Capitalism*, vol. 3:The *Perspective of the World*, London: Collins, 1984

15. Campbell, Olwen,*Thomas Love Peacock*, London: Arthur Barker, 1953

16. Capper, John,*TheThree Presidencies of India*, New Delhi: Asian Educational Services, 1997 [1853]

17. Chancellor, Edward, *Devil Take the Hindmost*, London: Macmillan, 1999

18. Chatterji, Bankim Chandra, *Anandamath*, New Delhi: Orient Paperbacks, 2000 [1882]

19. Chaudhuri, Kirti N.,*The Trading World of Asia and the East India Company 1660–1760*, Cambridge: Cambridge University Press, 1978

20. Chaudhury, Sushil, *From Prosperity to Decline: 18th Century Bengal*, New Delhi: Manohar, 1999

21. ────*The Prelude to Empire: Plassey Revolution of 1757*, New Delhi: Manohar, 2000

22. Crouzet, François,*The Victorian Economy*, London: Methuen, 1982

23. Dalrymple, William, *White Mughals*, London: HarperCollins, 2003

24. Das, Gurcharan, *India Unbound*, New Delhi: Penguin India, 2002

25. Datta, Rajat, *Society, Economy and the Market: Commercialisation in Rural Bengal c.1760–1800*, New Delhi: Manohar, 2000

26. Davis, Mike, *Late Victorian Holocausts*, London: Verso, 2002

27. Dutt, Romesh Chunder,*The Economic History of India under Early British Rule (1757–1837)*, London: Kegan Paul, Trench, Trubner & Co, 1908

28. Dutta, Krishna, *Calcutta*, Northampton: Interlink Books, 2003

29. Evans, John,*The Gentleman Usher: the Life & Times of George Dempster, 1732 1818*, Barnsley: Pen & Sword, 2005

30. Farrington, Antony, *Trading Places*, London:The British Library, 2002

31. Forrest, Denys, *Tea for the British*, London: Chatto & Windus, 1975

32. Foster, William, *Catalogue of Paintings, Statues etc. in the India Office*, London, 1921
33. —— *The East India House*, London, 1924
34. Fry, Michael, *The Dundas Despotism*, Edinburgh: Edinburgh University Press, 1992
35. Furber, Holden, *John Company at Work: a Study of European Expansion in the Late Eighteenth Century*, New York: Octagon, 1970
36. —— 'Rival Empires of Trade 1600–1800', in *Maritime India*, New Delhi: Oxford University Press, 2004 [1976]
37. Galbraith, John Kenneth, *A History of Economics*, London: Hamish Hamilton, 1987
38. Galbraith, John Kenneth and Nicole Salinger, *Almost Everyone's Guide to Economics*, Harmondsworth: Penguin, 1981
39. Gardner, Brian, *East India Company*, London: Rupert Hart-Davis, 1971
40. Griffiths, Percival, *A Licence to Trade*, London: Ernest Benn, 1974
41. Guha, Ranajit, *A Rule of Property for Bengal*, New Delhi: Orient Longman, 1981
42. Habib, Irfan, *Resistance and Modernisation under Haidar Ali & Tipu Sultan*, New Delhi: Tulika, 1999
43. Hall, Richard, *Empires of the Monsoon*, London: HarperCollins, 1996
44. Hanes, W. Travis and Frank Sanello, *The Opium Wars*, London: Robson Books, 2003
45. Harvey, Harvey, *Clive: Life and Death of a British Emperor*, London: Hodder & Stoughton, 1998
46. Heilbroner, Robert, *The Worldly Philosophers*, New York: Touchstone, 1999
47. Hobhouse, Henry, *Seeds of Change: Six Plants that Transformed Mankind*, London: Papermac, 1999
48. Huberman, Leo, *We, the People*, London: Victor Gollancz, 1940
49. Hunting, Penelope, *Cutlers Gardens*, London: Standard Life, 1984
50. Inglis, Brian, *The Opium War*, London: Hodder & Stoughton, 1976

51. Jacobs, Els M., *In Pursuit of Pepper and Tea, The Story of the Dutch East India Company*, Amsterdam: Netherlands Maritime Museum, 1991

52. James, Lawrence, *The Iron Duke*, London: Weidenfeld & Nicolson, 1992

53. —— *Raj – The Making and Unmaking of British India*, London: Little, Brown & Company, 1999

54. Jeeninga, Willke, *The East Indies House and St Jorishof*, Utrecht: Wanders Uitgevers, 1995

55. Kaviraj, Narahari, *A Peasant Uprising in Bengal – 1783*, New Delhi: People's Publishing House, 1972

56. Keay, John, *The Honourable Company*, London: HarperCollins, 1993

57. Kelly, Marjorie, *The Divine Right of Capital*, San Francisco: Berrett-Koelher, 2001

58. Kindleberger, Charles, *Manias, Panics and Crashes – A History of Financial Crises*, New York: John Wiley & Sons, 2000

59. Korten, David, *When Corporations Rule the World*, London: Earthscan, 1996

60. Kuiters, Willem, *The British in Bengal 1756–1773*, Paris: Les Indes Savantes, 2002

61. Landes, David, *The Wealth and Poverty of Nations*, London: Little, Brown & Company, 1998

62. Lawson, Philip, *The East India Company*, London: Longman, 1993

63. Litvin, Daniel, *Empires of Profit: Commerce, Conquest and Corporate Responsibility*, London: Texere, 2003

64. Logan, William, *Malabar Manual*, New Delhi: Asian Educational Services, 2000 [1887]

65. Macaulay, Thomas Babington, 'Essay on Lord Clive', January 1840

66. —— *Hastings*, New York: Chautauqua Press, 1886 [1841]

67. —— *History of England from the Accession of James II*, London, 1848–60

68. —— *A History of England in the 18th Century* [1849], London: Folio Society, 1980

69. Maddison, Angus, *The World Economy – A Millennial Perspective*, Paris: OECD, 2001

70. Mahomet, Dean, *The Travels of Dean Mahomet* [1794], ed. Michael H. Fraser,

71. Berkeley: University of California Press, 1997

72. Marshall, P.J., *The Impeachment of Warren Hastings*, Oxford: Oxford University Press, 1965

73. —— *Problems of Empire: Britain and India 1757–1813*, London: George Allen & Unwin, 1968

74. —— *East Indian Fortunes: the British in Bengal in the Eighteenth Century*, Oxford: Clarendon Press, 1976

75. —— ed., *Writings and Speeches of Edmund Burke*, vol. V, Oxford: Clarendon Press, 1981

76. —— *Bengal: the British Bridgehead: Eastern India 1740–1828*, Cambridge: Cambridge University Press, 1987

77. Mason, Philip, *The Men Who Ruled India*, London: Jonathan Cape, 1985

78. Mehta, Uday Singh, *Liberalism and Empire*, Chicago: University of Chicago Press, 1999

79. Mickelthwait, John and Adrian Wooldridge, *The Company: A Short History of a Revolutionary Idea*, London: Weidenfeld & Nicolson, 2003

80. Mill, James, *History of British India* [1858 edition, with notes and continuation by Horace Hayman-Wilson], 10 vols, London: Routledge/Thoemes Press, 1997

81. Milton, Giles, *Nathaniel's Nutmeg*, London: Hodder & Stoughton, 1999

82. Mitra, Debendra, *The Cotton Weavers of Bengal 1757–1833*, Calcutta: Firma KLM, 1978

83. Moir, M., D. Peers and Lynn Zastoupil, *John Stuart Mill's Encounter with India*, Toronto: University of Toronto Press, 1999

84. Morley, John, *Burke*, London: Macmillan, 1892

85. Morris, Jane Anne, 'Corporations for the Seventh Generation', in *Defying Corporations, Defining Democracy*, ed. Dean Ruiz, New York: The Apex Press, 2001

86. Moxham, Roy, The Great Hedge of India, London: Constable, 2001

87. Mui, Hoh-cheung and Lorna H. Mui, The Management of Monopoly: a Study of the English East India Company's Conduct of its Tea Trade, 1784–1833, Vancouver: University of British Columbia Press, 1984

88. Mukherjee, Ramkrishna, The Rise and Fall of the East India Company, New York: Monthly Review Press, 1974

89. Nehru, Jawaharlal, The Discovery of India, London: Meridian Books, 1946

90. Palme Dutt, R., India Today, London: Victor Gollancz, 1940

91. Panikkar, K.N., Against Lord and State: Religion and Peasant Uprisings in Malabar, 1836–1921, New Delhi: Oxford University Press, 1992

92. Panikkar, K.N., Terence J. Byres and Utsa Patnaik, eds, The Making of History, London: Anthem South Asian Studies, 2002

93. Parkes, Joseph and Herman Merivale, Memoirs of Sir Philip Francis, London: Longman, Green & Co., 1867

94. Parthasarathi, Prasannan, The Transition to a Colonial Economy: Weavers, Merchants and Kings in South India, 1720–1800, Cambridge: Cambridge University Press, 2001

95. Partnoy, Frank, Infectious Greed, How Deceit and Risk Corrupted the Financial Markets, London: Profi le Books, 2004

96. Philips, C.H., The East India Company 1784–1834, Manchester: Manchester University Press, 1940

97. Plumb, J.H., England in the 18th Century, Harmondsworth: Penguin, 1990

98. Polanyi, Karl, Origins of Our Times –The Great Transformation, London: Victor Gollancz, 1945

99. Prakash, Om, European Commercial Enterprise in Pre-Colonial India, New Delhi: Cambridge University Press, 2000

100. Ross, Ian Simpson, The Life of Adam Smith, Oxford: Clarendon Press, 1995

101. Roy, Arundhati, The Algebra of Infi nite Justice, London: Flamingo, 2002

102. Roy, Tirthankar, The Economic History of India, 1857–1947, New Delhi: Oxford University Press, 2000

103. Said, Edward, *Culture and Imperialism*, London: Chatto & Windus, 1993

104. Sampson, Anthony, *Company Man:The Rise and Fall of Corporate Life*, London: HarperCollins, London, 1996

105. Schama, Simon, *A History of Britain*, vol. 2:The British Wars 1603–1776, London: BBC Books, 2001

106. Sen, Amartya, *Poverty and Famines: An Essay on Entitlement and Deprivation*, Oxford: Oxford University Press, 1997

107. Sen, Sudipta, *Empire of Free Trade: the East India Company and Making of the Colonial Marketplace*, Philadelphia: University of Pennsylvania Press, 1998

108. —— *Orientalism*, Harmondsworth: Penguin, 2003

109. Sheridan, Richard Brinsley,*The Rivals*, London: Samuel French

110. Sinha, Chandra Prakash N., *From Decline to Destruction: Agriculture in Bihar during Early British Rule*, New Delhi: Manohar, 1997

111. Smith, Adam, *Inquiry into the Wealth of Nations*, New York:The Modern Library, 1994 [1776]

112. Spear, Percival, *A History of India*, vol. 2, Harmondsworth: Penguin, 1968

113. Sutherland, Lucy,*The East India Company in Eighteenth-Century Politics*, Oxford: Clarendon Press, 1952

114. Taifoor, Syed Muhammed, *Glimpses of Old Dhaka*, Dacca: S.M. Perwej, 1956

115. Thompson, Edward,*The Other Side of the Medal*, London:The Hogarth Press, 1925

116. Thompson, E.P., *Customs in Common*, Harmondsworth: Penguin, 1993

117. Verelst, Harry, *A View on the Rise, Progress and Present State of the English Government in Bengal*, London [1772], inThe *East India Company: 1600–1858*, ed. Patrick Tuck, London: Routledge, 1998

118. Visram, Rozina, *Asians in Britain: 400 Years of History*, London: Pluto Press, 2002

119. Waller, Maureen, *1700: Scenes from London Life*, London: Hodder & Stoughton, 2000
120. Weller, Jac, *Wellington in India*, London: Greenhill Books, 1993
121. Weitzman, Sophia, *Warren Hastings & Philip Francis*, Manchester: Manchester University Press, 1929
122. Wheen, Francis , *Marx*, London: Fourth Estate, 2000
123. Wild, Antony,*The East India Company: Trade and Conquest from 1600*, London: HarperCollins, 1999
124. Wills, John E., *1688 – A Global History*, London: Granta, 2002
125. Zandvliet, Kees,*The Dutch Encounter with Asia, 1600–1650*, Amsterdam: Rijksmuseum, 2002